**अभिप्राय**

काव्यरचना करणं, भागवतधर्माची पताका खांद्यावर घेत ती वाट चालणं जनाबाईसाठी अधिक अवघड होतं; कारण स्त्री असल्यामुळे आणि शूद्र समाजातली असल्यामुळे तत्कालीन समाजव्यवस्थेत ती सर्वांत तळाच्या पायरीवर होती. पण तरीही ती ओंकाराची रेख कशी ठरली, हे लेखिकेने कादंबरीत मांडले आहे.

**लोकप्रभा, ३-६-२०१६**

# ओंकाराची रेख जना

स्त्री आणि शूद्र असूनही युगप्रवर्तक अभंगरचना करणाऱ्या
संत जनाबाई यांची जीवनयात्रा!

### मंजुश्री गोखले

मेहता पब्लिशिंग हाऊस

✆ +91 020-24476924 / 24460313

Email : info@mehtapublishinghouse.com
production@mehtapublishinghouse.com
sales@mehtapublishinghouse.com

Website : www.mehtapublishinghouse.com

- *या पुस्तकातील लेखकाची मते, घटना, वर्णने ही त्या लेखकाची असून त्याच्याशी प्रकाशक सहमत असतीलच असे नाही.*

**OMKARACHI REKH JANA** by MANJUSHRI GOKHALE

**ओंकाराची रेख जना : मंजुश्री गोखले / कादंबरी**

© मंजुश्री गोखले

मंजुश्री बंगला, प्लॉट नं. ५५, राजेंद्र नगर,
कोल्हापूर - ४१६००४. मोबाइल ९८५००६०८३८

प्रकाशक : सुनील अनिल मेहता, मेहता पब्लिशिंग हाऊस,
१९४१, सदाशिव पेठ, माडीवाले कॉलनी, पुणे - ४११०३०.

अक्षरजुळणी : स्वाती एंटरप्रायझेस, पुणे - ४११००४.

मुखपृष्ठ : चंद्रमोहन कुलकर्णी

प्रथमावृत्ती : फेब्रुवारी, २०१२ / ऑगस्ट, २०१४ /
पुनर्मुद्रण : जानेवारी, २०१८

P Book ISBN 9788184983487
E Book ISBN 9789387319363

E Books available on : play.google.com/store/books
m.dailyhunt.in/Ebooks/marathi
www.amazon.in

मला गुरुस्थानी असणाऱ्या डॉ. अशोक कामत सरांना
ही विनम्र गुरुदक्षिणा सादर अर्पण!

**सौ. मंजुश्री गोखले**

# प्रस्तावना

संत जनाबाईंची सत्त्वसंपन्न जीवनकथा म्हणजे सौ. मंजुश्री गोखले यांची ''ओंकाराची रेख जना'' ही कादंबरी.

संत नामदेवांच्या जीवनचरित्राशी संत जनाबाईंचा जीवनप्रवास निगडित आहे. त्या स्वत:ला 'नामयाची जनी' म्हणवितात. 'माय मेली बाप गेला' अशा स्थितीत बालपणापासून ज्यांनी जनाबाईंना आपल्यासवे खेळगडी बनवले त्या नामयाची 'दासी जनी' असल्याचे त्या सांगतात. इथे 'दासी' या शब्दाचा अर्थ 'मोलकरीण' नव्हे, तर 'शिष्या' असा घेणे योग्य ठरते. 'जनी म्हणे जोड झाली विठोबाची । दासी नामयाची म्हणोनिया।' अशी त्यांनी व्यक्त केलेली कृतज्ञता या संदर्भात महत्त्वाची ठरते.

त्यांचे उपलब्ध साडेतीनशे भावगीतात्मक अभंग याच मुद्रेने स्त्रीमनाचा हळुवारपणा आणि भक्तीची उत्कटता प्रकट करतात.

जनाबाई या दमा आणि कुरुंड या अस्पृश्य मानल्या गेलेल्या एका गरीब कष्टकरी कुटुंबात जन्मल्या. त्यांना त्यांच्या वडलांनी बालवयातच पंढरपुरात आणून सोडले. दामाशेटी आणि नामदेवरायांच्या मोठ्या कुटुंबात त्यांना मोठ्या प्रेमाने आश्रय मिळाला आणि त्यांचे जीवन सार्थकी झाले, इतकीच त्यांची 'कथा' आपल्याला वाङ्मयेतिहासात वाचायला मिळते. नामदेवरायांचा आणि त्यांचा निर्वाणशक एकच मानला गेला आहे.

मराठी वाङ्मयेतिहासात उपलब्ध असलेली जनाबाईंची जीवनकहाणी इतकीच. त्यांच्या अभंगवाणीतून त्यांचा इतर संतांविषयीचा स्नेह, सद्भाव, आदरभाव आणि त्यांच्या उत्कट देवानुभवाचे बरेच दाखले मिळतात. त्यांच्या अस्सल आधाराने सौ. मंजुश्री गोखले यांनी प्रस्तुत कादंबरी उभी केली आहे. या कादंबरीचा मुख्य आधार कथाकहाण्यांपेक्षा संत नामदेव परिवाराची आज उपलब्ध असलेली परंपरामान्य गाथा आहे. कादंबरीतील मुख्य पात्रे नामदेवांच्या कुटुंबातीलच आहेत. काल्पनिक पात्रे कमी आहेत. जी आहेत, तीही परिवारातील वाटावीत अशीच आहेत.

इथे पहिल्या चार प्रकरणांत दमा-कुरुंडच्या वाट्याला आलेले दुर्दैवी जीवन अतिशय परिणामकारक पद्धतीने उभे करण्यात लेखिकेला यश मिळाले आहे. अठराविसे दारिद्र्य, अति शूद्र म्हणून समाजात पदोपदी भोगाव्या लागणाऱ्या दारुण यातना, तशातच पोरबाळ नाही. मग पंढरीचा प्रवास, विठ्ठल-रुक्मिणीचे लांबून दर्शन, दामाजींच्या परिवाराने दिलेली प्रेमळ वागणूक, रुक्मिणीमातेने केलेली कृपा, कुरुंडच्या पोटी येण्याचे दिलेले आश्वासन, मग जनाचा जन्म हे सगळे सौ. मंजुश्री

गोखले यांनी विलक्षण शब्दांत, पण संयत पद्धतीने रंगविलेले आहे. तो काळच उभा केला आहे. यात दमाच्या झोपडीत सहज झालेले दामाश्रेष्ठी कुटुंबाचे आगमनही हृद्य वाटते. दमाने पंढरपुरात येऊन नामदेवाघरीच जनाईला कसे सोपविले असेल, याचा इथे केलेला उलगडा स्वाभाविक वाटतो.

पाचवे प्रकरण अतिशय हृद्य उतरले आहे. आपल्या लाडक्या लेकीची अलाबला घेत राहणारी कुरुंड, जनाचा पंढरीच्या काळ्या देवाला पाहण्याचा आणि ठिपक्यांचा झगा घेण्याचा हट्ट, पतिपत्नीचे फटकळ संवाद, कुरुंडचा एकदम उद्भवलेला आजार, खेड्यातील मांत्रिकाचे अघोरी उपचार, कुरुंडचे मरण, त्यापूर्वी तिने दमाकडून घेतलेले वचन, दमावर सर्व बाजूंनी कोसळलेले आभाळ लेखिकेने अतिशय ताकदीने वर्णिलेले आहे.

सहाव्या प्रकरणात कावून गेलेल्या दमाची वागणूक चितारीत आणि त्याला होणारे विचित्र आभास शब्दबद्ध करीत कथानक पुढे जाते. दमा खोपटातल्या विठ्ठलमूर्तीला वंदन करून एके दिवशी नाइलाजाने पंढरीची वाट चालू लागतो. सातव्या प्रकरणात जनाबाई कशी दामाश्रेष्ठींच्या वाड्यावर पोहोचली, पुढे तिथे कशी रुळली, नामदेवरायांनी आणि आई गोणाईने तिला कशी वत्सल वागणूक दिली हे सांगत लेखिकेने जनाबाईंची पंढरपुरातील सारी आध्यात्मिक जडणघडण फार चांगली स्पष्ट केली आहे.

जनाला आधी पाण्यात पाहणारी भागाबाई हे एक लक्षणीय पात्र निर्माण केलेले आहे. नामदेवांचे बाळपणही हर प्रकारे रंगविलेले आहे. त्याचबरोबर त्यांचे बालभक्त रूपही हळुवारपणे शब्दबद्ध केले आहे. हळूहळू ते कसे मोठे झाले, त्यांची कार्यक्षेत्रे कशी बदलली, स्वतंत्र झाली ते स्पष्ट केले आहे.

अकराव्या प्रकरणापासून गाथेतील अजरामर अभंगांचा वापर सुरू होतो. निंबाईचे लग्न, जनाईचे श्रीविठ्ठलाशी आंतरिक संवाद, गोणाईचे भारदस्त वागणे, कीर्तनकारांची दामाश्रेष्ठीघरी वर्दळ, जनाबाईंची खोली, तिथले तिचे स्वतंत्र विश्व, भागाबाईचा आजार, जनाची तिच्याशी प्रेमळ वर्तणूक, नागरी आणि जनाईची अभंग-रचना, त्यांचे सख्य, नामदेवरायांच्या लग्नाचा गोड प्रसंग हे सारे विस्ताराने सांगत, नामा-नामया-बालसखा-बालमित्र-गुरू-मार्गदर्शक-भक्तिपंथाचा तत्त्वज्ञ-सोबती असे सोज्ज्वळ नामदेवचरित्रही इथे लेखिकेने सजीव केले आहे.

काही प्रकरणांतून लेखिकेने श्रीविठ्ठल, श्रीनामदेव यांच्याबरोबर झालेले जनाबाईंचे आध्यात्मिक संवाद सांगत अभंगांच्या साक्षी देऊन त्यांचा अधिकार स्पष्ट केला आहे. यातील गुरूशिष्यांचे संभाषण लक्षणीय आहे. ललित लेखनाच्या निमित्ताने भलतीच नाती संतसाहित्यात नव्याने निर्माण करण्याचा मोह काही मोठ्या लेखकांना होत असतो. पण इथे मात्र लेखिकेचा संयम, सोज्ज्वळ दृष्टिकोन आणि मुख्यत: परंपरेने आलेल्या श्रद्धाभावनांवर अकारण आघात न करण्याचा समंजसपणा प्रशंसना वाटतो.

लेखिकेने गोणाई, भागाबाई, नागरी, इंदू या स्त्री-व्यक्तिरेखा प्रभावीपणे उभ्या केलेल्या आहेत. त्यांच्या व्यवहारांतून जनाईचे व्यावहारिक आणि भावनिक विश्व फार चांगल्या रीतीने आपल्याला समजते. गाथेतील अभंगांची निर्मिती कशी झाली असावी, याचाही बोध होत राहतो.

योगीराज संतश्रेष्ठ ज्ञानेश्वर महाराज आणि भावंडे पंढरपूरला आली. नामदेवरायांनी जनाईची त्यांची भेट घडवली, हे अठरावे प्रकरण पुन:पुन्हा वाचावे असे आहे. संतांच्या मांदियाळीची भक्तिशक्ती म्हणजे काय, ते इथे कळू शकते.

पुढच्या प्रकरणांतून जनाबाईवर आलेल्या जीवघेण्या प्रसंगाचीही विस्ताराने हकिकत आलेली आहे. तिची विठ्ठलचरणी झालेली जीवनाची अखेरही हृद्य रीतीने सांगितली आहे. 'तो विठ्ठल जनीच्या घरी जाण्याऐवजी आज जनीच त्याच्याकडे आली होती. आयुष्यभर आपली मर्यादा ओळखून पायरीवर बसणारी, आयुष्याच्या सरत्या दिवसात तुळशीवृंदावनाजवळ बसणारी जनी आज त्याच्या जवळ, अगदी जवळ गर्भागारात जाऊन निजली होती. तिचं डोकं विठ्ठलाच्या मांडीवर होतं. विठ्ठल तिला आत्यंतिक मायेनं थोपटत होता आणि शांत, क्लांत झालेली जनी निश्चिन्तपणे निजलेली होती. आज तिला कुणी हटकणार नव्हतं. ऊठ म्हणणार नव्हतं.' अखेरच्या श्रीविठ्ठलाच्या संवादात व्यक्त झालेले जनाईचे वेगळेपण 'ओंकाराची रेख' या शीर्षकाचेही सामर्थ्य स्पष्ट करणारे आहे.

ही विस्तृत कादंबरी अवघा नामदेव परिवार आणि त्याचेच एक अभिन्न अंग असणारी संत जनाबाई तिच्या अद्भुत यादव काळासकट आपल्यापुढे उभी करणारी आहे. हा काळ स्पृश्यास्पृश्यता मानणारा होता, पण त्यात नामदेवांच्या कुटुंबीयांसारखे जातपातीच्या पलीकडे गेलेले पुष्कळ होते. कर्मकाण्ड, पुरोहितशाहीसारखी मानवी मर्यादाही होती; पण श्रीविठ्ठलाशी समरसून लौकिक जीवनाला अलौकिक घाट देणारेदेखील बरेच होते. त्यांचे जग दाखविताना सौ. मंजुश्री गोखले यांनी योजिलेली दगडाची डोण, जुनेरं , टापशी, सारवट बैलगाडी, लांबडं, लागीर, आयुक्ष अशी असंख्य शब्दकळा लक्षणीय आहे. तथाकथित क्षुद्र मंडळींचे हृदयाला पीळ पाडणारे संवाद डोळ्यांत पाणी आणणारे आहेत. इथे अंधश्रद्धेचेही विदारक दर्शन घडते. पण त्यापेक्षा श्रद्धा, भक्ती, सात्त्विक शक्ती इथे पानोपानी प्रकटली आहे. लेखिकेने यादवकाळच्या पंढरीतील अजरामर परिवार त्याच्या अलौकिक आनंदानुभवासह आपल्यासमोर सजीव केलेला आहे.

लेखिकेचे मन:पूर्वक अभिनंदन!

*डॉ.अशोक कामत*

*कार्यकारी विश्वस्त*
*महाराष्ट्र राष्ट्रभाषा सभा, पुणे*

# मनोगत

ओंकाराची रेख जना ही कांदबरी माझ्याकडून लिहून घेण्याचं संपूर्ण श्रेय डॉ. अशोक कामत सरांना जातं. कदाचित त्यांना माझी भाषाशैली आवडत असावी. म्हणून 'जोहार मायबाप जोहार'साठी प्रस्तावना मागायला गेल्यावर त्यांनी ही अट वजा सूचना केली आणि जनाबाईंवर कादंबरी लिहिण्याची मला प्रेरणा मिळाली. कामत सरांच्या कौतुकानं पंखात बळही भरलं. आणि मी जनाबाईंच्या अभ्यासाला सुरुवात केली. मग मात्र त्यांच्या जीवनप्रवासातलं विलक्षण नाट्य, त्यांची महानता, त्यांची प्रतिभा आणि क्षुद्र आणि त्यातही स्त्री असतानाही त्यांचं अलौकिक कर्तृत्व याची मला भुरळ पडली. त्यातच जनाबाईंच्या आयुष्यातला नायक प्रत्यक्ष विठ्ठल! म्हणून मग कादंबरीचा नायकही तो झाला. आणि मग एक लोकविलक्षण भक्तिकथा माझ्या मनात आकारू लागली. आणि त्यातूनच ओंकाराची रेख – जना ही २५ प्रकरणांची कादंबरी जन्मली.

या पंचवीस प्रकरणांत जना आणि विठ्ठल यांच्याशिवाय नामदेव, संत नामदेव हाही उपनायक ठरला. जनाचं भावविश्व विठ्ठलाभोवती गुंफलं गेलं होतं. तरी त्या गुंफण्याचा गोफ नामदेवच होता. विठ्ठल–जना आणि नामदेव! सर्वसामान्यांच्या आकलनापलीकडे असलेला हा नातेसंबंध लिहताना प्रत्येक वाक्याचं नव्हे, प्रत्येक शब्दाचं भान ठेवावं लागलं. कारण अलौकिक असा हा नातेसंबंध सर्वसामान्यांच्या विचार आणि कल्पनाशक्तीपलीकडचा होताच; पण तो लिहित असताना, विठ्ठलाच्या देवत्वाला, नामदेवांच्या संतत्वाला आणि जनाबाईंच्या स्त्रीत्वाला कुठेही ओरखडा उमटून चालणार नव्हता. मला वाटतं, हे भान राखण्यात मला काहीसं यश मिळालंय.

तसंच या कांदबरीतली भागाबाई आणि इतर किरकोळ पात्रं वगळता बाकी सर्व पात्रं ही खरी, प्रत्यक्षात असलेली आहेत. संत नामदेवांच्या गाथेमध्ये त्याचा उल्लेख सापडतो; पण भागाबाई हे पात्र मात्र माझ्या कल्पनाशक्तीतून निर्माण झालेले आहे. भागाबाई ही तत्कालीन समाजव्यवस्थेची, रिती–परंपरेची, वर्णव्यवस्थेची प्रतिनिधी आहे. दमा-करूंडची मुलगी जना ते संत जनाबाई

हा जनाचा प्रवास सोपा नव्हता, हे उधृत करण्यासाठीच या पात्राची रचना केलेली आहे.

श्री. कामत सरांना हस्तलिखित कादंबरी वाचायला दिली. त्यांनी ती वाचली आणि त्यांनी लिहलेली प्रस्तावना वाचल्यावर त्यांना जना साहित्यात जशी उतरयला हवी होती, तशी उतरल्याचं त्यांनी सांगितल्यावर एक वेगळंच समाधान वाटलं.

मराठी सारस्वाताच्या फुलबागेतली जाईची वेल असं जनाचं वर्णन वाङ्मयाच्या इतिहासात सापडतं. पण तिच्याबद्दलची उपलब्ध माहिती वाचल्यावर मला मात्र जना ही शांत, नाजूक आणि गंध दरवळणारी जाईची वेल न वाटता ओंकारासारखी सर्वसमावेशकत्व असलेली, तेजस्वी, पवित्र आणि ज्ञानाचा अभिजात गंध असलेली मनस्वीनी वाटली. म्हणूनच कादंबरीला नाव दिलं – ओंकाराची रेखा जना.

संतसाहित्याशी निगडित असलेली माझी ही तिसरी कादंबरी. 'तुकयाची आवली' संत तुकाराम यांच्या पत्नीवर लिहिली. 'जोहार मायबाप जोहार' संत चोखामेळा यांच्यावर लिहली. या दोन्ही कादंबऱ्यांना रसिक वाचकांनी उदंड प्रतिसाद दिला. शेकडो पत्रं आणि फोन यातून त्यांनी आपल्या प्रतिक्रिया कळवल्या आणि कादंबऱ्या अतिशय आवडल्याचं सांगितलं. संत जनाबाईवरच्या माझ्या या 'ओंकाराची रेख' याही कादंबरीला माझे रसिक वाचक असाच उदंड प्रतिसाद आणि प्रेम देतील या विश्वासाने मी ही कादंबरी वाचकांच्या हाती देत आहे. आवलीला, चोखोबाला जसं वाचकांचं प्रेम लाभलं तसंच ते जनालाही लाभो, ही रसिक चरणी प्रार्थना! मग द्याल ना प्रेम माझ्या ओंकाराची रेख जनाला?

तुमच्या प्रतिसादाच्या प्रतिक्षेत असलेली

*मंजुश्री*

# ऋणनिर्देश

'ओंकाराची रेख जना' ही संत जनाबाईच्यावरची कादंबरी लिहिण्याचा, खरंतर इतक्यात लिहिण्याचा मानस नव्हता. पण जोहार–मायबाप–जोहार साठी डॉ. अशोक कामत सरांकडे प्रस्तावना मागितली आणि त्यांनी तुम्ही  जनाबाईंवर कादंबरी लिहा' अशी जणू प्रेरणाच दिली. त्यांच्याच प्रेरणेतून ही  कादंबरी लिहिली गेली. त्या डॉ. अशोक कामत सरांचे ऋण जन्मभर ठेवायलाच मला आवडेल. या कादंबरीसाठी लागणारे संदर्भग्रंथ करवीर नगर वाचन मंदिराच्या सौ. लिमये बाई यांनी उपलब्ध करून दिले. नुसतेच उपलब्ध करून दिले नाहीत, तर माझा अभ्यास होईपर्यंत ते ठेवून घेण्याची मोठ्या प्रेमानं मुभा दिली. त्यांची मी अत्यंत ऋणी आहे. माझी मैत्रीण सौ. सुमेधा कुलकर्णी हिनं कादंबरी लेखनासाठी येण्यात सातत्य दाखवलं म्हणूनच ही कादंबरी वेळेत पूर्ण झाली. तिचेही आभार! तिच्याशी आणि माझी मैत्रीण शामला देसाई (पुणे) हिच्याशी केलेली चर्चा कादंबरी पुढं नेण्यास उपयुक्त ठरली. मी त्यांची ऋणी आहे. ही कादंबरी लिहिण्याकरता "संत जनाबाई :काव्य आणि कार्य"या श्री.रामदास डांगे संपादित पुस्तकाचा आणि सुहासिनी इर्लेकर यांच्या 'संत जनाबाई : एक अभ्यास' या पुस्तकांचा मला फार उपयोग झाला. त्यांनी केलेल्या अभ्यासावरूनच मला कादंबरी बांधता आली. मी त्यांची अत्यंत ऋणी आहे. तसेच मेहता पब्लिशिंग हाऊसचे!

मेहता पब्लिशिंग हाऊसचे अनिल व सुनिल मेहता यांनी कादंबरी छापण्याबाबत दाखवलेली आस्था, चित्रकार श्री. चंद्रमोहन कुलकर्णी यांनी काढलेले समर्पक चित्रं, मेहता पब्लिशिंग हाऊसचा सर्व स्टाफ यांच्या प्रयत्नातून हे सुबक आणि देखणं पुस्तक तयार झालं.  मी त्यांची आभारी आहे आणि सर्वांत महत्वाचं म्हणजे आतापर्यंतच्या माझ्या 'तुकयाची आवली,' 'जोहार मायबाप जोहार' आणि 'अंधाराच्या सावल्या' या कादंबऱ्यांना उदंड प्रतिसाद देणाऱ्या, माझ्यावर उदंड प्रेम करणाऱ्या रसिक वाचकांच्या पाठबळावर तर मला लिहिण्याचं बळ मिळत गेलंय. त्या वाचकांची मी कशी उतराई होऊ?

'ओंकाराची रेख जना' तुम्हाला नक्की आवडेल!

*मंजुश्री गोखले*

# १

वैशाखातलं रणरणतं ऊन. सूर्य मावळतीकडं झुकला होता, तरीही उन्हाचा कडाका किंचितही कमी झाला नव्हता. भोवताली अजून तशीच गरम गरम हवा अंगावर येत होती. फुफाटा अजूनही चटके देत होता. खांदा अवघडला म्हणून चार वर्षांच्या जनाला दमानं खाली उतरवलं, तर पाय भाजले म्हणून पोरगी कळवळली. तशी दमानं तिला पुन्हा उचलून खांद्यावर घेतली आणि तो तसाच चालत राहिला. थोडंसं पुढं गेल्यावर त्याला एक डेरेदार पिंपळाचं झाडं दिसलं. 'आता या झाडाच्या सावलीत वाईच जरा दम घेऊ आणि मंगच पुढं जाऊ.' त्याच्या मनात आलं. सावलीत जाऊन दम घेण्याच्या नुसत्या कल्पनेनंच त्याला हुरूप आला. त्या फुफाट्यातही त्याची अनवाणी पावलं चटाचटा पडू लागली. झाडाजवळ आल्यावर मात्र त्याची थोडी निराशा झाली. कारण त्या सावलीत बरेच पांथस्थ विसावले होते आणि त्यांच्यात जाऊन बसण्याचं स्वातंत्र्य दमाच्या जातीने त्याला दिलं नव्हतं. दमा शूद्र होता. चातुर्वर्ण्य व्यवस्था हाच सामाजिकतेचा पाया आहे, नव्हे ती समाजाची सुव्यवस्था आहे असं मानणारा तो काळ होता. समाजाच्या चालीरीती, परंपरा, समाजाची प्रकृती-संस्कृती आणि विकृतीसुद्धा या चातुर्वर्ण्य व्यवस्थेला धरूनच होती. पिंपळाच्या झाडाच्या पसरलेल्या सावलीवर दमाची नजर भिरभिरत होती. शेवटी झाडापासून लांब गेलेली एक चुकार फांदी त्याला दिसली. तिची सावली झाडाच्या सावलीच्या परिघापासून थोडीशी लांब, बाजूला पडलेली होती. दमाची पावलं आपसूकच तिकडं वळली. जेमतेम हातभर अशी ती सावली, पण त्यामुळे दमाला केवढं बरं वाटलं. त्यानं जनाला खांद्यावरून उतरवून आपल्या शेजारी उभी केली. तीही तिथं खुशीनं उभी राहिली. आता तिचे पाय भाजत नव्हते. तिला खाली उतरवल्यावर दमानं खांद्यावरचं पटकूर काढलं. घामानं भिजलेला आपला चेहरा, मान, खांदा पुसला. उन्हामुळे लाल झालेलं जनाचं तोंडही पुसलं. जना त्याची लेक, पण त्याच्यासारखी काळी नव्हती. कुरुंडसारखी, तिच्या आईसारखी

गर्द सावळी होती. म्हणूनच उन्हाच्या चटक्यानं तिचा चेहरा लाललाल झाला होता. दमाला आपल्या पोरीची दया आली. त्याची पोर फार, फार गुणी होती. पण आता तिला सांभाळणं दमाला शक्य नव्हतं. तिच्या अंगावरच्या कपड्याच्या चिंध्या झाल्या होत्या. आखूड, पण दाट असलेल्या केसाचं बुरणूस होऊन त्यात उवा झाल्या होत्या. अंगाला ठिकठिकाणी खरूज झाली होती. पोटात झालेल्या कसल्याशा आजारानं तिची आई अचानक मेली होती आणि तेव्हापासून पोरीची अशी दशा झाली होती. दमाला वाईट वाटलं. उकिडवं बसून जना मातीत रेघोट्या मारत होती. तिला भूकही लागली असावी; पण आपल्याकडं खायला काही नाही, आपल्या बाबाकडं पैसा नाही हे ओळखून दमाची ही गुणी लेक गप्प बसली होती. दमाला तिची कणव आली. 'आता पहिलं जे गाव लागेल तिथं चार घरी भाकर मागून आणायची आणि या पोरीच्या पोटाला घालायची.' त्यानं मनाशी निश्चय केला. सूर्य मावळतीजवळ पोचला होता. उन्हाचा तडाखा काहीसा कमी झाला होता. आता अंगाची लाही-लाही होत नव्हती. दमाला विश्रांतीही पुरेशी मिळाली होती. आता मातीही काहीशी थंडावलेली वाटत होती. त्यामुळे जनाला खांद्यावर न घेता चालवत नेणं शक्य होतं. दमा उठला, तशी जनापण उठली. दमा चालू लागला तशी बाबाचं बोट धरून जनापण चालायला लागली.

चार दिवस! गेले चार दिवस असंच चाललं होतं. गंगाखेडला गावाबाहेर असलेली आपली झोपडी सोडून त्यांना चार दिवस झाले होते. भल्या पहाटे उठून दमाने जनाला घेऊन चालायला सुरुवात केली होती. उजाडता उजाडता जनाला जाग येई. मग ती बाबाच्या खांद्यावरून उतरून त्याच्यासोबत चालत असे. अगदी सूर्य माथ्यावर येईपर्यंत ते चालत असत. मग मात्र उन्हाचा कडाका असह्य होई. तोवर एखादं गाव लागलं, तर गावाबाहेर एखाद्या झाडाखाली दमा जनाला घेऊन थांबत असे. तोवर चालून दमलेली ती इवलीशी पोर पेंगुळलेलीच असायची. तिला तिथंच झाडाच्या सावलीत निजवून दमा गावात शिरायचा. चार घरी जाऊन भाकरतुकडा मागून आणायचा. कुणीतरी कसलंतरी कालवण द्यायचं. ते घेऊन झाडाखाली येऊन जनाला उठवायचा. दोघं जण बसून चार घास खायचे. भाकरी शिळ्या-कडक झालेल्या असायच्या, तर कधी कालवण आंबलेलं-उतरलेलं असायचं. पण चालून चालून वखवखलेल्या आतड्याला आणि शोष पडलेल्या जिभेला ते सगळं गोडच लागायचं. भाकरतुकडा उरला, तर दमा तो पटकुरात बांधून घ्यायचा. 'न जाणो, रात्री कुठं काहीच मिळालं नाही तर?' माध्यान्हीची वेळ टळली, उन्हं कलली की, दोघं पुन्हा चालायला सुरुवात करायचे, ते अगदी तिन्हीसांज होईपर्यंत. पुरता अंधार पडला की, दमा थांबायचा. तेव्हा नेमकं गाव आलं असेल, तर गावाबाहेर, पण गावाच्या सोबतीनं तिथं मुक्काम करायचा. पुन्हा चार घरी हिंडून

भाकरतुकडा मागून आणायचा. दोघं जण चार घास खाऊन तिथंच रात्र काढायची. गाव लागलंच नाही, तर शेतातलं कुणाचंतरी घर बघून त्या घराच्या सोबतीनं, पण घराबाहेर दमा मुक्काम करायचा. त्या घरातल्या माणसांनी काही खायला दिलं, तर दोघं जण खायची. नाही मिळालं, तर पाणी पिऊन तसंच झोपायची. पुन्हा भल्या पहाटे उजाडायच्या आधी चालायला सुरुवात करायची. गेले चार दिवस हे असंच चाललं होतं. रात्रीच्या वेळी अंधार पडल्यावर कुणाच्यातरी सोबतीनं मुक्काम करण्यात शहाणपणा होता. चोराचिलटांबरोबरच जंगली जनावरांचंही भय होतं. असा टप्प्याटप्प्यानं पायी प्रवास करत दमा आपल्या लेकीला, जनाला घेऊन पंढरपूरला चालला होता.

दमा आणि कुरुंड परभणीजवळच्या गंगाखेड या गावचे. गाव तसं बरं होतं. यादव राजाच्या आधिपत्याखाली गावात शांतता नांदत होती. अधून-मधून यवनांची धाड पडत असे तेवढीच! चातुर्वर्णाची व्यवस्था आनंदानं स्वीकारून गाव गुण्यागोविंदानं एकत्र नांदत होतं. काही ब्राह्मणांची घरं, वतनदार मराठ्यांचे वाडे, वैश्य सावकार-महाजनांचे वाडे आणि गावाच्या बाहेर नांदता असलेला मांगवाडा आणि महारवाडा असा गावाचा चेहरामोहरा. याच गावाबहेरच्या वस्तीत दमा आणि कुरुंड यांचं झोपडं होतं. दोघंही सरळमार्गी, आपण बरं-आपलं काम बरं या भावनेनं राहणारी. दमा तसा पापभीरू, भाबडा, धार्मिक भगवद्‌भक्त होता. त्याच्या गळ्यात माळ होती. वारकऱ्याची परंपरा त्याच्या घराण्यात पूर्वापार होती. म्हणूनच त्याच्या झोपडीत एका बाजूला जाखाई-यमाईबरोबरच विठ्ठलाची एक जुनाट, रंग उडालेली मूर्तीही होती. दमा आणि कुरुंड दोघंही त्या मूर्तीला रोज सकाळ-संध्याकाळ मनोभावे हात जोडून नमस्कार करत असत. दमा तर सकाळी जाग आल्यानंतर डोळे उघडल्याबरोबर विठ्ठलाचं नाव घेत असे आणि कामावर जाण्याच्या वेळीही तो त्या मूर्तीला नमस्कार करूनच बाहेर पडत असे. गावातला मैला भरून वाहून नेणे, मसणवटीची स्वच्छता राखणे अशी कामे दमा करत असे. गावाने त्याला कामं नेमून दिली होती. आपलं काम निष्ठापूर्वक करणारा म्हणून दमा गावात चार लोकांना माहीत होता. प्रामाणिकपणाने काम करणाऱ्या दमाला गावातली काही प्रतिष्ठित लोकं त्यांचीही काही कामं सांगत. त्यात गोठे साफ करणं, लाकडं फोडणं, अंगण सारवणं अशी कामंही असत. जेव्हा असं कोणीतरी घरगुती कामासाठी दमाला बोलावणं धाडत असे तेव्हा दमा कुरुंडलाही बरोबर घेऊन जात असे. त्याला तिची या कामात मदतही होत असे. शिवाय गहू, तांदूळ सडणं, पाखडणं, शेणाच्या गोवऱ्या लावणं अशी कामं त्या घरातल्या स्त्रिया कुरुंडला सांगत असत. त्याच्या बदल्यात कुरुंडला एखादं धडुतं, दोन दिवस पुरेल एवढं धान्य, पाखडलेल्या धान्याचा कोंडा, फोडलेल्या लाकडाचा भुगा, लावलेल्या गोवऱ्यांतल्या चार गोवऱ्या असं काहीबाही

मिळत असे. वाड्यातल्या त्या स्त्रियांनासुद्धा मुकाटपणे आणि स्वच्छ काम करणारी दमा-कुरुंडची ही जोडी पटत असे. लांडीलबाडीपासून दूर, चहाडी-चुगलीपासून लांब, भांडण-तंट्यापासून मुक्त असलेलं दमा-कुरुंडचं हे सरळमार्गी जोडपं कामा-श्रमाच्या मोबदल्यात मिळणाऱ्या भाकर-तुकड्यावर, चिंधी-धडुत्यावर आनंदानं, समाधानानं गुजराण करत होतं. त्या दोघांना एकच दु:ख होतं. लग्नाला ८-१० वर्षं झाली होती, तरी कुरुंडची कूस अजून रिकामी होती. सरासरा रांगणारं, दुडुदुडू धावणारं, मधाळ हसणारं, आपल्याला आई आणि दमाला बाबा म्हणणारं एक तान्हुलं आपल्या पोटी यावं म्हणून कुरुंड आस लावून बसली होती. देवजी पाटलाच्या धनिणीनं सांगितलं म्हणून तिनं अकरा मंगळवारचे कडकडीत उपासही केले होते, पण अजूनही त्या झोपडीत इवलीशी पावलं उमटत नव्हती. एरव्ही दिवसभर कामकाजात मग्न असलेल्या दमालासुद्धा घरी आल्यावर आपल्या पोटी पोर नाही याची खंत विशेषत्वाने जाणवायची. मग तो उदास चेहऱ्यानं बसून राहायचा. एरव्ही शिळी कडकडीत भाकरीसुद्धा ईश्वराचा प्रसाद समजून खाणाऱ्या त्या जोडप्याला त्या दिवशी जेवण जायचं नाही. भाकरतुकडा तसाच पुढ्यात घेऊन दोघं चितागती होऊन बसून राहायचे. पण दोघांचा एकमेकांवर एवढा जीव होता की, आपल्या पोटी पोर नाही म्हणून आपण दु:खी आहोत, हे दोघंही एकमेकांपासून लपवून ठेवायचे. आपलं दु:ख एकमेकांना जाणवू द्यायचे नाहीत.

असेच दिवस चालले होते. आपल्या दैनंदिन कामकाजात स्वत:ला गुंतवून दमा आणि कुरुंड आपल्याला आई-बाबा म्हणणारं कुणीतरी येईल अशी आस लावून घेऊन दिवस कंठत होते. बरेच दिवस एक विचार कुरुंडच्या मनात घोळत होता. 'दमाला तो सांगावा की नाही? सांगितलं तर तो ऐकेल का?' असे अनेक प्रश्न तिच्या मनात उद्भवत होते. त्या विचारानं तिच्या मनाचा इतका ताबा घेतला होता की, लहानसहान कामातसुद्धा तिच्या हातून चुका होऊ लागल्या आणि एक दिवस ते दमाच्या लक्षात आल्यावर न राहवून त्यानं कुरुंडला विचारलं, "अगं कुरुंड, का होऊन तू अशी चितागती होऊन राहिली? आपल्या पोटाला पोर न्हाई म्हणून तू वाईट वाटून घेती का? अगं माझी बाई, ते समदं देवाच्या हातात हाई. त्या इटूरायाच्या हातात हाई. त्याच्या मनात असलं, तर तो देईल. तू अशी चितागती हून, अन्नपाणी सोडून, कामकाज इसरायला लागली, तर कसं चालंल? अशी झुरत राहू नको गं बाई! असंल देवाजीच्याच मनात, तर होईल पोरं आपल्याला. आपण घालू त्याला साकडं." दमाचं ते बोलणं ऐकून कुरुंडचा चेहरा उजळला. डोळ्यांत चमक आली. त्याच्या समोर बसून ती उत्साहानं बोलायला लागली. "धनी, तुमी आगदी माज्या मनातलं बोल्लासा. आपल्या पोटाला पोर न्हाई म्हणून मी झुरतीया, पर माझ्या झुरण्याचं तेवढं एकच कारण न्हाई. पंदरा दिसापूर्वी

मी पारवतीबाईकडे कामाला गेले व्हते. तिची म्हस व्याली हुती आणि वार फुटलीवती. समदा गोठा लई घान जाला हुता. त्यो साफ कराया तिनं मला बुलवली व्हती. मी गोठा साफ करत असताना पार्वतीमावशी तथंच हुबी हुती. मला म्हन्ली, "काय ग कुरुंड, तुज्या पोटाला अजून प्वार न्हाई झालं कां? आता फुडल्या म्हैन्यात देव उटायची एकादस हाय. तवापासून देव या पृतवीतलावर येतात म्हनं. त्या वक्ताला देवानला साकडं घातलं, तर द्येव पावतो म्हनं!" धनी, आपुन वारकरी हावं. इटू आपला द्येव हाय. माज्या मनात तवाधरनं एक इचार आला हाये. धनी, आपुन पंढरपुरात जाऊन त्या इटूरायाला साकडं घालावत कां? माज मन सांगतंय, तो इटूराया आपलं नक्की ऐकंल. आपल्याला नक्की पावंल. त्या पारवती मावशीच्या तोंडातून यमाईचं बोल्ली जनू! धनी, आपुन जाऊयात कां? माज्या मनाला लई, लई वाटतंय. तो इटू आपल्याला पावंल. माजी कूस उजवंल. बाईला आई झाल्याशिवाय मुक्ती न्हाई मिळत धनी! आपुन जाऊ या की!" कुरुंड काकुळतीला येऊन दमाला सांगत होती. आई होण्यासाठी तिचं मनच नव्हे, तर तिच्या शरीराचा कणन्‌कण आसुसला होता, हे तिच्या देहबोलीतून स्पष्टपणे जाणवत होतं. तिच्या डोळ्यांतलं आर्जव, स्वरातली काकुळती आणि कापणारा आवाज ऐकून दमाला वाईट वाटलं. 'काय आपण शेतीवाडी, माडी, सोनंनाणं मागत नाही. पोटाला एक पोर मागतोय, तर देवानं इतकी परीक्षा बघावी? कुरुंड म्हणते ते खरं आहे. त्या विठूरायाला साकडं घातलं, तर तो आपली आस नक्की पुरवेल. तो पुरवणार नसला, तर त्या निमित्तानं निदान पंढरपूरची वारी तरी होईल. कधी काळी आपण लहान असताना पंढरपूरला गेलो होतो. कुरुंड सांगते त्याप्रमाणे देव उठायला अजून एक महिनाभर अवधी आहे. आपण जाऊ या पंढरपुराला. नशिबात असेल, तर होईल पोर आपल्याला! पण पंढरपूरला जायला काय हरकत आहे?' दमानं मनात विचार पक्का केला. कुरुंडला म्हणाला, "व्हय गं माजे कारभारनी, आपन जाऊ या पंढरपूरला. घालू या इटूरायाला साकडं. पोर हुईल की न्हाई हुईल ह्ये म्होरचं जालं. पर वारीचं पुण्य तरी गाठीशी जमा हुईल. तू लाग तयारीला. आपण उद्याच उजडायच्या आदी निगू. तुझी श्रद्धा हाय न्हवं, पारवतीमायेच्या तोंडातून यमाई बोल्ली म्हनून? मंग त्येच खरं आसंल. तिनंच आपल्याला पंढरपूरची वाट दाखवल्याली हाय. आपुन जायचंच पंढरपूरला." दमाचं हे बोलणं ऐकून कुरुंडचा चेहरा उजळला. "धनी, तुमी लई म्हंजी लई चांगलं हायसा!" असं म्हणत तोंडाला पदर लावून ती खुदकन हसली. तिच्या चेहऱ्यावरचा आनंद जणू सांगत होता की, बाळाचे बोबडे बोल तिला आत्तापासूनच ऐकायला येत होते. तिचा आनंदी चेहरा बघून दमाही खुलला. दुसऱ्या दिवशीच्या प्रवासाच्या तयारीची तिची लगबग तो हसऱ्या चेहऱ्यानं बघत होता. कुरुंड लगबगीनं काम करत होती. दुसऱ्या दिवशीच्या प्रवासाची तयारी

करता करता एकीकडे दमाच्या जेवणाचीही तयारी करत होती. 'आपण उद्या पंढरपूरला जायचं. त्या विठूरायाला साकडं घालायचं.' या कल्पनेनंच ती उत्साहाने सळसळत होती. आपली, आपल्या मनातली आस पूर्ण होणार या विचाराने असेल किंवा भल्या पहाटे उठून पंढरपूरला जायचं, या उचक्याने असेल, पण दोघांनाही झोप लागली नाही. कुरुंड तर मध्यरात्रीच उठली. घरात होतं-नव्हतं तेवढं जोंधळ्याचं पीठ तिनं डबा झटकून घेतलं. ते एक ओंजळभर निघालं. ते तिला दिवाणीन बाईनं दिलेलं होतं. त्या पिठात तिनं कुलकर्ण्यांच्या घरात तांदूळ सडल्यावर राहिलेला कोंडा – जो कुलकर्णी वैनींनं तिला दिला होता – तो मिसळला. चार गोवऱ्या आणि काटक्या-कुटक्या घालून तिनं चूल पेटवली. कोंडा मिसळलेल्या त्या पिठाच्या तिनं भाकरी थापल्या. त्या एका फडक्यात बांधून घेतल्या. कुडाच्या दारावर वाळत घातलेलं आपलं एक फाटकं लुगडं, एक फाटका पंचा, एक-दोन पटकूर याचं तिनं गाठोडं बांधलं. एवढं सगळं झाल्यावर तिनं दमाला उठवलं. शुक्राची चांदणी लुकलुकायला लागली होती. दमाही उठला. चूळ भरून चेहऱ्यावरून हात फिरवून त्यानं झोप घालवली. कुरुंडनं केलेली तयारी बघून त्याला हसूच आलं. तिला म्हणाला, "अग कारभारनी, काय हाय आपल्याकडं म्हनून तू ह्ये किडूकमिडूक बांधून घेतीयांस! अगं तो दुनियेचा राजा हाय. त्याला आपुन काय देणार? आपुन दुसऱ्यांकडनं मागून आनून खातुया आनि त्याच्याकडं मागाया चाल्लुया. ह्ये काय कशाला घितीयास बरूबर?" दमाचा प्रश्न ऐकून कुरुंडला जरा रागच आला. "असून दे. तुमा बापयास्नी न्हाई कळायचं ते. तुमी कशाला पुसून राहिले? आता सवाल इचारत बसू नगा. चला नं बिगी बिगी." दमा काही बोलला नाही. त्यानं मुकाट्यानं एक गठडं उचललं, खांद्याला लावलं. कुरुंडनं शिदोरीचं गठडं उचललं. दोघांनी मिळून एकदा विठूरायाचं नाव घेतलं. आणि दोघं निघाली पंढरपूरकडं, त्या विठूरायाला साकडं घालायला; त्याच्याजवळ मागणं मागायला. तो आपलं नक्की ऐकेल आणि आपल्या मनातली इच्छा तो नक्की पूर्ण करेल याची त्या दोघांनाही खात्री होती. विशेषत: कुरुंडला! पंढरपूरकडं पडणारं प्रत्येक पाऊल तिची ही आस पूर्ण होणार आहे असा विश्वास जणू तिला देत होतं. पांडुरंग आपल्याला रिकाम्या हातानं आणि रिकाम्या ओटीनं पाठवणार नाही, याबद्दल तिची पूर्ण खात्री होती. हा विश्वास आणि या विश्वासावर असलेली श्रद्धा मनाशी बाळगून दोघं जण पंढरपूरकडं जायला निघाली. वातावरण मोठं प्रसन्न होतं. पावसाळा संपत आला होता. ढगाआडून पूर्णपणे बाहेर येऊन अध्ये-मध्ये तीव्रतेने तळपणाऱ्या सूर्याच्या धगीला छेद देण्यासाठी मधूनच पावसाची एखादी सर येऊन जात होती. हवेत सुखद गारवा होता. दोघं निघाली तेव्हा उत्तररात्र उलटून गेली होती. कडूसं पडायला लागलं होतं. झुंजुमुंजू व्हायला लागलं होतं. धूसर दिसणाऱ्या आकाशात मधूनच कुठेतरी एखादी

चांदणी लुकलुकत होती. मातीवर, गवतावर साठलेल्या दंवाचा ओला स्पर्श पायाला हुळहुळत होता. आपण आपल्या जिवाला लागलेली आस पूर्ण करायला चाललो आहोत या भावनेनं आधीच प्रसन्न असलेले दमा आणि कुरुंड या प्रसन्न वातावरणानं आणखीच उल्हसित झाले. भराभर चालत ते गावाबाहेर आले. गोदावरीचं पाणी शांत होतं. धूसर आकाशाचं प्रतिबिंब अंगभर लेवून ते एखाद्या तपस्व्यासारखं घनगंभीर दिसतं होतं. तेवढ्यात पूर्वेला त्या भास्कराची चाहूल लागली. पूर्व क्षितिजानं किंचित डोळे उघडले आणि वातावरणात एकदम धांदल उडाली. पाखरांची लगबग सुरू झाली. त्यांच्या चिवचिवाटानं आसमंत भरून गेला. मंद वारा वाहायला लागला आणि येताना ओल्या गवताचा आणि उमलणाऱ्या फुलांचा गंध घेऊन आला. वाऱ्याच्या स्पर्शानं गोदावरी शहारली. तिच्या शांत पाण्यावर तरंग उठले आणि तिच्या पात्रात उमटलेलं आकाशाचं प्रतिबिंब डहुळलं. दमा आणि कुरुंड ओलसर गवतातून झपझप चालत होते. गवतात लपलेली फुलपाखरं त्यांच्या पायरवानं उडत होती. झाडावरचे पक्षी त्यांची चाहूल घेत होते. अचानक एक आवाज ऐकायला आला. 'क भूक, कभूक, केभूक' तो आवाज ऐकून कुरुंडचा चेहरा आनंदानं उजळला. ''या बया, धनी तुमी आवाज ऐकून राहिलं का? आवं, कुक्कुट कोंबडा साद घालतोय न्हवं. धनी आपली इच्छा नक्की पुरी व्हनार. हा मला सुबशकूनच होऊन राहिला की!'' तिचे डोळे एका वेगळ्या आनंदानं चमकत होते. निसर्गातली प्रत्येक साद तिला शुभसूचक वाटत होती. दमाही आनंदला. त्यालाही तो शुभशकुन वाटला. प्रसन्न चेहऱ्यानं त्यानं कुरुंडकडे बघून मान डोलवली. दोघांचा चालायचा उत्साह आता वाढला होता. आपली आस पुरी व्हावी म्हणून त्या विठूरायाला साकडं घालण्यासाठी आपल्याबरोबर अवघा निसर्ग येतो आहे असं त्या दोघांना वाटत होतं. बघता बघता उजाडलंसुद्धा!

आता सभोवतालचा परिसर स्वच्छ दिसू लागला होता. हिरव्या रंगांच्या अनेक छटा आपल्या अंगावर लेऊन धरणी मिरवत होती. पाणी पिऊन तृप्त झालेल्या धरणीवर एखादा चुकार ओहोळ त्यांना आडवा जात होता. त्या ओहोळात क्षणभर पाय बुडवल्यावर चालून थकलेले पाय शांतवले जात होते. पाखरांची किलबिल वाढली होती. आपल्या पिलांना घास भरवण्याची त्यांची धांदल सुरू होती. धरणीचं मातृत्व मिरवत शेतं डुलत होती. मध्येच कुठेतरी एखादं वासरू हंबरत गाईला बिलगत होतं. तिच्या आंचळाला ढुशी देत होतं. मातृत्वाची ही मंगलमय झलक कुरुंड आपल्या डोळ्यांत साठवत होती. तिचंही मन आई व्हायला आसुसलं होतं. अंकुरलेल्या मातीवर पसरलेली प्रसन्नता, वासराला पाजताना गाईच्या नितळ डोळ्यांत उमटलेलं वात्सल्य, पिलांना भरवताना पाखरांच्या स्वरात उमटणारं समाधान हे सगळं सगळं तिला अनुभवायचं होतं. मातृत्वाच्या अनिवार ओढीनं

कुरुंड चालली होती. हळूहळू सूर्य क्षितिजापासून आकाशाकडे झेपावू लागला. त्याच्या किरणात प्रखरता यायला लागली. अंगाला चटके जाणवायला लागले. अजून मातीनं माया सोडलेली नव्हती, म्हणून चालणं सुसह्य होत होतं. बघता-बघता सूर्य माथ्यावर आला. माध्यान्ह झाली. मग मात्र सूर्याच्या प्रखरतेपुढं मातीनं शरणागती पत्करली. तीही हळूहळू तापायला लागली. अखेर चालणं असह्य झालं. पाय पोळायला लागले, तसे दमा आणि कुरुंड एका झाडाखाली थांबले. विसावले. दोघांनी झाडाच्या गार सावलीत बैठक मारली. भूक तर लागलीच होती, पण भुकेपेक्षा तहान जास्त लागली होती. घसा सुकून गेला होता. 'पण आता या गावाबाहेरच्या अनोळखी मुलखात पाणी कुठून मिळणार? मागायचं तरी कुणाला? आणि देणार तरी कोण?' शिवाय कुठलंही पाणी पुढं होऊन आपण होऊन घेऊन पिण्याची त्यांना मुभा नव्हती. दोघं जण एकमेकांकडे बघत, आवंढे गिळत घसा ओला करायचा प्रयत्न करत बसले होते. पण त्यांचा घसा इतका सुकला होता की, कुरुंडला तेही करवेना. तहानेनं तिचा जीव व्याकूळ होऊन गेला होता. पाणी मिळालं नसतं, तर यापुढचं एक पाऊलही चालणं तिला शक्य नव्हतं. असाच काही वेळ गेला. कुरुंडच्या जिवाची तगमग वाढली. जवळ गावही दिसत नव्हतं. भोवताली विस्तीर्ण शेती होती. पण तिथंही कुणाचं घर दिसत नव्हतं किंवा कुणाची चाहूलही लागत नव्हती. मग मात्र कुरुंडला राहवेना. पाण्यावाचून तडफडत तहानेनं जीव जातोय की काय असं तिला वाटायला लागलं. 'आपण त्या विठूरायावर विश्वास ठेवून, मनात एक आस बाळगून पंढरपूरला जायला निघालो आहोत खरं, पण तिथंपर्यंत पोहोचण्यापूर्वीच आपला प्राण जाणार.' असं तिला वाटायला लागलं. मनाच्या त्या व्याकूळ अवस्थेत तिनं पंढरपूरच्या दिशेनं हात जोडले अन् म्हणाली, "इटूराया, तुला सांकडं घालाया, तुज्याफुडं पदर पसराया आम्ही येत आहोत, ते तुला आवडल्यालं नाही कां? आमी हितंच पान्याविना तडफडत मरावं अशी तुजी इच्छा हायं काय? का आमची अशी परिक्षा बघाया लागलायंस? इट्ठला, पांडुरंगा असा कठोर हून ऱ्हाऊ नगंस. मायबापा, काऊन आमची परिक्षा घिऊन ऱ्हाईलास?" कुरुंड त्या झाडाखाली बसून विठ्ठलाचा धावा करत होती. दमा मात्र इकडतिकडं हिंडून कुणाची चाहूल लागती का ते बघत होता. सूर्य आणखी तळपायला लागला तसा उन्हाचा तडाखा आणखी वाढला होता. आकाश निरभ्र असल्यामुळे सूर्याला जणू रान मोकळं होतं.

अचानक भुईतून वर उगवावा तसा बाजूच्या शेतातून एक माणूस पुढं आला. कुरुंडला झाडाखाली म्लान चेहऱ्यानं बसलेली बघून तो पुढं झाला आणि म्हणाला, "वारकरी दिसताव जणू? पंढरीला चाल्लाव? बरं झालं. पुन्य गांठीशी बांधायची संधी त्या विठूरायानं मला घरपोच दिली. या शेताच्या पल्याडल्या अंगाला माजी

झोपडी हाय. तुमी तितं चलताव तर काई पानी फराळ देईन म्हनो. येतात काय?'' त्या माणसानं आपुलकीनं विचारलं. त्याचं बोलणं ऐकून दमा पुढं झाला. म्हणाला, ''बाप्पा, आमाला तान तर बरीच लागून राहिली. परंतु आमी नीच हावोत. तुमच्या झोपडीत कशानं येऊ?'' दमाच्या या बोलण्यावर कुरुंडनेही मान हलवली. पण तो माणूस म्हणाला, ''नीच आसन, पण वारकरी हाव ना? झोपडीत आत येऊ नगा, पण वाईच झोपडीबाहिर थांबून राहा ना!'' त्यांच्या या बोलण्यानं दमा आणि कुरुंडला उत्साह आला. दोघं जण उठली. त्या माणसाच्या पाठोपाठ निघाली. त्या शेताच्या पलीकडल्या बाजूला त्याची झोपडी होती. झोपडीभोवती छान गर्द झाडी होती. दोघं जण एका झाडाच्या सावलीला बसली. त्या माणसानं आतून मातीच्या घड्यातून पाणी आणून ते या दोघांच्या समोर ठेवलं. पुन्हा तो आपल्या झोपडीत गेला. तो बाहेर आला तेव्हा त्याच्या दोन हातात मातीच्या दोन खापऱ्या होत्या आणि त्यात कण्या होत्या. त्या दोन खापऱ्या त्यानं या दोघांच्या समोर ठेवल्या. म्हणाला, ''ह्ये उलीस खाऊन घ्या. पान्याला आधार.'' दोघांनी मूकपणानं मान डोलवली. त्यांच्यापुढं त्याशिवाय पर्यायच नव्हता. कारण हे सगळं बघून त्यांच्या तोंडातून शब्दच फुटत नव्हता. हा माणूस नसून माणसाच्या रूपात येऊन प्रत्यक्ष परमेश्वरानेच आपल्यावर ही दया दाखवली आहे, असंच त्यांना वाटून राहिलं होतं. अगदी थोड्याच वेळापूर्वी 'आपण त्या इटूरायाला साकडं घालायला निघालो आहोत ते त्याला आवडलं नाही की काय?' अशी शंका कुरुंडच्या मनाला चाटून गेली होती, पण त्या माणसाचं अचानक येणं, त्या दोघांना आपल्या घराजवळ घेऊन जाणं, तहानेनं तडफडणाऱ्या या जिवांना पाणी देणं आणि नुसतंच पाणी नव्हे, तर भाताच्या कण्या देऊन आपल्या मनाची श्रीमंती दाखवणं हे सगळं बघितल्यानंतर आपण त्या इटूरायाला भेटायला चाललो आहोत या गोष्टीचं आपल्याइतकंच त्यालाही अप्रूप आहे याची खात्री पटून कुरुंडचा उत्साह वाढला. अर्थात पोटात गेलेल्या अन्नामुळं आणि पाण्यामुळं तो उत्साह वाढला की पांडुरंगाच्या आश्वासकतेची खात्री पटल्यामुळं याचा उलगडा दोघांनाही होत नव्हता. पण तरीही एका नव्या विचारानं, एका नव्या हुरुपानं, एका नव्या भारलेपणानं दोघांनी पुढचा प्रवास करायला सुरुवात केली. बाकी काही होवो न होवो, या घटनेनं पांडुरंगावरच्या त्यांच्या श्रद्धेला बळकटी मिळाली. विश्वासाला अधिष्ठान मिळालं. त्यांनी काही वेळ तिथेच घालवला. त्या शेतकऱ्याशी चार सुखदु:खाच्या गोष्टी केल्या. माध्यान्हीची वेळ सरत आली होती. सूर्य काहीसा पश्चिमेकडं झुकला आणि अचानक आभाळ भरून आलं. निरभ्र आकाशात ढगांची दाटी होऊ लागली. काळे ढग क्षितिजावर गोळा होऊ लागले. बघता बघता त्यांनी आभाळ व्यापलं. सूर्याला व्यापलं. अंधारून आलं. वाऱ्यानं एक जोरदार गिरकी घेतली आणि बघता बघता पावसाचे टपोरे थेंब

पडायला लागले. कुरुंडला वाटलं, 'या भल्या माणसानं दिलेल्या पाण्यानं आपलं मन शांतवलं आणि आता प्रत्यक्ष परमेश्वर आपलं शरीर शांतवतो आहे. देवानं आपल्याला दिलेला हा कौलच आहे जणू!' दमा आणि तो माणूस दोघं जणं पटकन आडोशाला धावले. तो माणूस झोपडीत आत धावला, तर कुरुंड-दमा झोपडीच्या छतावरून पडणाऱ्या पाबळीपासून आपला बचाव करत झोपडीच्या भिंताडाला चिकटून उभी राहिली. कुरुंडला मात्र हा पडणारा पाऊस देवाचा आशीर्वाद वाटत होता. तो पाऊस अंगावर झेलत ती तशीच उभी राहिली. 'हे सगळं असं घडतंय याचा अर्थ आपल्या मनातली आस पुरी होणार असं आश्वासन तो देव आपल्याला देतो आहे.' असंच तिच्या मनानं घेतलं. पाऊस आला आला म्हणता म्हणता गेलासुद्धा होता, पण जाताना तो सगळ्या धरणीला शांतवून गेला होता. सूर्याच्या प्रखरतेला थोडा का होईना, पण शह देऊन गेला होता. पाऊस थांबला होता, पण आभाळ मात्र तसंच ढगाळ राहिलं होतं. जणू आता सूर्याला फिरकू द्यायचं नाही, असा विडा त्यानं उचलला होता. पाऊस थांबला, तशी दमा आणि कुरुंड यांनी पुन्हा चालायला सुरुवात केली. आता पोट भरलं होतं आणि त्यांचं मनही भरलं होतं. जणू त्यांच्या या संकल्पात साथ देण्यासाठी निसर्गही सिद्ध झाला होता. अजून बरीच वाटचाल करायची होती. पण आता त्यांच्या मनात कसलीही शंका नव्हती, कसलीही भीती नव्हती आणि त्या विठूरायाची पंढरपूरची ओढ घेऊन दमा आणि कुरुंड यांची अधीर पावलं झपाझप पडत होती. कुक्कुट-कोंबड्याचा शुभशकुन, अनपेक्षितपणे मिळालेलं अन्न आणि पाणी, त्यांची तलखी कमी करण्यासाठीच जणू भरून आलेलं आभाळ, पडलेला पाऊस आणि अजूनही झाकोळलेला सूर्य यातून मिळणारं एक आश्वस्त वचन! कुरुंडला या सगळ्यातून जणू तिच्या मनाची आस पुरी होण्याचा कौल मिळत होता. ती पुरी करणाऱ्या पंढरपूरच्या त्या विठूरायाच्या मंदिराचा कळस आतापासूनच तिच्या डोळ्यांसमोर उभा राहिला होता. या सगळ्या घटनांचा नेमका अर्थ कुरुंडला कळत नव्हता, पण तरीही आपल्याला आई होण्यापासून आता कोणीही अडवणार नाही, याची खात्री तिला पटत चालली होती. आपलं मातृत्व जगाला किती उपकारक ठरणार आहे, या भविष्यापासून अनभिज्ञ असलेली कुरुंड दमाबरोबर झपझप चालत होती.

# २

आता त्यांचा हाच दिनक्रम पक्का झाला होता. भल्या पहाटे उठायचं आणि पंढरपूरच्या दिशेनं चालायला सुरुवात करायची, ते अगदी उन्हं डोक्यावर येईपर्यंत. सूर्य माथ्यावर आला, उन्हाचा कडाका वाढला, फुफाट्यातून चालताना पाय भाजायला लागले की, चालणं थांबवायचं. जवळ एखादं गाव असेल, तर चार घरं मागून, एखाद्या झाडाच्या खाली बसून दोन घास खाऊन घ्यायचे. गाव नसेल, तर शेतातलं एखादं घर शोधायचं, त्यांच्याकडं भाकरतुकडा मागायचा. तो जेवढं देईल त्यात समाधान मानायचं. दोन घास खाऊन त्यानं खापरीतनं दिलेलं पाणी पोटभर प्यायचं. सूर्य कलता होईपर्यंत तिथंच एखाद्या झाडाखाली विश्रांती घ्यायची. सावल्या लांबल्या की, पुन्हा चालायला सुरुवात करायची, ते अगदी पुरता अंधार पडेपर्यंत चालायचं. पुन्हा एखादं गाव लागलं की, गावाबाहेर, पण गावाच्या सोबतीनचं रस्त्यावर किंवा शेताच्या कडेला किंवा एखाद्या झाडाच्या खाली थोडीशी जागा साफसूफ करून घ्यायची. कुरुंड तिथं पटकूर अंथरायची. दमा गावात जाऊन चार घरांतून भीक मागून आणायचा. कुणी काही दिलं, ते शिळपाकं असू दे, नासकंसडकं असू दे. ते घ्यायचं. त्यातलं निवडून-वेचून दोघांनी बसून खायचं आणि तिथचं पटकुरावर पाठ टेकायची. पहाट झाली की, पुन्हा चालायला सुरुवात करायची. असंच मजल-दरमजल करत जवळपास महिनाभरानं ती दोघं जण पंढरपूरला पोचली. पंढरपूर दृष्टीस पडल्यानंतर दोघांना हायसं वाटलं. ती दोघं पंढरपूरला पोचली तेव्हा संध्याकाळ झाली होती. आज रात्री कुठेतरी मुक्काम करावा आणि सकाळी उठून देवाचं दर्शन घ्यावं असा त्यांनी विचार केला आणि कुठे आसरा मिळतो का ते शोधत-शोधत ते मंदिरापर्यंत आले. त्या धूसर प्रकाशात विठ्ठल मंदिराचा कळस बघितल्यावर त्या दोघांचे डोळे भरून आले. तिथूनच कळसाला नमस्कार करून दोघं जण रस्त्याच्या कडेला टेकले. तोच "अरे हाड, हाड. उठा इथून! ही काय बसायची जागा आहे? शी, शी, शी दूर व्हा! आता सांज-

आरतीची वेळ आहे, माणसं येणार जाणार! मेल्यांनो, सगळा विटाळ कालवता आहात! चला, बाजूला व्हा.'' असे दरडावणारे स्वर त्यांच्या कानावर आले. दोघं जण कानकोंडी होऊन गेली. 'आपण अगदी रस्त्याच्या कडेला बसलो आहोत तरीसुद्धा आपण याय-जायच्या वाटेवर कसे?' असा त्यांना प्रश्न पडला, परंतु विचारायची सोय नव्हती. आपली थकलेली शरीरं उचलून ओढत ओढत दोघं जण बाजूला झाली. कुठं जावं? कुठं उभं राहावं? त्यांना काही कळेच ना! कुठंही उभं राह्यलं, तरी कुणीतरी येऊन हाडहूड करी की, पुन्हा तिथंन उठायचं, दुसरीकडं जाऊन उभं राहायचं. या सरकासरकीमध्ये चुकून दमाचा धक्का कुणालातरी लागला आणि मग तिथं असलेल्या लोकांनी एकच हलकल्लोळ केला. दमाला काठ्यांनी ढुसण्या देऊन मरेपर्यंत त्यांची मजल गेली. कुरुंड बाजूला उभं राहून आक्रोश करत होती, लोकांना हात जोडत होती, मारू नका म्हणून विनवण्या करत होती. त्याचा काही उपयोग होत नव्हता. शेवटी आरतीचा घंटानाद सुरू झाला तसे लोक मंदिराकडं धावले. जणू त्या पांडुरंगानचं दमाला वाचवलं. माणसं पांगताच कुरुंड त्याच्याजवळ गेली. कण्हत-कुथत तो कसाबसा मातीतून उठला. ''अरे, अरे, अरे किती रे मारलंय तुला? त्या पांडुरंगाच्या दारातसुद्धा ही लोकं जनावरांसारखं कसं वागतात? ऊठ, उभा राहा. कोण बाबा तू? कुठून आलास?'' एक उंच, सावळा, पागोटं घातलेला माणूस दमाची सहानुभूतीनं विचारपूस करत होता. ''म्या... म्या दमा जी. दमा हाय माजं नाव! म्या...लांब तकडंन...गंगाखेडमधून येऊन राहिलो. आत्ता आनि नेमकंच आलो जी. ही... माजी कारभारीन कुरुंड. आम्ही शूद्र हाव, पर वारकरी हाव. पांडुरंगाच्या दर्शनाला आलो. लई वर्सं झाली पोटाला प्वार न्हाई. त्यासाठनं देवाला सांकडं घालाया आलू. उद्या सकाळी त्याला साकडं घालनार आनि लगूलग माघारी फिरनार हाव. आजची रात हितंच कुठंतर काढावं जी, म्हनून हतंच रस्त्यावर बसलू जी. पर त्यान्सी माजा इटाळ झाला जी म्हणून त्यांनी मले मारले!'' अंगातून उमटणाऱ्या वेदना कशाबशा सोसत दमानं आपली कहाणी सांगितली. ''अरेरे, एवढ्या लांबून तुम्ही आलात? आणि देवानं तरी ही काय वेळ आणली तुमच्यावर! तुम्ही असं करा, मी दामाजी. हे समोरचं माझं घर आहे. घराला अंगण आहे आणि एका बाजूला गोठा आहे. तुम्ही दोघं माझ्याबरोबर चला. अंगणात थोडीशी जागा साफ करून घ्या आणि तिथंच पाठ टेका. तुम्हाला दोन घास देण्यासाठी मी मंडळींना बोलतो. चला, माझ्याबरोबर आत चला.'' दामाजीचं ते बोलणं ऐकून दमा आणि कुरुंडला धक्काच बसला. 'आपण शूद्र, अगदी खालच्या जातीचे आणि असं असताना प्रत्यक्ष पंढरपुरात विठोबाच्या मंदिरासमोर राहणारा, दामाजी नाव सांगणारा माणूस आपल्याला घरात चला म्हणतोय. नको-नको. पुन्हा मार बसायचा. आता बसलाय तेवढा पुरे.' दमा भीतीनं शहराला. ''नगं-नगं जी!

तुमास्नी आमचा इटाळ हुईल जी. गावातली मान्सं, तुमच्या घरातली मान्सं तुमास्नी बोल लावतील. नगंनगं! आमी घरात येत न्हाई. हितंच या कामट्याच्या कुंपणानजीक बसून रात काढतो. असलाच काय, तर शिळापाका भाकरतुकडा द्या जी महाराज!'' हात जोडून काकुळतीनं दमा म्हणाला, तशी दामाजी हसले. आपण हरी विजय, पांडवप्रताप इ. पोथ्या वाचल्यामुळे आपली भाषा शुद्ध झाली आहे आणि त्यामुळंच हा दमा आपल्याला ब्राह्मण समजला असावा, हे त्यांच्या लक्षात आले. ते म्हणाले, ''अरे बाबा, तुझा मला विटाळ व्हायला मी ब्राह्मण किंवा क्षत्रिय नाही. मी आहे शिंपी. तुझ्याइतका शूद्र नसलो, तरी माझी गणना चौथ्या वर्णात होते. त्यात मी वारकरी आहे. त्यामुळे वारी करतो तो वारकरी एवढी एकच जात मी मानतो. तेव्हा तुझा विटाळ व्हायचा मला प्रश्न नाही. तू आत चल. लोकांना कपडे शिवून देऊन त्यांची लाज राखण्याचं काम करणं हा जसा आमचा पिढीजात व्यवसाय आहे, तशी माणुसकीची लाज राखणं हेही आमचे पिढीजात संस्कार आहेत. कपडे शिवता शिवता आम्ही उसवलेली मनंही शिवतो. तेव्हा विटाळ-चांडाळाचा विचार न करता तू माझ्याबरोबर चल.'' दामाजीचं ते बोलणं ऐकून दमा आणि कुरुंड भारावून गेली. दामाजी त्या दोघांना घेऊन अंगणात आले. कुंपणाचं कवाड लावून घेऊन त्या दोघांना तिथंच उभं राहायला सांगून दामाजी आत गेले. ते बाहेर आले तेव्हा त्यांच्या हातात पाण्यानं भरलेला मातीचा घडा होता. लोकांनी केलेल्या मारहाणीमुळे, मातीत लोळल्याने दमाचं सगळं अंग मातीनं भरलं होतं. ''हे पाणी घे. हात-पाय सगळं स्वच्छ धू. तुझ्या कारभारणीलाही स्वच्छ व्हायला सांग. ते झालं म्हणजे दोन घास खाऊन घ्या. मी मंडळींना आत सांगितलं आहे. त्या व्यवस्था करतील. पाणी प्यायला दुसरा घडा देतो. सगळं आटोपलं की, जरा पाठ टेका. सकाळी उजाडल्यावर पांडुरंगाला साकडं घालू!'' असं सांगून पाण्याचा घडा तिथं ठेवून दामाजीपंत आत गेले. दमा आणि कुरुंड पुढे झाली. त्या घड्यातलं पाणी घेऊन, अंगणाच्या एका कोपऱ्यात जाऊन त्यांनी हातपाय धुतले. तोंड धुतलं. थंडगार पाण्याचा स्पर्श होताच दोघांचा शीण जणू नाहीसा झाला. रिकामा झालेला पाण्याचा घडा पडवीच्या दाराशी ठेवून दोघं जण अंगणात बसून राहिले. काही बोलत राहिले. पण तरीही 'जगात दामाजीसारखी माणसं असतात' हाच विषय दोघांच्या बोलण्यात होता. किती वेळ गेला कुणास ठाऊक? चंद्र चांगला कासराभर वर आलेला दिसत होता. आकाश चांदण्यांनी लुकलुकत होतं. ती शोभा बघत दोघं बसली होती. अर्धगोल दिसणाऱ्या त्या चंद्रामध्ये दमा विठोबा शोधत होता, तर कुरुंड आपल्या बाळाचा चेहरा. एवढ्यात दामाजीची हाक ऐकायला आली. दोघं उठून उभे राहिले. दामाजीबरोबर त्यांची पत्नी गोणाईसुद्धा बाहेर आली होती. दोघांच्या हातात दोन पत्रावळी होत्या. त्या घेऊन दोघं जण बाहेर आली. दमा आणि कुरुंड यांच्यासमोर पत्रावळी ठेवत

दामाजी म्हणाले, "हे घ्या. चार घास खाऊन घ्या. हात स्वच्छ धुतलेत? अन्न हे परब्रह्म आहे. त्याला घाणेरड्या हातानं स्पर्श करायचा नाही, अशी आपली हिंदू संस्कृतीची धारणा आहे. तसं केलं नाही, तर आपण त्या परब्रह्माचा अपमान केल्यासारखं होतं. तेव्हा पुन्हा एकदा स्वच्छ हात धुवा आणि मगच जेवायला सुरुवात करा." दमा आणि कुरुंड त्यांचं बोलणं लक्षपूर्वक ऐकत होते. मध्ये, मध्ये 'व्हय जी' 'व्हय जी' म्हणत होते. दामाजींचं बोलणं संपलं तसं त्या दोघांनी उठून पुन्हा हात धुतले आणि दोघं जण पत्रावळी समोर घेऊन बसले. दोघांनी पत्रावळीकडे नजर टाकली आणि नजर विस्फारून पत्रावळीकडं बघतच राहिले. पत्रावळीमध्ये चांगल्या दोन मुदी भात, एक-एक भाकरी, डाळीचं कालवण असं सगळं वाढलं होतं. दोघं जण त्या पत्रावळीकडे, एकमेकांकडे अन् दामाजीकडे आळीपाळीने पाहत राहिले. गेल्या कित्येक दिवसांत त्यांना एवढं अन्न बघायलाही मिळालं नव्हतं. पोटात जाण्याची गोष्ट तर दूरच! कोण कुठला हा दामाजीबाबा! ना ओळखीचा ना पाळखीचा! त्या दोघांना पोटभर जेवायला वाढत होता. त्यांच्या पायावर लोळण घ्यावी असं दोघांनाही वाटून गेलं. त्या दोघांच्या मनातले भाव त्यांच्या डोळ्यांत उमटले. ते दामाजींनी ओळखलेसुद्धा. "असू दे. असू दे. आता जेवा पोटभर. मीही जेवतो. मला सकाळी लवकर उठायचं आहे." असं म्हणत दामाजी आत वळले. अगदी पायावर लोळण नाही, पण दोघांनी तिथूनच दामाजींना हात जोडले. दोघांचे डोळे पाण्यानं भरले होते. डोळ्यांतून ओघळणारं पाणी पुसायची तसदी न घेता दोघांनी जेवायला सुरुवात केली. आज कितीतरी दिवसांनी त्यांच्या हाताला मऊ अन्नाचा स्वाद कळला होता. कितीतरी दिवसांनी त्यांच्या आतड्याला पोटभर अन्न मिळून ती शांतवली होती. पोटात जाणाऱ्या अन्नाच्या प्रत्येक घासाबरोबर आशीर्वाद बाहेर पडत होता. दुवा बाहेर पडत होता. 'आपण बघितलं, ऐकलं ते खरं की खोटं! आपण जेवलो, ते खरं की स्वप्न!' असंच दोघांनाही वाटायला लागलं. 'ते खरं असेल तर दामाजी नावाचा हा माणूस साक्षात देवमाणूस असला पाहिजे. नव्हे तो देवमाणूसच आहे! विठ्ठलच त्याच्या रूपात आपली काळजी घ्यायला आला आहे.' असं दमाला वाटायला लागलं. कुरुंडची मात्र तशी खात्रीच पटली होती. आपण जी आस धरून इथवर आलो, ती पूर्ण करायला देव आपल्याबरोबरच असेल असा तिला विश्वास होता. या घटनेनं तो अधिक दृढ झाला. भरल्या डोळ्यानं आणि भरल्या पोटानं आणि भरून पावलेल्या मनानं दोघं उठली. पत्रावळी उचलून त्यांनी म्हशीच्या गोठ्यात एका बाजूला ठेवल्या. घड्यातल्या पाण्यानं हात धुतला आणि अंगणातच पटकूर अंथरून दोघं आडवी झाली. तेव्हा चंद्र चांगलाच वर आला होता. माजघरातून त्यांची हालचाल न्याहाळणाऱ्या दामाजींच्या मनात आलं, 'ही अति शूद्र जमात थोडीशी स्वच्छ राहिली, तर पावलोपावली इतकं हाडहूड करून

घेण्याची वेळ त्यांच्यावर आली नसती.’

सकाळ झाली. आपण पंढरपुरात पोहोचलो आहोत या भावनेनं असेल, भल्या पहाटे उठायचा उचका नाही या भावनेनं असेल किंवा पोटभर अन्न पोटात गेल्यामुळं असेल किंवा आपण सुरक्षित ठिकाणी आहोत यामुळं असेल दमा आणि कुरुंडला अगदी गाढ झोप लागली. पक्ष्यांच्या किलबिलाटाने, गाईंच्या हंबरण्याने दोघांना पहाटेच जाग आली. रात्री पोटात गेलेलं पोटभर अन्न आणि लागलेली शांत झोप यामुळं दोघं सकाळी उठले तेव्हा अगदी प्रफुल्लित होते. कुरुंडनं डोळे उघडले तेव्हा क्षणभर आपण कुठे आहोत हेच तिला कळेना, पण दुसऱ्या क्षणाला तिला भान आलं. ती चटकन उठून बसली. गाई-गुरांच्या समोर असलेल्या पाण्याच्या हौदातून पाणी घेऊन तिनं आपलं तोंड धुतलं. गोठ्याच्या कुडाच्या भिंतीशी टेकवून ठेवलेली हिराची केरसुणी तिला दिसली. ती घेऊन तिनं खराखरा अंगण लोटलं. त्या आवाजानं दमालाही जाग आली. तोही उठला. त्यानं कुरुंडला लोटताना पाहिलं, तशी तिला म्हणाला, “अगं हे काय करून राहिली तू? शिवलीस की जिकडंतिकडं. त्या भल्या माणसानं निजायला ओवरी दिली, तर तू हातपायच पसरून राहिलीस की? काय म्हणतील घरातली माणसं?” त्याचं हे बोलणं ऐकून कुरुंडला समजेचना तो असं का म्हणत होता. “आवं धनी, तुमी असे काय बोलून राहिला म्हणते मी? काल त्या द्येवमानसानं सांगितलं न्हाईका की त्याले इटाळ-चांडाळ काई लागत न्हाई. मंग तुमी असे काय बोलून राहिले?” कुरुंडचं ते बोलणं ऐकून दमा ओशाळलाच. “आता असे बघून काय राहिला जी? त्या गोठ्यात पानी हाय. त्ये घेऊन तोंड खंगाळा.” तिच्या बोलण्यावर दमानं मान डोलवली आणि तो उठला. कुरुंडनं सगळं अंगण लोटलं. गोठ्यातलं सगळं शेण एकत्र गोळा करून शेणाच्या पाटीत भरलं. नंतर गोठा छान स्वच्छ केला. पाटीत असलेल्या शेणामध्ये तिथेच पडलेला पालापाचोळा घालून थपाथपा गोवऱ्या थापल्या. तिचं एवढं काम होईस्तवर लख्ख उजाडलं. दामाजी बाहेर आले आणि कुरुंडचं ते लख्ख काम बघतच राहिले. गोणाई शेणगोठा करायला बाहेर आली, तर ते काम कधीच झालं होतं. कुरुंडच्या डोळ्यांत कृतज्ञ भाव होते. दमानं विचारलं, “महाराज जी, चार लाकडं फोडून दिली, तर चाललं का?” दामाजींनी किंचितशी मान डोलवली. तसा दमा पुढं सरसावला. ओंडक्याचे लहान-लहान तुकडेही केले. ते होईपर्यंत दामाजींनी अंघोळ उरकली होती. दमा आणि कुरुंडला त्यांनी हातपाय स्वच्छ धुऊन घ्यायला सांगितले म्हटल्यावर, ‘अरे, देवाला साकडं घालायचं आहे.’ याची दोघांना आठवण झाली.

आता चांगलं लख्ख उजाडलं होतं. पंढरपुरातले व्यवहार सुरू झाले होते. दमा आणि कुरुंड दोघं अगदी उत्तेजित झाली होती. आता विठूरायाला साकडं घालायचं

होतं. दमा वारकरी तर होताच. त्यामुळे तो पंढरपुराला तो येऊन गेलेला होता. पण त्या वेळच्या प्रत्येक येण्याला 'वारी पूर्ण करायची' एवढाच उद्देश होता. पण या वेळचं येणं वेगळं होतं. त्यांच्या या वेळच्या येण्याला एक विशेष प्रयोजन, एक विशेष हेतू, एक विशेष उद्दिष्ट होतं. ते सफल झालं असतं, तर त्यांच्या आयुष्यात सुखाची बरसात झाली असती. त्यांची ती कुडाची झोपडी आनंदानं भरून गेली असती. दामाजी आपलं आवरून आले, तर दमा आणि कुरुंड दोघं जण अंगणात उभं राहून त्यांची वाटच बघत होते. "चला, निघू या. अरे बाबांनो, आज प्रबोधिनी एकादशी आहे. मोठा पुण्याचा दिवस! आजच्या दिवशी देवाला जो कोणी साकडं घालेल त्याची ती इच्छा देव पूर्ण करतो असं म्हणतात. तुमची मनातली इच्छा आज तुम्ही देवाला बोलून दाखवा. तो ती नक्की पूर्ण करेल. चला आता, आपण मंदिराकडे जाऊ. आज रस्त्याला भरपूर गर्दी असणार आहे. कालच्यासारखा प्रकार घडू नये याची तुम्हीच दक्षता घ्या." दामाजीपंतांनी सांगितलं तशी दोघांनी मान हलवली. तिघं जण बाहेर पडली. आज इतकी गर्दी होती की, त्यांना महाद्वाराच्या पायरीजवळसुद्धा जाता आलं नाही. तसंच रेटारेटी करत जावं म्हटलं असतं, तर कुणाला धक्का लागला, स्पर्श झाला, तरी विटाळ व्हायची भीती. 'नकोच ते. त्यापेक्षा दामाजींच्या कुंपणाच्या कवाडाजवळून कळसाचं दर्शन घ्यावं. डोळे मिटून, हात जोडून देवाला मनोभावे प्रार्थना करावी. त्या राजांच्या राजाला वाकून जोहार घालावा आणि आपली मनातली आस, मनातली इच्छा त्याच्याजवळ बोलून दाखवून ती पूर्ण करण्याची त्याला विनंती करावी.' असं दमा आणि कुरुंड दोघांनी ठरवलं. त्यांनी हा विचार दामाजीला बोलून दाखवला. त्यांनाही तो पटला. दामाजींनी त्यांचा निरोप घेतला. दमानं हात जोडून दामाजींना जोहार घातला. कुरुंडने भुईवर माथा टेकवून दामाजींना नमस्कार केला. दोघांना आशीर्वाद देऊन त्यांना तिथंच सोडून दामाजी आपल्या कामाकडे वळले. दमा आणि कुरुंड कळसाला सामोरे झाले. दोघांनी हात जोडले, डोळे मिटले. डोळ्यासमोर विठूरायाची मूर्ती आणली आणि त्याला साकडं घातलं. दमा डोळे मिटून स्तब्ध उभा होता. कुरुंडनं मात्र झटक्यात डोळे उघडले. मान झटकली आणि पुन्हा डोळे मिटले, पण परत तिनं पुन्हा डोळे उघडले. असं दोन-तीनदा झालं. 'छे! हे असं काय होतंय!' कुरुंडला कळेना. डोळे मिटून तिनं विठूरायाची मूर्ती डोळ्यासमोर आणायचा प्रयत्न केला की, भलतंच काहीतरी व्हायचं. तिला नेहमीचा विठ्ठल दिसायचाच नाही. तिला दिसायला लागायची, ती रुक्मिणीच्या रूपातली विठ्ठलाची मूर्ती. दोनतीनदा तिनं ती डोळ्यासमोरची मूर्ती झटकण्याचा प्रयत्न केला. पण छे! डोळ्यांपुढून ती मूर्ती हटेचना. शेवटी त्या मूर्तीलाच कुरुंड शरण गेली. 'विठाई माऊली! आईच्या रूपातच तुला माझ्या डोळ्यासमोर यायचं असेल, तर मग आईच्या मायेनंच माझा

हा हट्ट पूर्ण कर. माझी कूस उजवू दे. देवा, माझी कूस उजवू दे.' कुरुंडनं डोळे मिटले. डोळ्यांतून अश्रूंच्या धारा वाहत होत्या. चेहऱ्यावरचं आर्जव तर पत्थरालाही पाझर फोडणारं होतं. कुरुंडनं आपली विनवणी संपवली आणि देवळात जोरजोरात घंटानाद सुरू झाला. मनाच्या व्याकूळल्या अवस्थेमध्ये असलेल्या कुरुंडला तो शुभशकुनच वाटला. जणू तिचं गाऱ्हाणं देवानं ऐकलं होतं आणि ते मला कळलंय अशा अर्थाचा संकेत तिला दिला होता. कुरुंडच्या आधी दमाचं साकडं घालून झालं. त्यानं डोळे उघडून कुरुंडकडं पाहिलं. तिच्या चेहऱ्यावर दाटून आलेले निरागस लाघव बघून तो हेलावला. 'देवा, माझ्यासाठी नाही, तरी पोराची आस लावून बसलेल्या माझ्या या कुरुंडसाठी तरी आमच्या पोटाला पोर दे.' दमानं पुन्हा एकवार साकडं घातलं आणि डोळे उघडून तो कुरुंडच्या डोळे उघडण्याची वाट बघू लागला. कुरुंडनं डोळे उघडले, तेव्हा तिच्या चेहऱ्यावर समाधान होतं, प्रसन्नता होती आणि डोळ्यांतून ओसंडून वाहत होती, आनंदाची भावना! डोळे उघडल्यानंतर आपल्याकडं टक लावून बघणाऱ्या दमाकडं बघून ती प्रसन्नपणे हसली. जणू तिला पांडुरंगानं वचनच दिलं होतं. तिच्या चेहऱ्यावर होणाऱ्या संभ्रमविभ्रमाची दमाला गंमत वाटली. ''चलताव धनी? आता जाऊ की जी परत!'' तिनं मोठ्या उत्साहात दमाला सांगितलं. दोघं वळली. निघताना दमानं पुन्हा कळसाला नमस्कार केला. 'देवा, तुझ्यावरच्या हिच्या विश्वासाला तडा जाऊ देऊ नको.' असं म्हणत पुन्हा एकदा दमानं कळसाला नमस्कार केला आणि त्यांनी परतीची वाट धरली. पुन्हा त्यांचा तसाच परतीचा प्रवास सुरू झाला. आज तर ते पंढरपुरातून बाहेर पडले तेव्हा सूर्य माथ्यावर आला होता. फुफाट्यातून चालणाऱ्यांची सत्त्वपरीक्षा बघण्यासाठीच जणू फुफाटा तापला होता. कुठंतरी थांबावं, सावलीला बसावं आणि ऊन उतरलं की निघावं या विचारानं दमानं दोन-तीन वेळा कुरुंडला हटकलं, पण तिचं लक्षच नव्हतं. ती तशीच चालत राहिली. जणू आता तिला ऊन लागत नव्हतं, फुफाट्याचे चटके जाणवत नव्हते. शेवटी तिला हटकण्याचा नाद दमानं सोडून दिला आणि तो मुकाट तिच्या पाठोपाठ चालू लागला. पायाखालचा गरम फुफाटा आणि आकाशात तळपणारा विखारी सूर्य! दोन्हीकडून अंगाला चटके बसत होते, पण यातल्या कशाचीही किंचितही तमा न बाळगता मिळालेल्या शुभचिन्हाने आश्वस्त झालेली कुरुंड झपझप पावलं टाकत चालली होती. मंदिराचा कळस आता दिसेनासा झाला होता. फुफाट्याचे चटके बसून आता पायाला फोड आले तशी कुरुंड सावध झाली. भानावर येऊन तिनं इकडंतिकडं पाहिलं. पंढरपूर बरंच मागं राहिलं होतं. 'आपले पाय पोळलेत. चालून चालून पायातून पेटके यायला लागले. आपला जीव तहानेनं व्याकूळ झालाय. आपल्या घशाला प्रचंड कोरड पडलीये आणि इथून पुढं आपण एक पाऊलही चालू शकणार नाहीये.' याचं तिला भान

आलं. मग मात्र तिच्या अंगातला जीव नाहीसा झाला. तिला एकदम गळून गेल्यासारखं वाटलं आणि कुरुंड फतकल मारून तिथल्या तिथे त्या गरम फुफाट्यात बसली. दमानं तिला विचारलं, "तू काहून अशी चालून राहिली गं? तुले कितिदा आवाज दिला. तू पायले नाही ना? आनि आतां वाटेच्या मधूमध अशी काहून बसली?" पण दमाच्या या प्रश्नाचं उत्तर देण्याइतकंही अवसान कुरुंडमध्ये नव्हतं. तरीही तिनं कसंबसं सांगितलं, "धनी, मले लई दम लागला. आपन रातच्याला हतचं थांबू." तिची ती गलितगात्र अवस्था दमाला बघवेना. त्यानं इकडंतिकडं पाहिलं. पंढरपूर तसं लांब राहिलं होतं. त्याच्या अंदाजानं पुढचं गावपण लांब होतं, तेव्हा इथंच कुठंतरी मुक्काम करणं आणि त्यासाठी योग्य जागा शोधणं आवश्यक होतं. कुरुंडला खांद्याला धरून उभी करत तो म्हणाला, "व्हय गे, पर तू वाट सोडून जरा बाजूला बसती का? इथं झाडाखाली, रस्त्याच्या या कडंला सावलीला बस. तवर मी आसपास नजर टाकून इतो." असं म्हणत तिला आधार देऊन त्यानं रस्त्याच्या कडेला एका झाडाखाली बसवलं. सभोवताली त्यानं थोडंसं फिरून बघितलं. हाकेच्या अंतरावर शेतात एक कौलारू घर दिसत होतं. ते बघून दमा परत कुरुंडपाशी आला. तोवर कुरुंड विसावली होती. पायातले पेटके कमी झाले होते. तिच्याजवळ येऊन दमा म्हणाला, "कारभारने, हितं अर्ध्या कोसावर एक घर दिसून राहिलं. आपण तिथंवर जाऊ. भली मान्सं असतील, तर आधार मिळंल. चल." त्यानं तिला आधार देऊन उठवली, उभी केली आणि तिच्या दंडाला धरून तिला हळूहळू चालवत ती दोघं जण त्या घराजवळ आली. घर लहान होतं, पण अंगण मोठ्ठं होतं. अंगणाच्या एका कडेला एक बिट्टीचं झाड होतं. त्याच्या पिवळ्या फुलांचा सडा खाली पडला होता. थोडीफार सावली होती. कुरुंडला तिथं उभं करून दमानं अंगणात उभं राहून आवाज दिला. "राजे हो, बाप्पा हो! कुनी हाय का घरात?"

"कोन हाय?" त्याच्या हाकेला प्रतिसाद आला.

"आमी वाटसरू हाय जी. पंढरीचे वारकरी." दमानं उत्तर दिलं.

"कोन जात?" आतून प्रश्न आला.

"जी आमी शूद्र हाय जी." दमानं भीत भीत सांगितलं. 'आपल्याला इथं आसरा मिळणार नाही' हे त्यानं गृहीत धरलं होतं. एवढ्यात अक्कडबाज मिशा असलेला एक पन्नाशीचा माणूस बाहेर आला. डोक्यावर घेरा नव्हता, त्या अर्थी तो ब्राह्मण नसावा, पण क्षत्रिय वाटत होता. दमानं त्याला जोहार घातला आणि हात जोडून पुन्हा अजिजीच्या स्वरात म्हणाला, "मी दमा. शूद्र हाय जी. वारकरी हाय. पंढरीला जावून आलूया. आता परत जात हाव. वाट लांबची हाय. कारबारीन लई पेकळली हाय. आच्ची रात शेताच्या बांधाला पडावं म्हन्तो. तुमची मरजी असंल तर!"

तो अक्कडबाज मिशांचा माणूस घरातून बाहेर अंगणात आला. त्यानं एकवार दमाकडं नखशिखान्त बघितलं. नंतर त्यानं एक नजर कुरुंडवर टाकली. "अति शूद्र दिसतोस. बरं झालं. नाहीतरी मी शूद्राच्या शोधातच होतो. माझं घोडं सकाळी मेलंय. त्याला शेतात पुरायचं हाय. ते काम कर. तुला जेवण देतो, अंगाला धडुतं देतो. प्यायला पाणी देतो. परसदारी रात्री मुक्काम कर आणि उजाडल्यावर पुढच्या रस्त्याला लाग." त्या माणसाचं बोलणं ऐकून दमानं मूकपणे मान हलवली. मनातल्या मनात त्यानं त्या विठूरायाचे आभारच मानले. काम कष्टाचं होतं, जिकिरीचं होतं. कदाचित ते पूर्ण व्हायला रात्र होणार होती. पण निदान जेवण मिळणार होतं, प्यायला पाणी मिळणार होतं. 'तो मिशावाला चांगला असणार. दोन धडुती देतो म्हणाला. शिवाय परसदारी मुक्काम करता येणार. ही सगळी त्या विठूरायाचीच कृपा!' "व्हय जी. करतो की जी! तुमचे लई उपकार जाले महाराज!" असं म्हणत दमानं त्याला पुन्हा जोहार घातला. "ठीक आहे मग. या दोघं जण परसदारी. टेका तिथं सावलीला. डोण पाण्यानं भरलेली आहे, त्यातलं पाणी घ्या. घेऊन ये जा तुझ्या कारभारनीला पाठीमागं परसदारी. तोवर तुला कुदळ आणि खोरं देतो. पहारपण देतो. तबेल्यात पाटी आहे ती घे. घोड्याचं मढं अजून तबेल्यातच आहे. तबेल्याच्या पाठीमागं शेतात चिंचेचं झाड आहे, त्याच्या खालीच खड्डा खण. म्हणजे तुला मढं ओढून न्यायला सोपं जाईल. जा आता परसदारी. पाणी पी. जरा दम घे आणि कामाला लाग." त्या माणसानं दमाला सगळं बयजवार सांगितलं आणि तो आत गेला. बिट्टीच्या झाडाखाली बसलेली कुरुंड त्या दोघांचं बोलणं ऐकतच होती. तो माणूस आत जाताच ही उठली. दोघं जण परसदारी गेली.

परसू चांगलंच मोट्ठं होतं. आंब्याची, शेवग्याची मोठमोठी झाडं कडेनं लावलेली होती. त्याची छान सावली जमिनीवर पडली होती. त्याच परसदाराच्या एका अंगणात कडेला एक छोटंसं देऊळ होतं. कुरुंडनं लांबूनच वाकून आत बघितलं. विठ्ठल-रुक्मिणीच्या हातभर उंचीच्या सुबक मूर्ती होत्या. कुरुंडनं लांबूनच हात जोडले. परसूच्या कडेला, शेताच्या बाजूला तबेल्याला लागून एक मोठी दगडाची डोण होती. घोड्याला पाणी पिण्यासाठी असावी. तिथंच कडेला एक मातीची फुटकी खापरी पडली होती. दमानं ती उचलून डोणीत बुडवली. त्यात एक ओंजळभर पाणी मावत होतं. तिच्यात पाणी भरून घेऊन सावलीला बसलेल्या कुरुंडला त्याने ते नेऊन दिलं. अंगावर हेंदकळत, चेहऱ्यावर सांडत कुरुंड ते पाणी गटागटा प्याली. रिकामी खापरी दमाकडं देत तिनं आणखी पाणी दमाकडं मागितलं. दमानं पुन्हा खापरी भरून तिला पाणी दिलं. ते पाणी तिनं पावलावर ओतून घेतलं. धुळीनं माखलेली, फुफाट्यानं तापलेली, चालण्यानं दमलेली-शिणलेली तिची पावलं डोणीतल्या त्या गार पाण्याचा स्पर्श होताच मेलेल्याला संजीवनी मिळावी

तशी टवटवली. त्या पाण्याच्या थंडगार स्पर्शानं कुरुंडच्या सगळ्या शरीरभर काटा फुलला. ते देखणं परसू, ती थंडगार सावली, ते विठ्ठल-रुक्मिणीचं छोटंसं देऊळ, विठोबाला आपण साकडं घालून आलो या भावनेनं तिचं समाधान पावलेलं मन या सगळ्याचा एकत्रित परिणाम म्हणून की काय, पण कुरुंडच्या अंगात प्रसन्नता दाटली. त्याच स्वरात ती दमाला म्हणाली, "धनी, आता मला लई बरं वाटून राहिले. आपन आता बिगी, बिगी कामाला लागू. म्या पोटभर पानी पिऊन न्हायले. तुमी खसाखसा माती उकरा, मी लगालगा भरून घिते." दमानंही पोटभर पाणी पिऊन घेतलं. त्या थंडगार पाण्यानं तोही सुखावला होता. कुरुंडच्या उत्साहाचा संसर्ग त्यालाही झाला. त्यानं लगोलग तिच्या बेताला मान डोलवली. तोवर त्या घराचा मालक अवजारं घेऊन बाहेर आला. कुदळ-खोऱ्या-बरोबर त्यानं पहारही आणली. पहारीमुळं दमाचं काम अगदी सोप झालं. त्यानं अवजारं उचलली. तबेल्यातली पाटी घेतली आणि तो तबेल्याच्या पलीकडे असलेल्या शेतात गेला. शेतात तांबडी माती होती. जमीन मुरबाड असावी. त्यातल्या त्यात भुसभुशीत जागा बघून त्यानं उकरायला सुरुवात केली. पहारीचे घावामागून घाव तो घालत होता. थोडी भुसभुशीत जमीन लागली की, कुदळीनं उकरत होता. उकरलेली माती खोऱ्यानं ओढून पाटीत भरत होता. त्यानं पाटी भरली की, कुरुंड ती पाटी उचलून जरा पलीकडे नेऊन ओतत होती. दमा कामाला वाघ होता. बघता बघता पाच हात लांब आणि तीन हात रुंद आणि पुरुषभर खोल खड्डा तयार झाला, पण सूर्य आता मावळतीकडं झुकला होता. आता थोडंच काम राहिलं होतं. घोड्याचं मढं ओढत आणून ते खड्ड्यात टाकून त्यावर माती पसरली की, ते काम संपणार होतं. तरीपण त्या घोड्याच्या धन्याला एकदा खड्डा दाखवायला हवा होता. कुरुंड आणि दमा दमून शीण झाले होते. दमानं खांद्यावरच्या पटकुरानं घाम पुसला आणि पुन्हा परसदाराशी येऊन त्यानं मालकाला हाळी घातली. मालक बाहेर आला. दमाच्या सांगण्यावरून त्यानं जाऊन खड्डा बघितला. पसंतीची मान डोलवली. दमा तबेल्यात गेला. घोड्याचं मढं ताठलं होतं. त्याला मुंग्याही लागल्या होत्या. पण जनावर अतिशय देखणं असावं. उंचीला जास्त नव्हतं. पण संपूर्ण काळ्या रंगाचा, मानेवर भरदार सोनेरी आयाळ असलेला, कपाळावर दोन कानांच्या मध्ये पांढरा ठिपका असलेला जातिवंत घोडा दिसत होता. शेपटीसुद्धा झुबकेदार होती. दमानं त्याचे पाठीमागचे दोन्ही पाय धरले. मढं जड झालं होतं. अतिशय कष्टानं, ताकद लावून त्यानं तो मेलेला घोडा ओढत त्या खड्ड्यापर्यंत आणला. मग दमा आणि कुरुंड दोघांनी जोर लावून त्याला खड्ड्यात ढकललं. पाठोपाठ मालक होताच. त्यानं बाजूच्या ढिगातली मूठभर माती उचलली. घोड्याला एकदा डोळे भरून बघितलं. मुठीतली माती त्यानं त्या घोड्यावर टाकली आणि डोळे पुसत तो तिथून बाजूला

झाला. दमा आणि कुरुंडनं मग वेळ लावला नाही. भराभरा बाजूला साठवलेला मातीचा ढीग त्यांनी त्या खड्ड्यात भरला. खोरं उलटं मारून दमानं माती सारखी केली आणि अपार थकलेले ते दोन जीव तिथंच बांधावर बसून राहिले. एवढं होईपर्यंत सूर्य मावळला होता.

मालकानं आतून चार-पाच घागरी आणून डोणीत ओतल्या आणि डोण भरून ठेवली. दमा आणि कुरुंडनं डोणीतल्या पाण्यानं हातपाय धुतले. अंगावरची माती धुतली. चेहऱ्यावर, डोक्यावर पाणी मारून घेतलं. पाण्याचा तो थंडगार स्पर्श त्यांना पुन्हा उल्हसित करून गेला. परसदारात अंधार दाटून आला होता. आकाशातून चंद्र त्या अंधाराला छेद देण्याचा प्रयत्न करत होता. एवढ्यात एक प्रौढ वयाची स्त्री घरातून बाहेर आली. तिच्या हातात तेवत असलेली पणती होती. ती पणती तिनं त्या छोट्याश्या देवळात विठ्ठल-रुक्मिणीच्या मूर्तीसमोर ठेवली. त्या पणतीच्या प्रकाशाने ते छोटंसं देऊळ अवघं उजळलं. कुरुंड एकटक त्या उजळलेल्या मूर्तीकडं पाहत बसली. पणतीची ज्योत वाऱ्यानं थरथरत होती तशी प्रकाशरेषा हेलकावे खात होती आणि त्या हलणाऱ्या प्रकाशात विठ्ठल-रुक्मिणी सजीव होऊन हालचाली करत आहेत, असं दिसत होतं. तो खेळ पाहण्यात ती इतकी दंग झाली होती की, ती स्त्री, त्या घराची मालकीण नमस्कार करून कधी उठून आत गेली तेही तिच्या लक्षात आले नाही. चंद्र हळू-हळू माथ्यावर यायला लागला. रात्र अधिकच गडद गहिरी व्हायला लागली. तो घराचा मालक बाहेर आला. म्हणाला, "वाढून आणून देतो. जेवून घ्या. बाबा रे, आज तुझ्यामुळं माझ्या घोड्याला मूठमाती मिळाली. तूसुद्धा एकटाक काम केलंस. आता पोटभर जेवा आणि इथंच आडवं व्हा. सकाळ झाली की, जावा आपल्या रस्त्यानं." असं म्हणून तो पुन्हा आत गेला. बाहेर आला तेव्हा त्याच्या हातात दोन पत्रावळी होत्या. त्या दोन्ही पत्रावळी भरून भात, मातीच्या मोठ्या वाडग्यातनं आमटी आणि कडेला लाल मिरच्यांचा गोळाभर ठेचा असं सगळं होतं. त्यानं त्या दोन्ही पत्रावळी या दोघांच्या समोर ठेवल्या. तो पुन्हा आत गेला. बाहेर आला तेव्हा त्याच्या हातात एक जुनं लुगडं, एक जुनं धोतराचं पान, दोन बंड्या असं सामान होतं. ते त्यानं तबेल्याजवळ ठेवलं आणि म्हणाला, "हे तुम्हाला घ्या. पहाटे कडूसं पडायच्या आत तुमी जाणार हायसा, तवा दिलेला सबूद ऱ्हायला नगं." असं म्हणून तो आत जायला निघाला. हे सगळं बघितलं आणि इथंवर येण्यासाठी केलेली पायपीट, खड्डा खणण्यासाठी दिवसभर केलेले परिश्रम सगळे कुठल्या कुठं पळाले, असं दोघांना वाटलं. दमानं उठून त्याला जोहार घातला. कुरुंडनं बसल्या जागीच त्याला डोकं टेकवून नमस्कार केला. "बरं बरं" म्हणून तो आत गेला आणि त्यानं दरवाजा लावून घेला. दमा आणि कुरुंड आता मोकळे होते. तसं दिवसभर पोटात काही नव्हतं आणि श्रम मात्र

भरपूर झाले होते. भूक जोरदार लागली होतीच. आमटीभाताच्या आणि ठेच्याच्या वासानं आतडी खवळलीच. काही न बोलता दोघांनी पत्रावळी पुढं ओढल्या. वाडग्यातली थोडी थोडी आमटी भातावर ओतून घेतली आणि जेवायला सुरुवात केली. सुरुवातीचे काही घास बकाबका खाऊन झाल्यावर मात्र आतडी जरा थंडावली. मग मात्र दोघांनी शांतपणे चवीनं जेवायला सुरुवात केली. मिरचीच्या ठेच्याची तिखट चव आणि आमटीच्या मसाल्याची खमंग चव तोंडात घोळवत एक-एक घास मन भरेस्तवर चावत ती दोघं जेवत होती. 'कुणास ठाऊक पुन्हा इतकं चांगलं आणि असं निवांत कधी जेवायला मिळतंय?' हाच विचार करीत दोघंही अगदी सावकाशीनं जेवत होते. पत्रावळ, तो आमटीचा वाडगा चाटूनपुसून स्वच्छ झालं. एवढं भरपूर अन्न बघून दोघांची मनं आधीच भरली होती. आता पोटंही भरली. कुरुंडनं दोघांच्या पत्रावळी उचलून, गोळा करून बांधाच्या शेजारी पुरून टाकल्या. तो वाडगा स्वच्छ करून घेऊन दोघं जण डोणीतलं पाणी प्याले.

आता हवेत चांगलाच गारवा जाणवत होता. कुरुंडनं मालकानं दिलेले ते कपडे घेतले. आपल्याजवळचं पटकूर खाली अंथरून दमाला ते धोतराचं पान पांघरायला दिलं आणि आपण त्यातलं लुगडं पांघरलं. दोघं काही न बोलता चंद्राचं चांदणं बघत पडून राहिले. अति श्रमानं दमाला लगेचच झोप लागली. कुरुंड मात्र जागी होती. कूस बदलून ती कुशीवर वळली. समोर मिणमिणत्या पणतीमुळे थोडी उजळ, थोडी धूसर विठ्ठल-रुक्मिणीची मूर्ती दिसत होती. दोरी बांधून सोडलेल्या घंटीमुळं काहीसा आडोसा होऊन त्यातल्या विठ्ठलाच्या चेहऱ्यावर काहीसा अंधार पडलेला होता. रुक्मिणीच्या चेहऱ्यावर मात्र पणतीच्या तेवणाऱ्या ज्योतीचा सोनेरी प्रकाश पडला होता. वारा आता थंडावला होता. पणतीची फडफडणारी ज्योत स्थिर झाली होती. त्या प्रकाशात रुक्मिणीचा प्रसन्न चेहरा उजळला होता. त्या चेहऱ्याकडे बघता-बघता कधी झोप लागली ते कुरुंडलाही कळलं नाही. मध्यरात्र उलटून गेली असेल. कुरुंडची झोप चाळवली, ती कसल्याशा आवाजाने. कुणीतरी तिला हाक मारत होतं. ''कुरुंड, ए कुरुंड उठ!'' कुरुंडला कळेना, 'या गर्द अंधारात, या अनोळख्या ठिकाणी आपल्याला नावानं कोण हाक मारतंय? कोण आहे इथं आपल्याला ओळखणारं?' आवाज तर बाईचा होता. 'मालकीण तर हाक मारत नसेल?' कुरुंड उठून बसली. तिने डोळे चोळून सभोवती बघितलं, तर तिथं कुणीच नव्हतं. रुक्मिणी मात्र सोनेरी प्रकाश अंगभर लेवून प्रसन्न चेहऱ्यानं उभी होती. कुरुंड पुन्हा आडवी झाली. तिला आता काहीशी भीती वाटू लागली. तिनं डोळे गच्च मिटून घेतले. आता कसलाही आवाज झाला, तरी डोळे उघडायचे नाहीत असं तिनं मनाशी ठरवलं. तोच तिला पुन्हा बोलणं ऐकायला यायला लागलं. ''कुरुंड, ऊठ. जागी हो. पोराची आस मनाशी बाळगून तू एवढ्या लांबून

पांडुरंगाला साकडं घालायला आलीस. त्या दिवशी तुला हा भक्तांचा पाठीराखा देव माझ्या रूपात दिसला. माझ्याकडं तू मागणं मागितलंस. मला साकडं घालून बोलवलंस. पोरी, मला आवडेल तुझ्या घरी यायला. मी नक्की तुझ्या घरी येईन. तुझी ही पायपीट मी वाया जाऊ देणार नाही. तुझी कूस उजवेल. तुझ्या पोटाला एक कन्यारत्न जन्माला येईल. ती तुझ्या कुळाचा उद्धार करेल. अगं, ती दुसरी-तिसरी कुणी नसेल, माझंच रूप असणार आहे. मी विठोबाची सखी आहे ना! तशी तीही विठोबाची सखी असेल. मी येणार आहे तुझ्या घरी, तुझ्या पोटी. माझी प्रतीक्षा कर.''

कुरुंडनं डोळे गच्च मिटले होते, तरीही तो आवाज तिच्या कानात घुमत होता. त्यातला शब्दन्शब्द तिला स्पष्ट ऐकायला येत होता. एवढ्या थंडीतही तिच्या अंगाला घाम फुटला. ते बोलणं थांबलं तशी कुरुंड हळूहळू भानावर आली. ते बोलणं आठवायला लागली. 'कोण होती ती? प्रत्यक्ष रुक्मिणीमाता? माझ्या पोटी येणार म्हणाली. मी हे खरंच ऐकलं की मला भास झाला? हा चमत्कार होता की माझ्या मनाचे खेळ?' कुरुंडला काही कळेना. तिनं हळूहळू डोळे उघडले. सभोवताली नजर फिरवून बघितली. अंधाराशिवाय तिथं कुणी नव्हतं. आपसूक तिची नजर त्या छोट्याशा देवळाकडे गेली. तिथं पणती अजूनही तेवत होती. तिची सोनेरी आभा रुक्मिणीच्या चेहऱ्यावर विलसत होती, पण तिच्यातलं तेल संपत आलं असावं. विझता-विझता तिची ज्योत मोठी झाली, आणखी मोठी झाली आणि त्या तेजस्वी प्रकाशात कुरुंडला दिसलं, 'रुक्मिणीमातेने आपले कमरेवर ठेवलेले हात काढले आहेत आणि एखाद्या तान्ह्या बाळानं आईकडं झेपावण्यासाठी जसे हात उचलावेत तसे हात उचलून ती कुरुंडकडे झेपावू पाहते आहे. रुक्मिणीमातेच्या चेहऱ्यावर एक लडिवाळ हास्य आहे.' क्षणभर पडलेल्या त्या प्रखर प्रकाशात कुरुंडला हे दिसलं आणि दुसऱ्या क्षणाला पणतीची ज्योत शांत झाली. देवळाच्या त्या छोट्याशा घुमटीतसुद्धा गर्द अंधार पसरला. कुरुंडला पुन्हा भीती वाटली. तिनं झटकन कूस बदलली आणि ती दमाला बिलगून निजली. त्याच्या अस्तित्वाने आणि स्पर्शाने तिची भीती काहीशी कमी झाली. आपल्याला झालेल्या या साक्षात्काराचा अर्थ काय असावा याचा विचार करत ती निजली. भोवतालचा अंधार आता अधिकच गहिरा, अधिकच गर्द झाला होता. कुरुंडला कधी झोप लागली हे तिचं तिलाही कळलं नाही. एक अद्भुत भविष्यवाणी करून रुक्मिणीसुद्धा त्या अंधारात आपले हात कमरेवर ठेवून प्रसन्न चेहऱ्यानं शांतपणे उभी होती. घडलेल्या घटनेला अंधाराशिवाय कुणीच साक्षी नव्हतं.

# ३

दुसऱ्या दिवशीची सकाळ उजाडली तेव्हा कुरुंड अगदी वेगळ्या मन:स्थितीत होती. एक प्रसन्न आणि सात्त्विक भाव तिच्या चेहऱ्यावर दिसत होता. तिला एवढा कशाचा आनंद झाला होता, हे दमाला कळत नव्हतं. त्यानं एकदोनदा तिला तसं छेडलंही. कुरुंड आपल्याच नादात असल्याने ना तिनं दमाचा प्रश्न ऐकला, ना तिनं प्रश्नाचं उत्तर दिलं. शेवटी दमानं नाद सोडून दिला. दोघांनी भराभरा आवरलं. आपण झोपलेली जागा कुरुंडनं शेणानं सारवून स्वच्छ केली. मालकानं दिलेले कपडे घेऊन दोघं जण निघाली. दोघांनी चालायला सुरुवात केली तेव्हा लख्ख उजाडलं होतं. आता दोघांनाही घराची ओढ लागली होती. मजल-दरमजल करत, ठिकठिकाणी मुक्काम करत दोघं जण आपल्या घरी पोहोचली. जाताना तापलेला फुफाटा अनवाणी पायांना चटके देत होता, तर येताना थंडीनं गार पडलेली माती पावलं गारठवून त्यातून कळा घालत होती. जाताना अधूनमधून होणारा पावसाचा शिडकावा त्यांच्या तापलेल्या शरीराला आणि मनाला गारवा देत होता, पण येताना मात्र हवेतला गारठा अगदी हाडापर्यंत पोचत होता. जाताना चटके देणारा सूर्य नकोसा वाटत होता, पण येताना तोच सूर्य ऊब देत होता. येताना दोघांच्या मनात वेगवेगळे विचार होते. दमाच्या मनात रोजगाराची चिंता होती. आता पुन्हा कामं शोधावी लागणार होती. काहीतरी मिळवावं लागणार होतं, पण कुरुंडला मात्र यातल्या कशाचंच भान नव्हतं. तिच्या डोळ्यासमोर दिसत होती, ती सोनेरी तेजानं उजळून निघालेली रुक्मिणी आणि कानात शब्द घुमत होते, 'मी येणार आहे तुझ्या पोटी.' दोघं आपल्या खोपटापाशी पोचले आणि खोपटाची अवस्था बघून सर्वप्रथम आपल्याला काय करावं लागणार आहे याचं भान दोघांनाही आलं. आधीचं अर्धवट मोडकळीला आलेलं ते खोपटं आता पूर्ण मोडलं होतं. पहिल्यांदा त्याची डागडुजी करणं आवश्यक होतं. खोपटाजवळ पोचल्यानंतर दोघांनी जवळच असलेल्या पिंपळाच्या झाडाखाली सावलीत काही काळ विश्रांती घेतली. त्यांच्या खोपटाजवळ

असणारं हे पिंपळाचं डेरेदार झाड म्हणजे पावसाळ्याचे दिवस सोडले, तर त्यांचं छप्परच होतं. त्या डेरेदार झाडाच्या सावलीत बसून दोघं जण मिळेल ते कामकाज करायची. आजही चालून चालून थकलेल्या त्यांच्या जिवाला त्या पिंपळाच्या सावलीनंच विसावा दिला. काही वेळ त्या सावलीत बसून विश्रांती घेतल्यानंतर दमा उठला. देवजी पाटलाच्या घरी जाऊन दमानं नारळाच्या झाडाच्या दोनतीन झावळ्या मागून आणल्या. दमाचं खोपटं उकललंय हे कळल्यावर देवजीनं नारळाच्या झावळ्याबरोबरच गोठ्यांतली धाटंपण दिली. दमाचं खोपटं देवजीच्या मळ्याशेजारी रस्त्याकडेच्या बाजूला होतं. रस्त्यावरून आत शिरणारी चोर-चिलटं, गाई-गुरं, शेळ्या यांच्यापासून देवजीच्या शेताचं एक प्रकारे रक्षण करण्याचंच काम दमा करत होता. गावची कामं आटोपली की, दमा खोपटाजवळच बसलेला असे. देवजी पाटलाच्या घरातलं शेणगोठ्याचं, अंगण-परसू झाड-झुडीचं आणि सारवायचं काम कुरुंड करत असे. वर्णाश्रमानं नेमून दिलेले स्पृश्य-अस्पृश्यतेचं पालन करूनही देवजी आणि त्याची घरची मंडळी यांचा दमा आणि कुरुंडवर लोभ होता.

देवजीकडून नारळाच्या झावळ्या आणि धाटं घेऊन आल्यानंतर दमा आणि कुरुंड दोघं जण झपाट्यानं कामाला लागली. उकललेलं, विस्कटलेलं आपलं खोपटं डागडुजी करून त्यांनी नीट केलं. वाखाचे दोर वळून उघड्या पडलेल्या भिंतीच्या ठिकाणी धाटं एकमेकांना बांधून दमानं आडोसा केला. देवजी पाटलांकडून शेण आणून खोपटाच्या आतली उखणलेली जमीन कुरुंडनं सारवून घेतली. इतकी सगळी मेहनत केल्यानंतर ते खोपटं पुन्हा राहण्यायोग्य झालं. दमा आणि कुरुंडचा ठरलेला दिनक्रम पुन्हा सुरू झाला. कुरुंडची कूस उजवावी यासाठी पंढरपूरला जाऊन विठ्ठलाला साकडं घालून आलो आहोत या गोष्टीची दमाला आता कधी-मधीच आठवण यायला लागली. कुरुंडला मात्र रोज रात्री जमिनीला पाठ टेकून डोळे मिटले की, डोळ्यांसमोर ते छोटंसं देऊळ दिसायचं. त्यातली विठ्ठल-रुक्मिणीची मूर्ती दिसायची. पणतीच्या सोनेरी प्रकाशात न्हाऊन निघालेला रुक्मिणीचा प्रसन्न चेहरा दिसायचा आणि तिनं सांगितलेले शब्द तिला आठवायचे. असे बरेच दिवस गेले. देव आपली इच्छा पूर्ण करणार या भावनेनं भारलेली कुरुंडसुद्धा अलीकडं वाट बघून कंटाळायला लागली. रुक्मिणीच्या त्या आश्वासनातला सच्चेपणा तिला फोल वाटू लागला. तो दृष्टान्त, साक्षात्कार काहीही नसून आपल्या मनाचा, आतुरलेल्या मनाचा खेळच होता, असं तिला वाटू लागलं. एक दिवस अचानक ते घडलं. त्या दिवशी गावात रंगामामाचं रेडकू मेलं. दमा आणि संग्या दोघांजणानी जाऊन ते रेडकू सोललं. रंगामामाच्या सांगण्यावरून त्याचं कातडं बाळकू चांभाराला नेऊन दिलं. नंतर दोघांनी बसून त्या रेडकाचे वीस वाटे केले. गावात शूद्रांची म्हणजे महार-मांगांची वीस घरं होती. प्रत्येक घरात एक-एक वाटा पोचवल्यावर कुरुंडसाठी

राखून ठेवलेला रेडकाच्या मांडीचा भाग घेऊन दमा घरी आला, तो खुशीतच. आज कित्येक दिवसांनी वशाट खायला मिळणारं होतं. देवजीच्या बायकोनं कालच जुनं झाल्यामुळं टोके झालेलं ज्वारीचं पीठ कुरुंडला दिलं होतं. कुरुंडनं ते उन्हात पसरून पाखडूनच घरी आणलं होतं. 'चला, म्हणजे आज वशाट बरोबर भाकरीपण खायला मिळणार होती.' दमानं खुशीतच दाराबाहेर येऊन कुरुंडला हाक मारली. कुरुंड खोपटाच्या बाहेर आली. दमानं तिच्यासमोर तो रेडकाचा पाय नाचवला. "कारभारनी, बघ काय आनून ऱ्हायलो तुज्यासाठनं? मले मालूम हाय ना, तू मांडीचं कालवण आवडून राहिली ते. तुला जास्ती उसाभर नगं म्हनून समदं सोलूनशान आनून ऱ्हायलो ना मी! आता लगोलग समदं बनवायला घेऊन घे. माज्या तोंडाला पानी सुटून ऱ्हायलं बघ आतापासनं." असं म्हणत कुरुंडच्या हातात त्यानं तो पाय सोपवला. दमाच्या हातात रेडकाचा पाय बघून एक क्षणभर कुरुंडची चर्या उजळली. दुसऱ्या क्षणाला तिनं शिसारी आल्यासारखं तोंड वाकडं केलं. त्या मांसाच्या तुकड्याभोवती एक उग्र वास दरवळत होता. कुरुंडला त्या वासानं एकदम मळमळल्यासारखं झालं. तो वास नाकातून आत शिरला आणि आतडी पिळवटून टाकणारी एक किळस कुरुंडच्या पोटात उठली. असं वाटलं की, ही किळस पोटातून आतडी बाहेर घेऊन येते की काय? कुरुंडनं तो रेडकाचा पाय खाली टाकला आणि किळस आल्यासारख्या चेहऱ्यानं तोंडावर हात दाबून येणाऱ्या उलटीला थांबवत ती खोपटाच्या मागे पळाली. कितीतरी दिवसांनी आपल्याला वशाट खायला मिळणार या आनंदात असलेल्या दमाला कुरुंडनं हे असं का केलं हेच कळेना. मोठ्या मुश्किलीनं सगळ्यांपासून दडवून तो रेडकाचा पाय त्यानं कुरुंडसाठी आणला होता. एवढंच नव्हे, तर तिला उसाभर होऊ नये म्हणून त्यानं तो सोलून निगुतीनं साफ करूनही आणला होता. आज किती दिवसांनी आपल्याला वशाट खायला मिळणार या आनंदात तो होता आणि असं असताना त्यानं मोठ्या हिकमतीनं बचावून आणलेला तो रेडकाचा पाय कुरुंडनं मातीत टाकून द्यावा? त्याला मोठं वैषम्य वाटलं आणि तिचा रागही आला. तिनं असं का केलं याचा जाब विचारावा, एवढंच नाही कमरेत दोन लाथा घालून तिची मस्ती उतरवावी या विचारानं तो खोपटाच्या मागल्या बाजूला गेला. त्यानं बघितलं, खोपटाच्या पाठीमागच्या बाजूला कपडे धुण्यासाठी घातलेल्या दगडावर बसून कुरुंड उलट्या करत होती. उलटीतून पडत तर काही नव्हतं, पण जोरजोरात आवाज करून ती नुसते कोरडे गचके देत होती. दमाला कळेना, 'हिला आता काय झालं?' तो काही क्षण तसाच तिथं उभा राहिला. उलटीचे येणारे गचके थांबल्यावर कुरुंड दगडावरून उठली. पदरानं तोंड पुसत दमाजवळ आली. दमाच्या चेहऱ्याकडं तिनं नजर टाकली. दमाच्या चेहऱ्यावरचं प्रश्नचिन्ह बघून तिनं आपल्या तोंडाला पदर लावला आणि

ती आपल्या खोपटात गेली. दमा आणखीच चिडला. 'एकतर तिनं तो पाय मातीत टाकला. त्यात मी इथं उभा असलेला बघूनही मला काहीही उत्तर न देता ओलांडून आत गेली. तिची मस्ती आता उतरवायला पाहिजे.' डोक्यात उठलेली तिडिक घेऊन दमा तिच्या मागोमाग गेला. कुरुंड खोपटाच्या भिंतीला टेकून बसली होती आणि नवल म्हणजे तिच्या चेहऱ्यावर हसू होतं. दमाचा पारा आणखी चढला. ''काय बे चुडैल, असं काय करून राहिली बे? काय हून तू तो पाय मातीत टाकून ऱ्हायली. तुले मस्ती यिवून ऱ्हायली कां? असे वागून ऱ्हायली ते ऱ्हायली अन् दात वेंगाडून ऱ्हायली काय बे? तुले शरम नाई का वाटून ऱ्हायली?'' दमाचा पारा हळूहळू चढत होता, पण कुरुंडच्या चेहऱ्यावरची प्रसन्नता मात्र जराही ढळली नव्हती. तोंडाला पदर लावून ती खुसुखुसु हसत होती आणि दमाच्या नजरेला नजर देताच काहीशी लाजतही होती. हे बघून मात्र दमाचा संयम सुटला. कुरुंडला मारण्यासाठी त्यानं हात उगारला. मग मात्र तिला कंठ फुटला. ''न्हाई धनी, थांबा. आता असं वागून चालून ऱ्हायचं न्हई?'' कुरुंड ओरडली. तसा दमा भानावर आला. 'चालून ऱ्हायचं न्हाई? म्हणजे काय म्हनून ऱ्हाईली ही? मी काय पयल्यांदा हात उगारून ऱ्हायलो तिच्यावर? असं काय बोलून ऱ्हायली ही?' ''काय गं कारभारनी, माज यिवून ऱ्हायला का तुला? तो रेडकाचा पाय मातीत टाकून ऱ्हायली? आनि तुला उल्टी काय व्हवून ऱ्हायली.'' दमानं जरा रागातच विचारलं.

''धनी त्या मांसाच्या वासानं मला मळमळून ऱ्हायलं आनि उल्टी व्हवून ऱ्हायली.'' कुरुंडनं काहीसं लाजत उत्तर दिलं.

''मांसाच्या वासानं तुला मळमळून ऱ्हायलं? तू काय भटाबामनाची बाईल लागून ऱ्हायली कां? वशाट खाऊन ऱ्हायली ना आतपत्तूर तू? मग आज ह्ये मध्येच काय व्हवून ऱ्हायलं का नाटक करून ऱ्हायली? खरं सांग, न्हाय तर तुला लाथेनं तुडवून ठेवतो.'' दमाचा संताप आता शिगेला पोचला होता.

''न्हायी धनी. आता असं वागून चालनार न्हाई. असा जिवाचा संताप करून घेऊन चालायचा नाही. नाहीतर तिला राग यिवून ऱ्हाईल.'' कुरुंडनं त्याच्या नजरेला नजर देण्याचं टाळत सांगितलं.

''आता ही कोन? आनि ही कोन एवढी मोठी लागून ऱ्हायली? तिला मी घाबरून ऱ्हाऊ. कुनाची भीती घालून ऱ्हायली तू बे मला?''

दमाचा हा प्रश्न ऐकून कुरुंड खुदकन हसली. म्हणाली, ''कुनाची म्हणजे तिची. तिला आसलं बिलकूल आवडायचं न्हाई. ती रागवेल तुमाला! अगदी ती तुमची मुलगी ऱ्हायली आनि तुमी तिचे बाबा ऱ्हायलात तरी.'' असं म्हणून कुरुंडनं पुन्हा तोंडाला पदर लावला.

'ती माजी मुलगी असली तरी आनि मी तिचा बाबा असलो तरी! ही काय

बोलून ऱ्हायली कुरुंड. की पागल बनून ऱ्हायली की काय?' दमा गोंधळात पडला होता. त्याच्या चेहऱ्यावरचा गोंधळ बघून कुरुंडला हसू आवरेचना. पण आपलं हसू बघून दमाच्या डोळ्यात राग भरायला लागलाय हे बघून कुरुंडनं आपलं हसू आवरलं. ती हळूच पुढं सरकली. रागानं हुप्प झालेल्या दमाचा चेहरा तिनं आपल्या ओंजळीत धरला आणि हळुवारपणे दमाला म्हणाली, "आव धनी, तुमी पागल व्हवून ऱ्हायला की काय? तुमाला एवढं कसं उमजंना! आवो ती म्हंजे तुमची पोर! ती येवून ऱ्हायली हाय. धनी, पंढरपूरच्या इठोबानं आपलं साकडं ऐकलं. रुक्मिणीमातेनं मला दिलेला दृष्टान्त खरा ठरला. मी आई हुनार हाय धनी! आनि तुमी बा हुनार हायसा. तुमी ध्यानात घिऊन घ्या, तुमी बा हुनार हायसा!" कुरुंडनं लाजत लाजत खाली मान घालून सांगितलं. ती काय बोलत होती, ते दमाच्या क्षणभर लक्षातच आलं नाही, पण पुढच्या क्षणाला कुरुंडच्या प्रत्येक शब्दाचा अर्थ त्याला हळूहळू उमगत गेला. तो जसा जसा उमगत गेला, तसा तसा दमाचा चेहरा उजळत गेला. कुरुंड काय बोलते आहे आणि आपण काय ऐकतो आहोत यावर त्याचा विश्वासच बसेना. पण कुरुंडचा उजळलेला चेहरा, तिचे चमकणारे डोळे, त्या डोळ्यांत भरलेली गहिरी लाज, एवढंच नव्हे, तर कुरुंडच्या शरीराचा प्रत्येक अणूरेणू ती खरं बोलत असल्याचंच सांगत होता. मग मात्र दमाचा राग एकदम विरघळला. 'कुरुंड आई होणार, आपण बाप होणार!' या विचारानंच त्याला अस्मान ठेंगण झालं. काही क्षणापूर्वी आपण कुरुंडवर हात उगारत होतो आणि आता या क्षणाला तिला कुठं ठेवू आणि कुठं नको असं आपल्याला झालंय या विरोधी योगायोगाची त्याला गंमत वाटली. 'खरंच विठोबानं आपलं साकडं ऐकलं. आपल्यावर त्यानं कृपा केली.' कुरुंडला रुक्मिणीमातेनं दिलेला दृष्टान्त खरा ठरला. त्या एवढ्याशा खोपटात सगळीकडं आनंदच आनंद भरून राहिला आहे असं दमाला वाटायला लागलं. त्यानं मोठ्या मायेनं कुरुंडला जवळ घेतलं. "गं माझी लाडकी कारभारीन!" असं म्हणून त्यानं तिच्या डोक्यावरून हात फिरवला. कुरुंड लाजून खाली मान घालून बसून राहिली. दमानं तिची हनुवटी धरली, तिचा चेहरा वर उचलला, म्हणाला, "काय गं कारभारणे, ह्ये तर लई बेस झालं बघ! आपुन नेमकंच पंढरपुरास पांडुरंगाला साकडं घालून राहिलो आनि त्यो इटुराया आपली इच्छा अशी लगुलग पुरी करून ऱ्हायला बघ. पन कारभारनी, मला एक गोस्ट सांग, आपल्याला पुरगीच हुनार ह्ये तुले कसं मालूम व्हवून ऱ्हायलं?" दमाच्या या प्रश्नावर तोंडाला पदर लावून कुरुंड खुदकन हसली. "धनी, अवो रुक्मिणीमाता सांगून ऱ्हायली व्हती ना की, मी तुज्या घरी येनार हाय. म्हणून मले मालूम व्हवून ऱ्हायले." कुरुंडनं दमाला आठवण करून दिली. "अरेच्या, मले ध्यानातच ऱ्हाऊन ऱ्हायलं न्हाई बग! आगं पर कारभारनी, आपलेले पुरगा हुईतला तर लय बेस झालं असतं. आपला वंश

चालून राहिला असता. आपुन इटूरायाला परत तसं सांगून येवूयात का?'' दमाच्या या प्रश्नाचा कुरुंडला जरासा रागच आला. 'आता काय म्हनावं या करमाला?' काहीशी फणकाऱ्यानं ती दमाला म्हणाली, ''असं काय करून ऱ्हायला जी तुमी धनी? आव रुक्मिणीमाता तवाच सांगून ऱ्हायली न्हाई का की, येनारी पोर आपल्या कुलाचा उद्धार करील म्हनून. मंग आता तुमी असली काईबाई शंका का म्हनून घिऊन ऱ्हायला? माज्या पोटाला परत्यक्ष रुक्मिणीमाता येनार हाय. तवा ती नक्कीच आपलं नाव काढून ऱ्हाणार!'' कुरुंडच्या या बोलण्यावर दमा मूकपणे मान हलवत होता. खरंतर आनंदाच्या भरात आपण काय बोलतोय, काय विचारतोय, काय ऐकतोय याचं त्याला भानच नव्हतं. काहीही असलं, तरी त्या इवल्याशा झोपडीत आनंद भरून राहिला होता हे नक्की. त्या आनंदाच्या भरात त्याला त्या रेडकाच्या पायाचापण विसर पडला. लक्षात आल्यावर तो आणायला बाहेर गेला, तर तो पाय एका कुत्रीनं ओढून नेऊन कडेला नेला होता. तो काढून घेण्यासाठी दमा पुढे सरसावला, तर ती त्याच्यावर गुरगुरायला लागली. दमानं तो नाद सोडला. त्यानं बघितलं, तर ती कुत्री गाभणी होती. तिच्याकडं रागानं बघत तो पुटपुटला, ''कुत्तरडे, तुला न्हाई का मळमळून ऱ्हायलं? आनि उलट्या हून ऱ्हायल्या?'' पाठीमागून हसण्याचा आवाज आला. त्यानं वळून बघितलं, तोंडाला पदर लावून कुरुंड जोरजोरात हसत होती.

बघता, बघता दिवस सरले. कुरुंडच्या हालचालीत आता अवघडलेपण आलं होतं. तिचं पोट आता चांगलंच गरगरीत दिसायला लागलं होतं. तिला उठताना, बसताना त्रास होत होता, पण तिच्या त्या सावळ्या रंगावरही एक तेज आलं होतं. चेहऱ्यावर एक लोभसवाणं हसू खेळत होतं. डोळ्यात एक शांत स्निग्धता आली होती. तिला डोहाळे तसे कडक लागलेले होते. काही खाल्लं, तरी पचायचं नाही. त्रास व्हायचा. पण तरीही विठ्ठलाच्या मूर्तीसमोर बसलं की, तिला बरं वाटायचं. एरवी ती जाखाबाई, मरगाईचा धावा करत असायची, पण अलीकडं का कोण जाणे, विठ्ठलाची ती रंग उडालेली ओबडधोबड मूर्ती तिला आवडायला लागली होती. त्या मूर्तीकडं तासन्‌तास पाहत बसावं, तिच्याशी काही बोलावं असं तिला वाटत राहायचं. दारावरून कुणी वारकरी विठ्ठलाचा नामघोष करत चालला की, तिला आनंद व्हायचा. टाळ-चिपळ्यांच्या गजरात केलेला, 'विठ्ठल विठ्ठल जय हरी विठ्ठल' हा जयघोष कानावर पडला की, कुरुंडचं भान हरपायचं. तिची जणू भावसमाधी लागायची. एक दिवस अशीच संध्याकाळच्या वेळी ती आणि दमा दोघं जण खोपटासमोर बसली होती. दमानं ओळखीच्या चार ठिकाणी जाऊन लहान बाळाचे जुने कपडे मागून आणले होते. ते कपडे नीट करत दोघं जण बसली होती. चोळामोळा झालेले ते कपडे नीट करत करत आपल्या होणाऱ्या बाळाबद्दल बोलत

बसली असताना अचानक कुरुंडला, "रामकृष्ण हरी" असा उद्घोष ऐकायला आला. तिनं पाहिलं समोर कुणीतरी साधू उभा होता. 'अल्याड दिसला न्हाई, पल्याड दिसला न्हाई आनि हा साधूबाबा भुईतून वर आल्यासारखा एकदम हुजीर कसा आला!' असा ती विचार करते तोच तो साधू बोलला, "काय तरी खायला दे बच्चा!" काळ्यासावळ्या रंगाचा, फारसा उंच नसलेला तो साधू. त्यानं दाढी वाढवली होती. केसांचा बुचडा डोक्यावर बांधलेला होता. बुचड्याभोवती रुद्राक्षाची माळ गुंडाळली होती. विशेष म्हणजे त्याच्या गळ्यात तुळशीची माळ होती आणि हाताच्या मुठीभोवती स्फटिकाची माळ दिसत होती. त्याचे डोळे समईच्या ज्योतीसारखे शांत, निर्मळ, स्निग्ध वाटत होते. त्याला बघितल्यावर दमानं जोहार घातला नि जमिनीवर डोकं टेकून कुरुंडनं बसल्या बसल्या नमस्कार केला. 'इच्छित फल प्राप्ती भव' असा त्यानं आशीर्वाद दिला आणि पुढे म्हणाला, "माई, काहीतरी भिक्षा घाल. भूक लागलीये." त्याचा तो व्याकूळ स्वर ऐकून कुरुंड धडपडत उठली. खोपटात गेली. तिला आत गेल्याचं बघून तो साधू दमाला म्हणाला, "बच्चा, तुझ्या पत्नीला होणारी कन्या दिगंत कीर्ती मिळवणारी आहे. आपल्या भक्तीनं ती प्रत्यक्ष परमेश्वराला जिंकेल. तिची भक्ती एवढी निस्सीम असेल की, प्रत्यक्ष परमेश्वर पावलो-पावली तिच्यासोबत राहील, तिचा सखा बनून राहील. सरस्वतीचं वरदान तिला लाभलेलं असेल. आपल्या उत्कट भक्तीनं परमेश्वरावर हक्क सांगणारी तुझी कन्या, तिला मोक्षाची प्राप्ती होईल. तिला पुनर्जन्म घ्यावा लागणार नाही. जिला पुनर्जन्म नाही, ती जना म्हणून तू तिचं नाव 'जना' असं ठेव, पण तिचं हे मोठेपण तुला झेपणार नाही म्हणून तिला पंढरपुरातल्या दामाशेटच्या घरी नेऊन सोड. तीच तिची पुण्यभू ठरणार आहे. पंढरपुरातली माती तिच्या ललाटीची रेषा आखणार आहे. त्या वैकुंठनगरीमध्ये अनेक पुण्यवान माणसांच्या सहवासात तिचं आयुष्य फुलणार आहे. तेव्हा दामाशेटच्या घरीच तू तिला नेऊन सोड. त्याच दामाशेटच्या घरात तिच्या आगमनाची नांदी झाली होती. रामकृष्ण हरी!" त्या साधूनं बोलणं संपवलं आणि सतरा जागी हुडकून सापडलेले मूठभर हरभरे घेऊन कुरुंड बाहेर आली. तिनं लांबूनच त्या साधूच्या झोळीत मूठभर हरभरे टाकले. तरीही दमा म्हणाला, "साधू महाराज, आम्ही हलक्या जातीचे शूद्र आहोत. आमच्या घरचं हे कोरडं धान्य कसं चालंल?" दमाच्या या प्रश्नावर तो साधू प्रसन्नपणे हसला आणि तो म्हणाला, "अरे आम्ही साधू-बैरागी! आम्हाला कसली आलीत जातीपातीची बंधनं? स्पृश्य-अस्पृश्य असा भेद आम्ही मानतच नाही. या पृथ्वीवरची सगळी माणसं म्हणजे परमेश्वराची लेकरं. आम्हाला ती सगळी सारखीच. रामकृष्ण हरी! येतो माई." असं म्हणून तो साधू जसा अचानक समोर आला होता तसाच काही पावलं चालल्यावर अचानक दिसेनासा झाला. साधूनं आपल्याला सांगितलेली भविष्यवाणी कुरुंडला

सांगावी की न सांगावी असा प्रश्न दमाला पडला होता. कारण इतक्या वर्षांनंतर होणारी साता नवसाची ही पोर दुसऱ्याच्या घरी ठेवायला कुरुंड तयार होईल की नाही अशी शंका त्याला आली होती. 'या गोष्टीला अजुनी अवकाश आहे.' त्यामुळे वेळ येईल तेव्हा बघू असा विचार करून दमानं गप्प बसायचं ठरवलं. 'पण कधी ना कधीतरी हे कुरुंडला सांगावं लागणारच होतं तेव्हा काय होईल?' याची रूखरूख मात्र त्याला लागून राहिली.

त्या दिवशी सकाळपासून कुरुंड जरा म्लान होती. ती काहीशी दमल्यासारखी वाटत होती. आज तिला अगदी उठवतही नव्हतं. तिचं लक्षण ओळखून दमानं चुलवणावर पाणी ठेवलं होतं. दमाचा होरा खरा ठरला. कुरुंडच्या पोटात दुखायला लागलं. तिला प्रसूतिवेदना व्हायला लागल्या. दमानं पळत महारवस्तीवर जाऊन दोन बायकांना बोलवून आणलं. त्या दोघी जणी आल्या आणि त्यांनी कुरुंडकडे धाव घेतली. दमा खोपटाच्या बाहेर देवाची प्रार्थना करत बसून राहिला. उन्हं कलायला आली. कुरुंडच्या प्रसूतिवेदना सुरूच होत्या. दमाही चिंताक्रांत होऊन बसला होता. अचानक कुठूनतरी टाळचिपळ्यांचा नाद ऐकायला येऊ लागला. हळूहळू तो नाद मोठा झाला. स्पष्ट ऐकायला येऊ लागला. वारकऱ्यांचा एक जथा विठ्ठलाचा जयघोष करत तिथून चालला होता. आपल्याच नादात गुंग असलेले, विठ्ठलाच्या जयघोषात स्वत:ला हरवून बसलेले ते वारकरी 'विठ्ठल-विठ्ठल जय हरी विठ्ठल' म्हणत बेभानपणे नाचत होते. प्रसूतिवेदनांच्या त्या त्रासदायक काळातसुद्धा कुरुंडला विठ्ठलाचा तो जयघोष ऐकायला आला. ते ठेक्यात वाजणारे टाळ, तालात वाजणाऱ्या त्या चिपळ्या आणि ताल ठेक्याच्या या पार्श्वभूमीवर निनादणारा तो विठ्ठलनामाचा जयघोष त्या अवस्थेतही कुरुंडच्या कानावर आला. वेदनांमुळे क्षीण झालेली ती! कानाचे पडदे फाडून तो जयघोष तिच्या कानात शिरला. हरपणारं भान जागं करून, मंद होणाऱ्या सगळ्या जाणिवांना छेद देत तो जयघोष तिच्या अंतर्मनात जाऊन पोचला. त्या जयघोषाने काही क्षण तिच्या साऱ्या जाणिवा जाग्या केल्या. तिच्या शरीरातली सगळी ऊर्जा जणू एकवटली गेली. तिच्या अंतर्मनाचा कोपरान् कोपरा उजळला गेला आणि लखलखणाऱ्या त्या तेजाने, एकवटलेल्या त्या ऊर्जेने आपलं काम चोख केलं. नाळेतून जीवनरस शोषून घेत तिच्या पोटात वाढणाऱ्या त्या इवल्याशा जिवाने आईच्या उदरातून बाहेर येऊन ट्याँहा-ट्याँहा करत आपलं स्वतंत्र अस्तित्व दाखवलं. या जगाला आपली ओळख पटवण्यासाठी जणू ती इवलीशी पोर सिद्ध झाली होती. दमा आणि कुरुंडच्या त्या खोपटात कन्या जन्मली होती आणि तिच्या ट्याँहा-ट्याँहामुळे खोपटातली शांतता जशी ढवळली गेली होती, तसाच त्या खोपटातला अंधारही उजळला होता.

एका जुनेऱ्यात गुंडाळून त्या बायकांनी ती इवलीशी पोर दमाकडे आणून दिली

आणि कुरुंडची उस्तवारी करायला पुन्हा त्या आत गेल्या. जुनेऱ्यात गुंडाळलेला तो इवलासा जीव दमाच्या हातात निश्चिन्तपणे विसावला होता. सावळ्या रंगाची ती इवलीशी पोर आपल्या लुकलुकत्या डोळ्याने इकडंतिकडं बघत होती. सभोवतालच्या जगाचा जणू अदमास घेत होती. दमा कौतुकभरल्या नजरेनं तिला न्याहाळत होता. तिचा गोलसर चेहरा, तजेलदार सावळा रंग, इवलंसं अपरं नाक, नाजूक जिवणी, लुकलुक करणारे काळेभोर डोळे तिच्या इवल्याशा चेहऱ्याच्या मानानं काहीसं मोठ्ठं वाटणारं कपाळ आणि पिंगट केसांचं कुरळं जावळ. तिच्या चेहऱ्याकडं टक लावून पाहता पाहता दमाला त्या साधूचे ते बोल आठवले. ही इवलीशी पोर आपल्या घराचं नाव मोठ्ठं करणार आहे, या विचाराची त्याला गंमत वाटली. 'आता ही इवली पोर हळूहळू मोठी होईल, आपल्या अवतीभवती नाचेल, बागडेल. तिचे चिमणे बोल ऐकता ऐकता आपला सगळा शीण हलका होईल. आपल्याला थोडे जास्त कष्ट करावे लागले तरी चालतील, पण आपल्या या लाडाच्या लेकीचे आपण खूप लाड करायचे. अगदी भटाबामणांच्या मुलींचे होतात तसे.' दमा त्या पोरीकडे बघत बघत तिच्या कौतुकाची स्वप्नं रंगवत होता.

साधूनं सांगितलेल्या भविष्यवाणीपासून अनभिज्ञ असलेली कुरुंड आपल्या लेकीला बघायला उत्सुक होती. प्रसूतिवेदना देऊन ती थकलेली होती, पण आपण आई झाल्याच्या आनंदात, तो सगळा त्रास ती विसरली होती. आता ती आपल्या मुलीला बघायला उत्सुक होती. तिचं सगळं आवरून झाल्यानंतर तिची प्रसूती करायला आलेल्या बायकांनी दमाच्या हातातून त्या इवल्याशा बाळीला उचललं. कुरुंडच्या कुशीत दिलं आणि तिला जपून राहायला सांगून त्या निघून गेल्या. आपल्या कुशीत मुठी चोखत पडलेल्या त्या चिमण्या जिवाला बघून कुरुंड अतिशय आनंदली. आपले इवलेसे डोळे मिटून निजलेल्या त्या बाळीच्या कपाळावर ओठ टेकून कुरुंडनं तिचा मुका घेतला. मनोमन तिनं त्या इवल्याशा जिवाचे आभार मानले. तिच्या येण्यानं तिचं बाईपण धन्य झालं होतं. तिचं मातृत्व उजळलं होतं. तिच्या अंधारलेल्या जीवनात एक समाधानाचा, तृप्तीचा, धन्यतेचा प्रकाश पसरला होता. तिच्या वांझोट्या आयुष्याला त्या मातृत्वानं एक नवा अर्थ दिला होता आणि हे सगळं या इवल्याशा जिवामुळं घडलं होतं. आपल्या या सावळ्या गोजिरवाण्या लेकीला कुठं ठेवू आणि कुठं नको असे कुरुंडला झालं. मायेचे, वात्सल्याचे लक्षावधी स्रोत तिच्या उरात दाटून आले. तिनं त्या चिमणीला उचलली आणि छातीशी लावली. तिच्या सुकुमार ओठांचा स्पर्श स्तनाला होताच एक विलक्षण शिरशिरी कुरुंडच्या अंगभर उठली. दमा आत आला. मातृत्वानं लखलखलेली कुरुंडची ती मुद्रा त्याला खूपकाही सांगून गेली. काय नव्हतं तिच्या त्या चेहऱ्यावर? तिला लागलेली मातृत्वाची आस, त्याची पूर्तता झाल्याचं समाधान, आपण आई

झाल्याबद्दल वाटणारी धन्यता, देवानं आपलं गाऱ्हाणं ऐकलं याबद्दलची कृतार्थ भावना, आपल्या या छकुलीचं स्वागत आणि आपल्या आणि दमाच्या संसारात ही आलेली पूर्तता या सगळ्या भावना कुरुंडच्या त्या उमलल्या चेहऱ्यावर दमाला अगदी स्पष्ट, स्पष्ट दिसल्या. तोही खुलला. कुरुंडच्या जवळ बसून मायेनं तिच्या डोक्यावरून हात फिरवत दमा म्हणाला, ''अगं कारभारने, लयी दमून ऱ्हायली काय गं तू? बघ आपली लेक कशी साजरी हाय! मी मंगा भायार घिऊन बसलो हुतो तवा कशी समदीकडं टुकूर टुकूर बघून ऱ्हायली व्हती. नि आता बग कशी छान झोपून ऱ्हायली. अगं कारभारने, हिचं नाव आपण जना ठेवून देवू. रुक्मिणीमाता सर्गातून खाली आली आनि जन्मली, म्हणून हिचं नाव जना. मी दमा आनि ही माजी लेक जना.'' दमाचं ते बोलणं ऐकून कुरुंडच्या चेहऱ्यावर चांदणंच फुललं. ''लयीच गोड नाव शोधून काढून ऱ्हायला तुमी आपल्या लेकीसाठनं. 'जना' लयी साजरं नाव हाय. मला लयी आवडून ऱ्हायलं धनी. आपुन तिचं नाव जनाच ठिवू. जना माझी जना!'' असं म्हणत कुरुंडनं त्या बाळीला आणखी जवळ कुशीत ओढलं. आपल्याबद्दलची वर्तवलेली भविष्यवाणी, रुक्मिणीनं दिलेला दृष्टान्त, साधूबाबानं केलेलं भाकित आणि आई-वडिलांची चाललेली ही गोडगोडुली चर्चा या सगळ्यापासून अनभिज्ञ असलेली ती इवलीशी जना कुरुंडच्या कुशीत गाढ झोपली होती. सध्या तरी तिचं एवढंच आणि फक्त एवढंच विश्व होतं.

# ४

दमा आणि कुरुंडची लाडाची लेक जना दिसामाजी वाढू लागली. पालथी पडून सरकायला लागली. गुडघ्यावर बसून घोडा घोडा करत सगळीकडं रांगायला लागली. अडखळती पावलं टाकत चालायला लागली. आपल्या बोबड्या बोलांनी बोलायला लागली. दमा आणि कुरुंडला रिझवायला लागली. त्या दोघांना तर आता जनाशिवाय दुसरं जग राहिलं नव्हतं. तिच्याशी जास्तीत जास्त खेळायला मिळावं, तिच्याजवळ जास्तीत जास्त वेळ राहता यावं म्हणून दमा अलीकडं सकाळी लौकर गावकीच्या कामाला जायचा. मैला उचलणं, वाहून नेणं, साफ करणं, रस्त्याची झाडलोट करणं अशासारखी कामं लवकर करून येऊन दमा जनाशी खेळत बसायचा. त्यातच एक दिवस असा प्रसंग घडला की, त्यामुळे दमा आणि कुरुंडला रोजची भाजी-भाकरी मिळणं सोपं झालं. नपेक्षा एकएक वेळा नुसती भाकरी पाण्याबरोबर खाऊन त्यांना दिवस काढावे लागत होते. त्या प्रसंगानंतर त्यांच्या रोजगाराची व्यवस्था झाली. हा सगळा आपल्या या लेकीचा पायगुण असं दोघांनाही वाटलं. प्रसंग असा घडला होता.

तसे दमा आणि कुरुंड हे गावाच्या महार वस्तीतच, पण वस्तीपासून काहीसे दूर राहणारे. त्यांचं खोपटंसुद्धा महार वस्तीपासून दूर, रस्त्याच्या कडेला होतं. दमाच्या खोपटाच्या पाठीमागच्या बाजूला पलीकडे देवजी पाटलाच्या शेताची मागची बाजू येत असे. एक प्रकारे देवजीच्या शेताला दमा आणि कुरुंडच्या तिथे असण्यामुळं काहीसं संरक्षण होतं. रस्त्यावरून जातायेता शेतात घुसून शेताची नासाडी करणारी गुरंढोरं, येताजाता मिळतंय म्हणून कणसं कापून नेणारे भुरटे चोर यांना दमाच्या झोपडीमुळं धरबंध बसत होता. ही गोष्ट देवजीसुद्धा जाणत होता. म्हणूनच या ना त्या कारणानं दमाला किंवा कुरुंडला कामाला बोलावून, त्यांच्याकडून काही कामं करवून घेऊन कोणत्या ना कोणत्या स्वरूपात देवजी आणि त्याची बायको या दोघांना मदत करत असत. याच पार्श्वभूमीवर तो प्रसंग घडला. एके

दिवशी रात्री सगळीकडे सामसूम झाल्यावर दोन भुरटे चोर देवजीच्या शेतात शिरले. शेतात जोंधळ्याचं पीक उत्तम आलं होतं. कणसं दाण्यानं भरली होती. या वेळी पावसानं कृपा केल्यामुळे धरणीमातेनंसुद्धा मुक्त हातानं दान दिलं होतं. शेतावर एकदा चक्कर मारून झाल्यानंतर देवजी आणि त्याचा मुलगा दोघं जण झोपायला गेले. सगळीकडे नीरव शांतता पसरली होती. अमावस्या आल्याने रात्र चांगली काळोखी होती. त्या दोघा चोरांनी शेतात पाय ठेवला आणि वरच्यावर जोंधळ्याची कणसं कापायला सुरुवात केली. जोंधळा काढायलाच आलेला होता. त्यांना आयतीच संधी मिळाली. जेवढी जास्तीत जास्त काढता येतील तेवढी कणसं काढून घेऊन जाण्याच्या उद्देशानं ते भराभर हात चालवत होते. दमा आणि कुरुंडसुद्धा शांत झोपले होते. एवढ्यात जना जागी झाली. ती जागी झाली, ती किंचाळतच उठली. दोन वर्षांची पोर ती! तिच्या किंचाळून रडण्यानं दमा आणि कुरुंड दोघंही झटक्यात उठून बसले. तिला काहीतरी चावलं असावं असं वाटून कुरुंड आणि दमा तिला घेऊन खोपटाच्या बाहेर आले. कुरुंडनं जनाला उचलून आपल्या कुशीत घेतल्यावर ती रडायची थांबली. काही क्षण तिथंच खोपटाच्या बाहेर बसल्यानंतर कुरुंड जनाला घेऊन पुन्हा खोपटात गेली. आपणही निजायला जावं या विचाराने दमाही खोपटाकडे निघाला. एकदा खोपटाभोवती चक्कर मारावी आणि मगच निजावं असा विचार करून तो खोपटाच्या पाठीमागे गेला. अचानक त्याला त्या काळोख्या अंधारात शेतात काहीतरी करणाऱ्या दोन आकृत्या दिसल्या. तसा तो सावध झाला. शेताच्या बांधावर रोवून ठेवलेली बांबूची काठी त्यानं उपसली आणि "कोन हाय रे त्यो? काय करूनशान ऱ्हायला भाऊ?" असं ओरडत काठी उगारत तो शेतात शिरला. तोच पलीकडच्या बाजूनं देवजीच्या कुत्र्यानं भुंकायला सुरुवात केली. एका बाजूला काठी घेतलेला दमा आणि दुसऱ्या बाजूला ते भुंकणारं कुत्रं या कोंडीत सापडलेले ते चोर गर्भगळीत झाले. तोच कुत्र्याच्या भुंकण्याचा आवाज ऐकून देवजी आणि त्याचा मुलगा दोघं जण काठ्या घेऊन धावत आले. दोन चोर हातात विळा घेऊन जोंधळ्याची कणसं कापत होते. दमाच्या जागरूकतेमुळं ते पकडले गेले, ही गोष्ट देवजीच्या लक्षात आली. देवजीनं आणि त्याच्या मुलानं दमाच्या मदतीनं त्या चोरांच्या मुसक्या आवळल्या. गावपाटलाकडे फिर्याद देण्यासाठी देवजीचा मुलगा गेला. दमा चोरावर लक्ष ठेवून तिथंच उभा राहिला. चोर पकडून ठेवलेत म्हटल्यावर गावपाटील तातडीनं दोन शिपाई घेऊन तिथं आला. देवजीने त्या दोघांना त्या शिपायांच्या ताब्यात दिलं आणि दमाला म्हणाला, "दमा, आज तुझ्यामुळं माझं धान्य वाचलं. तू नसतास, तर माझं आज खूप मोठं नुकसान झालं असतं." देवजीनं दमाचं कौतुक केलं. तसा दमा संकोचला. देवजीला म्हणाला, "ऱ्हाई जी पाटील, मी माजं काम करून ऱ्हायलोजी.

मी लयी मोठं असं यात कायी केलेलं न्हाईजी.'' एवढ्यात त्या दोन चोरांना धरून नेणाऱ्या शिपायाबरोबर चावडीवर गेलेला देवजीचा मुलगाही परतला. हे सगळं होईपर्यंत चांगलंच उजाडलं होतं. देवजी दमाला म्हणाला, ''दमा! माझं शेत रस्त्याच्या कडेला असल्यामुळे माझ्या शेतातल्या पिकाला सतत चोरा-चिलटाचं भय लागून राहिलं आहे. शेतातलं माझं घर शेताच्या त्या बाजूला असल्यामुळे शेताच्या या बाजूला माझं म्हणावं तसं ध्यान राहत नाही. तुझी झोपडी याच बाजूला आहे तेव्हा आजपासून तू माझ्या शेताची रखवाली करून राहा. शेतात उगवलेलं तण, रानटी झाडेझुडपं, काटे-कुटे, गवत काढायचं काम तू आणि तुझी बायको करा. त्या बदल्यात वरीसभराचं धान्य, भाजीपाला आणि चार जोडी कपडे तुला आणि तुज्या बायकूला देऊन राहीन. माझा बिगारी गडी म्हणून तू राहावंस असं मले वाटून ऱ्हायलं बघ.'' देवजी पाटलाचं ते बोलणं ऐकून दमाचा आपल्या कानावर विश्वास बसेना. कधीमधी मदत करणाऱ्या या देवजी पाटलाशी दमानं आपली निष्ठा दाखवली होती. त्याचं त्याला फळही मिळालं होतं, पण तरीही गावकीच्या कामाचा प्रश्न होताच. त्यानं भीत भीत देवजीला त्याबद्दल विचारलं, तसा देवजी उद्गारला, ''ह्ये काहून विचारून ऱ्हायला बाबा तुमी? गावकीचं काम तर कराया पाहिजे ना? ते तू सकाळी करून राहा ना! तू नसशील त्या वक्ताला तुझी बायकू राखोळी करून राहील.'' देवजीचं ते उत्तर ऐकून दमाच्या आनंदाला पारावार राहिला नाही. देवजी मुलाला घेऊन घरी गेला. दमाही आपल्या खोपटात गेला. कुरुंड उठून कामाला लागली होती, तर जना अजून शांतपणे झोपली होती. तिच्याजवळ बसत, तिच्या केसावरून हात फिरवत दमा कुरुंडला म्हणाला, ''बगितलंस माज्या लेकीचं पायगुन, आपल्याबरोबर आपल्या आईबाच्या भाकरीची सोय पन करून ऱ्हायली माजी पोर. लय मोठं नशीब घिऊन आपली जना जन्माला आल्याली हाय!'' असं म्हणून दमानं देवजी पाटलाचं सगळं बोलणं कुरुंडला सांगितलं. साहजिकच तिलाही खूप आनंद झाला. हा आपल्या लेकीचा-जनाचाच पायगुण, याची तिला खात्री पटली.

दिवस असेच चालले होते. आता तर दमा आणि कुरुंडची रोजच्या जेवणाची भ्रांत मिटली होती. जना दिसाकाठी वाढत होती. तिच्या बाळलीलांनी दमाच्या त्या इवल्याशा खोपटात आनंद भरून जात असे. दोन-अडीच वर्षांची चिमुरडी जना आपल्या इवल्याशा पावलानं सगळीकडं वावरत असे. आपल्या चिमुकल्या हातानं ती तिच्या आईलाही काही मदत करू जात असे. आईनं खोपटाची जमीन लोटली की, जना आपल्या इवल्याशा हातात केरसुणी घेऊन जमीन लोटत असे. कुरुंड काथवटात पीठ मळून भाकरी थापायला बसली की, जनालासुद्धा पीठ हवं असे. कुरुंड चुलीला पोतेरं करायला लागली की, जना तिथं लुडबुड करी. मग कुरुंड

तिला रागवे आणि बाहेर तिच्या बाबाकडे पिटाळून देत असे. मग जना दमाकडे जाई. दमा शेतात काहीबाही काम करत बसलेला असे. जना त्याच्या मदतीला जाई. दमा तिला रागवे. मग मात्र शेताच्या कडेला जना शांतपणे बसून राही. पक्ष्यांचा किलबिलाट, कोकीळ-मैनेची गाणी, झाडांच्या पानाचा आवाज आणि सभोवताली पसरलेल्या रंगांच्या अनेक छटा बघताना तिच्या मनात असंख्य प्रश्न उभे राहत. मग संध्याकाळी आई आणि बाबा निवांत बसले आहेत असं बघून ती आपल्या मनातल्या शंका, प्रश्न त्या दोघांना विचारायची. "आये ह्ये इतके रंग कुठनं आनले? कुनी आनले?" तिच्या या प्रश्नाला कुरुंड सांगायची, "देवानं आनले." लगेच जनाचा पुढचा प्रश्न तयार असायचा. "हा देव कुठं ऱ्हातो?" कुरुंड सांगायाची, "आकाशात." जना लगेच विचारायची, "मंग त्यो खाली यिवून रंग सांडून ऱ्हातो का?" मग दमा म्हणायचा, "व्हय गं माजे बाय! त्यो खाली यितो आनि रंग सांडून जातो." बाबाने उत्तर दिलं की, जनाला आणखी हुरूप येई. ती लगेच बाबाला विचारी, "पर बाबा, द्येव खाली आल्यावर कुठं ऱ्हातो?" मग दमा सांगायचा, "तिकडं लांब पंढरपुरात." दमाच्या या उत्तरावर जना खुदकन हसायची. त्याच्या गळ्यात हात टाकून लाडे लाडे म्हणायची, "आपुन जाऊ या ना पंढरपुराला. मला त्यो द्येव बघायचाय, मला त्याला भेटायचंय. कसा आहे गं द्येव? सूर्यासारखा की चंद्रासारखा?" तिचा हा प्रश्न ऐकून दोघांना हसू यायचं. कुरुंड म्हणायची, "पंढरपुरातला त्यो द्येव काळा हाये गं बाई!" कुरुंडचं ते उत्तर ऐकून जनाचे डोळे विस्फारले जायचे. त्यात एक निग्रह यायचा आणि ती दमाला म्हणायची, "त्यो द्येव काळा आसंल, तर मला त्याला भेटायचंच हाय. मी त्याला पुसनार हाय." तिच्या या उत्तराची त्या दोघांना गंमत वाटत असे. मग मुद्दामच दमा विचारायचा, "काय गं जने, तू काय पुसनार हायेस त्या द्येवाला?" दमानं असं विचारलं की, मग मात्र एखाद्या मोठ्या विचारवंतासारखा चेहरा करून जना म्हणायची, "मी त्याला पुसनार हाय, त्यो एवढे रंग कुठून आनून ऱ्हायला? आनि त्याच्याकडं एव्हढे रंग आसंल, तर त्यो मग सोता काळाच का राहिला? त्यातलाच एखादा साजरा रंग त्यानं सोताला का न्हाई ठिवून घ्येतला? झाडांना, पानांना, फुलांना रंग वाटीत कशास बसला? ह्येच मला त्याला पुसायचं हाय." जनाच्या या प्रश्नाचं मात्र दमा आणि कुरुंडकडे उत्तर नसायचं. तिचे हे प्रश्न ऐकून दोघांनाही आपल्या लाडक्या लेकीचं कौतुक वाटायचं. कुरुंड दमाला म्हणायची, "पायलं का धनी, ही तुमची लेक पांडुरंगाला परसन इचारून ऱ्हायली." आणि जनाच्या कानशिलावरून हात फिरवून ती आपल्या कानशिलावर बोट मोडायची. आपल्या लेकीचं हे बुद्धिवैभव ही तिच्या हुशारीची साक्ष होती, हे कुरुंडला कळायचं आणि मग आपल्या लेकीला कुठे ठेवू आणि कुठे नको असं त्यांना व्हायचं. परमेश्वराच्या प्रत्येक कारागिरीचं असं निसर्गातून ज्ञान घेऊन जना मोठी होत होती.

लग्नसराईचे दिवस होते. गावात खूप लग्नकार्यं होती. पंगती उठल्यानंतर पत्रावळीतून राहिलेलं अन्न आणि उरलेलं शिळंपाकं अन्न शूद्रांच्या वस्तीवर वाटून टाकण्याची गावात प्रथा होती. तेवढेच गोडाधोडाचे चार घास त्यांच्या तोंडी पडत असत. दमा आणि कुरुंडही याला अपवाद नव्हते. गावात ठिकठिकाणी लग्नसराईची धामधूम असली, तरीसुद्धा वैशाखातल्या कडाक्याच्या उन्हानं लोक हैराण झाले होते. दिवसाच्या दुसऱ्या प्रहरानंतर अगदी सूर्य मावळेपर्यंत लोक घराबाहेरही पडत नव्हते. दमा, कुरुंड आणि जनासुद्धा दुपारच्या वेळेस खोपटाजवळ असलेल्या पिंपळाच्या गार सावलीत काहीबाही करत बसून राहत असत. रस्त्यावर चिटपाखरू नसायचं. सगळा आसमंतही सामसूम असायचा आणि रस्ताही! त्या वैराण शांततेला छेदत मधूनच एखादा कावळा कर्कशपणे ओरडत इकडून तिकडे जात असे. तेवढाच काय तो आवाज! आज मात्र त्या नीरव शांततेला भेदत खुळखुळ असा बैलांच्या गळ्यातल्या घुंगरांचा बारीकसा आवाज दूरवरून कुठून तरी ऐकू येत होता. हळूहळू तो आवाज मोठा होत गेला. स्पष्टपणे ऐकायला येऊ लागला आणि त्या आवाजापाठोपाठ एक सारवट बैलगाडी दिसायला लागली. हळूहळू ती बैलगाडी पुढंपुढं आली. दमा, कुरुंड आणि जना तिघं जण नेहमीप्रमाणे पिंपळाच्या गार सावलीत बसले होते. दमा दोर वळत होता. कुरुंड फिरकी धरून बसली होती. लहानगी जना मात्र इकडून तिकडे बागडत होती. वाळून खाली पडलेली पिंपळाची जाळीदार पानं गोळा करत होती. पिंपळाची ती डेरेदार सावली आणि जवळच असलेलं खोपटं बघितल्यावर ती सारवट गाडी तिथंच थांबली. गाडी आपल्याजवळ थांबली म्हटल्यावर हातातलं काम थांबवून दमा आणि कुरुंड उठून उभे राहिले. तोच गाडीतून एक गृहस्थ खाली उतरले. त्यांनी डोक्याला टापशी गुंडाळली होती. त्यामुळं त्यांचा चेहरा नीट दिसत नव्हता. त्यांच्या पाठोपाठ गाडीतून डोईवरून पदर घेतलेल्या दोन बाया, तीन-चार मुलं आणि सगळ्यात शेवटी एक म्हातारी आणि म्हातारा अशी उतरली. टापशी बांधलेले ते गृहस्थ दमा आणि कुरुंडला बघून पुढे आले आणि म्हणाले, "बाप्पा हो, मी माझ्या परिवारासह इथे काही काळ विश्रांती घेईन म्हणतो. चालेल काय?" असं विचारत त्या गृहस्थांनी डोक्याची टापशी काढली. ती काढताक्षणी दमाला त्यांचा चेहरा स्पष्ट दिसला आणि त्याला अतिशय आनंद झाला. कारण ते गृहस्थ म्हणजे दुसरे तिसरे कोणी नसून पंढरपूरचे दामाशेटी होते. त्यांना समोर बघताच दमानं जोहार घातला. कुरुंडनंसुद्धा दामाजींना ओळखलं आणि तिनंही भुईवर डोकं टेकवून त्यांना नमस्कार केला. दामाशेटी संकोचले. "अरे अरे, हे काय? मी एक पांथस्थ आहे. काही काळ या सावलीत विश्रांती घेऊ इच्छितो. माझा सगळा कुटुंबकबिला माझ्याबरोबर आहे. आपण इथे आम्हाला थांबू देण्याची कृपा कराल काय?" दामाशेटींनी विनम्रपणे विचारलं. तसा दमा पुढे

झाला आणि म्हणाला, ''राजे हो, आपण मले ओळखलेलं दिसत न्हाई जी. मी दमा. दमा जी आणि ही माजी कारभारीन कुरुंड. आमी दोगं त्या इटूरायाला साकडं घालण्यासाटन तिगत साली पंढरपुरात यिवून ऱ्हायलो व्हतो जी. त्या वक्ताला तुमच्याच अंगणात आमी मुक्काम करून ऱ्हायलो व्हतो जी. तुमासारख्या पुन्यवान मानसांच्या घरात ऱ्हाऊन आमी देवाला साकडं घातलं आनि तो इटूराया आमाला पावून ऱ्हायला जी.'' हात जोडून दमा दामाशेटींना सांगत होता. दामाशेटींनी एकवार दोघांच्यावर नजर फिरवली, पण त्यांना नीटसं आठवेना. कितीतरी पांथस्थ, यात्रेकरू, वारकरी दामाशेटींच्या घरी येऊन राहून, खाऊन-पिऊन जात. पंढरपुरातलं मंदिरासमोरचं दामाशेटीचं घर म्हणजे परगावच्या वारकऱ्यांचं आश्रयस्थान होतं. कुणाला म्हणून ते लक्षात ठेवणार. पण तरीही आपण जिथं आपल्या कुटुंबकबिल्यासह विश्रांती घ्यायला थांबलो आहोत ती माणसं आपल्याला ओळखणारी निघाली याचा त्यांना आनंद झाला. गाडीतून उतरलेल्या इतर मंडळींना त्यांनी हाक मारली. सगळी मंडळी पिंपळाच्या सावलीत आली. गाडीवानानं गाडीतून चार घोंगडी काढली. बायामाणसांनी ती अंथरली आणि त्यावर सगळी बसली. छोटी जना या सगळ्या गोष्टींकडं कुतूहलानं बघत होती. गाडीवानानं गाडीतून पाण्याच्या घागरी काढल्या. चघळाचं चुंबळ करून ते घागरींच्या तोंडावर ठेवून त्यानं घागरींची तोंडं बांधलेली होती. घागरी काढलेल्या पाहताच त्या स्त्रिया पुढे झाल्या आणि जरा बाजूला जाऊन त्यांनी सगळ्यांना लोटकीतून पाणी प्यायला दिलं. गार पाणी पिल्यावर सगळ्यांना बरं वाटलं. तोच कुरुंड पुढं झाली. त्या बायकांच्यापासून थोडंसं लांब उभं राहून अदबीनं म्हणाली, ''तिथं पाटाला मोप पानी हाय जी. हात पाय धून, तोंड खंगाळून घेईनासा.'' कुरुंडचं ते बोलणं ऐकून सगळ्यांना बरं वाटलं. देवजी पाटलाच्या विहिरीला अमाप पाणी होतं. पाट काढून ते सगळ्या शेतात फिरवलं होतं. कुरुंडच्या सांगण्याप्रमाणे सगळी शेताच्या बांधावर आली. पाटातलं पाणी घेऊन सगळ्यांनी हातपाय धुतले. तोंडावर पाणी मारून घेतलं. पाण्याच्या त्या गार स्पर्शानं त्यांचा सगळा शीण गेला. मंडळी पुन्हा पिंपळाच्या सावलीकडं आली आणि तिथलं दृश्य बघून जागीच थबकली. त्यांची अंथरलेली ती घोंगडी एका बाजूला उचलून ठेवून हिराच्या केरसुणीनं जना पिंपळाच्या खालची सावलीतली जागा स्वच्छ करत होती. लहान-मोठे दगड उचलून गोळा करून बाजूला टाकत होती. सगळी आली म्हटल्यावर तिनं पुन्हा ती घोंगडी अंथरली. चार वर्षांची चिमुरडी, पण तिचं औचित्य, तिचा चटपटीतपणा, आलेल्या लोकांबद्दल तिला वाटणारं अगत्य हे सगळं बघून ते सगळे अगदी थक्क झाले.

''दामाशेटींच्या बरोबर त्यांची पत्नी गोणाई, लेक आऊबाई आणि मुलगा नामदेव आणि त्याचबरोबर त्यांच्या आप्तेष्टांपैकी काही होते. पुन्हा सगळी मंडळी

घोंगड्यावर बसली. दामाशेटींनी सगळ्यांची ओळख करून दिली आणि सांगितलं, "माझा हा परिवार. ही माझी दोन मुलं नामदेव, आऊबाई आणि हे माझे काही आप्तेष्ट. आम्ही मिळून परभणीला आमच्या काही नातेवाइकांच्या घरी लग्नासाठी चाललो आहोत. गेले तीन दिवस आम्ही प्रवास करतो आहोत. आज मात्र उन्हाचा तडाखा जरा जास्तच आहे. उन्हाच्या झळा लागून बैलंसुद्धा ढेपाळली. म्हणून इथे थोडी विश्रांती घेऊन आम्ही पुढल्या मुक्कामी जाऊ." दामाशेटींचं बोलणं ऐकून दमानं मान हलवली. दामाशेटी इकडे बोलत असतानाच झाडाच्या पलीकडच्या बाजूला गोणाईने परिवारातल्या इतर बायकांच्या मदतीने चूल मांडली. बैलगाडीतून तिनं बरोबर आणलेला शिधा काढून आणला आणि कुरुंडकडे वळून ती म्हणाली, "बाई, आमाला भात शिजवायला तपेलं आणि भाकरी करायला काथवट, तवा मिळंल काय?" कुरुंड विचारात पडली. काथवट, तवा तिच्याकडं होता, पण तपेली? काहीतरी सुचून तिनं दमाला हाक मारली. तो जवळ येताच त्याच्या कानात तिनं काही सांगितलं. तशी होकारार्थी मान हलवून दमा शेताकडं गेला. कुरुंड आपल्या खोपटात जाऊन काथवट तवा आणि कलथा घेऊन आली. गोणाईसमोर ठेवत ती म्हणाली, "आमी अतिशूद्र हाव जी. ह्ये आमच्या घरातलं तुमास्नी चालंल?" गोणाई काही बोलणार तोच दामाशेटी पुढं आले. कुरुंडला म्हणाले, "ही अन्नब्रह्माची साधनं आहेत. यांच्याशिवाय या पूर्णब्रह्माचा यज्ञ पूर्णच होत नाही. त्याला कसली आलीय शिवाशिव आणि विटाळ?" दामाशेटींचं बोलणं ऐकून गोणाईनंही मूकपणे मान हलवली आणि कुरुंडनं दिलेलं ते साहित्य घेऊन ती चुलीजवळ गेली. त्यांच्याबरोबर आलेल्या एका बाईने बरोबर आणलेलं पीठ घेतलं आणि ती ते काथवटात मळायला लागली. तिने भाकरी थापायला सुरुवात केली. कुरुंडला काय वाटलं कोण जाणे! ती आपल्या खोपटाशी गेली आणि खोपटाभोवती लावलेली तांदळीची भाजी तिनं खुडली. आपली चूल पेटवून तिनं लसूण घालून ती ताजी भाजी परतली आणि ती परतलेली भाजी त्या कढलातून तशीच घेऊन ती झाडाखालच्या चुलीजवळ आली. तोवर त्यांच्या भाकरी थापून, भाजून झाल्या होत्या. दमा देवजी पाटलाच्या घरातून एक तपेली घेऊन आला. चुलीवर ठेवलेल्या त्या तपेल्यात डाळ-भात रटरटत होता. अशी जेवणाची सगळी सिद्धता झाली. डाळ-भात शिजल्यावर सगळी जेवायला बसली. सगळी मांडामांड होईपर्यंत जना तिथंच बागडत होती. जेवायला पत्रावळी मांडल्याबरोबर अचानक तिला काही सुचलं. ती पळत पळत शेतात गेली आणि पळतच परत आली. येताना तिच्या फाटलेल्या झग्याच्या ओटीत काकड्या, कैऱ्या असा सगळा ताजा-ताजा शेतातला मेवा होता. ते बघून सगळ्यांच्या तोंडाला पाणी सुटलं. धिटुकल्या जनाच्या कल्पकतेचं कौतुकही वाटलं. दामाशेटींनी दमा आणि कुरुंडलाही जेवण्यासाठी

बोलवलं, पण त्यांची जेवणं नुकतीच झाली होती. दमानं अतिशय अदबीनं ही गोष्ट दामाशेटींना सांगितली. म्हणाला, ''महाराज, तुमच्याबरोबर जेवायला मिळणं हे खरं म्हणजे माझ्यासारख्या नीच माणसाचं भाग्य व्हय, पर आमी नेमकेच जेवून ऱ्हायलो. तुमी समदी मंडळी प्रवासानं दमून ऱ्हायली असाल. तुमी आरामात जेवून घ्या. काही लागलं, तर मले हाक मारा. राजे हो, मी हितंच आसन.'' असं म्हणत जनाला घेऊन दमा आणि कुरुंड खोपटाजवळ गेले आणि खोपटाच्या दाराशी बसून राहिले.

ती सगळी मंडळी गोल करून जेवायला बसली. गोणाई सगळ्यांना वाढत होती. मोठ्यांच्या आधी लहानांची जेवणं पटापटा झाली आणि त्यांनी त्या पिंपळाच्या सावलीत पाठशिवणीचा खेळ मांडला. त्या खेळात ती पोरं रंगून गेली. त्या मुलांच्यात पाच-सहा वर्षांचा नामदेव, दहा-अकरा वर्षांची आऊबाई आणि त्यांच्या पाहुण्यांच्या तेवढ्याच वयाच्या दोघी मुली असा चौघांचा खेळ रंगात आला होता. कुरुंडच्या मांडीवर बसलेली जना उठली आणि तिथंच बाजूला उभी राहून त्यांचा तो खेळ बघू लागली. जनापेक्षा दोन-एक वर्षानं मोठ्या असलेल्या त्या मुली. त्यांच्या अंगावर छान छान झगे होते. चिटाच्या कापडाचे ते झगे त्या दोन्ही मुलींच्या अंगावर शोभून दिसत होते, तर नामदेवाची बहीण आऊबाई खणाच्या परकर पोलक्यात अगदी उठून दिसत होती. हे सगळं बघता बघता कुरुंडचं लक्ष जनाकडे गेलं. जनाच्या अंगावर चिंध्या झालेला, ठिकठिकाणी ठिगळं लावलेला, विटलेल्या कापडाचा झगा होता. 'माज्या या गुणाच्या लेकीला अशी चांगली कापडं घालायला मिळायला हवीत. देवा इटूराया, अरे तुज्याच किरपेनं झाल्याली ही पोर हाय ना? मग तिला अंगभर कापडं का न्हाईत? त्या बाकीच्या पोरींचे केस कसे तेल लावून निगुतीनं इंचरले हायती! मग माज्या पोरीच्या केसाचं असं पिंजारलेलं टोपलं का? माजी ल्येक लयी गुणाची हाय! तिला आसंच सगळं मिळायला हाव.' कुरुंड मनाशी विचार करत होती. विचार करता करता अनवधानाने मनातले विचार ओठावर आणत ती पटकन दमाला म्हणाली, ''खरं ना व धनी! आपल्या या साजऱ्या लेकीला अशीच कापडं, अशीच सगळी निगुती मिळायला हवी. आपली पोर लयी गुनाची हाय. आपल्या गरिबीमुळं तिची दैना होते.'' नंतर कितीतरी वेळ कुरुंड मुलांचा रंगलेला खेळ बघत बसली. कुरुंडचं बोलणं ऐकता ऐकता दमाला त्या साधुबुवाच्या बोलण्याची आठवण आली. त्या साधुबुवानं जनाच्या नशिबाचे संकेत दिले होते आणि आता कुरुंडच्या तोंडातून जणू नियतीच बोलत होती. एकदा दमाला वाटलं, 'तो साधुबुवा काय बोलला होता ते कुरुंडला सांगावं आणि दामाशेटींबरोबर जनाला आताच पाठवून द्यावी.' पण या विचारानंच त्याचं मन धास्तावलं. 'आताच आपण कुरुंडला या गोष्टी बोललो आणि भावनेच्या भरात

येऊन तिनं काही तमाशा केला तर या माणसांसमोर इज्जत तर जायचीच, पण त्या साधुबुवानं सांगितलेल्या संकेताप्रमाणं जनाला तिथं पुढेमागे नेऊन ठेवायची वेळ आली, तर कुरुंडचा हा आक्रस्ताळेपणा त्या गोष्टीसाठी अडसर ठरू शकेल. अजून जना लहान आहे. अजून तिला त्यांच्याकडे नेऊन सोडायला बराच अवकाश आहे. तेव्हा आता काही न बोलता गप्प बसलेलं बरं!' दमानं असा शहाणपणाचा सावध विचार केला आणि काही न बोलता तो गप्प बसला.

मंडळींची जेवणं झाली होती. उरलेलं अन्न गोणाईनं एका पत्रावळीवर घातलं आणि कुरुंडला ते घेऊन जायला सांगितलं. गोणाई अन्नाची भांडी रिकामी करत होती, एवढ्यात जनानं पुढं होऊन भराभरा सगळ्यांच्या पत्रावळी उचलल्या आणि पळत जाऊन शेताच्या कडेला म्हशीच्या आंबोणाची पाटी ठेवली होती त्यात नेऊन ठेवल्या. गोणाईनं तिच्याकडे एक कौतुकाचा कटाक्ष टाकला. नंतर जनानं गोणाईला घोंगडी उचलायला मदत केली. उन्हं कलली होती. मंडळींना पुरेशी विश्रांतीही मिळाली होती. मुलांचा खेळही झाला होता. मोठ्यांचे पायही मोकळे झाले होते. दामाशेटींनी आता पुढच्या प्रवासाला जायचं ठरवलं. काढलेलं सगळं सामान त्यांनी पुन्हा गाडीत भरलं. आधी बायका-मुलं गाडीत चढून बसली. दमाचा निरोप घेण्यासाठी दामाशेट थांबले होते. तो देवजीची भांडी द्यायला गेला होता. तो परत आला. दामाशेटी निघालेले पाहून दमानं त्यांना जोहार घातला. कुरुंडनंही जमिनीवर डोकं टेकून त्यांना नमस्कार केला. हे बघून जनानंही तिचं अनुकरण केलं. तिनंही भुईवर डोकं टेकवून दामाशेटींना नमस्कार केला. ते बघून दामाशेटींना गंमत वाटली. ते दमाला म्हणाले, "दमा! तुझी पोर मोठी चुणचुणीत आहे. विठूमाऊलीच्या प्रसादानं झालेली आहे ना? तिची बुद्धी तेज आहे. ती अशी इथं करपू देऊ नको. तुला कधी वाटलंच, तर माझ्याकडे मदत मागायला ये. माझ्या आणि माझ्या परिवाराच्या पोटापुरतं बाजूला काढून माझ्या कमाईतला जो काही भाग उरतो तो विठ्ठल भक्तांच्या मदतीसाठी उपयोगात यावा यावर माझा नेहमी कटाक्ष असतो. तेव्हा संकोच न करता माझ्याकडे ये." दमाला असं सांगून त्याचा निरोप घेऊन दामाशेटी गाडीत चढले. त्यांचं ते बोलणं ऐकल्यानंतर प्रत्यक्ष पांडुरंगच त्यांच्या तोंडून बोलला असं दमाला वाटलं. त्यांच्या लेकीच्या कल्याणाचा नियतीनं दिलेला हा दुसरा संकेत होता.

दामाशेटी आणि मंडळी निघून गेली, पण कुरुंडच्या मनात त्यांची चांगली छाप उमटली. पंढरपूरला ती दोघं गेली असतानाचं त्यांचं वागणं कुरुंडनं बघितलं होतं. त्या वेळी मातृत्वाची आस पूर्ण होण्याच्या कल्पनेत गुंग झाल्यामुळे तिला त्यांच्या वागण्यातलं मोठेपण तेवढं लक्षात आलं नव्हतं. तरीही ते आपल्यासारख्या अस्पृश्य लोकांबरोबरसुद्धा इतके मायेनं वागले या गोष्टीचं तिला त्या वेळीही अप्रूप

वाटलं होतं आणि आज त्यांचं वागणं बघितल्यावर मात्र हा माणूस वेगळ्याच मातीचा बनला आहे, त्याबद्दल तिची खात्री पटली. माणुसकी आणि आपुलकी त्यांच्या रक्तातच होती. सगळीकडून हाडतहुडूत करून घेण्याची सवय असलेल्या कुरुंडला दामाशेटी आणि त्यांच्या परिवाराचं वागणं म्हणजे एक चमत्कारच वाटत होता. दामाशेटी, देवजी पाटील यांच्यासारखी माणसं म्हणजे माणसाच्या रूपातले देवच आहेत, अशी कुरुंडची पक्की खात्री पटली. दमाला मात्र नियतीच्या या योगायोगाची कमाल वाटत होती. आज ना उद्या कुरुंडशी बोलून, तिला साधुबुवाची भविष्यवाणी सांगून, तिची समजूत काढून जनाला दामाशेटींच्या स्वाधीन करायची असा बेत त्यानं आखला. लेकीचं कल्याण होत असेल, तर तिला आपल्यापासून दूर ठेवायला कुरुंड कदाचित तयार होईल असंही त्याला वाटून गेलं. जना कितीतरी वेळ झाडाखाली एकटीच बसली होती. त्या मुलांचे खेळ, त्यांनी केलेल्या गमतीजमती तिला एकेक करून आठवत होत्या. तिच्यापेक्षा थोडासाच मोठा असलेला नामदेव तिला आवडला होता. त्यानं तिला त्यांच्यात खेळायलाही बोलावलं होतं. जना काही क्षण खेळलीही त्यांच्याबरोबर. खेळता खेळता ती पडली तेव्हा त्या तिघी मुली दूर उभ्या राहून हसत होत्या. नामदेव मात्र तिच्याजवळ आला आणि त्यानं तिची समजूतही काढली. त्यानं तिला पंढरपूरला ये म्हणूनही सांगितलं. तिथं म्हणे पांडुरंग नावाचा देव आहे. तिथं चंद्रभागा नदीपण आहे. नामदेवानं चंद्रभागेच्या वाळवंटातून वेचून आणलेले शंखशिंपलेही तिला दिले. तिला तो खूप आवडला. आकाशातला देव पंढरपुरात येऊन राहिलाय असं तिला आईनं सांगितलं होतं. नामदेवानंपण तेच तिला सांगितलं. 'आकाशात छान छान राहायचं सोडून पंढरपुरात राहायल्या आलेल्या त्या द्येवाला भेटलंच पाहिजे.' असं जनाला उगाचच वाटायला लागलं. पण तिनं ठरवलं. 'कधीतरी पंढरपूरला घेऊन जाण्याबद्दल आणि तो द्येव दाखवण्याबद्दल बाबाजवळ हट्ट करायचा.' असा मनाचा निश्चय करूनच ती चिमुरडी जना पिंपळाच्या झाडाखालून उठून खोपटाजवळ आली. मावळणारा सूर्य आपले सोनेरी हात पसरून जणू तिच्या या निश्चयाला पाठिंबा देत होता. पिंपळाच्या झाडानंही सळसळ करून जनाला जणू दुजोरा दिला. आपल्या लेकीच्या मनात काय चाललं आहे, हे न कळलेले दमा आणि कुरुंड तिच्या उमललेल्या चेहऱ्याकडं पाहतच राहिले.

# ५

दामाशेटी आणि त्यांचा परिवार निघून गेला. सारवट गाडी दिसेनाशी झाली. तरी नंतर कितीतरी वेळ दमा आणि कुरुंड दामाशेटीबद्दल बोलत बसले होते. त्यांच्या चांगुलपणाच्या गोष्टी बोलता-बोलता अगदी पार दमा आणि कुरुंड विठूरायाला साकडं घालण्यासाठी पंढरपुराला गेले होते तेव्हापासूनचा सगळा विषय निघाला. तेव्हाही दामाशेटी आणि त्यांच्या परिवाराची मनाची श्रीमंती या दोघांना अनुभवायला मिळाली होती आणि ४/५ वर्षांनंतर आताही त्यांच्या सज्जनपणात काहीही फरक झाला नव्हता. या गोष्टीचं दमाला फार अप्रूप वाटत होतं. कारण जराशी परिस्थिती सुधारली किंवा थोडासा मानमरातब मिळाला, तरी वर्तणुकीत बदल झालेले, जमिनीवरून पाय सुटलेले अनेक लोक त्याने पाहिले होते. ही गोष्ट त्याने कुरुंडला बोलून दाखवली तशी तिलाही त्याचं अप्रूप वाटलं. तोच जना पळतपळत त्या दोघांच्या जवळ आली. तिच्या नजरेत वेगळेच भाव होते. तिला काहीतरी सांगायचंपण होतं आणि मागायचंपण होतं. आल्या-आल्या तिनं दमाच्या गळ्याला मिठी मारली. दमानं प्रेमभरानं तिचा गालगुच्चा घेतला. मग दमाला सोडून ती कुरुंडच्या गळ्यात पडली. "माझी गुणाची पोर ती!" म्हणत कुरुंडनं तिची अलाबला घेतली. तशी त्या दोघांच्यापासून दूर होत जना म्हणाली, "आई, बाबा मले तुमास्नी काई सांगायचं हाये! निस्त सांगायचं न्हाई, काई मागूनपन घियाचे हाये." तिचं ते मोठ्या बाईसारखं बोलणं ऐकून दोघांनाही हसू आलं. पण आपण हसलो, तर ती रूसेल म्हणून हसू आवरत दमा म्हणाला, "काय गं पोट्टे, तू आता काय नवीन सांगून ऱ्हायली? काय मागती बोल." बाबानं असं विचारल्यावर जनाची कळी खुलली आणि लाडिक आवाजात ती म्हणाली, "बाबा मले पंढरपुरास जायाचे हाये. आकाशातन उतरून तितं यिवून ऱ्हायलेला त्यो काळा देव मले बगायचा हाय. तुमी दोघं मले त्या इठोबाकडून मागून आणून ऱ्हायले ना? मग मले त्या इटोबाला बगायचे हाय, भेटायचे हाय. बाबा, आपुन जाऊ या ना पंढरपुरास?" जनाचं ते बोलणं ऐकून

दमाला गंमत वाटली. ही अंगठ्याएवढी पोर आणि म्हणून ऱ्हायली पंढरपूरला जायचं. त्यानं कुरुंडकडं पाहिलं. तिच्या नजरेत कौतुक होतं. आता आपला मोर्चा जनानं कुरुंडकडं वळवला. तिच्या गळ्यात हात टाकून लाडिकपणे जना म्हणते कशी, "आये, तू बगून ऱ्हायली का, त्या मुलींचे कसे चिटाचिटाचे झगे होते! किती साजरे दिसून ऱ्हायले व्हते त्ये. आये, मलेपन तसला झगा घालाया पायजे. मलेपन तसला झगा पायजे." जनाच्या बोलण्यात लाडिकपणा असला, तरी स्वर आग्रही होता. "आपल्या जे मनात आलं, तेच आपल्या लेकीच्याही मनात आलं याची कुरुंडला गंमत वाटली. लेकीचा हा हट्ट पुरवणं तिला शक्य नव्हतं. 'नवससायासानं झालेल्या लेकीनं कधी नव्हे ते आपल्याकडं काहीतरी मागितलं आणि आपण ते देऊ शकत नाही.' याचं तिच्या मनाला वैषम्य वाटलं. कुरुंडकडं जनानं केलेली मागणीही दमानं ऐकली होती आणि ती पूर्ण करता येत नाही याबद्दल कुरुंडच्या डोळ्यात, तिच्या चेहऱ्यावर दाटून आलेलं वैषम्यही दमानं पाहिलं होतं. आपण काय बोलतो, काय विचारतो आहोत हे कळायच्या आतच दमा बोलून गेला, "पोट्टे, मग तू जाऊन राहा ना दामाशेटीच्या घरात! त्याचं घर पंढरपुरातच हाये. तू तिथं ऱ्हाऊन गेलीस की, तुला तिथं सगळंच भेटून जाईल. तो काळा द्येव भेटून जाईल. चिटाचा झगा भेटून जाईल आनि नामदेवपन. मग जाऊन ऱ्हाती का तू पंढरपुरात दामाशेटीकडं? काय गं कारभारने, हिला देऊ या का दामाशेटीकडं धाडून?" दमाच्या तोंडून वाक्य निघून गेलं आणि आपण काय विचारतो आहोत हे मग त्याच्या लक्षात आलं. तोवर जनानं मोऽऽठ्ठा होऽऽऽ भरला होता. पण कुरुंड मात्र चेहऱ्यावर नापसंतीची रेषा उमटवून उसळून म्हणाली, "कायतरी वाईट वंगाळ बोलू नकासा धनी. तिला आसं दुसऱ्याच्या दारात सोडायला तिचं आई-बा काही मरून ऱ्हायले का? अजून तुमी जित हायसा, मी जिती हाय. आपली एकच्या एक पोर आपल्याला जड न्हाई. म्हशीची शिंगं म्हशीला जड व्हवून ऱ्हायली व्हती का कधी? पुन्यांदा आसलं कायबाय बोलू नगासा." दमाच्या मनात उद्भवलेल्या विचाराचं तिथल्या तिथं खंडन करून कुरुंडनं त्याला बजावलं. दमाला तिच्याकडून हेच उत्तर अपेक्षित होतं. संतापाच्या भरात काहीही फेकाफेक न करता तिनं ते इतक्या शांतपणे घेतलं याबद्दल दमानं त्या पांडुरंगाचे मनोमन आभार मानले. तो विषय तिथंच सोडून, रागारागानं ओचा झटकून उभं राहत कुरुंड खोपटाकडं वळली. जनाला काय चाललंय कळेच ना. 'आई इतकी का रागावली? बाबानं असं काय वाईट सांगितलं?' असे प्रश्न तिला पडले. 'बाबा चांगलं दामाशेटीच्या घरात ऱ्हातीसं का म्हणून इचारत होता. पंढरपूरला ऱ्हायला मिळालं असतं. नामदेवाशी खेळायला मिळाल असतं! काळ्या देवाला बघायला मिळालं असतं. आई उगीचच चिडली. आता ह्यातलं काही हुयाचं न्हाई. आता नाही तर नाही. आपण कधीतरी

पंढरपूरला जायचं म्हणजे जायचं.' जनानं मनाशी निश्चयच केला जणू आणि पुन्हा नामदेवानं दिलेले शंखशिपले हातात खेळवत ती पिंपळाच्या झाडाकडे पळाली आणि तो विषय तिथं संपला.

देवजी पाटलाचं कामकाज करत करत दमा आणि कुरुंड लेकीच्या कौतुकात दिवसभराचे श्रम विसरत असत. जना आता अधिकच शहाणी झाली होती. आईनं भांडी घासली की, ती विसळून घेत असे. आईनं कपडे धुऊन पिळून दिले की, ती वाळत घालत असे. आपल्या इवल्या हाताला पेलत नसला, तरी पाटाच्या पाण्यानं भरून मातीचा घडा खोपटात ठेवत असे. तिच्या उत्साही हालचालींनी, अल्लड वागण्यानं, गोड बोलण्यानं दमा आणि कुरुंडचे दिवसभराचे श्रम कुठल्या कुठं विरून जात. कष्टाच्या धाग्यात गुंफलेलं का असेना, पण त्या तिघांचं एक छानसं विश्व तयार झालं होतं. भले त्या विश्वात पैसा नव्हता, श्रीमंती नव्हती, ज्ञानाचा प्रकाश नव्हता, जातीधर्माची उच्चता नव्हती, संस्काराचा स्पर्श नव्हता तरीही हे विश्व उबदार होतं, मायाळू होतं आणि म्हणूनच आनंदी होतं; पण नियतीच्या मनात काही वेगळच असावं. एक दिवस सकाळी कुरुंडच्या विव्हळण्यानं या आनंदी विश्वाला तडा गेला. रोज भल्या पहाटे उठून कामकाजाला लागणारी कुरुंड आज सूर्य उगवला तरी झोपूनच होती. दमाला याचंच नवल वाटत होतं. पण असेल, काहीतरी होत असेल असं म्हणत त्यानं तिकडं दुर्लक्ष केलं आणि तो देवजीच्या शेतात कामाला गेला. तो शेतात तण काढत होता आणि देवजी त्याला 'दोन दिवसात म्हैस व्यायला येईल तेव्हा गोठा साफ करून घे' असं काहीतरी सांगत होता, तोच कुरुंडच्या किंचाळीनं तो परिसर दणाणून गेला. दमाला कळेना ती एवढ्या जोरात का किंचाळली? कदाचित लांबडं बघितलं असेल किंवा चावलं असेल असं त्याला वाटलं. तोच कुरुंड पुन्हा किंचाळली. 'जनाला तर काही...?' दमाच्या छातीत धस्स झालं. हातातलं खुरपं तिथंच टाकून तो जिवाच्या आकांतानं खोपटाकडे पळाला. पाठोपाठ देवजी आणि इतर शेतातले गडीही आले. सगळी जण धावत खोपटाजवळ आली. पाहतात तो कुरुंड पोट आवळून गडाबडा लोळत होती आणि जोरजोरात किंचाळत होती. घाबरलेली जना, "आई, आई" अशा हाका मारत बाजूला उभी होती. दमा कुरुंडकडे धावला. जमिनीवर गडाबडा लोळणाऱ्या कुरुंडला त्यानं उठवून आतल्या अंगाला टेकवून बसवली आणि तिला गदागदा हलवून तो हाका मारू लागला. तोच शेतातला दुसरा शूद्र गडीही आला आणि त्यानं मातीच्या घड्यातलं पाणी खापरात घेऊन दमाजवळ दिलं. दमानं त्यातलं पाणी कुरुंडच्या तोंडावर मारलं. कुरुंड काहीशी सावध झाली. पिळवटून टाकलेल्या आवाजात दमाला म्हणाली, "धनीऽऽऽ धनी माज्या प्वाटात लई, लई दुकतंय. न्हाई-न्हाई धनी. मले सोसत न्हाई. आऽऽईऽऽआ...!!!" असं किंचाळत कुरुंड

पुन्हा जमिनीवर लोळायला लागली. काय करावं कुणालाच कळेना. तिचं ओरडणं ऐकून वस्तीवरच्या बायापण धावत आल्या. "काय जालं? काय जालं?" म्हणत गलका करू लागल्या. त्या दोघी-तिघींनी लगालगा खोपटाकडं धाव घेतली. कुरुंड पोट दाबून गडाबडा लोळते आहे आणि दमा तिला आवरायला पाहतो आहे, हे पाहिल्यावर कुरुंडला काहीतरी झालं असावं, हे त्यांच्या लक्षात आलं. त्यांनी दमाला बाहेर जायला सांगितलं. दमा बाहेर जाताच खोपटाचं दार लावून त्या कुरुंडजवळ गेल्या. तिच्यावर तातडीने काहीतरी उपचार करणं गरजेचं होतं. दोघी जणींनी कुरुंडला पटकूर आंथरून नीट आडवं झोपवलं. एक जण हळूहळू तिच्या पोटावरून हात फिरवत राहिली. तोवर दुसरीनं चूल पेटवली. त्यावर तवा ठेवला. पटकुराची चिंधी फाडली. त्या चिंधीत काळं मीठ बांधलं आणि मिठाची ती पुरचुंडी तव्यावर ठेवून ती कुरुंडचं पोट शेकायला लागली. अजूनही कुरुंड किंचाळतच होती. हळूहळू तिचं किंचाळणं थांबलं. शेकल्यामुळे पोटातली वेदना कमी झाली असेल किंवा किंचाळून किंचाळून तिच्या अंगातलं त्राण संपलं म्हणूनही असेल, पण तिचं किंचाळणंही बंद झालं. ती निपचित शांत पडून राहिली. पोटातल्या वेदना सोसून, किंचाळून तिला थकवा आला असावा. त्यामुळं तिला ग्लानी आली होती. ती शांत झालेली आणि गप्प पडलेली पाहून त्या बायका बाहेर आल्या. बाहेर दमा चेहरा पाडून बसला होता. त्याच्या डोळ्यांत काळजीचे भाव होते. चिमुरडी जना घाबरून दमाला बिलगून बसली होती. त्या बायका बाहेर आल्या. शेतातले आणखी बापई गडी तिथंच होते. चांगल्या धडधाकट असलेल्या कुरुंडला एकाएकी असं काय झालं याबद्दल त्यांच्यात चर्चा सुरू झाली. कुरुंडला नक्की काय झाले होतं, याचा अदमास कुणालाच करता येईना. आदल्या रात्री चांगली जेवून खाऊन पाणी पिवून झोपलेली कुरुंड सकाळी किंचाळतच उठते, तिच्या पोटात अतिशय जीवघेण्या अशा वेदना होत असतात. हे कशानं झालं असावं? हा प्रश्न सगळ्यांनाच पडला. कुरुंडला काहीतरी जबरदस्त लागीर झालं असावं असा सर्वांनी निष्कर्ष काढला. आपला हा निष्कर्ष कसा बरोबर आहे हे सांगण्याची मग त्यांच्यात अहमिका लागली. "आनि काल आमुशा व्हवून ऱ्हायली की बाप्पा?" कुणीतरी उद्गारलं आणि मग मात्र सगळ्यांची खात्रीच पटली की, कुरुंडला काहीतरी बाहेरची बाधा झाली आहे, काहीतरी लागीर झालं आहे. त्या सगळ्यांची चर्चा दमा आणि जना भयचकित मुद्रेनं ऐकत होते.

दमाचा चेहरा पांढराफटक पडला होता. आपल्या कुरुंडला एकाएकी काय झालं, याची काळजी त्याला लागून राहिली होती. 'दिवसभर राबून एक वेळ जेवून का होईना, पण आपण आपल्या संसारात सुखी होतो. आपण, कुरुंड आणि जना असं आपल्या तिघांचं एक छान जग तयार झालं होतं आणि त्या जगात आपण

समाधानीही होतो. पण आपल्या या सुखाला, समाधानाला कुणाचीतरी पाप्याची नजर लागली असावी.' कुरुंड कधी आजारी पडल्याचं दमाला आठवतही नव्हतं. अशा निरोगी असलेल्या कुरुंडला अचानक एकाएकी असं काय झालं? आणि तेही किरकोळ न राहता एकदम इतकं टोकाचं काहीतरी व्हावं? विचार करून करून दमाच्या डोक्याला शीण आला. त्यातच तिथं जमलेल्या बायाबापड्यांनी काढलेल्या निष्कर्षानं त्याच्या तोंडचं पाणी पळालं. 'आपल्या कुरुंडला? आणि लागीर? अरे देवा! विठ्ठला, पांडुरंगा ही काय वेळ आणलीस माज्यावर. आई यमाई, माज्या. कारभारणीला बरं कर. तुला बोकड कापीन.' दमा मनोमन देवीदेवतांचा धावा करत होता. तोच त्या बायांतली सर्वात वयोवृद्ध असलेली लिंबाक्का दमाला म्हणाली, "लई मोठं लागीर हुनशान ऱ्हायलालं हाय बाबा. कायतरी कराया पायजे. असा निस्ता चितागती व्हवून बसून ऱ्हाऊ नगं. आताच काई केलं न्हाई, तर पोरीचा जीव जाईल." लिंबाक्काच बोलणं ऐकून दमानं खाली घातलेली मान वर उचलली. त्याचा चेहरा केविलवाणा झाला होता. डोळ्यांत काळजीबरोबरच भय दाटून आलं होतं. जना तर पुरती घाबरून हुंदके देऊन रडायला लागली होती. ते बघून दमाबरोबर देवजीच्या शेतात काम करणारा धोंडिबा म्हणाला, "दमा, तू काय काळजी करून ऱ्हायला बे? अरे बाप्पा हो, आमी हाव ना? उद्याच मी कल्लू भगताला घेवून येतो ना बे! तो तर लई भारी आसून ऱ्हायला. बाप्पा, तू जिवाला कायबी घोर लावून घिऊ नगंस. कल्लू भगत या कामाला पक्का हाये. त्यो नामी काम करून राहिल बाप्पा. तू या तुज्या पोट्टीला सांभाळ. बघ कशी घाबरून रडवेली व्हवून ऱ्हायली! आता येताव आमी." असं सांगून दमाची समजून घालून, त्याला धीर देवून ती सगळी जण निघून गेली. ती गेल्यावर दमा खोपटात गेला. कुरुंड जमिनीवर तशीच निजलेली होती. अगदी निपचित पडली होती. दमाला तिच्याकडं बघून भरून आलं. तो तिच्या जवळ जाऊन बसला. बरोबर जना होतीच; भ्यालेली, केविलवाणी! निपचित पडलेल्या कुरुंडजवळ दोघंही डोक्यात अनेक प्रश्न घेऊन बसून राहिली. तो दिवस तसाच मावळला. लिंबाक्कानं धाडून दिलेल्या जोंधळ्याच्या कण्या त्यानं आणि जनानं घास घास खाल्ल्या. रात्र झाली. तिथंच शेजारी पटकूर घालून जनाला कुशीत घेऊन दमा आडवा झाला. मात्र रात्रभर त्याचा डोळ्याला डोळा लागला नाही. कुरुंडची चिंता त्याचं काळीज कुरतडत होती.

सकाळ झाली. दमा उठला. कुरुंड अजून काहीशी ग्लानीतच होती. दमानं तिला हलकेच जागं केलं. तिनं डोळे उघडून त्याच्याकडे पाहिलं आणि ती कसनुसं हसली. तिला तशी किंचित हसताना बघूत दमाचा जीव भांड्यात पडला. त्यानं तिला आधार देऊन उठवली. खोपटाच्या कुडाला टेकवून बसवली. मातीच्या लोटक्यातून पाणी आणून त्यानं तिला दिलं. त्यातलं चार घोट पाणी पिऊन तिनं

चेहऱ्यावरून पाण्याचा हात फिरवला. तिला कितीतरी बरं वाटलं. काहीशी तरतरी वाटली. दमा मायेनं तिला म्हणाला, ''कुरुंड, तू अशीच बसून राहा. म्या देवजीकडं जावून लोटलीतनं दूध घिवून येतो. तू दूध पी. म्हणजे तुला बरं वाटून ऱ्हाईल.'' कुरुंडनं पापणीनंच त्याला होकार दिला. घरातली लोटली घेऊन दमा धावतच देवजीच्या घरी गेला. अंगणातूनच त्यानं देवजीला हाक मारली आणि दूध देण्याची विनंती केली. देवजीच्या बायकोला आदल्या सकाळी झालेला प्रकार माहीत होता. तिनं त्याला लोटली भरून दूध दिलं. दमा ते दूध घेऊन खोपटाकडं पळतच आला. कुरुंड अजून तशीच बसली होती. दमानं कोमट दुधाची ती लोटली तशीच कुरुंडला दिली आणि तिला ते दूध प्यायला लावलं. तिला आतून अजिबात इच्छा नव्हती. पण दमाच्या आग्रहासाठी ती ते दूध प्याली खरं. पण तिला आतून कसंतरीचं होत होतं. लोटली ठेवण्यासाठी दमा बाजूला झाला आणि कुरुंडला जोरात उलटी झाली. त्या उलटीत तिनं नुकतंच पिलेलं दूधही होतं आणि त्या पांढऱ्याशुभ्र दुधात मिसळलेलं लाल लाल रक्तही! कुरुंडला रक्ताची उलटी झालेली बघून मात्र दमाचं धाबं दणाणलं. किंचाळण्याएवढा जोर कुरुंडच्या अंगात नव्हता, पण दमानं मात्र हंबरडा फोडला. कुरुंडच्या उलटीतून रक्त पडलेलं बघून तो अतिशय घाबरला. त्याच्या कुरुंडला काहीतरी भयंकर आजार झाला होता याची त्याला खात्री पडली. त्या उलटीतून तिला बाजूला करण्याचंही भान त्याला राहिलं नाही. त्याच्या ओरडण्याने गाढ झोपलेली जना जागी झाली. डोळे चोळत ती उठून बसली. तिनं बघितलं, बाबा जोरजोरात किंचाळत होता आणि तिच्या आईसमोर काहीतरी लाल आणि पांढरं असं सांडलेलं होतं. आईच्या हनुवटीवरही त्याचे ओघळ होते. तिला काय चाललंय ते कळेचना. तोवर तिच्या बाबाचा आरडाओरडा ऐकून वस्तीवरनं लिंबाक्का, पारूमावशी आणि दोन-तीन बायका आणि धोंडूमामा, भैरूमामा आणि दोन-चार पुरुष अशी सगळी जणं धावत आली. खोपटातलं दृश्य बघून त्यांच्याही काळजात चर्र झालं. भ्यालेल्या जनाला हाताला धरून खोपटाबाहेर आणून लिंबाक्कानं तिला वस्तीवर पिटाळलं आणि डोकं बडवून घेणाऱ्या दमाला धोंडूमामानं आणि भैरूनं आवर घातला. गलितगात्र होऊन बसलेल्या कुरुंडला त्या दोघीतिघींनी धरून खोपटाच्या बाहेर आणून बसवलं. दमालाही तिथंच बसवलं. का कुणास ठाऊक, पण उलटी झाल्यावर कुरुंडला थोडं बरं वाटत होतं. आपल्याला रक्ताची उलटी झालेली बघून तीही भ्यालीच होती, पण उलटी झाल्यावर आपल्याला थोडंसं बरं वाटतंय हे लक्षात आल्यावर तिच्या मनातली भीती गेली. ही गोष्ट तिनं दमाजवळ बोलूनही दाखवली. तिला बोलताना बघून, सावध झालेली, सावरलेली बघून दमालाही काहीसं बरं वाटलं. तोवर आलेल्या बायकांनी खोपटाची जमीन साफ करून सारवून घेतली. बाहेर असलेल्या चुलवणावर डेचकीत पाणी तापवायला

ठेवलं. त्यांनी पाणी का ठेवलं होतं, ते दमाला कळेना. तोच धोडिंबा म्हणाला, "बाप्पा हो, आता भगत यिवून -हायील. कुरुंडला अंगुळ घालून वल्या अंगानं त्याच्या हुजीर बसवाया हावं. मी काल त्याले जावून सांगून यिवून -हायलो ना! त्यो सकाळच्या वक्ताला यिवून जाईल, असं बोलून -हायलाय बे. नेमका यिईलच त्यो." धोंडिबाचं बोलणं ऐकून दमानं मुकाट मान हलवली. त्याचं स्वत:चं डोकं चालत नव्हतं. तेव्हा दुसऱ्याच्या डोक्यानं मुकाट चालावं असं त्यानं ठरवलं. एवढं सगळं होईपर्यंत वस्तीवरून पळत दीना तिथं आला. तो धोंडिबाचा मुलगा. आल्या आल्या त्यानं धोंडिबाजवळ जाऊन भगत आला असल्याची खबर दिली. धोंडिंबाचे डोळे चमकले. तो दमाला म्हणाला, "घ्या हो बाप्पा, आपण नेमकं म्हणून -हायलो आनि भगतही नेमका वस्तीवर यिवून -हायला." दमाला असं सांगून तो त्या बायकांच्याकडे वळला. "ये बायांनो, कुरुंडला झाट्दिशी अंगूळ घालून घ्या. तंवर मी वस्तीवर जाऊन भगताला घिवून यितू." त्या बायकांनी मुकाट माना डोलवल्या. धोडिंबा वस्तीचा म्होरक्या होता. तो सगळ्यांच्या हिताचं काम करतो असं सगळी मानत. दमाच्या खांद्यावर थोपटून धोडिंबा वस्तीकडं गेला. इकडं त्या दोघी-तिघींनी कुरुंडला धरून उठवून दगडाजवळ आणलं. त्या दगडावर तिला बसवून त्यांनी कडकडीत पाण्यानं तिला अंघोळ घातली. खोपटाच्या कुडावर वाळत टाकलेलं, सतरा ठिकाणी फाटलेलं पातळ काढून तिला नेसवलं. पुन्हा उरलेलं पाणी त्या नेसवलेल्या पातळासकट तिच्या डोक्यावर ओतलं. ती पुरती भिजली याची खात्री करून झाल्यानंतर त्या तिला घेऊन खोपटाजवळ आल्या. ओल्या कपड्यात कुरुंड काकडत होती. तेवढ्यात वस्तीवरनं आठ-दहा जणांचा घोळका दमाच्या वस्तीकडे पळत येताना दिसला. त्यात कल्लू भगतही होता. ही सगळी मंडळी तडक पिंपळाच्या झाडाखाली गेली. तिथं गेल्यानंतर भगतानं सगळ्यांना लांब उभं राहायला सांगितलं. नंतर त्यानं एक मोठं वर्तुळ आखलं. त्या वर्तुळाच्या रेषेवर त्यानं इबिक (विभूती) भरली. विभूतीचं ते वर्तुळ पूर्ण झाल्यावर त्यानं आत वर्तुळाच्या त्या रेषेला चिकटून आणखी एक वर्तुळ काढलं. मग त्या लहान वर्तुळात त्यानं स्वत:बरोबर आणलेलं सगळं सामान मांडलं. त्याच वर्तुळात आपल्याला बसायला त्यानं आसनही घातलं. एवढं झाल्यावर त्यानं मोठ्या वर्तुळाच्या दुसऱ्या टोकाला आणखी एक लहान वर्तुळ काढलं. मग दोन्ही लहान वर्तुळाच्या रेषा त्यानं विभूतीनं भरून घेतल्या. तिथं बघत उभ्या असलेल्या दोन-तीन तरुणांना बोलवून त्यानं धुनी पेटवण्यासाठी दोन्ही वर्तुळामध्ये खड्डा खणून घेतला. नंतर त्यात लाकडाचे तुकडे, चिंध्या असं भरून घेतलं. अशी सिद्धता झाल्यावर एका वर्तुळात मांडलेल्या आसनावर तो स्वत: जाऊन बसला. एकदा सभोवार नजर टाकून त्यानं ती धुनी पेटवली आणि जोरात ओरडून महाकालीचा जयघोष केला. नंतर त्यानं "झाड कुठं

आहे? झाड कुठं आहे? हो बाप्पा.'' अशी जोरात विचारणा केली, तशी दोघी-तिघी बायकांनी ओल्या वस्त्रात काकडत बसलेल्या कुरुंडला धरून त्या वर्तुळाजवळ आणलं. भगतानं धुनीच्या पलीकडे आखलेल्या दुसऱ्या लहान वर्तुळात तिला नेवून बसवायला सांगितले. ओल्या वस्त्रामुळे काकडलेली, भीतीमुळे अधिकच थरथरणारी कुरुंड कशीबशी थरथरत तिथं येऊन बसली. ती समोर येऊन बसल्यानंतर त्यानं आपल्या सामानातून बांधून आणलेल्या सात-आठ पुरचुंड्या काढून बाहेर ठेवल्या. त्यातली एक-एक पुरचुंडी सोडून ठेवली. त्यात एकात काळे तीळ, एकात काळे उडीद, एकात बिब्बे, एकात गुलालानं माखलेले लिंब, एकात उद, एकात छोटी-छोटी दोन-चार हाडं असं काहीबाही होतं. नंतर भगतानं आपल्या पोतडीतनं लिंबाऱ्याच्या पाल्याचा झाडू काढला. हिराची केरसुणी काढली आणि एका हातात लिंबाऱ्याचा झाडू घेऊन त्यानं मोठमोठ्यांदा मंत्र म्हणायला सुरुवात केली. ''ॐ ऱ्हीम क्लींम श्री चामुंडायै स्वाहः'' जसं जोरात ओरडून उजव्या हातानं समोर पेटलेल्या धुनीत उदाची फक्की टाकत होता. ती फक्की टाकली की, ज्वाळा भडकायची. मग तो त्यात काळ्या तिळाची मूठ टाकत होता. आगीत तीळ पडले की, तडतड तडतड आवाज येत होता. भडकलेली ज्वाला आणि त्यातून येणारा तडतड आवाज ऐकून लोकं घाबरून मागं सरकली. कुरुंडसुद्धा भयचकित नजरेनं हे सगळं बघत होती. तोच सपकन त्या लिंबाऱ्याचा फटकारा तिच्या तोंडावर बसला. पाठोपाठ भगताचा प्रश्न, ''बोल तू कोन हायेस? लवकर बोल बे. या कल्लू भगतापुढं बाप्पा हो तुमच्या गमजा चालायच्या ऱ्हाईत. बोल, का धरून ऱ्हाईलास आमच्या झाडाला बोल?'' प्रत्येक प्रश्नासरशी कल्लू लिंबाऱ्याच्या पाल्याचा फटकारा कुरुंडला मारत होता. प्रत्येक फटक्यासरशी कुरुंड ओरडत होती, किंचाळत होती. तोच, तोच प्रश्न भगत पुन्हा-पुन्हा तिला विचारत होता. पुन्हा, पुन्हा फटके मारत होता आणि कुरुंड पुन्हा-पुन्हा किंचाळत होती. तिच्याकडून काहीच उत्तर येत नाही म्हटल्यावर भगतानं पवित्रा बदलला आणि आता त्यानं आपल्या पोतडीतून एक लांबडं हाडूक काढलं. एक कवटी काढली. ते हाडूक त्या कवटीच्या पोकळीत घातलं आणि तो उठून उभा राहिला. डाव्या हातात हाडूक धरून उजव्या हातानं त्यानं धुनीतली राख सगळ्या अंगाला लावून घेतली आणि तो त्या वर्तुळाच्या बाहेर पडून कुरुंडच्या जवळ आला. उजव्या हातात ते हाड आणि डाव्या हातात ती कवटी धरून कुरुंडच्या भोवती नाचू लागला. मधूनच धुनीतली राख तिच्या अंगावर फेकू लागला. आता त्यानं प्रश्नाचा रोखही बदलला. ''कोन हाय बे तू '' असं विचारायचं त्यानं बंद केलं आणि त्याऐवजी ''झाड सोडून जातोस की नाय हे बोल बे! बोल झाड सोडतोस की नाय?'' असं विचारायला सुरुवात केली. काही वेळ असाच गेला. कुरुंड काहीच बोलत नव्हती. भगतानं लिंबाऱ्याचा

झाडू उचलला आणि कुरुंडभोवती नाचत फटाफट तिला फटके मारत राहिला. कुरुंड किंचाळत राहिली. काही क्षण असेच गेले.

आणि मोठी किंकाळी फोडून कुरुंड जमिनीवर आडवी झाली. आदल्या दिवसभर सोसलेल्या पोटातल्या वेदना, सकाळी झालेली रक्ताची उलटी, कडकडीत पाण्यानं घातलेली अंघोळ, ओल्या कपड्यामुळं अंगात भरलेली हुडहुडी हे सगळं भयानक वातावरण, भगताचं ते किंचाळणं, त्यानं मारलेले लिंबाऱ्याचे फटके, ते कवटी घेऊन भोवती नाचणं या सगळ्याचा परिणाम तिची शक्ती संपल्यात झाला आणि त्या वर्तुळात कुरुंड निपचित पडली. ती आडवी होऊन पडताच भगतानं एकच जल्लोष केला. ''गेलं वो बाप्पा गेलं गेलं! झाडाला सोडून भूत गेलं. लई भरभक्कम भूत व्हतं. पर या कल्लू भगतापुढं त्याचं काय चालून ऱ्हाईल बे! महाकाली की जय!'' त्याच्याबरोबर बघायला उभ्या असलेल्या सगळ्यांनी महाकालीचा तर जयकार केलाच, पण कल्लू भगताचाही जयजयकार केला. दमानं दोघीतिघी बायकांच्या मदतीने, भगताच्या परवानगीनं कुरुंडला तिथंन उचलून खोपटात आणून निजवलं. मग बाकी सगळी जण भगताच्या पाया पडली. त्याच्या पायावर डोकं ठेवून दमानं त्याला दक्षिणा दिली. जनाला झग्यासाठी चिटाचं कापड आणण्यासाठी त्यानं ते पैसे साठवले होते. आपलं सामानसुमान गोळा करून भगत निघून गेला. बाकीची मंडळीही घराकडं परतली. धोडिंबा, लिंबाक्का आणि पारू मावशी एवढीच तिघं जण दमाबरोबर थांबून राहिली. सगळा दिवस असाच सरला. सूर्य मावळतीला आला तेव्हा कुरुंड सावध झाली. दमानं तिला आधार देऊन बसवली. ''जनाची आई, कसं वाटून ऱ्हायलं आता तुला?'' दमानं मायेनं विचारलं. कुरुंड कसनुसं हसली. मान हलवून तिनं बरं वाटत असल्याचं सांगितलं. तिच्या तेवढ्या सांगण्यानंही दमाला हुरूप आला. कुरुंडच्या शुद्धीवर येण्याची वाट बघत बाहेर थांबून राहिलेल्या त्या तिघांना त्यानं बाहेर येऊन ही बातमी सांगितली. भगताचे गोडवे गात कुरुंडचा निरोप घेऊन ती तिघं जण आपापल्या घराकडं परतली. दिवस मावळला. वस्तीवर जाऊन दमाने जनाला घरी परत आणलं आणि निपचित पडलेल्या कुरुंडच्या उशाजवळ बसून त्यानं रात्र काढली.

सकाळ झाली. कुरुंडला आज बरीच हुशारी होती, पण थकव्यामुळं तिला उठवत नव्हतं. तरीही ती पूर्ण सावध होती. बोलत होती. हे बघून दमाला साहजिकच आनंद झाला. कुरुंड बोलायला लागली एवढंही त्याला पुरेसं होतं. असेच आणखी काही दिवस गेले. कुरुंड आता थोडीफार हिंडाय-फिराय लागली. घरातली काही बारीकसारीक कामंही करायला लागली; पण आईच्या त्या आजारपणानं अल्लड असलेल्या जनाला मात्र एकदम शहाणं केलं. मोठ्ठं केलं. घरातलं बरंचसं काम कुरुंड आता जनाच्या मदतीनंच करायला लागली, पण त्या आजारानं कुरुंडला

चांगलंच पिळवटून काढलं होतं. अजूनही तिला नीटसं जेवण जात नव्हतं. अंगातला थकवा कमी होत नव्हता. अधूनमधून पोटातही दुखायचं. पण तरी त्यातल्या त्यात घरातली तीन-चार कामं ती करत असे. दमा मात्र घरातलं अर्धंअधिक काम उरकून शेतावर जायचा. संध्याकाळी घरी आला की, पुन्हा काही काम करायचा. चिमुरडी जना सतत कुरुंडच्या अवतीभवती असायची. रोज रात्री निजते वेळी दमा देवाला साकडं घालायचा. कुरुंडला बरं वाटू दे, म्हणून विनवणी करायचा. पण देव अजूनही मानत नव्हता. कुरुंडची तब्येत सुधारायच्या मार्गावर नव्हती. उलट अलीकडं पुन्हा तिच्या पोटात दुखण्याचं प्रमाण वाढलं होतं. अधूनमधून तिला उलट्याही व्हायच्या आणि कधीकधी उलटीतून रक्तही पडायचं. देवजीच्या सांगण्यावरून दमानं कुरुंडसाठी शेजारच्या गावातल्या वैद्याचंही औषध तिच्यासाठी आणलं. काढे उकळून देऊन मात्रा उगाळून चाटवली, पण त्याचाही म्हणावा तसा उपयोग झाला नाही. कुरुंड खंगतच चालली. दमाला मात्र कुरुंडची ती बिघडणारी परिस्थिती आणि ढासळणारी तब्येत बघवत नसे.

कुरुंडची तब्येत कधी ना कधीतरी सुधारेल या आशेवर दमा दिवस ढकलत होता. जना जास्तच समंजस, जास्तच शहाणी होत होती. एक दिवस रात्री जना झोपलेली बघून कुरुंडनं दमाला हाक मारली. दमा उठून येऊन कुरुंडजवळ बसला. तिच्या चेहऱ्याकडे नजर जाताच तो चरकला. सुंद्रीच्या मिणमिणत्या प्रकाशात कुरुंडचा चेहरा त्याला कसातरीच वाटला. तिचे डोळे खोल गेले होते. गालफडं बसली होती. गळ्याच्या शिरा उठून दिसत होत्या. आवाज खोल तर गेला होताच, पण कापतही होता. आपल्या कापऱ्या आवाजात दमाला हाक मारत कुरुंडनं जवळ बोलवलं. त्याला आपल्या अगदी जवळ बसायला सांगितलं. तिचा हात हातात घेऊन दमा तिच्याजवळ बसला. आपल्या खोल गेलेल्या आवाजात ती बोलायला लागली, "मले आसं वाटून ऱ्हायलं हाये की, माजा शेवट जवळ आला हाये. मले तुमची, त्यापरीस जनाची जास्त काळजी वाटून ऱ्हायली हाये. धनी, माजं काई कमी-जास्त झालं, तर तुमी जनाला पंढरपूरला दामाशेटींच्या घरी नेऊन सोडा. तिथं तिचं आयुक्ष चांगलं जाऊन ऱ्हाईल. तुमाला तिची कामाला गेल्यावर काळजी वाटून ऱ्हाणार न्हाई. तिथं तिचं कल्याण हुईल. पर धनी एक गोष्ट माज्या मनाला लई लागून ऱ्हायली हाय. मला मरण येनार म्हनून मला तकरार न्हाई, पर एवढी साता नवसानं झाल्याली आपली लेक तिला मोठी झालेली बगायचं भाग्य माज्या नशिबात न्हाई, याचं मला लयी वाईट वाटून ऱ्हायलं बगा. अजून तिच्याशी मी धड बोल्ल्याली न्हाई. तिला धड डोळं भरून बगितलं न्हाई. देवाच्या मनात आसंल तसं हुईल. रुक्मिणीमाता म्हनाली हुती की, ही पोर तुमच्या घराचा उद्धार करेल. पर ते बगण्याआदीच माजे डोळे मिटनार असतील, तर तसंच हुईल. पर धनी, माज्या

पोरीला दामाशेटींच्या घरी निऊन सोडा.'' एवढ्या बोलण्यानंही कुरुंडला धाप लागली. दमा कितीतरी वेळ तिला थोपटत राहिला. कुरुंडचं हे निरवानिरवीचं बोलणं ऐकून त्याच्या डोळ्यात पाणी जमा झालं होतं. तिला ते दिसणार नाही अशी खबरदारी घेत चेहरा फिरवून त्यानं डोळ्यातलं पाणी पुसलं. तेवढ्या बोलण्यानंही कुरुंडला ग्लानी आली. डोळे मिटून ती पडून राहिली. थोड्या वेळानं तिला झोप लागलेली बघून तिच्या हातातला आपला हात त्यानं सोडवून घेण्याचा प्रयत्न केला, पण ते त्याला शक्य झालं नाही. जोर लावून हात सोडवून घ्यावा, तर तिला जाग येईल या विचारानं दमानं आपला हात तसाच तिच्या हातात राहू दिला आणि तिच्या हातात हात देऊन तो तसाच तिच्या डोक्यापाशी बसून राहिला. दिवसभरातले शेतातले आणि घरातले श्रम, कुरुंडची काळजी या सगळ्याचं मनावर आलेलं दडपण यामुळं शिणलेल्या दमालाही तशीच गाढ झोप लागली. पहाटे जाग आली आणि तो खडबडून उठला. कुरुंडच्या हातात त्याचा हात अजूनही तसाच होता. पण कुरुंडचा हात मात्र थंडगार पडला होता. दमा पहिल्यांदा दचकला. कुरुंडला गदागदा हलवून त्यानं तिला हाका मारल्या, पण त्याच्या हाकेला ओ द्यायला कुरुंड जिवंत होतीच कुठं! तिचे प्राण केव्हाच उडून गेले होते. प्राण जायच्या क्षणापर्यंत तिनं दमाचा हात आपल्या हातात धरून ठेवला होता. प्राण जाईपर्यंत तिनं त्याची साथसंगत सोडली नव्हती आणि जनाला दामाशेटीकडे नेऊन पोचवण्याचं पक्कं वचनच जणू मरण्यापूर्वी तिनं दमाकडून घेतलं होतं. तिला काय झालं होतं ते दमाला कळेना. त्याला वाटलं, ती पुन्हा बेशुद्ध पडली. तो तिला हाका मारत राहिला. गदागदा हलवत राहिला. पण कुरुंडचा चेहरा शांत होता. सगळ्या वेदना, सगळा शीण, सगळं दुःख, सगळी काळजी तिच्या चेहऱ्यावरून पार नाहीशी झाली होती, पुसली गेली होती. एखादं निरागस लहान बाळ शांतपणे निजावं तशी कुरुंड शांत निजली होती. खरंतर सगळ्या जाणिवेच्या पलीकडं ती गेली होती.

इतक्या हाका मारून, इतकं हलवूनही कुरुंड जागी होत नव्हती, उठत नव्हती, कसलाही प्रतिसाद देत नाही हे लक्षात आल्यावर दमाला त्या भयंकर सत्याची जाणीव झाली. 'आपली कुरुंड आपल्याला कायमची सोडून गेली.' हे त्याला उमगलं आणि त्यानं आक्रोश केला. छाती पिटत, डोकं बडवत त्यानं आकान्त मांडला. टाहो फोडून तो रडायला लागला. आपला बाबा आईच्या अंगावर पडून जोरजोरात रडतोय म्हणजे नक्की आईला काहीतरी झालंय, ही गोष्ट त्याच्या ओरडण्यानं जागी झालेल्या जनाच्या लक्षात आली. तीही बाबाला बिलगून जोरजोरात रडायला लागली. तिच्या डोक्यावरचं आईचं छत्र हरपलं होतं. दमाच्या ओरडण्याने सगळी वस्ती तिथं जमा झाली. कुरुंडचं ते निष्प्राण कलेवर बघितल्यावर काय झालं असावं याचा सगळ्यांना अंदाज आला. दमाचं ते हंबरडा फोडून रडणं आणि त्याला

बिलगून हुंदके देत रडत असलेल्या जनाचा केविलवाणा चेहरा बघून जो तो हळहळू लागला. नवसासायासानं झालेल्या आपल्या एकुलत्या एक लाडक्या लेकीला आणि जीव तोडून प्रेम करणाऱ्या नवऱ्याला एकाकी करून, पोरकं करून कुरुंड निघून गेली होती. अत्यंत दुःखी मनानं दमानं कुरुंडचे सगळे अंत्यसंस्कार आटोपले. सगळं झाल्यानंतर भावकीतली मंडळी आपापल्या घरी गेली. कुरुंडच्या मृत्यूमुळे भकास झालेल्या त्या खोपटात दमा आणि जना दोघंच राहिली. आपल्याला बिलगून हुंदके देणाऱ्या जनाला बघून दमाला भान आलं. कुरुंडच्या एकाएकी जाण्यानं बसलेल्या धक्क्याची तीव्रता किंचित कमी झाली होती. दमा भानावर आला खरा, पण भानावर आलेल्या त्या जाणिवेनं त्याच्यासमोर प्रश्नाचा डोंगर उभा केला. 'कुरुंडशिवाय कसं जगायचं? संसार कसा करायचा? जनाचा सांभाळ कसा करायचा?' अशा अनेक प्रश्नांपैकी 'जनाचा सांभाळ कसा करायचा?' हा फार मोठा प्रश्न त्याच्यासमोर पडला होता. कुरुंडला दिलेल्या वचनाची पूर्तता आणि साधूबाबाने सांगितलेल्या संकेताला अनुसरून तिला पंढरपूरला दामाशेटीकडे नेऊन सोडण्याचा एकच पर्याय त्याच्यासमोर होता. अर्थात कुरुंडच्या मृत्यूतून स्वतःला सावरून आई आणि बाप या दोन्ही भूमिका करत काही दिवस तरी जनाला सांभाळणं भाग होतं. तिला पंढरपूरला पोहोचवण्याचा विचार नंतर करावा असं ठरवून हुंदके देणाऱ्या जनाला दमा थोपटत राहिला.

# ६

चिमुरड्या जनाला पाठुंगळी मारून दमा पंढरपूरला दामाशेटींच्या घरी जायला निघाला. कुरुंडला जाऊन सहा महिने उलटून गेले होते, पण या सहा महिन्यांत दमाच्या खोपटाची आणि संसाराची पुरती वाताहत झाली होती. कुरुंड संसाराला दक्ष होती. तशा दारिद्र्यात कोंड्याचा मांडा करून नीटनेटका संसार ती करत होती. असा कितीसा संसार त्या खोपटात असणार होता? पण जो काही संसार होता, जे काही किडूकमिडूक होतं, जी काही धडकी-फुटकी भांडी होती त्यावरून कुरुंडचा दक्ष हात फिरत असे. त्या झोपडीतही दमाचा संसार समाधानानं फुलत असे, पण आता कुरुंड नव्हती. पोटाच्या त्या आजारानं तिचा बळी घेतला होता. दमाला आणि चिमुकल्या जनाला पोरकं करून कुरुंड निघून गेली होती आणि त्या मोडक्यातोडक्या झोपडीतही समाधानानं फुललेला त्याचा संसार आता पोरका झाला होता; उघडाबोडका झाला होता. त्या संसाराला, संसारालाच नव्हे, तर दमा आणि जनालासुद्धा जणू कुणी वाली राहिला नव्हता. आपल्या संसारात आपल्या बायकोचं स्थान एवढं मोठं, एवढं महत्त्वाचं आहे, तिची साथसंगत आपल्या आयुष्यात इतकी मोलाची आहे याची जाणीव ती गेल्यानंतर दमाला झाली. पण कुरुंड गेली आणि जनाची मात्र आबाळ होऊ लागली. तेल नसेना का, पण कुरुंड तिचे केस रोज नीटनीटके विंचरायची. आठवड्यातून एकदा मातीनं खसाखसा चोळून धुवायची. फाटकाच का असेना, पण जनाच्या अंगावर स्वच्छ धुतलेला झगा असायचा. कुरुंड गेली आणि तिच्याबरोबरच जनाची निगराणीही गेली. दमाला काय तिचे केस विंचरता यायचे नाहीत. जनाचे केस दाट नि कुरळे होते. त्यामुळं ते भरपूर गुंतायचे. त्यातच कुरुंड गेल्यापासून जनाच्या केसांना पाणीही लागलं नव्हतं. अंगावरच्या झग्याच्या तर चिंध्या झाल्या होत्या. कुरुंडच्या जाण्याचा आघात पचवणं हे दमालाही मोठं जड गेलं. त्या भरात तो आता कधीकधी नशापानही करू लागला होता. त्या नशेच्या भरात एक-दोनदा त्यानं जनावर हातही उगारला. चिमुकली जना त्याच्या त्या

अवतारालाही घाबरायची आणि खोपटाच्या एका कोपऱ्यात बसून रडरड रडायची.

एके दिवशी असाच दमा रात्रीचा घरी आला. त्या दिवशी त्याला दारू मिळाली नव्हती. त्याच्याकडं पैसे नव्हते. दारू न मिळाल्यामुळं तो आधीच संतापला होता. त्यातच तो खोपटात आल्याबरोबर चिमुकली जना ''भूक लागली'', ''भूक लागली'' म्हणून रडू लागली. घरात खायला काहीच नव्हतं. आधीच डोकं फिरलेल्या दमाने जनाला दोन-चार धपाटे घातले. त्याच्या त्या संतापलेल्या अवताराला घाबरून आणि तो आणखी मारेल या भीतीनं घाबरलेली जना खोपटाच्या बाहेर पळाली. पिंपळाच्या झाडाच्या पारावर जाऊन बसली. आज तिला आईची खूप आठवण येत होती. पारावर बसून आईची आठवण काढत ती बराच वेळ रडत बसली. आता आपली आई परत येणार नाही याबद्दल तिची खात्री पटली होती. तिची आई देवाघरी गेली आहे आणि देवाघरी गेलेली माणसं परत येत नाहीत असं तिला लिंगाक्कानं सांगितलं होतं. लिंगाक्का खूप म्हातारी होती. वस्तीवर ती सगळ्यात मोठी होती. तिला सगळं कळतं, असं वस्तीवरची माणसं म्हणत. त्यामुळं तिनं सांगितलं ते खरंच असणार याबद्दल जनाची खात्रीच पटली होती. तेव्हा देवाशी दोन शब्द बोलावेत आणि आईला परत पाठवण्याबद्दल देवाजवळ हट्ट करावा असं गेले कित्येक दिवस जनाच्या मनात होतं. देव पंढरपुरात राहतो हे तिला माहीत होतं, पण मध्ये एकदा आकाशात विजा चमकताना बघून तिनं कुरुंडला त्याबद्दल विचारलं होतं तेव्हा तिथे देव राहतो असं कुरुंडनं तिला सांगितलं होतं. त्यामुळं पंढरपूरला जाणं शक्य नाही, तर निदान आकाशात राहणाऱ्या त्या देवाला तरी आपण हे सांगावं असं तिच्या मनानं घेतलं.

गर्द अंधार होता. नीरव शांतता होती. मधूनच वाऱ्याची एखादी झुळूक यायची आणि पिंपळाच्या पानाची सळसळ व्हायची. तेवढाच आवाज त्या नीरव शांततेला क्षणभर छेद देत होता. जनाला वाटलं, 'सगळीकडं हे शांत शांत आहे. कसलाही आवाज नाही, अशा वातावरणात माझा आवाज देवापर्यंत नक्की पोचेल.' तिनं हात जोडले. आपल्या लुकलुकत्या डोळ्यांनी अंधाराला छेद देत एकवार आकाशाकडं पाहिलं, डोळे मिटून घेतले आणि तिनं बोलायला सुरुवात केली, ''हे देवा, तू आकाशात ऱ्हाऊन ऱ्हायला असं आई मले बोलून ऱ्हायली व्हती. तू आकाशातून उतरून पंढरपुरात यिवून ऱ्हातो म्हणे. पण बाप्पा, मी पंढरपूरला कशी यिवू? म्हनून इथूनच तुज्याशी बोलून ऱ्हायले. बाप्पा, माजी आई तुझ्याकडे यिवून ऱ्हायली असं लिंगाक्का मले सांगून ऱ्हायली. तिला मजकडे परत धाड ना ! बाप्पा हो, मले भाऊ-बहीन कुनीच न्हाई. एक आई व्हती, तिला तू घिऊन जावून ऱ्हायला. इटूराया, आता मले कुनीच न्हाई, असं मी कंदी म्हननार न्हाई. एवढं माजं ऐकून राहा. बाप्पा हो, एवढं माजं ऐकून ऱ्हा.'' आई नसल्याचं दुःख, भाऊ-बहीण

नसल्याची खंत, पोरकेपणाची वेदना चिमुरड्या जनाच्या शब्दाशब्दांतून उमटत होती आणि गालावरून उतरत होती. तिच्या डोळ्यांतून ओघळणारे अश्रू, स्वरातील आर्तता, हुंदक्यातली निरागस भावना त्या शांत वातावरणाला छेदत खरंच देवापर्यंत पोचली असावी. हात जोडून मिटल्या डोळ्यांनी अश्रू ढाळणाऱ्या जनाला बघून त्या नीरव शांततेलाही जणू आवाज फुटला. पिंपळाच्या सळसळीला अर्थ मिळाला. आकाशातून झिरपणाऱ्या चंद्राच्या किरणातून शब्द उमटले, "जना, ए चिमुरडे, अगं तुला आई, भाऊ, बहीण नसले म्हणून काय झाले? मी तुझी आई, भाऊ, बहीण, सखा सगळंकाही होईन. तू कशाला स्वत:ला पोरकं समजतेस? पोरके तेच असतात ज्यांना कुणीही नसतं. पण मी साक्षात विठ्ठल, प्रत्यक्ष परमेश्वर तुझा, सर्वस्वी तुझा असताना तू स्वत:ला कशाला पोरकं समजतेस? जना, अगं मला पंढरपूर सोडून प्रत्यक्ष रूपात इथं येता येत नाही गं! तू पंढरपूरला ये. म्हणजे मला नेहमी तुझ्याजवळ राहता येईल. तू तिथं आलीस की, मी तुझं सगळं करीन. जना, ऊठ आता. पूस ते डोळे. तू पंढरपूरला ये. मी तिथं तुझी वाट बघतोय. लवकर ये!" आकाशातून झिरपावा तसा तो आवाज चिमुकल्या जनापर्यंत झिरपत आला. 'गे माये ऽऽऽऽ! हे आपल्या लक्षातच यिवून ऱ्हायलं न्हाई. ये काई न्हाई. उद्या बाबाजवळ पंढरपूरला जायचा हट्ट धरायचाच. तिथं नामदेवपण आहे. तो आपल्याला काळा देव दाखवणार हाये आनि आत्ता तर काय तो काळा देव आपली वाट बघून ऱ्हायलाय तितं.' जनाच्यां मनानं घेतलं आणि तिचं रडं पार पळालं. झग्याच्या बाहीनं तिनं डोळे पुसले आणि ती पिंपळाच्या पारावरून उठली. मघाशी पिंपळाच्या पारावर जाऊन बसताना तिला अंधाराची थोडी भीती वाटत होती, पण आता तिची भीती पार कुठल्या कुठे पळाली. जना पारावरनं उतरली ते थेट खोपटाकडं आली. खोपटाच्या दाराशी दमा काळजी करत बसला होता. 'आपण आपल्या लाडक्या लेकीला उगीच मारलं.' याचं त्याला दु:ख होत होतं. 'तिला भूक लागली होती. तिला खायला द्यायचं सोडून आपण तिला मार दिला होता. कसले आपण बाप? कुठं गेली असेल आता ही पोर? तिला सांभाळणं, खायला-प्यायला घालणं आपल्याला जमत नाही, जमणार नाही हे खरं हाय, पण यावर उपाय काय?' कुरुंडच्या अशा जाण्यानं व्यथित होऊन कधीतरी नशापाणी करणाऱ्या दमाची मती जणू गुंग झाली होती. त्याला काहीही सुचत नव्हतं. 'आता आपण कसं जगायचं? छोट्या जनाचा सांभाळ कसा करायचा? आपलं कसंही निभेल, पण जनाला कसं मोठं करायचं.' या प्रश्नाच्या गुंत्यात दमा बुडून गेला होता. एवढ्यात पिंपळाच्या पारावरून उतरून पळत आलेली जना त्याच्या पुढ्यात येऊन उभी राहिली. जना कुठं गेली असेल याबद्दल काळजीत पडलेल्या दमाला ती समोर बघून आनंद झाला. "अगं पोट्टे, कुठं जाऊन ऱ्हायली तू? मी चितागती व्हवून ऱ्हायलो ना

बाप्पा! सांग तुले काय पायजे? भूक लागून ऱ्हायली ना तुले? सांग काय पायजे?'' दमाचा प्रेमळ स्वर, त्यातून डोकावणारी काळजी आणि तिचे लाड करण्याची भावना बघून आपल्या बापाचा राग निवळलाय हे त्या चिमुरडीनं ओळखलं. पटकन त्याच्या गळ्यात हात घालून लाडिकपणानं जना म्हणाली, ''बाबा, मले पंढरपूरला जायचं हाये. त्यो काळा द्येव बगायचा हाय. नामदेव मले त्यो द्येव दाखवनार हाये. बाबा, तू मले नामदेवाकडे नेऊन सोड. पंढरपुरात द्येव माजी वाट बघून ऱ्हायला हाये. मले पंढरपूरला जायचं हाये बाबा. मले दुसरं काई नगं.'' त्या जनाचं, चिमुकल्या जनाचं बोलणं ऐकलं आणि दमा खाडकन भानावर आला. त्याच्या मेंदूची जणू कवाडं उघडली. बुद्धीला जाग आली. कुरुंडच्या मृत्यूनं सर्वार्थानं गलितगात्र झालेला दमा जनाच्या या मागणीमुळं पूर्णपणे भानावर आला. एकापाठोपाठ एक गोष्टी त्याला आठवायला लागल्या. त्याला आठवला कुरुंडला रुक्मिणीमातेनं दिलेला दृष्टान्त, त्याला आठवला तो तेजस्वी साधू, त्यानं केलेली जनाची भविष्यवाणी आणि सांगितलेले संकेत. त्याला आठवलं दमाशेटींनी जनाला पंढरपूरला घेऊन येण्याबद्दल त्याला दिलेलं निमंत्रण आणि त्याला आठवलं प्राण जाण्यापूर्वी कुरुंडनं आपल्याकडून घेतलेल वचन. सगळं सगळं त्याला आठवलं आणि आपण कशाचाच विचार केला नाही हे लक्षात येऊन त्याला स्वत:चीच लाज वाटली. 'कुरुंड गेलेली असली, तरी तिची आठवण, तिच्या काळजाचा तुकडा असलेली जना ती आपल्याजवळ ठेवून गेली आहे आणि आपण तिला दिलेला शब्द तर पाळला नाहीच, पण तिच्या लाडक्या लेकीची हेळसांड केली.' ही गोष्ट लक्षात आल्यावर त्याला स्वत:चाच राग आला. त्यानं फडाफडा आपल्याच थोबाडीत मारून घेतल्या. जनाला कळेना 'आता ह्याला पुन्हा काय झालं? आपण पंढरपूरला जाऊ या असं म्हटल्यामुळं त्याला राग आला की काय?' असं तिला वाटलं. आता पुन्हा मार बसणार की काय या भीतीनं तिनं डोळे मिटून घेतले. तोच बाबांचा आवाज तिच्या कानावर पडला. ''व्हय गं पोट्टे. व्हय व्हय. तू अक्षी बराबर बोलून ऱ्हायली बग. मी पार इसरूनच गेलेलो व्हतो. मले यादच न्हाई बग ह्या गोष्टीची. जना, तुजी आई गेली आनि माजं डोस्कं पार कामातून गेलं. तू मला याद दिऊन ऱ्हायली, लई चांगलं करून ऱ्हायली. त्ये काय न्हाई. उद्याच देवजी पाटलाकडनं थोडं पैकं घितो. आपण पंढरपुरास जाया निगू. आपण दामाशेटीच्या घरी जाऊ. मी तुले तितं सोडून इकडे परत यियिन म्हन्तो. तू ऱ्हाशील ना पोरी तिते?'' दमाच्या या प्रश्नावर छोटी जना खुदकन हसली. ''ततं ऱ्हायन. काळा द्येव बघून घिन. नामदेवाला भेटन. नामदेवाशी खेळन. थोडी इकुडची-तिकुडची कामं करन. तुमी न्यायला आलात की, तुमच्याबरूबर परतून यिन.'' जनाचं ते बोलणं ऐकून दमाचं काळीज लक्कन हाललं. 'आपण हिला पंढरपूरला कायमची सोडून येणार आहोत, हे तिला बिचारीला माहीत नाही.

थोडे दिवस तिथं जायचं, तो काळा देव बघायचा! नामदेवाशी खेळायचं आणि पुन्हा आपल्या घरी परतायचं असंच तिला वाटतंय. बिच्चारी माजी पोर! काय करू? विठूराया, मी काय करू? तिला मी पंढरपूरला सोडून येतोय, हे मी पाप तर करत न्हाई ना? तिची आई मेली आहे, हे खरं आहे, पण तिचा बाप तर जिवंत आहे ना! मग माझी ही पोर अशी दुसऱ्याच्या घरी अनाथासारखी का नेऊन ठेवायची? पण मी एकटा तिचा सांभाळ कसा करू? शिवाय साधूनं केलेली भविष्यवाणी? कुरुंडला दिलेलं वचन यांचं काय?' विचारांच्या वादळात दमा सापडला होता. नुसताच सापडला नव्हता, तर वावटळीत सापडलेल्या पानाप्रमाणं भिरभिरत होता. अनेक प्रश्न त्याच्या डोळ्यासमोर नाचत होते. 'दामाशेटी तिला ठेवून घेतील काय? ते नाहीच म्हणाले तर? आणि जर त्यांनी ठेवून घेतलं तर ही पोर तिथं ऱ्हाईल? रमेल? आपली आठवण काढून रडणार तर नाही ना? आणि जरी तिथं राहिली, रमली, तरी लोक काय म्हनतील? भावकी काय म्हणेल?' एक ना दोन असंख्य प्रश्न दमाच्या मनात रूंजी घालू लागले. पण दुर्दैव असं होतं की, फक्त प्रश्नच होते. सध्या तरी त्यातल्या एकाही प्रश्नाचं उत्तर त्याच्याजवळ नव्हतं. विचार करून करून दमा थकला. बाबा पंढरपूरला न्यायला तयार झालाय या आनंदात छोटी जना कधीच गाढ झोपली. तो आनंद तिच्या निद्रिस्त चेहऱ्यावर दिसत होता; पण असंख्य प्रश्नांचं गाठोडं उशाशी घेऊन झोपलेल्या दमाला झोप येईना.

कितीतरी वेळ तो जागाच होता. मधूनच त्याची नजर गाढ झोपलेल्या जनावर पडत होती. झोपेतही हसणारा तिचा निरागस चेहरा बघून त्याला मायेचं भरतं आलं. कपाळावर आलेले तिचे केस मागं सारून तो तिच्या कपाळावरून हात फिरवू लागला. 'पंढरपूरला नेऊन सोडायचं म्हंटलं, तर आपली ही पोर आपल्याला अंतरणार या विचारानं त्याचे डोळे भरून आले.' झोप तर येतच नव्हती. प्रश्नांचा गुंता वाढतच होता. त्यात आणखी लाडक्या लेकीची ताटातूट होणार या भावनेची भर पडली. शेवटी दमा उठला आणि खोपटाच्या बाहेर येऊन बसला. हवा बरीच गार होती. चंद्र माथ्यावर आला होता. रोजच्या सवयीनं दमाची नजर सगळीकडं भिरभिरत होती. त्याचं रस्त्याकडं लक्ष गेलं आणि तो चरकला. तिथं कुणीतरी उभं होतं. 'चोर तर नसतील? टेहळणी करायला एकानं पुढं जायचं, वाटसरू असल्याचं भासवायचं, सगळा कानोसा घ्यायचा. माग काढायचा, अंदाज बांधायचा आणि मग सगळ्या टोळीनं येऊन दरोडा घालायचा. असा तर कोणाचा डाव नसेल?' दमा सावधपणे बघू लागला. रस्त्यावरून पांदीकडे येणाऱ्या पायवाटेवर कुणीतरी होतं. काही क्षण ती व्यक्ती तिथंच उभी राहिली आणि नंतर पायवाटेवरून चालत येऊ लागली. दमा आता आणखी सावध झाला. तीक्ष्ण नजरेनं त्या व्यक्तीच्या हालचाली

निरखू लागला. झपझप पावलं टाकत ती व्यक्ती दमाच्या जवळ आली. 'राजे हो, ह्ये तर साधू म्हाराज!' दमानं लगेच ओळखलं. तोच तो साधू होता, ज्यानं जनाचं भविष्य सांगितलं होतं. दमानं ओळखलं. काळ्यासावळ्या रंगाचा, बेताची उंची असलेला, काळीभोर दाढी असलेला, केसांचा बुचडा डोक्यावर बांधलेला, त्या बुचड्याभोवती रुद्राक्षाची माळ तशीच गुंडाळलेला हा तोच साधू होता. गळ्यात तुळशीची माळ तशीच होती. आणि हाताच्या बोटाभोवती गुंडाळून मुठीत धरलेली स्फटिकाची माळही तशीच होती. होय! तोच तो साधू होता. दमानं त्याला जोहार घातला. मनातल्या मनात पुटपुटत साधूनं काही आशीर्वाद दिला आणि आपली स्निग्ध नजर दमावर रोखत त्यानं विचारलं, "कसले प्रश्न पडलेत तुला एवढे? आम्ही तुला सांगितलेला तो निरोप प्रत्यक्ष विठूरायाचाच होता आणि आत्ताही आम्ही त्याचाच निरोप घेऊन आलो आहोत. कसल्याही शंका काढू नको. विचार करत बसू नको. पंढरपूर हीच तुझ्या लेकीची पुण्यभूमी आहे. तिथंच तिची भाग्यरेषा आखली जाणार आहे. भक्तीच्या तेजानं तिचं सगळं जीवन तेजाळणार आहे. तुझी लेक जना हे भक्तीचं तेजोमय असं अस्तित्व दर्शविणारं सजीव रूप आहे. तिचं हे महान रूप बघणं जसं तिच्या मातेच्या नशिबात नव्हतं, तसंच ते तुझ्याही नशिबात नाहीये. म्हणूनच तू तिला पंढरपूरला नेऊन सोड. तिची महानता बघण्यासाठी जरी तू जिवंत राहणार नसलास, तरीही पांडुरंगाच्या भक्तीत स्वत:ला झोकून देणारा अवघा मराठी मुलूख तुझा ऋणी राहील. तिला पंढरपूरला नेऊन पोचवण्याचं महान कार्य तू करणार आहेस. लाडक्या लेकीला आपल्यापासून कायमची दूर ठेवण्याचा मोठा त्याग तू करणार आहेस. पांडुरंगाचे सगळे भक्त तू केलेल्या या त्यागापायी तुझे कायमचे ऋणी राहतील. आता कसलाही विचार करू नकोस. जनाला घेऊन पंढरपूरला जा आणि तिथं तिला दामाशेटींच्या घरी सोड. पांडुरंगाच्या भक्तांचं ते अंगण या चिमुरडीची तिथं वाट बघतंय. येतो आम्ही." असं बोलून तो साधू त्या पायवाटेवरून  झपझप चालत रस्त्याला लागला आणि अंधारात दिसेनासा झाला.

तो साधू दिसेनासा झाला, तरी दमा कितीतरी वेळ तसाच बसून होता. त्याच्या मनात उठलेलं प्रश्नांचं वादळ आणि त्याच वेळी नेमकं साधूनं येऊन त्याचं केलेलं निराकरण या योगायोगाचं त्याला नवल वाटत होतं. पण एक मात्र झालं, जनाला पंढरपूरला नेऊन ठेवायची की नाही याबद्दल त्याच्या मनात जमलेली शंकांची जळमटं साफ झाली. जनाला पंढरपूरला दामाशेटींच्या घरी नेऊन सोडायची, हा एकच विचार त्याच्या मनाच्या कोऱ्या पाटीवर लिहिला गेला. जनाला पंढरपुरात नेऊन सोडलीच पाहिजे, या निर्णयाप्रत तो आला, कारण यामागे काही दैवी संकेत असला पाहिजे याबद्दल त्याची खात्री पटली. कल्याण-अकल्याण जे काही होणार असतं त्याप्रमाणंच वागायची देव बुद्धी देतो असं म्हणतात. कदाचित म्हणूनच

कुरुंडनं मरण्यापूर्वी जनाला दामाशेटींच्या घरी नेऊन सोडायचं वचन घेतलं होतं. कुरुंडची आठवण येताच त्याचे डोळे भरून आले. तरीही 'तिला दिलेलं वचन आपण पाळणार आहोत.' या गोष्टीचं त्याला समाधान वाटलं. एवढं सगळं होईपर्यंत मध्यरात्र उलटून गेली होती. 'आपली लाडकी लेक आपल्याला अंतरणार या हुरहुरीबरोबरच पंढरपुरात तिच्या आयुष्याचं कल्याण होणार.' याचा आनंद, अशा संमिश्र भावना मनात घेऊनच दमा झोपी गेला. सकाळी दमा उठला तेव्हा त्याचं मन शांत होतं. डोक्यात प्रश्नांचा गुंता नव्हता आणि मनात विचारांचं वादळही नव्हतं. साधूच्या त्या बोलण्यामुळं त्याच्या मनाचा एक निर्णय झाला होता. असंच असतं माणसाच्या मनाचं! कोणत्याही बाबतीतली अधांतरी अवस्था किंवा कोणतीही अनिश्चितता माणसाच्या मनाला जास्त वेळ पेलवत नाही. कोणतीतरी कड लागणं महत्त्वाचं ठरतं. म्हणूनच 'जनाला पंढरपूरला नेऊन सोडायची.' हा निर्णय पक्का झाला आणि दमा शांत झाला. अर्थात हा निर्णय घेतल्यानंतरसुद्धा त्याची लगेचच अंमलबजावणी करणं तितकंसं सोपं नव्हतं. एकतर काही पैशाची जुळवाजुळव करायला हवी होती. दुसरं सगळ्यात महत्त्वाचं म्हणजे जनाला अंगात घालायला कोणाकडून तरी एखादा झगा मागून आणायला हवा होता. तिच्या अंगातल्या झग्याच्या चिंध्या झाल्या होत्या. तसंच देवजी पाटलालाही बोलून कामावरून सुट्टी घ्यायला हवी होती. भावकीतल्या लोकांना सांगून खोपटाकडे लक्ष द्यायला सांगायचं होतं. मोडकं-तोडकं असलं, तरी ते त्यांचं घर होतं; त्याचं आणि कुरुंडचं; दोघांचं. चार घरी हिंडून भाकरतुकडा मागून आणायला हवा होता. स्वत:साठी नाही, तरी जनासाठी तरी. या सगळ्या गोष्टींची जमवाजमव करून मगच निघावं लागणार होतं. पण एकदा लेकीला पंढरपूरला नेऊन सोडायची हा निर्णय घेतल्यानंतर मात्र दमा झपाट्यानं या जमावाजमवीच्या मागे लागला. पहिल्यांदा देवजी पाटलाच्या घरी जाऊन त्यानं त्याच्याकडून जायची परवानगी घेतली. सुगी संपली होती. धान्य खळ्यातून घरात येऊन पडलं होतं. आता शेताची नांगरणी झाली की, मगच पेरणी करायची होती. नांगरणीला अजून काही दिवस अवकाश होता. त्यामुळे देवजी पाटलाने दमाला जायची परवानगी दिली. देवजी पाटलाकडचं काम झाल्यावर दमा पार्वती काकींकडे गेला. धान्याची पोती अजून तिच्या अंगणातच पडली होती. ती त्यानं हारीनं रचून ठेवली. पार्वती काकीला कुरुंड गेल्याचं कळलं होतं. तिनं त्याबद्दल दु:ख व्यक्त केलं. पार्वती काकींनी त्याला लाकडं फोडायला सांगितली. लाकडं फोडून झाल्यावर त्यानं पार्वती काकींजवळ तिच्या लेकीचं एखादं जुनेर मागितलं. पार्वती काकींची लेक जनाएवढीच होती. केलेल्या कामाचा मोबदला म्हणून दमा पैसे घेत नाहीये, तर त्याऐवजी लेकीचा जुना झगा मागतोय आणि शिळी भाकरी मागतोय हे बघून पार्वती काकींनाही बरं वाटलं. ती मोठ्या

उत्साहानं आत गेली. फडताळ उघडून तिनं जुन्या कपड्याचं गाठोडं काढलं. त्यातले दोन जुने झगे होते. एक खोंबारलेला होता, तर दुसरा उसवलेला. असे दोन झगे काढून ते घेऊन ती बाहेर आली. त्याच्याबरोबर एक विरलेलं जुनं लुगडंही तिनं काढलं. हे तीनही कपडे तिनं दमाकडं टाकले. ते कपडे, त्यातही दोन झगे बघून दमाच्या आनंदाला पारावार राहिला नाही. आता या दोन झग्यांवर त्याला लेकीची पाठवणी करता आली असती. हे पटकूर तर त्या लांबच्या प्रवासात उपयोगी पडलंच असतं, पण दामाशेटींच्या घरात अंथरायला-पांघरायला ते जनाच्या कामी आलं असतं. ते कपडे बघून दमाची बरीचशी काळजी मिटली होती. दमाच्या अंगावर कपडे फेकून आत गेलेली पार्वती काकी बाहेर आली तेव्हा तिच्या हातात शिळ्या भाकरी होत्या. त्यावर बचकभर तिखट होतं. दमानं ते सगळं घेतलं. पार्वती काकीकडं कृतज्ञतेनं बघत त्यानं तिला जोहार घातला. पार्वती काकीला कुरुंडबद्दल माया वाटत असे. तिनं दिलेल्या सगळ्या वस्तूतून दमाला तिची कुरुंडवरची मायाच जाणवत होती. पार्वती काकीला जोहार घालून, त्या सगळ्या वस्तू घेऊन दमा तिथून बाहेर पडला. एवढं होईपर्यंत दिवस मावळला होता. जना दिवसभर आपण पंढरपूरला जाणार या आनंदात होती. त्या आनंदात लिंगाक्कानं दिलेला तिखट जाळ भातही तिनं पाण्याबरोबर मुकाट गिळला होता. पंढरपूरला गेल्यावर आपण काय काय करणार याचे बेत ती भावकीतल्या मैत्रिणींना सांगत होती. 'मी पंढरपूरला जाणार. ते देवाचं गाव आहे. तिथं जाऊन मी काळा देव बघणार, नामदेवाबरोबर चंद्रभागेच्या वाळवंटात शंखशिंपले गोळा करणार' असे आपले बेत ती शिती, संगी, फुला या आपल्या मैत्रिणींना ऐकवत होती आणि भावकीच्या पलीकडं जग असतं हे माहीत नसलेल्या तिच्या त्या मैत्रिणी डोळे विस्फारून तिचं बोलणं ऐकत होत्या. आपल्याबरोबर हुंदडणारी, आपल्या एवढीच असणारी, आपल्याबरोबर मातीच्या चूलबोळक्यांनी खेळणारी ही जना आता एवढ्या लांब जाणार, तिला तो काळा देव बघायला मिळणार, चंद्रभागा नावाच्या त्या नदीच्या काठावरच्या वाळूतले शंखशिंपले तिला गोळा करायला मिळणार याबद्दल त्यांना जनाचा हेवा वाटायला लागला. एवढ्या बारीकसारीक गोष्टीबद्दल जनाचा हेवा करणाऱ्या तिच्या मैत्रिणींना हीच जना सगळ्या जगानं हेवा करावा एवढी मोठी होणार आहे, हे कुठं ठाऊक होतं? अर्थात ते जनालाही ठाऊक नव्हतं. काही असो, पंढरपूरला जाण्याच्या आनंदात जनाचा तो दिवस संपला. अंधार पडल्यावर जना घरी आली, तर तिच्या बापानं दुसऱ्या दिवशी सूर्य उगवायच्या आत पंढरपूरला जायला निघण्याची तयारी केलेली तिला दिसली. नुसतीच तयारी दिसली नाही, तर तिच्या बाबानं तिला तसं सांगितलंही. त्या आनंदातच जना झोपी गेली. पंढरपूरला जाण्याबद्दल तिच्या बाबानं तिला केलेली सूचना आणि त्यानं केलेली तयारी बघून

जना तहान-भूकसुद्धा विसरली. लिंगाक्काकडं सकाळी खाल्लेला भातच फक्त आज तिच्या पोटात होता, पण सकाळी लवकर उठून पंढरपूरला जायचं म्हटल्यावर जनाची भूक कुठल्या कुठं पळून गेली. पटकुरावर आडवं पडल्यावर तिला झोपही लागली खरी, पण तिच्या खोपटात असणाऱ्या, टवके गेलेल्या, रंग उडालेल्या काळ्या मूर्तीच्या देवासारखा दिसणारा कुणीतरी रात्रभर तिच्या मिटल्या नजरेसमोर येत होता. एवढंच नव्हे, तर दोन-तीन वेळा त्यानं "जना लवकर ये गं, मी तुझी वाट बघतोय!" असंही तिला सांगितलं. त्याच्या त्या काळ्या चेहऱ्यावरची उत्सुकता, त्याच्या त्या बोलण्यातलं आर्जव बघून जनाला गंमत वाटली आणि ती खुदकन हसली. आपण आता बरेच दिवस इथं नसणार या विचारानं देवजी पाटलाच्या घरातून चिपाडं आणि शेण आणून आपल्या खोपटाची किरकोळ डागडुजी करणाऱ्या दमाचं झोपेत खुदकन हसणाऱ्या जनाकडं लक्ष गेलं. 'हो पोट्टी पोचून राहिली की काय पंढरपुरात!' असं स्वत:शी म्हणत दमानं हातातलं काम पूर्ण केलं आणि त्यानंही जमिनीला पाठ टेकली. शेजारी गाढ निजलेल्या जनाच्या अंगावर हात ठेवून दमा झोपी गेला. आपली पोरगी आता आपल्याला कायमची अंतरणार या विचारानं त्याच्या पोटात खड्डा पडला. आत्यंतिक मायेनं तिला थोपटत असताना कधी झोप लागली हे दमाला कळलं नाही. वात्सल्याच्या धाग्यानं बांधले गेलेले ते दोन जीव कुडाच्या त्या खोपटात शांतपणे निजले होते. निजल्यानंतरसुद्धा त्या दोघांच्या मानसिकतेत जमीनअस्मानाचा फरक होता. आपली पोरगी आपल्याला कायमची अंतरणार या दु:खाबरोबरच ती तिथं नीट राहील का? या प्रश्नांनी दमाच्या मनात काहूर उठवलं होतं. त्या साधूबाबानं कितीही सांगितलं असलं, कितीही दिलासा दिलेला असला, तरीसुद्धा ते सगळं प्रत्यक्षात किती उतरेल या शंकेची बारीकशी बोच त्याच्या मनाला लागून राहिली होती. त्याच वेळी त्याच्या शेजारी झोपलेली त्याची लाडाची लेक जना अतिशय आनंदात होती. खूप दिवसांपासूनची आपल्या मनातली इच्छा अशी पूर्ण होणार आहे या गोष्टींचा आनंद आपल्याला आपल्या बाबाला सोडून राहावं लागणार आहे या दु:खापेक्षा नक्कीच मोठा होता. अर्थात ते सोडून राहणं तात्पुरतं नसून कायमचं असणार आहे, याची कल्पना त्या चिमुरडीला नव्हती. दमानं तिला ती दिलीही नव्हती. तिला ते सांगणं त्याला जड गेल असतं, म्हणून असेल किंवा तिला ते आताच समजलं असतं, तर ती जायला तयार झाली नसती, म्हणूनही असेल; पण तिच्या चेहऱ्यावरचा आताचा हा आनंद दमाला पुसायचा नव्हता.

पाखरांची किलबिल ऐकू आली तसा दमा उठला. झोपेतही आनंदी दिसत असलेल्या जनाला त्यानं तशीच उचलून खांद्यावर घेतली. एकवार खोपटावर नजर फिरवली. कोपऱ्यात असलेल्या विठ्ठलाच्या मूर्तीला नमस्कार केला. रात्रीच बांधून

ठेवलेलं जनाच्या झग्याचं आणि भाकरीचं गाठोडं त्यानं उचलून घेतलं आणि मनाचा निश्चय करून दमा त्याच्या लेकीला पंढरपूरला सोडायला निघाला. तिच्या आयुष्याचं कल्याण करायला! तिच्या भविष्याची काळजी करत, स्वत:च्या काळजावर दगड ठेवून तिला कायमची आपल्यापासून दूर ठेवण्यासाठी दमा निघाला आणि त्याच्या खांद्यावर निश्चिन्तपणे झोपलेली, आपल्या भविष्याबद्दल पूर्ण अनभिज्ञ असलेली, पंढरपूरची स्वप्नं बघणारी, दमा आणि कुरुंडची ही लाडकी लेक जना पंढरपूरला निघाली होती कायमची! मराठी माणसाच्या मनावर आपल्या अजोड भक्तीनं अधिराज्य गाजवून अवघ्या मराठी मुलखाचं दैवत असणाऱ्या पंढरपूरच्या त्या विठूरायाला आपल्या निखालस भक्तीनं जिंकण्यासाठी! आणि आपल्या शब्दलालित्यानं भक्तिमार्गातला एक चमत्कार ठरवण्यासाठी जना निघाली!

# ७

मजल दरमजल करत, सूर्य डोक्यावर आला की, एखाद्या झाडाखाली विश्रांती घेत, रात्र झाली की, एखादं गाव, एखादी वाडी किंवा शेतातलं एखादं घर यांच्या सोबतीनं मुक्काम टाकत, चार घरी भाकरतुकडा मागून आणून कशीतरी एक वेळा पोटभर किंवा अर्धपोटी भाकरी खाऊन टप्प्याटप्प्यानं प्रवास करत दमा छोट्या जनाला घेऊन पंढरपूरला पोचला. दामाशेटींच्या घरी एकदा जाऊन आल्यामुळे त्यांचं घर कुठं होतं, हे विचारायची त्याला गरज नव्हती. दामाशेटींना सांगून जनाला इथे सोडावी की जनाला तिथे सोडून त्यांना न सांगता निघून जावं या द्विधा मन:स्थितीत तो होता. दामाशेटींच्या वाड्याबाहेर तो जनाला घेऊन उभा राहिला आणि कानोसा घेऊ लागला. दामाशेटींच्या वाड्यातून त्याला काही आवाज ऐकायला येत होते. कसलातरी कोलाहल चालला होता. वाड्यातल्या मंडळींना आपण दिसणार नाही याची खबरदारी घेत दमा भिंतीच्या आडोशाला उभा राहिला. दामाशेटींच्या वाड्यात खरोखरच काहीतरी कोलाहल चालला होता. दामाशेटी जरा रागावलेले दिसत होते. दुपारची वेळ होती. आपले शिवणाचे काम संपवून दामाशेटी विठ्ठलाचा नैवेद्य घ्यायला वाड्यात आले होते; परंतु नैवेद्य अद्याप तयार झाला नव्हता. म्हणूनच दामाशेटी काहीसे रागावलेले होते. गोणाई, दामाशेटींची पत्नी छोट्या नामदेवाला कडेवर घेऊन, खाली मान घालून त्यांच्यासमोर उभी होती. आज त्याला जरा बरं नव्हतं. त्याचं अंग गरम लागत होतं. नाक वाहत होतं. त्यामुळे आज आईला सोडून तो राहत नव्हता. म्हणूनच गोणाईला आज विठ्ठलाचा नैवेद्य करता आला नव्हता. इतर कुठल्याही बाबतीत अत्यंत शांत आणि प्रेमळ स्वभावाचे असणारे दामाशेटी याबाबतीत मात्र काहीसे कडक होते. अत्यंत धार्मिक प्रवृत्तीच्या आणि विठ्ठलाचे निस्सीम भक्त असलेल्या दामाशेटींचा विठ्ठलाच्या नैवेद्याची वेळ नेमकी पाळण्यावर भारी कटाक्ष होता. ''तुम्हाला भूक लागली म्हणून तुम्ही सतरा वेळा खाता आणि त्याचा एक वेळचा नैवेद्य तुम्हाला वेळेत करता येत

नाही?'' असं ते म्हणत असत. त्यांची धर्मपत्नी त्यांच्यासारखीच धार्मिक प्रेमळ आणि विठ्ठलाची भक्ती करणारी. दामाशेटींच्या घरात घरची माणसं चारच असली, तरी आलंगेलं भरपूर होतं. तसा बारदाना मोठा होता. त्यांचं घर विठ्ठल मंदिरासमोरच असल्यामुळं आणि दामाशेटी स्वत: वारकरी असल्यामुळं पंढरपूरला विठ्ठलाच्या दर्शनाला आलेल्यांपैकी तीन-चार वारकरी तरी दामाशेटींच्या घरी जेवायला, मुक्कामाला असत. गोणाईसुद्धा हा सगळा बारदाना हसतमुखाने आणि कर्तव्यदक्ष भावनेने सांभाळत असे; पण आज छोटा नामदेव सारखाच रडत होता. त्याची मोठी बहीण निंबाईकडेही तो राहत नव्हता. त्यामुळेच आज विठ्ठलाचा नैवेद्य वेळेवर करणं गोणाईला शक्य झालं नव्हतं. म्हणूनच दामाशेटी रागावले होते. ''त्या पोराला बरं नाही म्हणून सांगता, पण तिकडे विठ्ठल उपाशी राहील त्याचं काय? ह्या पोराला घेत निदान विठ्ठलाच्या नैवेद्यापुरता तरी स्वयंपाक करायचा होता. आता माध्यान्ह उलटून गेली. आता मी त्याला काय घेऊन जाऊ? आता मी त्याला काय सांगू?'' गोणाई खाली मान घालून उभी होती. वडिलांचा चढलेला आवाज ऐकून धुसफुसणारा नामदेव मात्र गप्प बसला होता. 'आता मी त्याला काय घेऊन जाऊ? आता मी त्याला काय सांगू?' या दामाशेटींच्या प्रश्नाला गोणाईनं नाही, पण नामदेवाने उत्तर दिलं. ''बाबा, तुमी त्याच्यासाठी दूधभात घेऊन जावा आणि त्याला सांगा ''नामदेवाला बरं नाही, म्हणून त्याच्या आईनं काही बनवलं नाही. तेव्हा हेच गोड मानून घे!'' तुमी असं सांगितल्यावर तो नक्की ऐकेल आणि दूधभात खाईल. तुमीच म्हणता ना की, तो विठूराया लहान मुलांच्यावर रागवत नाही. तो लहान मुलांचं ऐकतो. मग मी तर लहानच आहे. तुमी त्याला माजं नाव सांगा म्हणजे तो नक्की ऐकेल.'' नामदेवाचं हे बोलणं, तो हे बोलत असताना त्याच्या चेहऱ्यावरचे हावभाव, विठ्ठल नक्की ऐकेल असा स्वरात उमटलेला विश्वास आणि बाबानी रागवू नये म्हणून त्यानं केलेलं आर्जव हे सगळं बघून दामाशेटींचा राग कुठल्या कुठे पळाला. त्यांच्या चेहऱ्यावर हास्य उमटलं. ते बघून गोणाईनं सुस्कारा टाकला. तरीही कृतककोपानं दामाशेटी गोणाईला म्हणाले, ''हा बाळ नामदेव सांगतोय म्हणून मी ऐकतो. द्या चला दूधभात. तो तरी भरपूर द्या.'' असं म्हणून त्यांनी नामदेवाच्या डोक्यावर एक टपली मारली. वातावरणातला ताण निवळलेला बघून गोणाईनं भागाबाईला हाक मारली. ही भागाबाई दामाशेटींच्या घरी आश्रित म्हणून आलेली, दामाशेटींची दूरची बालविधवा बहीण होती. साथीच्या आजारात तिचा नवरा आणि सासरची मंडळी मेल्यामुळं दामाशेटींच्या वडिलांनी तिला आपल्या घरी आणून आधार दिला होता. आपल्या लेकीप्रमाणे तिचा सांभाळही केला होता. ही भागाबाई वयानं दामाशेटींएवढीच अथवा त्यांच्यापेक्षा थोडी मोठी असावी. तिचा घरात सर्वत्र वावर होता. घरातल्या कामधामात ती गोणाईला मदत करत असे खरं, पण ही भागाबाई स्वभावानं मात्र

गोणाईसारखी नव्हती. आपण या घरात पूर्वीपासून राहतो आहोत म्हणून या घरातल्या सर्वांनी आपलंच ऐकलं पाहिजे अशी तिची धारणा होती. दामाशेटी जितके प्रेमळ, तितकेच स्वतंत्र विचारांचे होते. त्यामुळं भागाबाईला योग्य तो मान देत असतानाच ते तिला व्यवस्थित ओळखूनही होते. ही भागाबाई गोणाईचासुद्धा दु:स्वास करायची. कटकट्या स्वभावाची भागाबाई तितकीच तोंडाळही होती. त्यामुळंच दामाशेटींच्या संसारात तिला फारसं स्थान नसायचं. अर्थात याचाही भागाबाईला राग येत असे.

आताही दामाशेटींचं आणि गोणाईचं भांडण असंच चालू राहावं आणि दामाशेटींनी गोणाईवर चांगलंच तोंडसुख घ्यावं अशी तिची मनोमन इच्छा होती. पण नामदेवाच्या निरागस मध्यस्थीमुळं ते भांडण लगेचच मिटलं आणि भागाबाईची ही इच्छा अपुरी राहिली. गोणाईनं तिला ताटात दूधभात घालून आणायला सांगताच रागारागानं पाय आपटत ती स्वयंपाकघरात गेली. त्याच रागाच्या भरात चुलाणावर ठेवलेला भाताचा हंडा तिनं हातानंच उचलला आणि मग हात भाजला म्हणून तो दाणकन खाली आदळला. तो हंडा आदळल्याचा आवाज बाहेर दामाशेटींच्या कानापर्यंत गेला. तसे भागाबाईचा रागरंग ओळखून दामाशेटी बाहेरूनच म्हणाले, "हां भागाबाई! देवाचा राग राग करू नका. त्यानं तुमचा राग राग करायचं ठरवलं तर?" दामाशेटींचं बोलणं ऐकून भागाबाई वरमली. मुकाटपणे तिनं हंड्यातला भात उकरला, ताटात एक चिमटभर साखर घातली आणि त्यात तो भात वाढला. एक लोटकी घेऊन, ती भरून त्यात दूध ओतलं आणि ती लोटकी भातावर ठेवून ताट घेऊन ती बाहेर आली. दामाशेटींनी तिच्या हातातून ताट घेतलं, आपल्या खांद्यावरचं उपरणं काढून त्याच्यावर झाकलं आणि ते देवळात गेले.

दामाशेटींच्या घरात चाललेला हा प्रसंग भिंतीच्या आडोशाला उभ्या असलेल्या दमानं पाहिला. दामाशेटी थोडेसे रागावलेले होते हे पाहिल्यानंतर त्याने त्यांची गाठ घेण्याचा विचार सोडून दिला. जनाला इथं सोडून आपण मुकाटपणे निघून जावं असं त्यानं ठरवलं. जाताना जनाला काय सांगायचं हा प्रश्न त्याच्यापुढे होता. पंढरपुरात शिरल्यापासून जना आनंदानं खुलली होती. ती चंद्रभागा नदी, तिचं ते विशाल वाळवंट, रस्त्याच्या दोन्ही बाजूला असणारे मोठमोठे वाडे, प्रवेशद्वाराचा दिमाख वाढवणाऱ्या त्या कमानी, चबुतरे, रस्त्यावरची ती वर्दळ, उंच दिसणारं विठ्ठल मंदिराचं गोपूर, त्याचं झळाळणारं शिखर, त्यात मंदिरातून आतबाहेर चाललेली येणाऱ्या-जाणाऱ्या माणसांची लगबग हे सगळं दृश्य तिला नवीन होतं. प्रत्येक दारापुढं असणारी नीटस रांगोळी, देवजी पाटलाच्या बायकोसारख्या कासोटा मारून, अंगभर लुगडं नेसून, डोक्यावर घागरी घेऊन पाण्याला चाललेल्या बायका, त्यांच्याबरोबर रंगीत कापडांचे छान काठ असलेले, पायापर्यंत रुळणारे झगे घातलेल्या

आणि अंगात तशाच काठ असलेल्या कापडाच्या गाठीच्या चोळ्या घालून लगबगीनं जाणाऱ्या मुली बघताना तिला मजा वटत होती. गळ्यात पखाल अडकवून देवळाच्या सभोवती पाणी मारणारा एक माणूस, देवळातून बाहेर ऐकायला येणारा सततचा घंटानाद, कधी हळू तर कधी मोठ्या आवाजात सतत केला जाणारा विठ्ठलाचा जयघोष हे सगळं सगळं दृश्य तिच्या दृष्टीनं नवीन होतं आणि म्हणूनच अप्रूपाचं होतं; कौतुकाचं होतं. 'हा द्येव इथं कशाला येवून ऱ्हायला? आपल्या गावात यिवून ऱ्हायला असता, तर आपलंही गाव असंच छान छान झालं असतं.' तिच्या मनात क्षणभर विचार आला. जनाच्या भिरभिरणाऱ्या नजरेत प्रचंड कुतूहल होतं, उत्सुकता होती. प्रत्येक गोष्ट ती आपल्या नजरेनं टिपत होती. मनात साठवत होती. सभोवताली दिसणाऱ्या या दृश्याबद्दल तिच्या मनात असंख्य प्रश्न निर्माण झाले होते. तिला ते कोणालातरी विचारायचे होते. तिनं एकदोनदा बाबाला विचारूनही बघितलं. पण ना त्याला काही माहीत होतं, ना त्यानं काही उत्तर दिलं. शेवटी तिनं नाद सोडून दिला. तिचा बाबा त्या वाड्याच्या दरवाजातून हळूच आत डोकावून बघत होता. त्याच्या पाठीमागं उभी असलेली जना लुकलुकत्या नजरेनं इकडंतिकडं बघत होती. अचानक १५/२० गाढवांचा कळप रस्त्यावरून पळत आला. त्यांच्या पाठीमागे हुर्रहुर्र करत डोक्याला मुंडासे बांधलेला एक माणूस काठी घेऊन पळत होता. जनाला ते बघून गंमत वाटली. तिला खुदकन हसूच आलं. ती गाढव दिसेनाशी होईपर्यंत तिकडं पाहत होती. अचानक वाड्यात डोकावून कानोसा घेणारा दमा एकाएकी मागं सरकला आणि तोंड फिरवून लपून खाली वाकून उभा राहिला. त्या वाड्यातून एक गृहस्थ हातात कसलंतरी ताट घेऊन बाहेर आलेले जनानं बघितले. 'या बया, ह्ये तर दामाशेटी! नामदेवाचे वडील. त्या सारवट गाडीतून आलेले. आपल्या खोपटासमोर असलेल्या पिंपळाच्या झाडाखाली थांबलेले. आपण काकड्या आणि कैऱ्या नेऊन दिल्यावर आपणाकडे कौतुकाने बघणारे, आपल्या बाबाजवळ आपलं कौतुक करणारे हेच ते दामाशेटी!' जनाला आठवलं. सगळं सगळं आठवलं. 'म्हन्जे हा वाडा दामाशेटींचा आसून ऱ्हायला की काय? बाबाले बरे म्हाईत आसून ऱ्हायले?' याबद्दल बाबाला विचारावं म्हणून जना बाबाकडं वळली तोच दमा तिला म्हणाला, "जना, पोरी! आपण पंढरपुरास यिवून ऱ्हायलो बग. तुले नामदेवाचे घरी ऱ्हायचे व्हते ना? हे बग नामदेवाचे घर. तू आत जा. तुले नामदेव भेटंल. नामदेवाची आय भेटंल. त्यान्ले तुझी ओळख सांगून ऱ्हा. मी दमा-कुरुंडची लेक जना असं सांग. पंढरपूर बघायला आल्ये असं सांग. दोन दिवसांनी मी तुले घिवून जाईन. बाबा अशे सांगून ऱ्हायला असं सांग." असं बोलता बोलता दमाचा गळा भरून आला. त्यानं जनाला उचलून कडेवर घेतली. तिचे दोनचार मुके घेतले. तिच्या केसावरून, गालावरून हात फिरवला. त्याच्या डोळ्यांत

पाणी भरलं होतं. आवाज दाटून आला होता. काळजात हुंदका अडकत होता. कसंबसं स्वत:ला सावरून गहिवरल्या आवाजात त्यानं पुन्हा बोलायला सुरुवात केली, ''जना, माझी गुणाची बाई ती! मी तुला न्यायला नक्की परतून यिन. पर तेवडे दिवस हितं शाण्यासारखी ऱ्हा. नामदेवाची माय आता तुजीपन आई हाय असं समजून ऱ्हा. कायतर इकडचं-तिकडचं कामकाज करून ऱ्हा. कुनाला उल्टून बोलू नगं. कुनाशी तंटा करू नगं. इथला काळा द्येव तो इटूराया तुले आवडतो ना? मग आता तोच तुला सांभाळूनशान ऱ्हाईल. तू त्याची भक्ती कर. मी जातो पोरी. परतून यिन तवा तुला घिऊनशान जाईन.'' असं बोलून दमानं खांद्यावरच्या पटकुरानं आपले डोळे पुसले. का कोण जाणे, जनाच्या डोळ्यांतून अश्रू वाहत होते. त्याने तिचेही डोळे पुसले. बरोबर असलेलं गठडं तिच्याकडं दिलं. पुन्हा एकवार तिला छातीशी कवटाळून तिला वाड्याच्या पायरीपाशी सोडून तो झपझप चालत निघून गेला. जना नंतर कितीतरी वेळ तशीच बसून राहिली. दोन दिवसांनी आपल्याला न्यायला येणार असूनसुद्धा आपला बाबा अशी निरोपाची भाषा का करत होता आणि रडत कशासाठी होता हे तिला उमगेना! 'कदाचित त्याला आपल्या आईची आठवण आली असावी, पण आईची आठवण तर आपल्यालाही आली होती. आपल्या बाबाची आपल्यावर खूप माया आहे, म्हणून तो रडत असावा.' तिनं आपल्या मनाची समजूत घातली. 'आता काय करावं? लगेचच आत जावं का?' अशा विचारात ती तिथेच उभी होती. एवढ्यात वाड्यातल्या दरवाजातून धावत बाहेर आलेला नामदेव तिला दिसला. पाठोपाठ आतून ''नामदेवा, थांब बाळा. तुला बरं नाही. बाहेर धावू नको.'' असं कुणीतरी ओरडून बोललेलं तिला ऐकू आलं, पण नामदेवानं ते ऐकलं नसावं. तो तसाच धावत दरवाजाच्या बाहेर आला आणि पायऱ्या उतरून रस्त्यावर आला. रस्त्याच्या पलीकडं मातीची खेळणी घेऊन विकायला एक जण बसला होता. तिथे धावत जाण्याचा नामदेवाचा रोख होता. तो तसा गेलाही. एवढ्यात ''हल्या, हय्या हुर्र! बाजू सरा! बाजू सरा!'' असा आरडाओरडा करत सात-आठ घोडेस्वार तिकडून भरधाव वेगाने येऊ लागले. लोकांनी एकच आरडाओरडा केला. ''पोर सापडतंय! वाचवा! वाचवा'' असा एकच गलका झाला. लोक आपल्यासाठी ओरडताहेत, घोडेस्वार येत आहेत या गोष्टीची नामदेवाला शुद्धच नव्हती. रस्त्याच्या पलीकडच्या बाजूला ती मांडून ठेवलेली खेळणी त्याला बोलवत होती. गलबला झाला त्या दिशेला जनानं चमकून पाहिलं. घोडेस्वार बेफाम वेगात होते आणि नामदेव रस्त्याच्या मध्यात! जनाच्या काळजाचा ठोका चुकला. ती झटकन पुढे झाली आणि एका क्षणापूर्वी तिला ओलांडून गेलेल्या नामदेवाकडे झेपावली. झटकन उडी मारून तिनं नामदेवाचा दंड पकडला आणि त्याला आपल्याकडे खेचला. दोघं जण रस्त्याच्या कडेला, वाड्याच्या खालच्या पायरीजवळ

धुळीत कोसळले. जनाचं डोकं पायरीच्या कंगोऱ्यावर आदळलं आणि एक जीवघेणी कळ जनाच्या मस्तकात भिनभिनली. एवढं होईतो घोडेस्वार धुरळा उडवत निघूनही गेले होते. उठण्यासाठी धडपडणाऱ्या नामदेवाला जनानं अजूनही सोडलं नव्हतं. जनानं नामदेवाला मागं खेचलेलं बघून लोकांचे रोखलेले श्वास सुटले. "भले शाब्बास! शाब्बास पोरी! हाय खरी भाद्दरीण!" असे उद्‌गार लोकांच्या तोंडून बाहेर पडले. मंदिरामध्ये देवाला नैवेद्य दाखवून, नैवेद्याचं ताट घेऊन घरी परतणाऱ्या दामाशेटींनी अचानक उठलेला हा गलबला ऐकला. काय झालं असावं, या उत्सुकतेनं ते भरभर चालत जरा पुढं आले. आपल्या वाड्यासमोरचा रस्ता त्यांच्या दृष्टिक्षेपात आला आणि पळत पळत रस्त्याच्या मधोमध आलेला नामदेव, भरधाव येणारे घोडेस्वार आणि लोकांनी केलेला गलका हे सगळं बघितलं आणि दामाशेटींच्या काळजाचा ठोका चुकला. 'आता माझं पोरगं जिवंत राहत नाही.' या भीतीने त्यांच्या मनाचा थरकाप झाला. किंचाळी मारण्यासाठी त्यांनी अनवधानानं तोंड उघडलं, तोच एखाद्या भिकाऱ्याच्या मुलीसारख्या दिसणाऱ्या लहान मुलीनं त्याला मागं खेचल्याचं त्यांनी पाहिलं. थरथरणाऱ्या शरीराला काबूत आणून त्यांनी आपले डोळे गच्च मिटून घेतले. विठ्ठलाचा केलेला धावा त्यांच्या ओठावरच राहिला. काहीशा आशंकेनं त्यांनी हळूच डोळे उघडले, तर वाड्याच्या खालच्या पायरीपुढल्या धुळीत ती मुलगी आणि नामदेव पडलेले त्यांना दिसले. दामाशेटींनी तिकडे धाव घेतली. रस्त्यावरचा गलका वाड्यात आतपर्यंत ऐकू गेला असावा. गोणाई परसदारी बाहेर आली, तोवर दामाशेटींनी नामदेवाला उचलून घेतलं होतं. आपल्यावर काय प्रसंग गुदरला होता याचं ज्ञान नसलेला छोटा नामदेव "मला ते खेळणं पाहिजे." म्हणून रडत होता. दामाशेटींनी नामदेवाला गोणाईकडे दिलं आणि खाली पडलेल्या जनाला हात देऊन उठवले. जनाच्या गळ्यावर रक्ताचे ओघळ दिसत होते. "अगं पोरी, तुला तर लागलेलं दिसतंय. चल, घरात चल. आपण त्यावर उपचार करू." असं प्रेमळपणानं म्हणत दामाशेटी जनाला घरात घेऊन गेले. दमा आणि कुरुंडची ही जना दामाशेटींच्या घरात आली.

आत गेल्यावर दामाशेटींनी गोणाईला हाक मारली. डोईवरचा पदर सावरत गोणाई बाहेर आली. कडेवर नामदेव होताच. दामाशेटी म्हणाले, "या पोराला नीट सांभाळायला पाहिजे. त्याचा अवखळपणा वाढला आहे. आज काहीतरी भलता प्रसंग गुदरला असता. या पोरीमुळं तो टळला. नामदेवला वाचवण्याच्या नादात या पोरीला लागलंय, हळद घेऊन या आधी. नाहीतर भागाबाईला सांगा. तिला पाणी द्या प्यायला. भूक लागली असेल, तर जेवायला वाढा." दामाशेटींचं बोलणं ऐकून गोणाईनं जनाकडं एक कौतुकाचा आणि कृतज्ञतेचा कटाक्ष टाकला आणि तिनं भागाबाईला हाक मारली. "भागाबाई, जरा मूठभर हळद घिऊन भाईर या."

गोणाईची हाक ऐकून भागाबाई बाहेर आली. जनाकडं दृष्टी जाताच तिच्या कपाळाला आठ्या पडल्या. "आता हळद आनि कशापाई पायजेल?" चिरक्या आवाजात भागाबाईनं विचारलं. "या पोरीला लागलंय. जखम झालीये. डोक्याला खोक पडलीये. त्यात हळद भरायची हाय." गोणाईनं सरळपणानं सांगितलं. भागाबाईला ते फारसं पसंत पडलं नसावं. "ह्ये घर म्हंजी धर्मशाळा बनली जणू! कोन कुठली रस्त्यावरच्या भिकाऱ्याची पोरगी! तिला लागलंय, तर भरू दे की माती त्यात. आमच्या घरातली हळद कशापायी?" भागाबाईनं ठिसकारून आपली नापसंती दर्शवली. तिचं बोलणं ऐकून दामाशेटींच्या कपाळावर आठ्या पडल्या. "भागाबाई, तुम्हाला सांगितलंय तेवढं काम करा. इतर काही बोलायची गरज नाही." दामाशेटींनी असं फटकारल्यावर नाइलाज झाल्याप्रमाणे पाय आपटत भागाबाई आत गेली. जाता जाता जनाकडे रागाचा कटाक्ष टाकायला ती विसरली नाही. चाललेला हा सगळा प्रकार बघत जना मूकपणानं उभी होती. तोच गोणाई तिच्याजवळ आली. हातात असलेल्या चिंधीनं जनाच्या डोक्यात पाठीमागच्या भागात झालेल्या जखमेतून वाहणारं रक्त पुसून तिनं ती चिंधी तशीच त्या जखमेवर दाबून धरली. तोवर भागाबाई हळद घेऊन आली. त्यातली हळद दोन-तीनदा चिमटीचिमटीनं त्या जखमेवर गोणाई दाबत राहिली. काही वेळातच जखमेतून येणारं रक्त थांबलं. एवढं लागलेलं असून, एवढं रक्त आलेलं असून, जखम पुसताना किंवा हळद भरताना या पोरीनं हूं की चूं केलं नाही, या गोष्टीचं दामाशेटींना कौतुक वाटलं. ते गोणाईला म्हणाले, "जा, या पोरीला आत घेऊन जा. तिला स्वच्छ व्हायला पाणी द्या. तिची वास्तपुस्त करा. जा पोरी." गोणाईनं मान हलवून संमती दर्शवली आणि ती जनाला आत घेऊन गेली. भागाबाईला मात्र त्या दोघांचं वागणं बिलकूल आवडलं नव्हतं. त्यातच गोणाई जनाला आत घेऊन आली म्हटल्यावर तिचा चडफडाट झाला. गोणाईने जनाला परसदारी नेऊन हातपाय धुवायला पाणी दिले. तोच परसदारी साळी निवडत बसलेली आऊबाई, नामदेवाची मोठी बहीण तिथे आली. साधारण आपल्याच वयाच्या, आपल्यापेक्षा थोड्याशा लहान असलेल्या मुलीला आई परसदारी घेऊन आलीये हे बघितल्यावर आऊबाईला उत्सुकता वाटली. "आई! कोन गं ही मुलगी? आनि हिला तू आत कशापायी आनलंस?" तशी गोणाई म्हणाली, "ही कोन हाये, ते अजून मला कळल्यालं न्हाई. पर हिनं आपल्या नामदेवाचा जीव वाचवला. तो वाचवत असताना हिलाच लागलं. आता हिला बाहिर घिऊन जावू म्हंजी बाबाच इचारतील ती कोन हाये ते." एवढं होईपर्यंत जनाचे हातपाय धुऊन झाले होते. गोणाई तिला हाताला धरून बाहेर घेऊन आली. दामाशेटी सुपारी कातरत बसले होते. दोघी बाहेर आल्यावर त्यांनी प्रेमळ स्वरात जनाला विचारलं, "पोरी कोण तू? कुणाची? इथं कशी आलीस?" एवढा वेळ लागल्यामुळं असेल,

रक्त बघून घाबरल्यामुळं असेल, भागाबाईच्या चरफडण्यामुळं असेल किंवा एकदम कसं बोलावं म्हणूनही असेल, पण एवढा संपूर्ण वेळ जना गप्प राहिली होती. दामाशेटींचा आश्वस्त आणि प्रेमळ स्वर ऐकल्यावर तिला जणू कंठ फुटला. ''जी, मी जना. मोठे बाबा, तुमी मले वळकल्यालं न्हाई काय? माजी आई कुरुंड आणि माझं वडील दमा. तिकडन् लांब गंगाखेड माजं गाव. मी तिकडन् आल्ये. लयी दिसापूर्वी तुमी समदीजन सारवट गाडीतनं कुठंतरी निगाला व्हता तवा आमच्या खोपटाजवळ थांबून ऱ्हायला व्हता. तीच म्या जना.'' त्या इवल्याशा चिमुरडीचं ते धिटाईचं बोलणं ऐकून दामाशेटींना कौतुक वाटलं. तिचं धाडस तर त्यांनी मघाशीच पाहिलं होतं आणि धाडसाबरोबर प्रसंगावधान आणि सहनशीलता या तिच्या गुणांचाही प्रत्यय त्यांना आला होता. जनानं अशी ओळख सांगितल्यावर त्यांना काही अंधूकसं आठवलं. 'त्याही वेळी या पोरीचा चुणचुणीतपणा आपल्या नजरेत भरला होता.' याची त्यांना आठवण झाली. 'पण ही पोर इथं? एवढ्या लांब आणि एकटीच? तिचे आईवडील कुठे आहेत? तेही पंढरपूरला आलेत की काय? त्यांच्याबरोबर आलेली ही पोर रस्ता चुकली असावी.' दामाशेटींनी अंदाज बांधला आणि पुढे विचारलं, ''अगं पोरी, तुझे आई-बाबा कुठं आहेत? ते शोधत असतील की तुला!'' दामाशेटींचं बोलण ऐकून जनानं खाली मान घातली. तिचे डोळे भरून आले असावेत. रडवेल्या आवाजात ती म्हणाली, ''माझी आई देवाघरी गेली असं सगळी म्हन्तात. मी द्येवाला सांगितलं माजी आई परत पाठव, तर तो म्हणाला तूच पंढरपूरला ये. मीच तुजी आई, भाऊ, बहीन सगळं होईन. मलेपन त्यो काळा द्येव बगायचा हाये. तुमचा नामदेव सांगून ऱ्हायला व्हता की, त्यो मले द्येव दाखवेल. मंग मीच बाबाकडे हट्ट धरून ऱ्हायले की, मले पंढरपुरास जायचे हाये. मले बाबा हितं सोडून ऱ्हायला. चार दिसांनी त्यो मला परतून घिवून जाईन असं बोलून ऱ्हायला. मोठे बाबा, ह्ये चार दिस म्या हातच ऱ्हाऊ?'' चिमुकल्या जनाचं ते गोड बोलणं, तिचा लडिवाळ आवाज, स्वरातली ती अजीजी, नामदेवाला वाचवताना तिनं केलेले धाडस, दाखवलेलं प्रसंगावधान, विठ्ठलाबद्दल बोलताना तिच्या स्वरातून उमटणारा आत्मविश्वास आणि विठ्ठलावरचा तिचा असलेला ठाम विश्वास या सगळ्यांचा दामाशेटींवर खोल परिणाम झाला आणि त्या छोट्या जनाबद्दल त्यांना एक वेगळीच आपुलकी वाटायला लागली. 'आपली लेक या पोरीएवढी, थोडीशी मोठीच, पण या जनाकडं असलेला आत्मविश्वास, विठ्ठलावरचा ठाम विश्वास, बोलण्यातलं मार्दव हे आपल्या आऊबाईकडं नाही. परिस्थिती माणसाला खूप काही शिकवून जाते हेच खरं!' त्यांच्या मनात आलं. तोच जनानं पुन्हा विचारलं, ''म्या ऱ्हाऊ काय हितं चार दिस? मले ऱ्हाऊ द्याल हितं चार दिस?'' दामाशेटी काही उत्तर देणार तोच मघाशी आत गेलेली गोणाई बाहेर आली. तिच्या हातात

आऊबाईचा एक जुना झगा होता. जनाच्या हाताला धरून तिला आत घेऊन जाऊन तिनं जनाच्या अंगातला चिंध्या झालेला, धुळीनं भरलेला, रक्तानं माखलेला झगा काढला आणि आऊबाईचा झगा जनाच्या अंगात घातला. जनाला घेऊन गोणाई सोप्यावर आली. जनाच्या अंगात आऊबाईचा झगा बघून दामाशेटी समाधानानं हसले. खरंच गोणाई मनकवडी होती. जनानं विचारलेल्या प्रश्नाचं दामाशेटींच्या मनातलं उत्तर तिनं बरोबर ओळखलं होतं आणि काही न बोलता ते प्रत्यक्षात उतरवलंही होतं. आपल्या पत्नीचं त्यांना कौतुक वाटलं.

आपल्या अंगातल्या झग्याकडं कौतुकानं बघत कितीतरी वेळ जना त्यावरून हात फिरवत बसली होती. तोच भागाबाई तरातरा आतून बाहेर आली. बाहेर आल्या आल्या तिनं जनाकडं रागाचा कटाक्ष टाकला. 'कोण कुठली ही उपरी मुलगी इथं आलीय आणि दामाशेटी तिचे लाड करतोय! त्याला नाहीतरी भिक्कारडी माणसं जमा करायची हौसच आहे!' असा उघड भाव तिच्या त्या कटाक्षात होता. जनाकडं रागारागानं बघतच तिनं जेवणासाठी पानं वाढली असल्याचं सांगितलं आणि ती फणकाऱ्यानं आत निघून गेली. दामाशेटी उठले. वाड्याच्या दाराशी येऊन त्यांनी हातपाय धुतले आणि रस्त्याकडे बघत ''कुणी अतिथी आहे का?'' असा आवाज देऊन दामाशेटी उभे राहिले. खांद्यावरच्या उपरण्यानं ते तोंड पुसत होते, एवढ्यात ''अलख निरंजन!'' असा गजर त्यांच्या कानावर पडला. कोणीतरी एक साधू त्यांच्यासमोर उभा होता. त्याला बघून दामाशेटींनी हात जोडले. ''या महाराज, भोजनाची सिद्धता झाली आहे. आपल्या पंगतीचा आम्हाला लाभ द्यावा.'' साधूने एकवार नजर रोखून दामाशेटींकडे पाहिलं. जणू ती नजर दामाशेटींचा अंदाज घेत होती. नंतर त्याने प्रसन्नपणे मान हलवली आणि तो घरात येण्यास तयार झाल्याचं दिसलं. दामाशेटींनी पुन्हा एकदा त्यांना वंदन केलं आणि त्याला आपल्या मागोमाग येण्यास सुचवलं. त्याला घेऊन दामाशेटी घरात आले. अतिथी आल्याची खबर माजघराच्या दाराशी जाऊन त्यांनी आत सांगितली. जना अजून तिथेच बसली होती. दामाशेटींच्या पाठोपाठ तो साधूही आत आला. तिथे बसलेल्या जनाकडे त्या साधूने एक कटाक्ष टाकला आणि त्याचे डोळे चमकले. ''यजमान, ही कन्या इथे कशी?'' त्याने दामाशेटींना विचारलं. दामाशेटींच्या काही लक्षात येईना, पण साधूच्या डोळ्यासमोर मात्र गंगाखेडजवळच्या त्या गावात घडलेला प्रसंग आला. रस्त्यालगत असलेल्या एका खोपटात तो असाच भिक्षा मागण्यासाठी गेला असता त्या खोपटाच्या दाराशी पटकुरावर निजलेली ही कन्या त्याच्या दृष्टीला पडली होती. खरंतर त्या वेळी तो दुसऱ्यांदा तिथे गेला होता. पहिल्यांदा गेला त्या वेळी त्या खोपटात राहणाऱ्या त्या गरीब शूद्राच्या गर्भवती पत्नीला आणि तिच्या चेहऱ्यावरून ओसंडून वाहणाऱ्या तेजाला बघून या स्त्रीच्या पोटी साक्षात सरस्वती जन्माला येणार

होती, असा संकेत त्याला मिळाला होता. ही जन्माला येणारी कन्या एका जन्मातच एवढं पुण्य करणार होती की, तिला थेट मोक्षाची प्राप्ती होणार होती, हे भविष्यही त्याने जाणलं होतं. म्हणूनच तिचं नाव जना ठेव, असं त्याने त्या शूद्राला सांगितले होतं. त्यानंतर पुन्हा दुसऱ्यांदा जेव्हा त्याच घरी तो भिक्षा मागायला गेला तेव्हा या छोट्या जनाला तिथे पाहून, तिच्या चेहऱ्यावरची सगळी शुभचिन्हं ओळखून तिला पंढरपूरला दामाशेटींकडे नेऊन सोडण्याचा सल्लाही त्याने दिला होता. आज त्या कन्येला दामाशेटींच्या घरी पाहिल्यावर त्या सगळ्या गोष्टी त्याला आठवल्या आणि स्वाती नक्षत्राचा थेंब बरोबर शिंपलीतच पडला आहे तेव्हा त्या थेंबाचा तेजस्वी मोतीच होणार याबद्दल त्याला खात्री पटली आणि समाधान वाटलं. त्याच्या मनाचा रथ वायुवेगाने एवढं सगळं फिरून आला तोच त्याने विचारलेल्या प्रश्नाला दामाशेटींनी उत्तर दिलं, "महाराज, ही कन्या कुणाची कोण हे मला माहीत नाही, पण आज तिनं माझ्या नामदेवाचे प्राण वाचवले. त्या गडबडीत तिच्या डोक्याला जखम झाली. पोर गुणी दिसते. तिच्या आईवडलांबद्दल मला अंधूकसं आठवतं आहे. तिचे वडील तिला इथं सोडून गेले आहेत. दोन दिवसांनी न्यायला येणार आहेत. तोपर्यंत इथं माझ्या घरी राहण्याची तिची इच्छा आहे." तो साधू दामाशेटींचं बोलणं लक्षपूर्वक ऐकत होता. त्यांचं बोलणं संपल्यावर तो पुढे आला आणि जनाला म्हणाला, "तू जना, होय ना?" साधूला समोर बघताच जना भीत भीत उभी राहिली. मान खाली घालून तिनं होकारार्थी हलवली. जनाचा होकार ऐकताच साधूच्या चेहऱ्यावर प्रसन्नता उमटली. तेवढ्यात नामदेव आतून पळत बाहेर आला. तो या दोघांना जेवणासाठी पुन्हा बोलवायला आला होता. त्या छोट्या नामदेवाला पाहिल्यावर त्या साधूच्या डोळ्यांत चमक उमटली. तो काही विचारणार तोच दामाशेटी म्हणाले, "हा माझा मुलगा नामदेव. या मुलीनं याचाच जीव वाचवला." तो साधू स्थिर नजरेनं एकटक नामदेवाकडे पाहत होता. जणू तो नामदेवाची ललाटरेषा वाचत होता. अचानक तो म्हणाला, "यजमान, हा तुमचा पुत्र अत्यंत भाग्यशाली आहे. तुमच्या घराण्याचं नाव तो अजरामर करणार आहे. ही जना त्याची सावली बनून राहणार आहे. ती इथे दोन दिवसांसाठी आलेली नाही, तर तिची असीम भक्ती आणि अपार बुद्धिवैभव घेऊन ही सरस्वतीची कन्या तुमच्या अंगणातली तुळस ठरणार आहे. तुमचा पुत्र नामदेव हा भक्तिसूर्य होणार आहे, तर ही कन्या जना त्या भक्तिसूर्याचे किरण असणार आहे. जसा सूर्य म्हणजे किरण नव्हे आणि किरण म्हणजे सूर्य नव्हे, पण सूर्य आणि किरण एकमेकांपासून वेगळे काढता येत नाहीत आणि सूर्याचे किरण सूर्याचा प्रकाश कणाकणापर्यंत नेऊन पोचवतात, तसाच नामदेवाच्या भक्तीचा प्रकाश ही जना आपल्या शब्दलालित्याने सर्वदूर नेऊन पोचवेल. तुमचा पुत्र श्रेष्ठ भक्त असा भक्तसूर्य तर आहेच, पण ही जना त्याचं

श्रेष्ठत्व आणखी वाढायला निमित्त ठरणार आहे. यजमान, प्रत्यक्ष सरस्वती आपली वीणा झंकारत आपल्या घरात आली आहे. तिला दोनच दिवस आसरा देण्याचा करंटेपणा करू नका. श्रीकृष्ण जसा देवकीचा पुत्र असूनही यशोदानंदन म्हणून ओळखला जातो, तशी कुरुंड आणि दमा या मातापित्यांची मुलगी असूनही ही जना 'नामयाची जनी' म्हणूनच ओळखली जाईल.''

साधूचं बोलणं दामाशेटी लक्षपूर्वक ऐकत होते. त्यांच्या प्रत्येक शब्दागणिक त्यांची मुद्रा उजळत होती. गेले चार दिवसांपासून विठ्ठलाच्या मंदिरात गेल्यावर कसलेतरी संकेत मिळत होते, पण त्या संकेतांचा अर्थ त्यांना उमगत नव्हता. तो आता साधूचं बोलणं ऐकून उलगडला. ते काही बोलणार तोच वाट बघून बघून गोणाईच त्यांना बोलवायला आली. नामदेवाला तिथंच उभं पाहिल्यावर ती म्हणाली, ''अरे नामदेवा, तुला बाबांना बोलवायला पाठवलं होतं, तर तूही इथंच. बरं असू दे. ऐकलं का! जेवणाची सर्व सिद्धता झाली आहे. आपण साधू महाराजांना घेऊन चलावं. जना, पोरी, तुलाही वाढून आणून देते. तूही जेवून घे.'' असं म्हणून गोणाई आत निघाली तोच नामदेव तिला म्हणाला, ''आई, मीपण जनाबरोबर इथंच जेवायला बसतो.'' त्याचं ते बोलणं ऐकून साधूच्या मुद्रेवर समाधान उमटलं, तर दामाशेटींच्या चेहऱ्यावर हास्य. ते नामदेवाला म्हणाले, ''नामदेवा, ही जना इथंच राहू दे का तुझ्याशी खेळायला?'' तशी नामदेवाची कळी खुलली. आनंदून तो म्हणाला, ''राहू दे. राहू दे. ती आणि मी छान खेळू. ती आऊबाई मला सारखी रागवत असते. जना इथंच राहू दे. मी आता जनाशीच खेळेन.'' नामदेवाचा होकार ऐकून दामाशेटी गोणाईला म्हणाले, ''ही पोर इथंच राहू दे. घ्या तिला ठेवून. तुम्हालाही बारीकसारीक कामात मदत होईल आणि नामदेवाकडे लक्षही ठेवेल. म्हणजे पुन्हा आज झाला तसा प्रकार होणार नाही. पोर समजूतदार आणि शहाणी दिसते. राहू दे आपल्या घरी कायमची.'' दामाशेटींचं बोलणं ऐकून साधू प्रसन्न झाला. गोणाईनंसुद्धा तत्काळ संमती दर्शविली. नाहीतरी आपल्या पोराला संकटातून वाचवल्याबद्दल तिला जनाबद्दल माया वाटतच होती. त्यात नामदेव दिवसेंदिवस अवखळ होत चालला होता. 'त्यामुळे ही पोर इथे राहिली, तर आपल्याला बरं पडेल, असं तिलाही कुठेतरी वाटत होतं. म्हणूनच तिनं आनंदानं चटकन होकार दिला.' तिचं लक्ष नामदेवाकडे गेलं. हातवारे करून जनाला काही सांगण्यात तो गुंग होता आणि आपले टपोरे डोळे मोठे करून जना त्याचं बोलणं लक्ष देवून ऐकत होती. दोघांनाही सभोवतालचं भान नव्हतं. 'त्यांची ती एकतानता म्हणजे भावी आयुष्यात त्यांना एकमेकांबद्दल वाटणाऱ्या ममत्वाची नांदी होय.' असं साधूला वाटलं. 'काय होतं हे विधीचं विधान!' त्या दोघांकडं प्रेमाचा कटाक्ष टाकून गोणाई आणि तिच्या पाठोपाठ दामाशेटी आणि साधू महाराज स्वयंपाकघरात गेले. जना

तिथं राहणार याचा तिघांनाही आनंद झाला होता, पण स्वयंपाकघराच्या दाराच्या मागे लपून सोप्यावर चाललेलं सगळं संभाषण चोरून ऐकणाऱ्या भागाबाईच्या अंगाचा मात्र तिळपापड झाला. संतापानं तिच्या कपाळावरची शीर टरारली. चेहरा वेडावाकडा झाला. हाताच्या मुठी आवळल्या गेल्या. 'ही कार्टी माझ्या मुळावर, माझ्या आसऱ्याच्या मुळावर आलीये. ही कशी कायमची इथं राहते तेच मी बघते!' असा तिने मनाशी निश्चय केला. ती ओरडून काहीतरी बोलणार तोच गोणाई आणि तिच्या पाठोपाठ दामाशेटी आत आले आणि तोंडातून उमटणारे शिव्याशाप रागाबरोबर गिळून भागाबाईनं जेवण वाढायला घेतलं.

## ८

जनाचं तिथं राहायचं नक्की झालं तसं का कोण जाणे दामाशेटींच्या मनाला
एक अभूतपूर्व समाधान लाभलं. जनाचा स्वभावच असा होता; दुधात साखर
मिसळल्यासारखा! एकतर तिला पंढरपूरला यायची ओढ लागलेलीच होती. तिथं
आल्यानंतर दामाशेटी आणि गोणाई यांचं वात्सल्य आणि नामदेवासारखा सवंगडी
तिला मिळाला. दोन दिवसांतच जना तिथं रमली. या दोन दिवसांत तिला आपल्या
बाबाची आठवणही झाली नाही, पण दोन दिवस उलटून गेल्यानंतर मात्र तिला
दमाची थोडी थोडी आठवण यायला लागली. एकदोनदा तिने गोणाईला "माझे बाबा
कधी येणार?" असं विचारलंसुद्धा, पण ते कधी येणार हे गोणाईलासुद्धा ठाऊक
नव्हतं. मग ती जनाला काय सांगणार! "येतील आणि दोन दिवसांनी" असं म्हणून
गोणाईनं वेळ मारून नेली, पण जनाच्या निरागस चेहऱ्यावरचे रडवेले भाव बघून
तिला वाईट वाटलं. भागाबाईनं मात्र "तो कसचा येतोय आता? आपली भुकेकंगाल
पोर दुसऱ्याच्या दारात आणून सोडली आणि झाला असेल परागंदा! आपल्या
गळ्यातलं लोढणं दुसऱ्याच्या गळ्यात अडकवून बाबा रिकामा झाला. सांभाळताहेत
आता लोकं! भिक्कारडी ती भिक्कारडी आणि तोंड वेंगाडून विचारते 'माझे बाबा
कधी येणार?' दळभद्री मेली." असं म्हणून आपल्या मनातली मळमळ बाहेर
काढून घेतली. तो दिवस तसाच उलटला, तरी दमा आला नाही. मग मात्र गोणाईनं
जनाची समजूत काढली. तिला समोर बसवून घेऊन गोणाई म्हणाली, "हे बघ
जना, तू आता आमच्या घरी आलेली आहेस. तू आता इथंच राहा. आमच्याच घरी.
मला जशी आऊबाई, जसा माझा नामदेव, तशी तू. पूस ते डोळे. आता बाबांची
आठवण काढून रडायचं नाही. तू नामदेवाच्या बाबांना मोठे बाबा म्हणतेस ना, मग
मला मोठी आई म्हणत जा. म्हणजे तुला तुझे बाबा जरी मिळाले नाहीत, तरी मोठे
बाबा आणि मोठी आई मिळाली, हो ना! जा आता, परसदारी जाऊन तोंड धू."
गोणाईचं ते प्रेमळ बोलणं ऐकून जनाच्या मनाचं समाधान झालं असावं. निमूटपणे

ती उठली आणि परसदारी गेली. तिची समजूत पटलेली बघून गोणाईने सुस्कारा टाकला. 'खरंच ही पोर समजूतदार आहे. दुसरी कोणी असती, तर हातपाय झाडत भोकाड पसरून रडली असती. मला बाबाकडे नेऊन पोचवा असा हट्ट धरला असता; पण ही पोर शहाणी आहे खरं!' असं मनाशी म्हणत गोणाईनं जातं झाडायला घेतलं.

दामाशेटींच्या वाड्याच्या दाराशी आपल्या लेकीला, जनाला सोडून दमा डोळे पुसत तिथून झपाट्याने निघून गेला खरं, पण आपल्या गावाकडे लगेचच परतण्यास त्याचं मन धजलं नाही. 'आपण दोन दिवस इथंच कसेतरी काढू. चार घरी भाकरतुकडा मागून खाऊ. कुठंतरी वळचणीला रात्र काढू. दामाशेटींच्या घरात हळूच डोकावून तिथला कानोसा घेऊ आणि तिथं सगळं व्यवस्थित आहे असं दिसलं, तर जनाला तिथेच सोडून गावाकडे परतू.' असं त्यानं ठरवलं. दरिद्री झाला, एकाकी झाला आणि शूद्र झाला तरीही दमा जनाचा जन्मदाता बाप होता. आपल्या लेकीला असं लोकाच्या घरात कायमचं सोडून जायचं, या विचारानं त्याच्या मनाला वेदना होतच होत्या. तशातच पंढरपूर-गंगाखेड अंतरही खूप! दामाशेटी ना त्याचा सगा-सोयरा, ना जातीचा ना पातीचा, कधीतरीच्या तोंडओळखीचा! 'अशा अनोळख्या ठिकाणी आपली एकुलती एक, नवसासायासानं झालेली लाडकी लेक, आपला काळजाचा तुकडा सोडून जायचं.' या विचारानंच त्याचं मन अस्वस्थ झालं होतं. लेकीचं लग्न करून देऊन लेकीची सासरी पाठवणी केल्यानंतर तिचं आयुष्य नांदतं करून देण्याचं समाधान तरी बापाच्या पदरी पडतं, पण इथं दमाच्या नशिबी तेही नव्हतं. अनाथ असल्याप्रमाणं आपल्या लेकीला दुसऱ्याच्या दारात सोडून जाण्याचं दु:ख त्याला जाळत होतं. म्हणूनच दोन दिवस पंढरपुरात काढून अधून-मधून कुणाच्याही नकळत दामाशेटीच्या घरात डोकावून दुरून का होईना, पण जनाची खुशाली बघायची, असं त्यानं मनाशी ठरवलं.

डोक्याला खोक पडलेल्या जनाला दामाशेटी घरात घेऊन गेल्याचं त्यानं आडोशाला उभं राहून पाहिलं होतं. पुन्हा जरा वेळाने तो बिचकत बिचकत दामाशेटींच्या घरात हळूच डोकावला. त्या वेळी जनाला कायम इथंच ठेवून घेण्याची भाषा दामाशेटी करत होते आणि नंतर काही वेळातच नामदेव आणि जना एकमेकांच्या शेजारी बसून जेवताना त्यानं पाहिलं आणि त्याला बरं वाटलं. मग मात्र तो तिथून दूर झाला. दोन घरी भाकरी मागून कुठंतरी रात्र काढल्यावर तो पुन्हा दामाशेटींच्या घरात हळूच डोकावला. त्या वेळी छोटी जना केरसुणीने केर काढत होती आणि तो लख्ख केर काढला म्हणून गोणाईनं तिला शाबासकी दिली होती, तेही दमानं पाहिलं होतं. जना काम करत असताना नामदेव तिच्या पाठीपाठी होता. तोही दिवस दमानं पंढरपुरातच घालवला. दुसऱ्या दिवशी उन्हं उतरल्यानंतर त्यानं

गावाकडं परतायचं ठरवलं. जाण्यापूर्वी पुन्हा एकदा दामाशेटींच्या घरात डोकवावं, जनाला एकदा शेवटचं डोळे भरून बघावं आणि मग आपल्या गावाकडचा रस्ता धरावा असं त्यानं ठरवलं. त्याप्रमाणं तो दामाशेटींच्या वाड्याजवळ आला. त्यानं हळूच आत डोकावून बघितलं आणि आतलं दृश्य बघून त्याच्या काळजात कालवाकालव झाली. जोत्यावर बसलेली जना हिरमुसली दिसत होती. तिच्या डोळ्यांत अश्रू दाटून आले होते. तिच्या समोरच त्या घराची मालकीण गोणाई बसली होती. रडवेल्या आवाजात जना गोणाईला 'माजं बाबा आजून कसं यिवून ऱ्हायलं न्हाईत? कदी येनार त्ये?' असं विचारत होती. त्या क्षणी दमाला स्वत:चा भयकंर तिरस्कार वाटला. बाप म्हणवून घ्यायला आपण लायक नाही असं त्याच्या मनात आलं. 'मरू दे तो साधू आणि झक मारत गेली ती त्याची भविष्यवाणी! आताच्या आता जावं, आपल्या आठवणीने कासावीस झालेल्या लेकीला उचलावं आणि गावाचा रस्ता धरावा' असं त्याच्या मनानं घेतलं. त्यानं पाऊल पुढं टाकलंही, तेवढ्यात रडवेल्या झालेल्या जनाची प्रेमळपणानं समजूत घालणाऱ्या गोणाईचे शब्द त्याच्या कानावर पडले. ''तुला तुझे बाबा जरी मिळाले नाहीत, तरी मोठे बाबा आणि मोठी आई मिळाली ना?'' हे गोणाईचं वाक्य दमानं ऐकलं आणि आत जाण्यासाठी त्यानं उचललेलं पाऊल मागं घेतलं. 'आपली जना इथं सुरक्षित आणि सुखरूप तर आहेच, पण या घरात तिला मायाही तितकीच मिळणार आहे.' हेही त्याच्या लक्षात आलं. तिथूनच त्यानं मंदिराच्या कळसाकडं बघत हात जोडले. ''माज्या लेकीला तुज्या पायाशी आनून सोडल्याली हाय. तिला सांभाळ रे पांडुरंगा!'' असं त्यानं त्या देवाला साकडं घातलं. पुन्हा एकदा वाड्यात डोकावून त्यानं जनाला डोळे भरून बघितलं. जना आणि नामदेव खेळत होते. 'आपल्या डोळ्यांत पाणी भरलंय म्हणून जना दिसेनाशी झालीय की नामदेवाबरोबर खेळता खेळता ती वाड्याच्या आतल्या भागात गेली म्हणून दिसेनाशी झाली?' या प्रश्नाचं उत्तर मात्र तो झपझप पावलं टाकत पंढरपूरच्या बाहेर आला तरी त्याला मिळालं नव्हतं.

एकदा जनाला 'आता तू इथंच राहा' असं गोणाईनं सांगितल्यावर तिच्यावर काही स्वच्छतेचे संस्कार करणं गरजेचं होतं. जनाच्या केसाचा प्रचंड गुंताही झाला होता आणि केस घाणही झाले होते. तिच्या शरीरावर काही ठिकाणी, विशेषत: हातापायांच्या बोटांच्या बेचक्यात खरूजं झाली होती. या सगळ्या गोष्टींची स्वच्छता करणं गरजेचं होतं. गोणाईनं भागाबाईला ते काम सांगितलं. सुरुवातीला तिनं प्रचंड नाकं मुरडली. ''मला जमणार नाही. मी करणार नाही.'' असं सांगून त्यातून अंग झटकायचाही प्रयत्न केला. पण ''ती आता कायमची इथंच राहणार आहे आणि तिच्या रात्री झोपण्याची व्यवस्था ओसरीवर तुमच्या शेजारी केली आहे. तेव्हा तुम्हीच ठरवा काय ते.'' असं गोणाईनं भागाबाईला सांगितलं तेव्हा मात्र नाइलाजास्तव

जनाची सगळी सिद्धता करायला ती तयार झाली. शिकेकाई-रिठ्यानं तिनं खसाखसा जनाचे केस चोळून धुतले. दगडानं घासून तिचं सगळं अंग स्वच्छ केलं. हे करत असताना अव्याहत तिचं तोंड तर चालू होतंच आणि तिला कुठेतरी खुपेल, लागेल, दुखेल याबद्दलची किंचितही दयामाया तिनं दाखवली नाही. जनाची अंघोळ झाल्यावर तिनं तिच्या बरोबर आणलेलं गाठोडं सोडलं. त्यात एकदोन झगे होते आणि मुंग्यानं भरलेले भाकरीचे तुकडे होते. ते बघून भागाबाईची टकळी पुन्हा सुरू झाली. रागारागानं तिनं ते गाठोडं उचललं आणि रस्त्यावर फेकून दिलं. पण तिच्या या कृत्यामुळं आता जनाला अंगात घालायला काहीही नव्हतं. मघापासून भागाबाईची वटवट ऐकणारी, ती जनाचा करत असलेला राग बघणारी आऊबाई पुढं झाली. दामाशेटी आणि गोणाईच्या संस्कारातच वाढलेली ती पोर झटकन आत गेली आणि आपला आणखी एक जुना झगा आणून तिनं तो जनाला घातला. आऊबाई काहीशी अबोल होती. ती जास्त काही बोलत नसे, पण भागाईच्या आताच्या वटवटीला तिनं आपल्या कृतीनंच चोख उत्तर दिलं आणि चपराक बसल्यासारखी भागाबाई गप्प बसली. आपण या भिकारडीचा कितीही दु:स्वास केला, तरी दामाशेटीच्या सगळ्या घरानं तिला स्वीकारली होती, याचा दाखला आऊबाईच्या या कृतीतून भागाईला मिळाला. आपल्या अभिजात लाघवीपणानं आणि कोमल निरागसतेनं जना त्या घरात मिसळून गेली.

असेच दिवस जात होते. नामदेवाच्या त्या घरात जना चांगलीच रुळली होती. तिला आता तिच्या वडिलांची आठवणही येत नसे. दामाशेटी आणि गोणाई हेच तिचे मोठे बाबा आणि मोठी आई होते. आऊबाईला ती थोरल्या बहिणीचा मान देत असे. भागाबाईने तिचा कितीही दु:स्वास केला, तरी ती आक्का-आक्का म्हणत त्यांच्या मागे मागे असे. नामदेवाशी मात्र तिचं चांगलंच गूळपीठ जमत असे. जना आणि नामदेव सतत एकमेकाबरोबर असत. केर काढणं, निवड-टिपण करणं, अंगणात सडा टाकणं, परसू स्वच्छ करणं, भागाबाईला काही कामांत मदत करणं, गोणाईच्या हाताखाली काही कामं करणं अशी कामं करताना नामदेव सतत जनाच्या मागे मागे असे. पण त्यामुळे नामदेवावर लक्ष ठेवण्याचं गोणाईचं मोठं काम हलकं झालं होतं. नामदेवाने पळता पळता पडावं, जनाने उचलावं. नामदेवाने रडावं, जनानं त्याची समजूत घालावी. नामदेवाने काही हट्ट करावा, तर जनाने तो पुरवावा. नामदेवाने काही खायला मागावं, तर गोणाईला लाडीगोडी लावून मागून आणून तिने ते नामदेवाला द्यावं. नामदेवाने रूसावं, तर नकला करून, काही गमतीजमती करून जनाने त्याला हसवावं. दिवाळी-दसऱ्यासारखे सण आले की, जनाने नामदेवाला नटवावं, सजवावं असं चाललं होतं. आषाढी-कार्तिकीसारख्या महा एकादशीच्या दिवशी पंढरपूरला मोठी गर्दी होई. जत्रा भरे. नामदेवाला विठ्ठलासारखा

पोशाख घालून, सजवून जनाने त्याला जत्रेतून फिरवून आणावं. ममत्वाच्या धाग्यानं एकमेकांशी बांधली गेलेली ही दोघं दामाशेटी-गोणाईच्या भक्ती-संस्कारात हळूहळू मोठी होत होती. कधी त्या दोघांच्या खेळण्यात आऊबाई असे, तर कधी जनाला तिथे मिळालेली मैत्रीण कुशी. कधीकधी तर साक्षात विठ्ठल-रुक्मिणी आपल्याबरोबर खेळायला आले आहेत असं समजून त्या दोघांचा खेळ चाले. काही दिवसांनी त्यांच्यात नागरीची भर पडली. नागरी जनाएवढीच होती. दामाशेटींच्या पुतण्याची ती मुलगी. ती नामदेवाचीही पुतणी लागत असे. या नात्यानं ती नामदेवाला काका म्हणायची. जनाला याची गंमत वाटे, पण तिचं आणि नागरीचं छान जमत असे.

जनाला तिथं येऊन बरेच दिवस झाले होते. ती तिथं चांगलीच रुळली होती. तरी अजून ती विठ्ठलाच्या मंदिरात गेली नव्हती. तिथं आल्यानंतर झालेल्या घडामोडीत आपल्याला त्यो 'काळा द्येव बघायचा आहे' याचा तिला विसर पडला होता. नवीन गाव, नवीन घर, नवीन माणसं, नवीन वातावरण, नवीन भाषा, काही सांगायला, हट्ट करायला बाबा नव्हता. घरातल्या माणसांच्या स्वभावाची ओळख अजून पुरती पटलेली नव्हती. त्यातच कसही वागलं, तरी नावं ठेवणारी, टोचून बोलणारी भागाबाई कावळ्याच्या नजरेनं तिच्या चुका काढायला टपून बसलेली होती, पण हे सगळं सरावाचं झाल्यावर मात्र जनाला पहिल्यांदा आठवण आली, ती त्या काळ्या द्येवाची! एके दिवशी सकाळची पहिली सगळी कामं झाल्यानंतर ती, नामदेव आणि नागरी छापा-पाणी खेळत बसले होते. एवढ्यात कुशी आली. नागरी निमगोरी होती. जना तेजस सावळी होती, पण कुशी मात्र कुळकुळीत काळी होती. तिला दारातून आत येताना बघून नामदेव म्हणाला, "ही कुशी म्हणजे अगदी विठ्ठलासारखी काळी आहे." त्याच्या या बोलण्यावर जना आणि नागरी हसल्या. पण विठ्ठल हे शब्द ऐकल्यावर जनाला काळ्या द्येवाची, काळ्या विठ्ठलाची आठवण झाली. ती चटकन नामदेवाला म्हणाली, "नामया, तू मला त्यो काळा द्येव दाखवणार होतास, त्याचं काय झालं?" जनानं असं विचारलं आणि तिचं तिलाच नवल वाटलं. नामदेवाच्या घरात आल्यापासून तिची भाषाही त्यांच्यासारखीच व्हायला लागली होती. 'करून ऱ्हायला, जाऊन ऱ्हायला, सांगून ऱ्हायला' अशी तिच्या गावाकडची भाषा हळूहळू तिच्या बोलण्यातून नाहीशी व्हायला लागली होती. नामदेवाच्या घरात 'दुधात साखर' विरघळल्याप्रमाणं जना मिसळून गेली होती, याचंच हे द्योतक होतं. काळ्या देवाबद्दलचा जनाचा प्रश्न ऐकल्यावर नामदेवाची कळी खुलली. मंदिरात जायला त्याला नेहमीच आवडायचं. तसा तो बाबांबरोबर रोज मंदिरात जायचा. पण जना नेमकी त्या वेळी काहीतरी कामात असायची. 'पण आज तिला तो काळा देव 'आपण' दाखवायचाच', या विचारानं नामदेवाला खूप आनंद झाला. "आई, आम्ही मंदिरात जाऊन येतो गं!" असं

ओरडून सांगत आईचा होकार-नकार समजण्याच्या आतच नागरी आणि जनाचा हात धरून नामदेव वाड्याबाहेर पळाला; जनाला तो काळा देव दाखवण्यासाठी! त्या देवाची त्याला असलेली माहिती आणि त्याच्या बाबाने त्याची सांगितलेली महती जनाला सांगायला तो खूप उत्सुक होता. तो जे काही करणार होता, त्यामुळे जनाच्या ललाटीची रेषा एक वेगळं वळण घेणार होती आणि वारकऱ्यांच्या भक्तिसंप्रदायामध्ये त्याच्या या कृत्यानं एका नवीन अध्यायाची सुरुवात होणार होती, याची कल्पना पोरवयातल्या त्या नामदेवाला कशी आणि कुठून असणार?

जना आणि नागरीला घेऊन नामदेव घरातून बाहेर पळाला, तो थेट मंदिरात आला. दुपारची वेळ होती. मंदिरात तुरळक गर्दी होती. नामदेवाच्या घरातून विठोबाला रोज नैवेद्य जात असे. काहीही झालं, तरी रोज बाराच्या ठोक्याला नैवेद्याच्या विविध पदार्थांनी भरलेलं ताट दामाशेटी घेऊन येत असत. विठ्ठलाला नैवेद्य दाखवल्यावर मगच घरातली जेवणं होत असत. त्या नैवेद्याच्या ताटात रोज वेगवेगळा प्रकार असे. दामाशेटींबरोबर कधीकधी नामदेवही मंदिरात येत असे. गेली कित्येक वर्षं हा रिवाज चालू होता. त्यामुळे नामदेवाला मंदिराचा कानाकोपरा माहीत होता. पण जनाचं तसं नव्हतं. विठ्ठल-मंदिरात इतक्या आत, सभामंडपापर्यंत ती पहिल्यांदाच येत होती. नामदेवाच्या घरात इकडंतिकडं बागडताना, कामकाज करताना ती कधीकधी घराच्या ओसरीवर येत असे. तेव्हा अनवधानाने तिची नजर विठ्ठलाच्या मंदिराकडे वळल्यावर प्रत्येक वेळी 'या मंदिरात राहणारा हा काळा देव कसा दिसत असेल?' असा प्रश्न तिच्या मनात चमकून जाई. 'याबाबत नामदेवाला विचारलं पाहिजे.' असं ती मनाशी ठरवायची, पण पुन्हा कामकाजाच्या किंवा खेळण्याच्या नादात ती ते विसरूनही जायची. आज मंदिरात पायऱ्या चढताना तिच्या मनात हेच विचार होते आणि इतक्या दिवसांनी का होईना, पण आपण आज मंदिरात निघालो आहोत या नुसत्या विचारानंच ती विलक्षण उत्तेजित झाली होती. या पायऱ्या दडादडा चढून पटकन आत जाऊन त्या विठ्ठलाला बघावं अशी एक विलक्षण ऊर्मी तिच्या मनात दाटून आली. या दृष्टीनं तिनं हालचालही केली. दोन पायऱ्या ती दडादडा चढलीसुद्धा! पण नामदेवानं हाक मारून तिला थांबवलं आणि खाली आपल्याजवळ बोलावलं, पण जनाची आत जाण्याची उत्सुकता अनावर झाली होती. तिने पायरीवरूनच नामदेवाला विचारले, ''आता परत खाली कशाला? चल की लवकर मंदिरात.'' यावर नामदेव म्हणाला, ''जने, इथं खाली ये. असं लगेच वर चढून जायचं नसतं. या खालच्या पायरीवर डोकं टेकून नमस्कार करायचा. या पायरीवर आपण पाय ठेवणार आहोत त्याबद्दल त्या पायरीची माफी मागायची आणि मगच पायऱ्या चढून जायच्या.'' नामदेवाच्या या सांगण्याची जनाला गंमत वाटली. तिनं पुन्हा विचारलं, ''आपण आत जाऊन देवाला नमस्कार

करणार आहोतच की! मग पायरीला नमस्कार कशाला करायचा?'' जनाचा प्रश्न ऐकून छोट्या नामदेवाने क्षणभर डोळे मिटले. त्याला आठवलं, 'आपण हाच प्रश्न आपल्या बाबांना विचारला होता.' त्यासरशी त्याला आपल्या बाबांनी सांगितलेलं उत्तरही आठवलं. आता जनानं त्याला तोच प्रश्न विचारला होता. उत्तर देण्याची जबाबदारी त्याच्यावर होती. नामदेवाला आपण एकदम मोठे झालो आहोत असं वाटायला लागलं. त्यानं आपला चेहरा एकदम गंभीर केला आणि दामाशेटींसारखं गंभीर आवाजात बोलत तो म्हणाला, ''त्याचं असं आहे जना, रोज रात्री देव स्वर्गात निजायला जातो. तो याच पायऱ्यांवरून उतरून जातो आणि सकाळी लौकर स्वर्गातून मंदिरात येतो, तेव्हा याच पायऱ्या चढून मंदिरात जातो. मग ज्या पायरीवरून देव चढून जातो त्या पायरीवर पाय देताना आपण त्या पायरीला आणि देवाला नको का नमस्कार करायला? समजलं. तेव्हा आता खाली ये.'' नामदेवानं सांगितलेलं जनाला एकदम पटलं. चढलेल्या पायऱ्या उतरून ती खाली आली. नामदेवाने पायरीवर डोकं टेकवत नमस्कार केला. नागरीनंही केला. तशी जनानंही त्या दोघांचं अनुकरण केलं. पण पायरीवर डोकं टेकवून नमस्कार करताना, 'आपण या देवाच्या पायरीला नमस्कार न करता तशीच ती पायरी चढलो' अशी एक अपराधीपणाची भावना तिच्या मनामध्ये निर्माण झाली. ती जाण्यासाठी म्हणून मग तिनं आपल्या दोन्ही गालांवर हात मारून त्याचं प्रायश्चित्त घेतलं. मग तिला बरं वाटलं. पायरीला नमस्कार करून झाल्यावर मात्र ती तिघं थेट मंदिरात आली.

मंदिराच्या गरुड मंडपात प्रवेश केल्यानंतर मात्र जना जागच्या जागी थबकली. काळ्या पाषाणाचे घनगंभीर खांब, काळ्या दगडातच कोरलेल्या कमानी, महिरपी, उंच उंच होत जाणारा गरुड मंडपाचा अर्धगोलाकार घुमट हे सगळं ती अनिमिष नजरेनं बघत राहिली. मंदिर एवढं मोठं असतं, यावर तिचा विश्वासच बसत नव्हता. गावाकडल्या आपल्या वस्तीजवळ असलेली म्हसोबाची घुमटी तिनं बघितली होती. तिला असलेली मंदिराची माहिती तेवढीच होती. गरुड मंडपात आल्यानंतर विठ्ठलाच्या मूर्तीकडं बघायचं सोडून ही जना इकडंतिकडं काय बघत बसली आहे, हे नामदेवाला कळेना. पण तो गरुड मंडप बघताना मात्र जनाचा भान हरपलं. ''जना, ए जना, जने!'' नामदेवाने मारलेल्या हाकांनी ती भानावर आली. ''अगं भिंती आणि खांब काय बघत बसलीस? तुला काळा देव बघायचा आहे ना? मग इकडंतिकडं काय बघत बसलीस? देवाकडं बघ ना!'' नामदेवाच्या या बोलण्याने जना जणू जागी झाली. 'खरंच की! आपण तो काळा देवच बघायला इथं आलोय.' तिनं इकडंतिकडं पाहिलं, तिला कुठं देव दिसेचना! ''नामया, कुठं आहे रे देव? मला कसा दिसत नाही? तुलाच कसा दिसतोय?'' जनाच्या स्वरात अपार उत्सुकता होती. ''अगं! तो बघ ना समोर. ती समई लावली आहे तिथं.'' नामदेवानं गर्भागाराकडं बोट करत

जनाला सांगितलं. त्याच्या बोटाच्या अनुरोधानं जनानं पाहिलं, काळ्या अंधारात एक समईची ज्योत तेवत होती. तिच्या प्रकाशात कमरेवर हात ठेवून कुणीतरी उभं होतं एवढंच जनाला दिसलं. ती थोडीशी पुढं सरकली. गर्भागाराच्या कमानीच्या बरोबर समोर उभी राहिली. अंधारात एकटक बघू लागली. आता तिचे डोळे त्या अंधाराला सरावले आणि समईच्या प्रकाशात "तो" तिला दिसला. तोच तो विठ्ठल! काळा देव! त्याची कृपा झाली म्हणून जनाचा जन्म झाला, असं तिचे बाबा सांगायचे. जो स्वर्गातून येऊन पंढरपुरात राहतो, असं तिची आई सांगायची. फुलापानाला, शेताला, आकाशाला तोच रंग देतो असंही तिच्या आईनं तिला सांगितलं होतं. सगळ्यांना वाटण्याएवढे रंग स्वत:जवळ असूनसुद्धा तो स्वत: मात्र काळाच का राहिला होता? त्यानं आपल्यासाठी एकही रंग का ठेवून घेतला नाही? हा प्रश्न जना ज्याला विचारणार होती तोच तो काळा विठोबा. जना भारल्यासारखी त्याच्याकडं पाहत होती. समईच्या त्या मिणमिणत्या उजेडात त्या मूर्तीचा, त्याच्या चेहऱ्याचा, त्याच्या डोळ्यांचा वेध घेण्याचा प्रयत्न करत होती. मध्येच गुरव येऊन त्या समईत तेल घालून वात मोठी करून गेला. याकडेही जनाचं लक्ष नव्हतं. समईची वात मोठी झाली आणि मग मात्र त्या लख्ख प्रकाशानं अवघं गर्भागार उजळून टाकलं. मग मात्र जनाला 'तो' स्पष्ट दिसला. काळ्या कुळकुळीत पत्थरात कोरलेली ती ठेंगणीठुसकी सुबक मूर्ती होती. अत्यंत रेखीव चेहरा, मिस्कील छटा दर्शवणारे डोळे, तोरा दाखवणारं झोकदार नाक आणि ओठाच्या कोपऱ्यातून ओघळणारं लाडिक हसू! एखादा छान, रंगात आलेला खेळ कौतुकानं न्याहाळण्यासाठी उभं राहावं, तसं कमरेवर हात ठेवून त्याचं उभं राहणं! हे सगळं बघता बघता जनाची जणू समाधी लागली. अचानक विठोबाच्या त्या चेहऱ्यात बदल झाला. डोळ्यातले मिस्कील भाव नाहीसे होऊन तिथं प्रेमळ वात्सल्य उमटलं. ओठावरचं लाडिक हसू मावळून त्या ठिकाणी आर्जवी निमंत्रण उमटलं. नाकाचा झोकदारपणा काहीसा कमी झाला आणि त्या संपूर्ण चेहऱ्यावर एक समाधानाची छटा उमटली. खूप दिवसांनी माहेरी आलेल्या लेकीला बघितल्यानंतर आईचा चेहरा जसा ओला होतो, तसा त्या मूर्तीचा चेहरा ओलावला. त्या मूर्तीच्या चेहऱ्यावरचे हे झरझर बदलणारे भाव जना भान हरपून बघत होती. बघता बघता ती काहीशी मागे गेली. चिमुरडी जना आईला विचारत होती, "आई, तू म्हणालीस तो काळा आहे आणि तो सुंदरपण आहे. मग तो देव असून काळा कसा?" यावर आईनं उत्तर दिलं होतं, "अगं, त्याला कुणाची नजर लागू नये म्हणून तो काळा आहे." जनाला आईचं हे बोलणं आठवलं. त्याचा प्रत्यय तिला आता प्रत्येक क्षणी येत होता. रंगानं काळा कुळकुळीत असूनही कुठल्याही अंगानं पाहिलं, तरी विठोबा विलक्षण देखणा दिसत होता. तो एवढा सर्वांगानं काळा असूनही त्याला कुणाचीही लगेच दृष्ट लागली असती. विठ्ठलाच्या

मूर्तीच्या चेहऱ्यावरचे बदलणारे भाव बघता बघता जनाच्या चेहऱ्यावरचे भावही झरझर बदलत होते. आपण विठ्ठलाकडं जसं बघतो आहोत तसं विठ्ठलही आपल्याला बघतो आहे हे जनाला जाणवत होतं. कधी त्याच्या चेहऱ्यावर 'आलीस की नाही!' असं विचारणारे खोडसाळ भाव दिसत होते, तर काही क्षणात 'आली माझी लाडाची जनी' असे प्रेमळ भाव! तर कधी 'किती उशीर केलास यायला?' असा लाडिक रुसवा त्याच्या चेहऱ्यावर उमटत होता, तर क्षणार्धात 'आलीस की नाही माझ्यासमोर!' असं विचारणारा तोरा! विठ्ठलाच्या मूर्तीच्या चेहऱ्यावर उमटणारा हा प्रत्येक भाव जणू जनाच्या अंत:करणापर्यंत पोचत होता. 'एवढा वेळ ही जना त्या मूर्तीकडं काय पाहते आहे?' हे न उमजलेला नामदेव विठ्ठलाच्या मूर्तीकडे आणि जनाच्या चेहऱ्याकडे आळीपाळीने पाहत होता. जनाच्या चेहऱ्यावरून त्यानं विठ्ठलाच्या मूर्तीकडे नजर वळवली आणि क्षणभरच तो आनंद त्या मूर्तीच्या डोळ्यात उमटून ओठातून सांडत असल्याचं त्याला दिसला. पण फक्त क्षणभरच! दुसऱ्या क्षणाला ती मूर्ती पुन्हा दगडाची बनली. नामदेवाने स्वत:ला चिमटे काढले. गालावर चापट्या मारल्या. दोनदोनदा डोळे चोळले, पण ती मूर्ती पत्थराची ती पत्थराचीच राहिली. मग मात्र नामदेवानं आपला मोहरा जनाकडं वळवला. तिचे डोळे अजून विस्फारलेलेच होते. नाकपुड्या थरथरत होत्या. ओठातून आश्चर्य ओघळत होतं. तिचं सगळं भान हरपलं होतं. ती आणि विठ्ठल याशिवाय दुसरं मंदिरात काहीच नसावं अशी झालेली तिची अवस्था तिच्या देहबोलीतून स्पष्टपणे जाणवत होती. नामदेवाला कळेना जनाला काय झालं? तो तिच्याकडे पाहतच राहिला. 'त्या मूर्तीकडे ही एवढं एकटक काय पाहते आहे? त्या मूर्तीत एवढे काय विशेष आहे की, हिची त्या मूर्तीवरची नजर हलू नये!' नामदेवाला याचा उलगडा होईना. साहजिकच होतं. विठ्ठलाची मूर्ती रोज बघणाऱ्या नामदेवाला त्या मूर्तीविषयी आस्था वाटत असली, तरी त्या मूर्तीचं विशेष काही त्याला वाटत नव्हतं. पण जनाचं तसं नव्हतं. अर्थात जनाची भावावस्था अशी का झाली होती, हे ओळखण्याइतका नामदेवही मोठा नव्हता आणि तिच्यात आणि विठ्ठलाच्या मूर्तीत जे काही झालं ते अद्वैत ओळखण्याइतकी जनाही मोठी नव्हती. शेवटी नामदेवाने जनाच्या खांद्याला धरून हलवलं, तिला जागं केलं. जना भानावर आली खरी, पण विठ्ठलमूर्तीनं तिच्यावर केलेल्या गारूडातून ती अजून पुरती बाहेर आली नव्हती. तिघंही मंदिराला प्रदक्षिणा घालायला निघाले. नामदेव अखंड बडबडत होता; पण जना मात्र मूक होती. अबोल होती. प्रदक्षिणा घालून झाली. तिघंही घरी परत आली. दारातून आत गेल्यावर समोर भागाबाई उभी होती. आधी मुळात ती जनाचा राग राग करी. त्यातच नामदेवामुळं का होईना, जनाचं त्या घरात वाढत चाललेलं महत्त्व तिच्या डोळ्यात खुपायला लागलं होतं. त्यातच त्या दिवशी गोणाईनं भागाबाईला भात सडायला

सांगितलं होतं. भात सडून पाखडल्यानंतर सगळीकडं उडालेला कोंडा गोळा करून भरण्याचं काम जनानं करावं, असं भागाबाईचं मत होतं. त्याला गोणाईचीही परवानगी होती. पण भागाबाईनं भात सडायला घेतला आणि नामदेवाबरोबर जना मंदिरात गेली. ती बराच वेळ झाला तरी आली नव्हती. भागाबाईचा भात सडून झाला, तांदूळ पाखडून झाले. शेवटी कोंडाही तिनंच भरला आणि मग नामदेव, जना आणि नागरी मंदिरातून परत आले. भागाबाईच्या मस्तकात तिडिक उठली. कपाळाला आठी घालून ती ठिसकारली, ''आलात का त्या विठोबाला भेटून? भेटलात का एकदा कडकडून! काय म्हणाला पांडुरंग? काम सोडून असंच येत चला म्हटला की नाही? काय म्हटला तरी काय तो?'' भागाबाईचं हे तिरकस बोलणं नामदेवाच्या लक्षात आलं नाही. भाबडेपणानं तो म्हणाला,'' भागाई, ही वेडी जना आहे ना! ती त्या मूर्तीकडे नुसती बघतच बसली. किती हाका मारल्या तरी तिला ऐकायलाच जात नव्हत्या. काय एवढं त्या मूर्तीत बघत होती कुणास ठाऊक?'' हे ऐकल्यावर भागाबाईच्या कपाळाची शीर आणखीनच फुगली. ''अगंबाई, हो का! त्या विठ्ठलाशी बोलत असणार हो! दुसरं काय? तोही हिच्याशी बोलत असेल? नाही का गं जने? काय म्हणाला गं विठ्ठल तुला?'' भागाबाईनं तिरकसपणानं विचारलं. विठ्ठल भेटीच्या आनंदात मशगूल असलेली, भागाबाईचे टोमणे शांतपणे ऐकत उभी राहिलेली जना या प्रश्नानं जणू भावसमाधीतून बाहेर आली. तोच भागाबाईनं पुन्हा विचारलं, ''काय सांगितलं विठ्ठलानं? घरचं कामकाज काही करू नको, असं सांगितलं असेल?'' या वेळी मात्र जनानं भागाबाईचा प्रश्न नीट ऐकला. एरवी अत्यंत शांतपणे घरात वावरणारी, नेहमी स्वत:कडे पडती बाजू घेऊन सालसपणे वागणारी, भागाबाईच्या टोमण्यांना, तिरकस बोलण्याला कसलंही प्रत्युत्तर न करणारी जना आज तिच्याही नकळत ताडकन बोलून गेली, ''हो, तो विठ्ठल बोलतच होता माझ्याशी आणि त्यानं मला सांगितलंय, त्या भागाबाईला सांग की, जनाचा जन्म फक्त माझ्यासाठी झालाय. समजलं?'' जनानं ठसक्यात उत्तर दिलं आणि ती आत निघून गेली. तिचा बोलण्यातला ठसका, बघण्यातला तोरा, चालण्यातली ऐट भागाबाई बघतच राहिली. तोच नामदेवानं टाळ्या वाजवून ''भागाईची फजिती! भागाईची फजिती!'' असं म्हणत तिला आणखी खिजवलं. भागाईच्या अंगाचा नुसता तिळपापड झाला. ''गप रे मेल्या!'' असं म्हणत तिनं नामदेवावर हात उगारला. तसं खो-खो हसत नामदेव आणि नागरी आत पळाले.

भागाबाईचं जनाला तिरकस बोलणं आणि जनानं तिला रोखठोक उत्तर देणं, या वार्तेबरोबरच विठ्ठलाच्या मूर्तीकडं जनाचं भान हरपून बघणं या सगळ्याचं वर्णन नामदेवानं दामाशेटीपर्यंत पोचवलंच होतं. भागाबाई जनाचा राग राग करते हे दामाशेटींना माहीत होतं आणि त्यांना ते आवडतही नव्हतं, पण भागाबाईच्या

स्वभावापुढे त्यांचाच काय, इतर कुणाचाही इलाज चालायचा नाही; पण विठ्ठलाच्या मूर्तीकडं जनाचं आत्मभान हरपून बघणं त्यांना विशेष वाटलं. 'अशिक्षित, असंस्कारित घरातली ही एवढीशी पोर, पण विठ्ठलाच्या मूर्तीकडे पाहताना तिचं भान हरपतं, या गोष्टीत मोठा अर्थ दडलेला आहे!' असं दामाशेटींना वाटून गेलं. दामाशेटी भक्तिमार्गातले अधिकारी व्यक्ती होते. धर्मशास्त्र पुराणाचा त्यांचा मोठा अभ्यास होता. आपला शिंप्याचा पिढीजात व्यवसाय सांभाळून ते कथाकीर्तनही करत असत. या भक्तिमार्गात असं स्वत:चं आत्मभान हरपून परमेश्वराच्या पायाशी लीन होणं भल्याभल्यांना जमत नसे, हे त्यांना माहीत होतं, म्हणूनच जनाचं भावसमाधीत जाणं त्यांना विशेष नवलाचं वाटत होतं. 'या पोरीकडं नीट लक्ष दिलं पाहिजे.' त्यांच्या मनात आलं. त्या साधूचे बोल आठवून त्यांच्या चेहऱ्यावर प्रसन्नता उमटली. ही तेजाची ज्योत विठ्ठलाच्या भक्तीचा मार्ग उजळणारी होती खासच! त्यांच्या मनानं कौल दिला. पण तरीही ज्या आत्मविश्वासानं त्या चिमुरडीनं, 'विठ्ठल माझ्याशी बोलला' असं सांगितलं, त्या आत्मविश्वासाचं त्यांना कौतुकही वाटलं आणि नवलही! 'एकदा खरं काय? खोटं काय? तिला विचारून घेतलं पाहिजे.' त्यांनी मनाशी ठरवलं. पण विठ्ठलाची करणी अशी घडली की, जनाला विचारून खरंखोटं करण्याची वेळ त्यांच्यावर आलीच नाही. दुसरेच दिवशी त्यांना त्याची प्रचिती मिळाली.

विठ्ठलाच्या मूर्तीचं दर्शन घेतल्यापासून जनाला जणू त्याचं वेडच लागलं. घरातली लहानसहान कामं करणं, गोणाईला बारीकसारीक मदत करणं, भागाईचे टोमणे खात तिला मदत करणं, नामदेवाला सांभाळणं, त्याच्याशी खेळणं या सगळ्या कामातून थोडासा जरी वेळ मिळाला, तरी जनाचे पाय मंदिराकडं वळायचे. तेवढ्या थोड्या वेळात मंदिरात जाऊन, गरुड मंडपात उभं राहून, विठ्ठलाच्या मूर्तीकडं बघून, त्याच्याशी दोन शब्द बोलल्याशिवाय तिला चैन पडायचं नाही. त्या मूर्तीशी एकदाच नजरानजर झाली काय, विठ्ठल जणू तिचा सखाच बनला. याची प्रचिती घ्यायला दामाशेटींना फार दिवस वाट पाहावीच लागली नाही. दुसऱ्या दिवशी एक प्रसंग असा घडला की, विठ्ठल जनाशी बोलतो हे खरं की खोटं याचं उत्तर दामाशेटींना लगेचच मिळालं. झालं होतं असं, गोणाईचा स्वयंपाक आटोपला होता. तिनं केलेलं नैवेद्याचं ताट घेऊन दामाशेटी मंदिरात गेले. गुरवानं नैवेद्य दाखवला. वरणभाताची मूद बाजूला तबकात काढून ठेवली आणि बाकीचं ताट दामाशेटींना परत दिलं. दामाशेटी ताट घेऊन घरी आले. त्यांनी ते गोणाईच्या हातात दिलं. गोणाईनं ताट चुलीजवळ नेऊन ठेवलं आणि नामदेवाला हाक मारली. मंदिरातून परत आलेलं नैवेद्याचं ताट नामदेवानं खावं, अशी गोणाईची श्रद्धा होती. तिने नामदेवाला हाक मारली आणि त्याला जेवायला बसवलं. नामदेव जेवायला

बसलाय म्हणजे आता थोडा वेळ तरी तो उठणार नाही, इकडेतिकडे धावाधाव करणार नाही, तेव्हा आता आपल्याला थोडा वेळ रिकामा आहे हे जनाच्या लक्षात आलं. ती पटकन मंदिरात पळाली. गरुड मंडपात विठ्ठलासमोर जाऊन उभी राहिली. विठ्ठलाशी काही गुजगोष्टी केल्या. त्याला डोळे भरून बघितलं आणि पुन्हा ती परत घरी परतली. दामाशेटी सोप्यावर बसून सुपारी कातरत होते. जना पळत घरात आली, ती दामाशेटींसमोर जाऊन उभी राहिली. दामाशेटींना तिची चाहूल लागली. त्यांनी वर पाहिलं. जनाला बघून ते म्हणाले, ''काय गं जना? कुठं गेली होतीस?'' त्यांच्या या प्रश्नाचं उत्तर द्यावं की न द्यावं अशा संभ्रमात पडलेली जना धीर करून दोन पावलं पुढं येऊन म्हणाली, ''मोठे बाबा, मी मंदिरात गेले होते. विठ्ठलाला भेटायला. तर मला बघून तो म्हणाला, ''जने, आज तुझी मोठी आई खिरीत साखर घालायला विसरली का? खिरीत साखरच नव्हती बघ! त्यामुळं खीर गोडच लागली नाही. कशीतरीच लागत होती बघ!'' मोठे बाबा, मी हे आत जाऊन मोठ्या आईला सांगून येते.'' असं म्हणत जना आत जायला वळली तोच आतून पळतपळत रडत नामदेव येत होता आणि त्याच्या पाठोपाठ हातात खिरीची वाटी घेऊन गोणाई बाहेर येत होती. जनाचं बोलणं दामाशेटींच्या मस्तकात रुंजी घालत होतं, तोच ही दोघं बाहेर आलेली बघून दामाशेटींनी विचारलं, ''काय झालं? हा का रडतोय?'' तशी गोणाई म्हणाली, ''बघा की चांगली नैवेद्याची खीर आहे. निरशा दुधातली केलेली आहे, तर म्हणतोय गोड लागत नाही. कशीतरीच लागते आहे आणि मी खाणार नाही म्हणून रडत बसलाय.'' गोणाईचं बोलणं ऐकलं आणि दामाशेटी एकदम चमकले. त्यांनी काही न बोलता गोणाईच्या हातातून खिरीचा वाडगा घेतला आणि खीर चाखून बघितली. लक्षावधी तारका आपल्या सभोवती फिरताहेत असं त्यांना झालं. खरोखर खिरीत साखर नसल्याने ती खीर कशीतरीच लागत होती. त्यांनी गोणाईच्या ते लक्षात आणून दिलं आणि नामदेवाची समजूत घालून त्याला आत पाठवून ते जनाकडं वळले. खाली बसून तिचा हात हातात घेऊन त्यांनी विचारलं, ''जना, तू खरं सांग, खिरीत साखर नाही हे तुला कसं कळलं? तू खीर खाऊन बघितली होतीस?''

''नाही मोठे बाबा. शिजवलेलं सगळं अन्न चुलीजवळ असतं. त्या अन्नाला मी शिवायचं नाही असं मला भागाईनं बजावलंय. मी अति शूद्र आहे ना, म्हणून! मोठे बाबा, मी कध्धी कध्धी अन्नाला शिवत नाही. मी चुलीच्या जवळसुद्धा जात नाही. मग मी खीर कशी चाखून बघीन? मी मघाशी मंदिरात गेले होते ना, तेव्हा मला विठ्ठलानंच हे सांगितलं.'' जनाच्या बोलण्यात सच्चेपणा होता. चेहऱ्यावर निरागसता होती. डोळ्यांत प्रांजळपणा होता. तिनं ठामपणे उच्चारलेला प्रत्येक शब्दन्शब्द ती सगळं खरं सांगत असल्याची ग्वाही देत होता. दामाशेटींना भरून आलं. डोळ्यात

पाणी डबडबलं. ''पोरी, तुझा पिता होण्याचं भाग्य मला लाभलं! मी खरोखरच मोठा भाग्यवान आहे.'' तिच्या केसांवरून हात फिरवत गहिवरल्या आवाजात दामाशेटी म्हणाले. तोच ''पानं वाढलीत!'' अशी गोणाईची हाक ऐकायला आली.

मंडळी जेवायला बसली. गोणाई दामाशेटींना आणि नागरीला वाढत होती. भागाई आणि जनाचं पान वाढून दिलं होतं. दोघी तिथंच स्वयंपाकघराच्या दाराशी बसल्या होत्या. दामाशेटी जेवता जेवता जनाईबद्दलचा घडलेला प्रसंग गोणाईला सांगत होते. डोळे विस्फारून गोणाई ते ऐकत होती. तिच्याही डोळ्यांत जनाबद्दल कौतुक तरळलं होतं, पण भागाबाईच्या डोक्यात मात्र ते ऐकून संतापानं स्फोट होत होते. असह्य झालं तशी ती तुसडेपणानं म्हणाली, ''दामाजी, तू काही ऐकू नकोस या कार्टीचं. मोठी चहाटळ आहे ही पोर! काही विठ्ठल-बिठ्ठल हिच्याशी बोललेला नाही. सगळ्यांचा डोळा चुकवून देवाला नैवेद्य दाखवायच्या आधीच खीर खाल्ली असेल कारटीनं आणि आता विठ्ठलाचं नाव घेऊन गोष्टी रचून तुला सांगते. पक्की बनेल आहे भवानी!'' भागाईनं आपल्या उरातली आग जळजळीत शब्दांत बाहेर ओकली. दामाशेटींचं जेवण झालं होतं. पानावरून उठता उठता ते म्हणाले, ''भागाक्का, मोठा झालोय मी आता. कोण बनेल आहे आणि कोण खरं आहे हे समजण्याइतकी अक्कल मला आता आलेली आहे. तेव्हा तुम्ही माझी काळजी करू नका.'' असं बोलून ते स्वयंपाकघराच्या बाहेर गेले. गोणाई आळीपाळीनं दोघांकडं बघत बसली. संतापानं धुमसत भागाईनं बकाबका जेवायला सुरुवात केली. 'या विठ्ठलाच्या पायी आपल्याला काय-काय ऐकून घ्यावं लागणार आहे? किती आरोप सहन करावे लागणार आहेत?' या विचारानं डबडबलेल्या डोळ्यांनी भात चिवडत बसलेल्या जनाकडं मात्र कुणाचंच लक्ष नव्हतं.

# १

जनाला दामाशेटींच्या घरात येऊन आता बरेच दिवस झाले होते. एक भागाबाई सोडली, तर दामाशेटींच्या सगळ्या घरानं जनाला स्वीकारलं होतं, आपलं म्हटलं होतं आणि जनानंही दामाशेटींचं घर आपलंच मानलं होतं. स्वत:ला या घरामध्ये विरघळवून टाकलं होतं. जना जसजशी त्या घरामध्ये विरघळत गेली तसतशी तिची आणि नामदेवाची स्नेहाची वीण अधिकाधिक घट्ट होत गेली. नामदेव जनाला जराही सोडत नसे. सतत तिच्यामागे असे. जना जशी मोठी होत गेली, तशी गोणाई घरातली काही काम हक्कानं आणि निश्चिन्तपणे तिच्यावर सोपवायला लागली. जनालासुद्धा काम करणं आवडायचं आणि त्यामुळं गोणाईचा हातही काहीसा रिकामा राहायला लागला. जनाचा स्वभाव मुळातच लाघवी. त्यात गोणाईबद्दल तिला विशेष माया वाटायची. गोणाईनं काम सांगावं आणि जनानं ते पटकन करावं. गोणाईनं हाक मारावी, जनानं लगेच धावत जावं. दोघींचं छान जमत असे. आऊबाई काहीशी अबोल स्वभावाची होती, त्यामुळं तिची नेमून दिलेली कामं ती सावचित्ताने, मूकपणाने करत असायची. जनाइतका तिला कामाचा उरक नव्हता. त्यामुळं गोणाई जनावर जास्त विसंबून राहायची आणि हे भागाबाईला बघवायचं नाही. जनानं केलेल्या कामात ती काही ना काही खुसपट काढायची. येता-जाता गोणाईचे कान भरायची. पण ना गोणाई तिचं ऐकत असे, ना जना तिच्याकडे लक्ष देत असे. याचा परिणाम उलटाच व्हायचा. भागाबाई आणखीन चिडायची आणि मग दिवसभर चडफडत बसायची.

दिवस असे चालले होते. जनाचा बराच वेळ आता घरच्या कामकाजात जात असे. त्या कामकाजातून सवड काढून तिला नामदेवाशी खेळावं लागे. तिचं मन मात्र विठ्ठलाकडे ओढ घेई. दिवसातून एकदातरी त्याचं दर्शन घ्यावं, त्याचं ते साजरंगोजिरं रूप डोळे भरून बघावं असं तिला सारखं वाटत असे, पण तिला रोज ते शक्य होत नसे. त्यात ती जराशी रिकामी दिसली की, नामदेव तिला खेळायला घेऊन जाई. कधीकधी ती नामदेवाला म्हणे "नामया, पटकन मंदिरात जाऊन येते.

त्या विठ्ठलाला बघून येते.'' कधी नामदेव सोडायचा, कधी सोडायचा नाही; पण तिनं असं म्हटलं की मात्र म्हणायचा, ''जने, सारखी सारखी काय तू त्या विठ्ठलाला बघायला जातेस? रोज तसाच तर दिसतो.'' नामदेव असं म्हणाला की, जना हसायची आणि त्याला म्हणायची, ''नाही नामया, मला तो दररोज वेगळा दिसतो.'' मग नामदेव फुरंगटून म्हणायचा, ''पण मग तू रोज रोज कशाला जातेस?'' तशी जना त्याला सांगायची, ''अरे, तो माझी वाट बघत असतो. मी जर गेले नाही, तर रुसून बसतो. मग मला त्याची समजूत काढावी लागते. म्हणून मी जाऊन येते.'' तिचं बोलणं नामदेवाला पटायचं, पण तरीही तो म्हणायचा, ''पण मग माझ्याशी खेळायला तुला वेळ राहत नाही. मग मीपण रुसून बसेन.'' जनाला नामदेवाच्या या बोलण्याची गंमत वाटत असे. मग चेहरा पाडून रुसून बसलेल्या नामदेवाला ती गुदगुल्या करून हसवायची. त्याला नकला करून दाखवायची.

दामाशेटींकडे एक ब्राह्मण गृहस्थ यायचे. केसोपंत त्यांचं नाव. दामाशेटींकडून बाराबंदी शिवून घेण्यासाठी ते यायचे. डोक्याचा घेरा, त्यावर रुळणारी लांब शेंडी, नाकातून बोलणं असं त्यांचं एकूण व्यक्तिमत्त्व! चालताना ते एक पाय ओढत चालायचे. नामदेव, नागरी, कुशी, जना ही सगळी जणं खेळायला एकत्र जमली की, ते नेमके यायचे आणि ''हात- शिंच्यानो! नुसता सावळागोंधळ माजवता!'' असं म्हणायचे. बोलताना प्रत्येक वाक्यागणिक त्यांना 'राम कृष्ण हरी' म्हणायची सवय होती. मध्येच ते विठ्ठलाचंही नाव घ्यायचे. पण गमतीशीरपणे, ''विठ्ठला, पांडुरंगा! कसं होणार बाबा तुझं?'' असं म्हणायचे. ''कसं होणार बाबा तुझं?'' असं विठ्ठलालाच विचारण्याच्या त्यांच्या सवयीची सगळ्यांनाच गंमत वाटायची. एक दिवस याबद्दल दामाशेटींनी त्यांना छेडलंच. दामाशेटी म्हणाले, ''केसोपंत, अहो त्या विठ्ठलाला माझं कसं होणार? हे विचारायच्या ऐवजी तुम्ही, तुझं कसं होणार? असं काय विचारताय?'' दामाशेटींनी विचारलेल्या प्रश्नाला केसोपंतांनी दिलेलं उत्तर मोठं गमतीदार होतं. ते म्हणाले, ''अहो दामाशेटी, माझं काय आता वेगळं व्हायचं आहे? दातांनी निवृत्ती घेतली आहे. केसांनी संगत सोडली आहे. गोवऱ्या गेल्यात स्मशानात! पाठोपाठ मीही जाईन. पण विठ्ठलाचं तसे नाही. त्याला युगानुयुगं इथंच राहायचं आहे. त्यात हे कलियुग! पृथ्वीवर पाप वाढणार. विटाळ, चांडाळ काही बघितले जायचे नाही आणि अशा दूषित वातावरणात त्या बिचाऱ्याला दिवस काढायचे आहेत हो! मग मला सांगा दामाशेटी, विठ्ठलाचंच कसं होणार? शिवाय तो सगळ्यांची वास्तपुस्त करतो, मग कुणीतरी त्याची वास्तपुस्त करायला नको का? म्हणून मी ती करतो.'' केसोपंतांचं हे बोलणं ऐकून सगळ्यांना त्या वेळी गंमत वाटे. हा सगळा प्रसंग घडला तेव्हा जना तिथेच होती. त्यानंतर सगळी खेळायला जमली की, जना केसोपंतांची हुबेहूब नक्कल करत असे. कधीकधी

काहीतरी निवडत तिथे गोणाईही बसलेली असे. जनाच्या निरीक्षणशक्तीचं तिला कौतुक वाटे. यामुळं एक होई, नामदेवाचा रुसवा कुठल्या कुठे पळून जात असे. गोणाईला बाकी काही कळत नसलं, तरी जनाचा कामाचा झपाटा, तिचं नामदेवाला जिवापाड सांभाळणं, तिचा प्रेमळपणा हे प्रकर्षानं जाणवत असे. आपल्या अभिजात लाघवीपणानं आपल्या सभोवतालच्या माणसांना जिंकत जना हळूहळू मोठी होत होती.

एक दिवस एक गमतीशीर प्रसंग घडला. गोणाईनं सगळं स्वयंपाकपाणी आवरलं आणि ती तांदूळ निवडत बसली. पडवीत नामदेव खेळत होता. त्याला अचानक काय आठवलं कोण जाणे? त्यानं गोणाईच्या मागे तगादा लावला, "मला भाकरी दे." तशी गोणाईनं भागाबाईला त्याला भाकरी द्यायला सांगितली. डोकं दुखत होतं म्हणून डोकं बांधून बसलेली भागाबाई रागाने चरफडत उठली. स्वयंपाकघरात जाऊन तिनं बुट्टीतली भाकरी घेतली आणि ती तशीच रागारागाने आणून नामदेवाच्या हातात दिली. तिनं नुसतीच कोरडी भाकरी दिली म्हणून नामदेवालाही राग आला. "मला नको जा अशी भाकरी!" असं रुसून म्हणत नामदेवाने ती भाकरी उंबऱ्यावर ठेवली. ती भाकरी आपल्यासाठीच आहे असं समजून एक कुत्रा पळत आला आणि भाकरी तोंडात धरून पळत सुटला. गोणाई, भागाई 'हाड-हाड' करत त्याच्या मागे धावल्या, पण नामदेव मात्र त्याला हाकलायचं सोडून उलटा स्वयंपाकघराकडे पळाला. स्वयंपाकघरात चुलीजवळ ठेवलेली तुपाची लोटली घेऊन तो पुन्हा बाहेर आला आणि ती तुपाची लोटली तशीच हातात धरून नामदेव तो कुत्रा पळाला त्याच्या पाठोपाठ पळाला. ते बघून गोणाई ओरडली. "अरे नामदेवा, नामदेवा, अरे हे काय करतोस? ती तुपाची लोटली घेऊन कुठे चाललास?" गोणाईच्या त्या ओरडण्याकडे जराही लक्ष न देता दारातूनच ओरडून नामदेवाने सांगितलं, "अगं आई, तो कुत्रा कोरडीच भाकरी घेऊन गेला. त्याला तूप देऊन येतो." असं सांगून नामदेव तिथे थांबला तर नाहीच, पण "अरे, अरे जरा थांब! जरा थांब. कोरडी भाकरी खाऊ नकोस. तिच्यावर हे तूप घे." असं ओरडत त्या कुत्र्याला हाका घालत तुपाची लोटली घेऊन नामदेव कुत्र्यामागे धावला. भाकरीवर तूप घ्यायला तो कुत्रा तिथे थांबणार होता थोडाच! तो कधीच दिसेनासा झाला. मग मात्र हिरमुसल्या चेहऱ्यानं ती तुपाची लोटली घेऊन नामदेव घरात परत आला.

स्वयंपाकघराच्या दरवाजात उभी राहून आरडाओरडा करणारी भागाबाई तावातावानं पुढं झाली. तिनं खसकन ती तुपाची लोटली नामदेवाच्या हातातून काढून घेतली आणि मग तोंड सोडलं. "घ्या, आता मिळाला दाखला! रस्त्यावरच्या वाट्टेल त्या भिकाऱ्याची पोर घरात आणून ठेवल्यावर असंच होणार. घरातलं चांगलं अन्न द्या भिक्कारड्यांच्या मुलांना आणि दहीतूप घाला कुत्र्यांना! आता हेच करावं लागणार आहे. उकिरडा घरात आला की, घराचा उकिरडा होणारच आणि मग त्यात कुत्री-

मांजरं, गाई-गुरं अशी जनावरं येणारच. ना सोवळ्या-ओवळ्याचा विधिनिषेध, ना नात्यागोत्याची पर्वा. असल्या भिकाऱ्याच्या मुली घरात ठेवून घेतल्यावर असं होणारच.'' भागाबाई तोंडाला येईल ते बडबडत होती. बोलत असताना तिला कसलंच भान नव्हतं. गळ्याच्या शिरा ताणून हातवारे करत, डोळे गरागरा फिरवत, स्वरात विखार ओतत भागाबाई बोलत होती. आपण काय बोलतो आहोत, कशाचा संबंध कशाशी जोडतो आहोत, काहीही कारण नसताना आपण यात जनाला गोवतो आहोत या गोष्टीचं तिला भान नव्हतं. तिचं वाक्ताडन ऐकून गोणाई स्तिमित झाली. तिला काय बोलावं, कसं थांबवावं हे सुचेना. भागाबाईचं वाक्ताडन चालूच होतं. कारण नसताना ती आपल्यावर दोषारोप करते आहे हे कळूनदेखील तिच्या त्या अवताराला घाबरून जना चिडिचूप कोपऱ्यात उभी होती. कुत्र्याला तूप घालता आलं नाही म्हणून हिरमुसला झालेला नामदेव त्याच विचारात गुंग होऊन उंबऱ्यावर बसला होता.

दामाशेटी परसदारी काहीतरी काम करत होते. त्यांच्या कानावर हा सगळा गोंधळ आणि आरडाओरडा पडला. काय झालं बघायला हातातलं काम टाकून ते सोप्यावर आले. ते आले तरी भागाबाईचं तोंड चालूच होतं. दामाशेटींनी पुढं येऊन ''काय झालं?'' असं विचारल्यावर भागाबाईला आणखी जोर चढला. स्वयंपाकघराच्या दरवाजाची चौकट सोडून, पुढे येऊन ती हातवारे करत बोलू लागली, ''बघ दामाजी, तरी तुला कानीकपाळी ओरडून सांगत होते, कोण कुठली भिक्कारड्यांची पोर घरात आणून ठेवू नकोस. सगळे भिक्कारडे संस्कार पसरतील घरात. पण नाही. माझं मेलीचं कोण ऐकणार! आता आला ना प्रत्यय! भाकरी घेऊन गेलेल्या कुत्र्याच्या पाठीमागं तूप घेऊन पळाला तुझा पोरगा. भिकेचे डोहाळे सगळे! हा, हा सगळा या सटवीच्या संगतीचा परिणाम. माझं वेळेवर ऐकलं नाही. आता भोगा आपल्या कर्माची फळं!'' भागाबाईचं तोंड चालूच होतं. गोणाई दिङ्मूढ होऊन बसली होती, तर जना कावरीबावरी होऊन रडवेल्या चेहऱ्यानं कोपऱ्यात उभी होती. दामाशेटींनी सगळा अंदाज घेतला. आपला एक हात वर करून भागाबाईला थांबवत ते म्हणाले, ''बरोबर आहे भागाई तुझं. कुत्र्यानं भाकरी पळवली म्हणून त्या भाकरीवर तूप घालण्यासाठी नामदेव तुपाची लोटली घेऊन त्याच्या पाठोपाठ पळाला हे जर जनीमुळं घडलं असेल, तर एकुलता एक आहे म्हणून लाडाकोडात वाढलेल्या आणि काहीशा हट्टी, दुराग्रही बनलेल्या नामदेवाला प्राणिमात्रांवर प्रेम करायला जनीनं शिकवलं म्हणून मला तिचं कौतुकच करायला पाहिजे. कारण माणसानं पहिल्यांदा प्राणिमात्रांवर दया दाखवावी. कारण ते मुके असतात आणि मगच माणसानं माणसांवर दया दाखवावी. प्राणिमात्रांवर काय किंवा माणसावर दया दाखवणं काय, हा मनुष्यप्राण्याचा धर्मच आहे. आणि हा धर्म या घरानं किंवा माझ्या वडलांनी दाखवला नसता, तर मला वाटतं भागाई तू या घरात दिसली नसतीस.'' दामाशेटी अत्यंत मवाळपणे, समंजसपणे बोलत होते खरं, पण

त्यांचं प्रत्येक वाक्य भागाबाईला असूडाचा फटका बसल्यासारखं लागत होतं. आपण केलेल्या कांगाव्याचा, आरडाओरडीचा जबरदस्त परिणाम होऊन दामाशेटी या क्षणाला या गतकाळी जनीला घराबाहेर हाकलून देतील अशी तिची अटकळ होती, पण ती खोटी ठरली. उलट तिच्यावर दया दाखवून दामाशेटींच्या वडलांनी तिला आधार दिला आणि म्हणूनच ती या घरात राहू शकली, याची स्पष्ट जाणीव दामाशेटींनी तिला करून दिली. एवढंसं तोंड घेऊन भागाई स्वयंपाकघरात गेली. तरीही जाताना कोपऱ्यात उभ्या असलेल्या जनाकडे रागाचा जळजळीत कटाक्ष टाकायला ती विसरली नाही. काही असो, या प्रसंगानं दामाशेटींच्या घरातलं जनाचं स्थान अधिक पक्कं झालं हे खरं!

संध्याकाळ झाली. तुळशीपाशी दिवा लावून गोणाई संध्याकाळच्या स्वयंपाकाच्या सिद्धतेला लागली. दामाशेटींनी जनाची बाजू कितीही उचलून धरलेली असली, तरीसुद्धा भागाईच्या वाक्ताडनानं जनाचं संवेदनशील मन जखमी झालं ते झालंच. त्या प्रसंगानंतर जना गप्पगप्पच होती. आता गोणाईचा स्वयंपाक होईपर्यंत तरी जनाला काही काम नव्हतं. डोळ्यातलं पाणी कुणाला दिसू नये म्हणून ती परसदारी जाऊन बसली होती. नामदेव तिला शोधत शोधत परसदारी आला. तिला तिथं बसलेली बघून, ''अगं जने, इथं आहेस होय तू? सगळ्या घरात तुला शोधलं मी! चल, आपण खेळू या.'' असं म्हणत जनाला हाताला धरून उठवून तो तिला सोप्यावर घेऊन आला. दोघं जण जोत्यावर बसली. ''काय खेळू या आपण आता?'' या नामदेवाच्या उत्साही प्रश्नाला जनानं काहीच उत्तर दिलं नाही. ती गप्पगप्प होती हे बघून त्यानं तिला हसवायचा खूप प्रयत्न केला. नकला करून दाखवल्या, गोष्टी सांगितल्या; पण जनाची कळी काही खुलेना. शेवटी फुरंगटून नामदेव म्हणाला, ''जने, आता तू हसली-बोलली नाहीस, तर मी तुझं नाव विठोबाला सांगेन आणि त्याला सांगेन, जोपर्यंत जना माझ्याशी बोलत नाही तोपर्यंत तूही तिच्याशी बोलू नकोस.'' नामदेवाची ही मात्रा मात्र बरोबर लागू पडली. नामदेवाच्या चेहऱ्यावरचा रुसवा, किंचित रागावल्यामुळे मोठे झालेले डोळे, फुगलेल्या नाकपुड्या आणि अशा लटक्या रागाने विठ्ठलाला सांगण्याची त्यानं दिलेली धमकी या सगळ्याचा बरोबर परिणाम झाला आणि जनाला खुदकन हसू फुटलं. तिला तसं हसताना बघून नामदेवाला आनंद झाला आणि तो आनंदानं टाळ्या वाजवायला लागला. आपण रुसल्यावर त्याचं रूसणं, विठ्ठलाचं नाव घेऊन आपली समजूत काढणं, आपण हसल्यावर त्याचं आनंदित होणं हे सगळं जनानं बघितलं. पण हसता-हसता आपल्या डोळ्यांत पाणी का आलं, याचं कारण मात्र जनाला कळलं नाही.

त्यानंतर जनाचा आणि नामदेवाचा खेळ रंगला. काही वेळ असाच गेला आणि गोणाईची हाक आली. ती सगळ्यांना जेवणासाठी बोलवत होती. नामदेवालाही

भूक लागलीच होती. तो पळतच स्वयंपाकघरात गेला. तोच परसदाराकडून हात-पाय धुऊन येणारे दामाशेटी त्याला दिसले. त्याच्याही लक्षात आलं. तोही परसदारी गेला. डोणीतलं पाणी घेऊन त्यानं हातपाय धुतले आणि तो स्वयंपाकघरात आला. दामाशेटी पाटावर जाऊन बसले. नामदेव त्यांच्या शेजारच्या पाटावर बसला. पाठोपाठ जना आणि भागाबाईसुद्धा हातपाय धुऊन आल्या. दामाशेटींची तशी सक्त ताकीद होती. गोणाईने आऊबाईला पानात वाढायला सांगितलं. हिरव्यागार पळसाच्या पानाच्या सुबकपणानं बांधलेल्या पत्रावळी मांडल्या होत्या. आऊबाई, नागरी दोघी जणींनी वाढायला सुरुवात केली. सगळ्या पानांतून वाढून झालं की, त्या दोघी बसणार होत्या. पुढचं वाढप मग गोणाई स्वत:च करणार होती. सगळ्यांच्या पंगतीपासून एका बाजूला जनाची पत्रावळ ठेवली होती. दामाशेटींचं आणि पोराटोरांचं जेवण झालं की, गोणाई आणि भागाई जेवायला बसत. हा रोजचा रिवाज होता. त्या दोघींचंही जेवण झालं की, मग चूलपोतेरं करणं, स्वयंपाकघर सारवणं ही कामं भागाबाई करत असे. सगळ्यांच्या पानात भात वाढून झाल्यावर तुपाची लोटली घेऊन आऊबाई तूप वाढायला आली. उनउनीत भातावर तुपाची धार पडली की, एक मंद सुगंध दरवळायचा. त्या गंधानंच भूक प्रज्वलित व्हायची. तुपाची लोटली घेऊन आऊबाई वाढायला आली. तसा नामदेव म्हणाला, ''मला नको तूप.'' दामाशेटींनी ते ऐकलं. अन् विचारलं, ''नामदेव, तूप का नको म्हणतोस? अरे तूप घ्यावं. प्रकृतीला तर तूप चांगलं आहेच, पण तुला ठाऊक आहे का, तुपानं अन्नाची शुद्धी होते. घे, तूप घे.'' नामदेवाने भातावर तूप घेतलं आणि तो तक्रारीच्या सुरात म्हणाला, ''मग मघाशी त्या कुत्र्याच्या भाकरीवर तूप घालायला निघालो होतो तेव्हा कशाला अडवलं? त्याची भाकरी नको का शुद्ध व्हायला?'' नामदेवाचा तो रुसलेल्या आवाजातला प्रश्न ऐकून सगळे जण हसायला लागले. जना मात्र दामाशेटींनी तुपाबद्दल काय सांगितलं त्याचा विचार करायला लागली. सगळ्यांची जेवणं झाली. गोणाई आणि भागाबाई जेवायला बसल्या. गोणाईनं अन्न काढून भांडी रिकामी करून स्वयंपाकघराच्या बाहेर आणून ठेवली. परसदारी नेऊन जनानं ती घासून टाकली. जना पडवीत आली. नामदेव पडवीत झोपाळ्यावर बसला होता. जना त्याच्या जवळ बसली. दामाशेटी मंदिरात गेले. नामदेवाचा चेहरा विचारात पडल्यासारखा दिसत होता. जनाला ते बघून गंमत वाटली. ''कसला विचार करतो आहेस नामदेवा?'' तिनं त्याला त्या तंद्रीतून जागं करत विचारलं.

''त्या कुत्र्याचा!'' नामदेवाच्या स्वरात अजूनही तक्रार दिसत होती.

''त्या कुत्र्याचा? तो कशापायी?'' जनानं विचारलं.

तशी तिच्याकडं तोंड करून बसत नामदेव म्हणाला, ''जने, मला सांग, आपण सगळ्यांनी तेवढं जेवणात तूप घेऊन अन्न शुद्ध करून खायचं. त्या कुत्र्यानं

बिचाऱ्यानं ती भाकरी तशीच खाल्ली असेल. चांगलं त्याला घालायला मी तूप घेऊन निघालो होतो, तर तुम्ही मला कुणी जाऊ दिलं नाही.'' नामदेवाच्या त्या प्रश्नानं जनाला हसू आलं खरं, पण ते तिनं चेहऱ्यावर उमटू दिलं नाही. नाहीतर नामदेव पुन्हा रुसला असता; पण जनाला त्याच्या या बोलण्याचं कौतुकही वाटलं. ती नामदेवाला म्हणाली, ''नामया, किती प्रेमळ आहे रे तुझं मन! तुला किती माया आहे सगळ्यांची! अगदी कुत्र्याचीसुद्धा! असाच राहा. मोठा झाल्यावरसुद्धा तुझं मन असंच प्रेमळ राहू दे. मला खात्री आहे नामया, तू खूप मोठा होणार आहेस. सगळ्या लोकांना शिकवणार आहेस. पण एक कर, तुझ्याजवळचं ज्ञान तू दुसऱ्याला देशील ना, तेव्हा त्यावर तूप घालून दे. मघाशी ऐकलंस ना मोठे बाबा काय सांगत होते ते. तूप घातलं की, अन्न शुद्ध होतं. तसं तुझं ज्ञान तू सगळ्यांना देशील तेव्हा ते शुद्ध करून दे. निरामय करून दे. निर्मळ करून दे.'' कोनाड्यातल्या विठ्ठलाच्या मूर्तीकडं एकटक बघत जना बोलत होती. ती काय बोलत होती याचा संपूर्ण अर्थ जरी नामदेवाला समजला नव्हता, तरी त्याला जनाच्या चेहऱ्याकडे बघत राहावं असं  वाटत राहिलं. जनाचा चेहरा भावुक झाला होता. त्यावरची रेष न रेष बोलत होती. विठ्ठलाच्या मूर्तीवर स्थिरावले असले, तरी तिचे डोळे वेगळ्याच तेजाने चमकत होते. त्यात एक प्रफुल्लित, पण स्निग्ध भाव होता. असं वाटत होतं की, तिच्या शरीरातली सगळी ऊर्जा त्या डोळ्यांत एकवटली होती. का कोण जाणे, पण तिनं सांगितलेला शब्दन्‌शब्द कानातून उतरवावा, मनात साठवावा आणि हृदयात जपावा असं त्या छोट्या नामदेवालाही वाटून गेलं. ''जने, किती छान बोलतीस गं!'' या नामदेवाच्या वाक्याने जना भानावर आली. 'आपण काय बोललो कुणास ठाऊक? काहीतरी बोललो.' असं मनाशी म्हणत तिनं तो विषय झटकून टाकला. झोका मंदपणे आंदोलत होता. नामदेवाच्या डोळ्यांवर पेंग यायला लागली, तशी झोपाळ्यावरून उतरून तो माजघरात गेला.

जनानं पडवीत आपलं आणि भागाबाईचं अंथरूण घातलं आणि भागाबाईची वाट बघत ती अंथरुणावर बसून राहिली. दिवसभरात घडलेल्या एकंदर प्रसंगामुळे भानाबाई धुमसतच होती. गोणाई निजायला गेल्यावर तिनं रागारागानं सुंद्री विझवली आणि दबदब पाय आपटत ती सोप्यावर आली. जनाला अंथरुणावर बघताच तिच्या तळपायाची आग मस्तकाला गेली. 'याच, याच कार्टीमुळं आज मला बोलणी खावी लागली. याच कार्टीमुळं माझ्या आश्रित असण्याचा उद्धार झाला. याच कार्टीमुळं इतक्या वर्षांनी दामाजी मला टाकून बोलला. कितीही, काहीही केलं तरी हळूहळू ही टवळी या घरात हातपाय पसरायला लागली आहे आणि तिच्या हातपाय पसरण्यानं माझं इथं राहणं, माझं सल्ला देणं या घरातल्या लोकांना आवडेनासं झालंय. या कार्टीचा काहीतरी बंदोबस्त करायलाच हवा. कसंही करून ही भिकारडी

या घरातून बाहेर गेली पाहिजे. मला शह देते काय? या भागाईचा इंगा अजून तुला कळलेला नाही.' मनाशी असं चरफडत भागाबाई अंथरुणावर आली. जनाकडं तिरस्कारानं बघत, मानेला हिसका देऊन अंगावर वाकळ ओढून घेऊन ती आडवी झाली. आज तिचीही मान, पाठ, पाय दुखत होते. विहिरीचं पाणी ओढून, परसदारी असलेली मोठी डोण चोथ्यानं घासून, धुऊन भागाबाईनं ती काठोकाठ भरून ठेवली होती. महा एकादशी जवळ आली होती. पैपाव्हणा येणार होता. पाणी लागणार होतं. विहिरीवरचं काम होतं त्यामुळं भागाबाईला ते एकटीलाच करावं लागलं होतं. अंथरुणाला पाठ टेकल्यावर आपली पाठ आणि पाय विलक्षण दुखत आहेत, हे भागाबाईला जाणवायला लागलं. अभावितपणे ती कण्हायला लागली. कण्हता, कण्हताच झोपेची आराधना करू लागली. अचानक तिला जाणवलं, आपले पाय कुणीतरी चेपतंय. हळुवार हातानं कुणीतरी दाबतंय आणि त्यामुळं आपल्याला विलक्षण बरं वाटतंय. पायात उठणारा आणि अंगभर पसरणारा ठणका कमी होतोय. पिंढरीत उठणारी वेदना, पायात येणारे पेटके या सगळ्याला त्या हळुवारपणे दाबणाऱ्या हातामुळे थोडा आराम मिळतोय असं तिला जाणवायला लागलं. काही वेळ ती तशीच पडून राहिली. खरंतर अंगातल्या ठणक्यामुळं तिला उठण्याचंही त्राण नव्हतं, पण हळूहळू पायातली वेदना कमी झाली. ते हात अजूनही तिचे पाय दाबत होते. तिनं डोळे उघडून, मान उचलून बघितलं, तर तिच्या पायाजवळ बसून ती परकरी पोर जना तिचे पाय दाबत होती. तीच जना, जिचा ती दुःस्वास करत होती. तीच जना, जी तिला डोळ्यांसमोर नको असायची. ही तीच जना, जिच्या कामात चुका काढण्याची, तिला टोमणे मारण्याची एकही संधी ती सोडत नसे. तिला आपल्या पायाजवळ बसलेली बघितल्यावर भागाबाईच्या मस्तकात तिडीक उठली. आपलं सगळं अंग दुखतंय हे ती विसरली. या पोरीनं आपले पाय चेपले, हेही विसरून ताडकन उठून बसत ती ओरडली, "अगं नसराळे तू? दिवसभर नामदेवाबरोबर हुंदडतेस. दामाजी आणि गोणाईसमोर पुढं पुढं करून मला बोल लावायला लावतेस! चांडाळणी, आता माझे पाय चेपण्याचं ढोंग करतेस! तू किती बनेल आहेस ते मला माहीत नाही का? चल चालती हो इथून. आजपासून माझ्याशेजारी झोपायचं नाही. माझ्या आसपासही फिरकायचं नाही. याद राख! नाहीतर चुलीतलं जळकं लाकूड पायाला लावून डाग देईन आणि कायमची पांगळी करून ठेवीन." जना घाबरली. भागाबाईचा हा रुद्रावतार तिला नवीन होता. 'सकाळी मोठ्या बाबांनी आपली बाजू घेतल्यामुळे त्या काहीशा दुखावल्या आहेत.' याची तिला कल्पना होती. जना निरागस होती, निष्पाप होती. भागाबाई तिचा राग राग करत असे, पण जनाला मात्र तिचा राग कधी येत नसे. उलट तिला वाटे, 'आपण आणि भागाई दिवसभर कामकाजात असतो. एकाच अंथरुणावर झोपतो,

तर रात्रीच्या वेळी भागाबाईशी आपण काही गुजगोष्टी बोलाव्यात. आपणाला पडलेले काही प्रश्न तिला विचारावेत. आपण तिची वास्तपुस्त करावी आणि तिनंही आपल्यावर आईसारखी माया करावी.' पण दुर्दैव तिचं! आईच्या प्रेमाला ती लहानपणापासूनच मुकलेली होती आणि भागाईत ती आई शोधू पाहत होती, तर तीच भागाईच्या डोळ्यांत खुपत होती. आताही 'विहिरीचं पाणी ओढून भागाई दमली असेल.' असा मनाशी अंदाज बांधून तिनं भागाईचे पाय चेपले. भागाईनं ते निमूटपणे चेपूनही घेतले. तिलाही बरं वाटल्याचं दिसलं, पण भागाईला जेव्हा कळलं की, जना तिचे पाय चेपत होती, तेव्हा तिनं रुद्रावतार धारण केला. जनाला शिव्या घातल्या. तिला वाट्टेल तसं बोलून तिच्यावर तोंडसुख घेतलं आणि तिला तिथून हाकलून दिलं. हे बघून जना घाबरली. भागाबाईला काय उत्तर द्यावं ते तिला सुचेना. तिचं कोणतंही उत्तर ऐकण्याच्या मन:स्थितीत भागाबाई नव्हती. जना निमूटपणे उठली. आपली वाकळ घेऊन ती बाजूला झाली. 'पण आता झोपायचं कशावर?' हा तिच्यापुढे मोठा प्रश्न होता. अंथरायचं सगळं तर भागाबाईच्या अंगाखाली होतं. 'ते मागायचं कसं?' हा जनासमोर मोठा प्रश्न होता. मागूनही तिनं दिलं नसतं ते वेगळंच आणि पुन्हा वर ढीगभर ऐकून घ्यावं लागलं असतं. जनानं अंथरुणाचा नाद सोडला. पडवीतच दुसऱ्या टोकाला तिनं जमिनीवरच अंग टाकलं. अंगावर वाकळ पांघरली आणि तिनं डोळे मिटले.

रात्र झाली होती. घरात सगळी शांत निजली होती. भागाबाईच्या घोरण्याचा आवाज एकसुरात उमटत होता. वातावरणात नीरव शांतता होती. ही वेळ जनाची आणि तिच्या विठ्ठलाची! या वक्ताला तिचं आणि विठ्ठलाचं हितगुज चालायचं. दिवसभरात घडलेल्या सगळ्या घटना ती विठ्ठलाला सांगायची. त्यात कधी ती हसायची, कधी रडायची, कधी रुसायची. मग विठ्ठल तिची समजूत घालायचा. आजही तिनं विठ्ठलाजवळ दिवसभरात घडलेले सगळे प्रसंग सांगितले. भागाईनं दिलेल्या शिव्याही सांगितल्या. आपल्याला अंथरायला काही नाही अशी कुरबुर तिनं विठ्ठलाजवळ केली. तशी विठ्ठलानं आपल्या अंगावरचा शेला काढला आणि तो जनीला अंथरायला दिला. जनाचा चेहरा खुलला. विठ्ठलाच्या त्या शेल्यावर तिला शांत झोप लागली. त्या शेल्याची उब काही वेगळीच होती. रात्रीच्या तिसऱ्या प्रहरी तहान लागली म्हणून भागाबाई उठली. पाणी पिऊन अंथरुणावर येऊन बसल्यावर तिची नजर पडवीच्या दुसऱ्या कोपऱ्यात निजलेल्या जनीवर पडली. कार्तिक महिना होता. थंडी मी म्हणत होती आणि सारवलेल्या रिकाम्या जमिनीवर काहीही न अंथरता जना गाढ निजली होती. ती थंडीनं कुडकुडत कशी नाही, याचं नवल भागाईला वाटलं. तिला कुठं ठाऊक होतं, जना विठ्ठलाचा शेला अंथरून झोपली होती ते!

## १०

त्या दिवसापासून भागाबाईनं जनाला पुरतं पाण्यात पाहायला सुरुवात केली. दामाशेटी आणि गोणाईच्यासुद्धा ते प्रकर्षानं लक्षात यायला लागलं. पण काय करावं आणि यातून काय मार्ग काढावा हे त्यांनाही कळेना. समजून सांगावं, तर भागाबाई त्या दोघांपेक्षा वयानं मोठी होती आणि समजूत घालावी, तर जना खूपच लहान होती. त्यामुळं कुणाची समजूत घालावी हेच त्यांना उलगडत नव्हतं. पण जनानं मात्र यावर तोडगा काढला. शक्यतो भागाबाईच्या समोर यायचंच ती टाळायला लागली. भागाबाईच्या आपल्याशी आकसानं वागण्यामुळं मोठी आई आणि मोठे बाबा यांना त्रास होत होता, हे तिच्या लक्षात आलं होतं आणि तिनं भागाबाईशी आपला सामना होणार नाही याची कटाक्षाने खबरदारी घ्यायला सुरुवात केली होती. तिची निजायची जागासुद्धा तिनं बदलली. गोणाईला आणि दामाशेटींना विचारून तिनं पडवीला लागून असलेल्या अडगळीच्या खोलीमध्ये झोपायला सुरुवात केली. एका परीनं गोणाईला ते बरंच वाटलं. जना आता हळूहळू मोठी व्हायला लागली होती. तिचं असं उघड्यावर पडवीत झोपणं बरोबर नव्हतं. तिला वेगळा आडोसा असणंही गरजेचं होतं. पण तरीही आपल्याच घरातली एक खोली जनाला दिली याचा अर्थ दामाशेटींनी जनाला घरचीच मानलं होतं, या गोष्टीवर शिक्कामोर्तब झालं याही गोष्टीचा भागाबाईला राग आला. 'इतकी वर्षं आपण या घरात काढली, पण परसदारी असलेल्या एका छपरीवजा पडवीतच आपण आपलं सामानसुमान, किडूकमिडूक ठेवत आलो. आपल्यासाठी अशी वेगळ्या खोलीची व्यवस्था करण्याचं दामाजीच्या कधी मनात आलं नाही.' त्यामुळे दामाशेटींच्या संमतीनं का होईना, पण जनानं जेव्हा अडगळीच्या खोलीत आपली व्यवस्था केली तेव्हा जनीचा दु:स्वास करायला भागाबाईला आणखी एक कारण मिळालं. अर्थात, भागाबाईच्या मनात आलेल्या या विचारापासून जना अनभिज्ञच होती. गोणाई सांगेल तेवढी कामं नेटकेपणानं करणं, आऊबाईला कामात मदत करणं, अंगण-परसू,

पडवी-सोपा, माजघर सगळं झाडूनलोटून स्वच्छ करणं, भांडी घासणं, नामदेवाचं सगळं बघणं, त्याच्याशी खेळणं आणि यातून वेळ मिळाला तर मंदिरात जाऊन विठ्ठलाला डोळे भरून बघणं असा जनीनं स्वतःचा दिनक्रम जणू आखून घेतला. तिच्या या दिनक्रमात बाकी सगळी असली, तरी भागाबाईला मात्र स्थान नव्हतं.

असेच काही दिवस उलटले आणि चैत्र पाडवा आला. गोणाईची आणि भागाबाईची स्वयंपाकघरात धांदल चालली होती. जना आणि नागरी बाहेरचं काम आटोपून आऊबाईबरोबर रांगोळी काढायला बसल्या होत्या. ती दोघींना रांगोळीचे आडवे-उभे ठिपके कसे काढायचे, सुबक रेषा काढून त्या एकमेकांना कशा जोडायच्या ते शिकवत होती. हे असं सगळं चाललेलं असताना दामाशेटी बाहेरून कुठूनतरी आले. त्यांच्या हातात एक चौकोनी पातळ असा छान गुळगुळीत केलेला फळीचा तुकडा दिसत होता. आत आल्या आल्या त्यांनी नामदेवाला हाका मारायला सुरुवात केली. परसदाराशी काहीतरी खेळत बसलेला नामदेव धावतच आला. आऊबाई, नागरी, जनाही उत्सुकतेनं आत आल्या. नामदेव समोर आलेला बघून दामाशेटी म्हणाले, ''नामदेवा, हे बघ तुझ्यासाठी काय आणलं आहे! आजपासून तुला यावर मुळाक्षरं गिरवायची आहेत.'' दामाशेटींच्या हातात असलेल्या त्या वस्तूकडे सगळी जण कुतूहलानं बघत होती. दामाशेटींनी मारलेल्या हाका ऐकून गोणाई आणि भागाबाईपण माजघराच्या दाराशी येऊन उभ्या राहिल्या. नामदेवाने ती फळी हातात घेतली. त्याकडे उत्सुकतेनं बघत नागरीनं विचारलं, ''काका आजोबा, आम्हीपण?'' दामाशेटी काही बोलणार तोच भागाबाईनं मध्येच तोंड घातलं आणि उत्तर दिलं, ''मुळीच नाही! बायकांनी असलं काही शिकण्याची थेरं आपणाकडे चालत नाहीत. तुम्ही लिहायला शिकलात, तर गाव दामाजीला वाळीत टाकेल. तुम्हाला नुसते तोंडी हिशेब आले म्हणजे ठीक झालं.'' भागाबाईच्या या बोलण्यावर कुणीच काही बोललं नाही. नागरी हिरमुसली होऊन पुन्हा रांगोळीकडे पळाली. जना आणि आऊबाई तिच्यापाठोपाठ पळाल्या. नामदेव कितीतरी वेळ हातातल्या फळीकडं कुतूहलानं पाहत होता. तोच दामाशेटी हातपाय धुऊन पुन्हा सोप्यावर आले. सोप्यावर असलेल्या खांबाजवळ त्यांची बैठक होती. तिथे ते नामदेवाला घेऊन बसले. हातातल्या फळीवर डोकं टेकवून त्यांनी नामदेवाला नमस्कार करायला लावला. सोप्याच्या भिंतीवर असलेल्या गजाननाच्या तसबिरीला त्यांनी मनोभावे हात जोडले. आपल्या लाडक्या लेकासाठी बुद्धी मागितली. नामदेवानेही त्यांचं अनुकरण केलं. नंतर कोनाड्यात ठेवलेला कोळसा त्यांनी घेतला आणि त्या पांढऱ्या रंगाच्या गुळगुळीत फळीवर त्यांनी 'श्री' काढला आणि श्री काढलेली ती फळी त्यांनी नामदेवाच्या हातात दिली. नामदेव अत्यंत कुतूहलानं बाबा काय काढत होते, ते बघत होता. दामाशेटी जेव्हा 'श्री' काढत होते तेव्हा त्यांच्या हाताची

हालचालही तो लक्षपूर्वक बघत होता. दामाशेटींनी त्याच्या हातात ती फळी दिल्यानंतर त्यानं एकवार त्यांच्याकडे पाहिलं आणि अत्यंत आत्मविश्वासानं कोळशानं तो 'श्री' गिरवायला सुरुवात केली. सुपारी कातरता-कातरता दामाशेटी नामदेवाकडे पाहत होते. अजून त्यांची अर्धी सुपारीसुद्धा कातरून झाली नव्हती तोच नामदेवानं ती फळी उलटवली आणि तत्काळ दामाशेटींनी काढला तसाच बरोबर 'श्री' काढून दाखवला. नामदेव हुशार होता, चुणचुणीत होता हे दामाशेटी जाणून होते; पण तो एकपाठीही होता, हे त्यांच्या आता लक्षात आलं आणि त्यांना अतिशय आनंद झाला. नामदेवाला शिकवण्याबाबतचा त्यांचा उत्साह आणखी वाढला. नामदेव गोणाईच्या पोटात असताना झालेला दृष्टान्त त्यांना आठवला. प्रत्यक्ष विठ्ठलानं स्वप्नात येऊन त्यांना सांगितलं होतं, "तुझ्यापोटी येणारा हा पुत्र दिगंत कीर्ती मिळवणारा होईल." इतके दिवस नामदेव लहान होता. त्याच्यात असलेला चुणचुणीतपणा दिसून येत असला, तरी त्याच्याकडे असलेलं बुद्धिसामर्थ्य अजुनी लक्षात आलं नव्हतं. आपण काढून दिलेला 'श्री' नामदेवाने काही क्षणांतच आत्मसात केल्याचं बघून दामाशेटींना त्या दृष्टान्ताची सत्यता पटू लागली आणि चैत्र पाडव्याच्या मुहूर्तावर नामदेवाचं अक्षरं गिरवणं सुरू झालं. 'श्री' काढून झाल्यानंतर दामाशेटींनी 'ग णे शा य न म:' ही अक्षरं नामदेवाला काढून दिली आणि ते आपल्या उद्योगाला गेले, पण तीही अक्षरं आत्मसात करायला नामदेवाला फार वेळ लागला नाही. त्यानं ती अक्षरं त्या लाकडी फळीवर काढली. बाबांनी शिकवलेलं आपल्याला लगेच काढता आलं, याचा त्यालाही अतिशय आनंद झाला. आपण काढलेली ही अक्षरं कधी एकदा जनीला दाखवतो असं त्याला झालं. एवढं होईपर्यंत त्या तिघींचीही रांगोळी पूर्ण काढून झाली होती. नामदेव धावतधावत जनीकडे गेला. तिच्यासमोर ती फळी नाचवत म्हणाला, "जने, बघ तरी मी गणपतीचं नाव काढलंय. मला आताच बाबांनी शिकवलं." रांगोळीची बोळकी घेऊन आऊबाई आणि नागरी ते ठेवायला आत गेल्या होत्या. जना रांगोळीच्या आजूबाजूचा केर काढत होती. नामदेवानं आणलेली ती फळी जनानं कौतुकानं हातात घेतली. त्यावर काय लिहिलं होतं, ते कसं बघायचं, ते बघण्यासाठी ती फळी कशी धरायची यातलं काहीही जना जाणत नव्हती. तिला एकच माहीत होतं, 'यावर जे काही लिहिलंय, ते नामदेवानं लिहिलंय.' तिच्यासाठी कौतुक करायला एवढी एकच गोष्ट पुरेशी होती. फळी नामदेवाच्या हातात देऊन तिनं नामदेवाची अलाबला घेतली आणि त्याला म्हणाली, "नामया, तू इतकं लिही, इतकं लिही की, ते वाचून कधी संपूच नये." तिच्या बोलण्याने खूश झालेला नामदेव ती फळी आईला दाखवण्यासाठी आत पळाला. जनाच्या नजरेसमोर मात्र कितीतरी वेळ ही अक्षरं आणि त्यांचे ते आकार तरळत होते!

थंडी वाढली होती. पहाटेच्या गारठ्यात ओलेत्याने रोज काकड्याला जाण्याचा दामाशेटींचा रिवाज होता. पण तीच गोष्ट त्यांना बाधली आणि एक दिवस त्यांना थंडी वाजून फणफणून ताप भरला. दोन पासोड्या, दोन वाकळ अंगावर घातल्या, तरी त्यांची थंडी थांबेना. कुणाला काय करावं सुचेना. काकड्याला गेलेले दामाशेटीं घरी आले ते थरथरतच. गोणाई, आऊबाई त्यांचे हातपाय चोळत उशापायथ्याशी बसून राहिल्या. भागाबाईनं घाईघाईनं एका पाटीमध्ये शेणी घालून शेगडी पेटवली आणि दामाशेटी निजले होते त्या खोलीत आणून ठेवली. विष्णू भट वैद्याचं औषध आणायचं होतं, पण अजून थोडं उजडायला हवं होतं. आतापर्यंत कधीही अंथरुणावर न पडलेले दामाशेटी चार-चार गोधड्या अंगावर घेऊन असे निपचित पडून राहिलेले बघून सगळ्यांच्या तोंडचं पाणी पळालं होतं. शेवटी एकदाचं उजाडलं.

नामदेव पळत पळत विष्णू भटांच्या घरी गेला. त्याच्याकडून दामाशेटींच्या आजाराचं वर्णन ऐकून विष्णू भटाने दोन प्रकारच्या मात्रा दिल्या. मात्रा घेऊन नामदेव घरी आला. पोटात औषध गेल्यावर दामाशेटींना झोप लागली. ते बघून आऊबाईला त्यांच्याजवळ बसवून गोणाई कामाला लागली. स्वयंपाकाची सिद्धता करायची होती. मंदिरात नैवेद्य द्यायचा होता. गोणाईनं भरभर स्वयंपाक केला. आज नैवेद्य नामदेवाच्या हातून पाठवणं भाग होतं. तिनं नैवेद्याचं पान तयार केलं. त्यावर केळीचं पान झाकलं आणि नामदेवाला हाक मारली. नामदेव धावतच आला. ''काय गं आई?'' त्यानं विचारलं. ''हे बघ नामदेवा, आज तुझ्या बाबांना बरं नाही, तेव्हा नैवेद्याचं पान घेऊन तू मंदिरात जा. देवाला नैवेद्य दाखवून झाला की, तू पान घेऊन परत ये. गुरवकाकांकडे पान दे. तू आत जाऊ नकोस. दारातूनच देवाला सांग, 'आज बाबांना बरं नाही म्हणून मी नैवेद्य घेऊन आलो आहे. तू तो गोड मानून घे.' '' आईचं बोलणं नामदेव लक्षपूर्वक ऐकत होता. तिचं बोलणं ऐकून त्यानं विचारलं, ''आई, मी असं सांगितलं, तर देव माझं ऐकेल? तो नैवेद्य घेईल?'' त्याच्या या प्रश्नाचं गोणाईला कौतुक वाटलं. ती म्हणाली, ''का नाही ऐकणार देव तुझं? नक्की ऐकेल. देव लहान मुलांचंच ऐकतो.'' आईचं बोलणं ऐकून नामदेवाला खूप आनंद झाला. मोठ्या उत्साहानं त्यानं ते नैवेद्याचं पान घेतलं आणि तो लगालगा मंदिरात गेला. मंदिरात जाऊन त्यानं म्हादा ते गुरवाकडे दिलं. आज तो कसा काय आला याची गुरवानं चौकशी केली तेव्हा बाबा आजारी असल्याचं त्यानं गुरवाला सांगितलं. गुरवानं त्याच्या हातातून पान घेतलं आणि विठ्ठलाच्या मूर्तीसमोर ठेवलं. पाणी फिरवून नैवेद्य दाखवला. नामदेव गर्भागाराच्या उंबऱ्याजवळ उभा होता. गुरव बाहेर आला. त्याला नामदेवानं विचारलं, ''गुरवकाका, आज मी नैवेद्य आणला म्हणून देव रागावणार तर नाही ना? देव नैवेद्य खाईल ना?'' नामदेवाच्या बोलण्याची गुरवाला गंमत वाटली. त्याची आणखी थोडी गंमत करावी म्हणून तो

म्हणाला, "थोडासा रागवेल, पण मी सांगितलंय त्याला. जेवेल तो. मी आता त्याच्यापुढं पान ठेवलंय. देवाचं जेवण होईपर्यंत मी थोडा वेळ घरी जाऊन येतो. तोवर तू इथंच बसून राहा. देवाचं जेवण झालं की, मग रिकामं पान घेऊन तू घरी जा." असं सांगून गुरव मंदिरातून बाहेर पडला. नामदेवानं मूकपणानं मान हलवली आणि गर्भागाराच्या दाराशी गरुड मंडपात देवाचं जेवण होण्याची तो वाट बघू लागला. गुरवाने देवाच्या समोर ठेवलेलं पान नामदेवाला तिथून दिसत होतं. बराच वेळ झाला तरी विठ्ठल कमरेवर हात ठेवून तसाच उभा! नामदेवाला वाटलं, देव रागावला असावा. हात जोडून तो म्हणाला, "विठ्ठला, आज नैवेद्य मी घेऊन आलो म्हणून तू रागावलास काय? पण काय करणार, बाबांना खूप बरं नाही. म्हणून मला यावं लागलं. पण तू रागवू नकोस. तू नैवेद्य गोड मानून घे. आईनंपण तुला तसाच निरोप दिला आहे." हात जोडून नामदेव पुन:पुन्हा देवाला विनवणी करत होता; पण ना देवाने कमरेवरचा हात काढला ना जेवायला सुरुवात केली. बऱ्याचदा सांगूनही देव ऐकत नाही म्हटल्यावर नामदेव घाबरला. 'आता गुरवकाका यायच्या आत हा जर जेवला नाही, तर ते बाबांना सांगणार आणि हे भरलेलं पान आपल्याला असंच घरी न्यावं लागणार. ते बघून आईपण रागावणार. कदाचित आपल्याला मारही बसेल. आता काय करावं या देवाला! हा तर जेवायलाच तयार नाही.' आपल्या मनात आलेले सगळे विचार नामदेवाने देवालाही ऐकवले. "विठूराया, असं करू नको रे! तू जेवला नाहीस आणि मी असंच भरलेलं पान घरी घेऊन गेलो, तर बाबा चिडतील. आई रागवेल. कदाचित मारेलसुद्धा! जेव ना रे!" असं सांगूनही देवाने ऐकलं नाही. मग मात्र नामदेव चिडला. भीतीची जागा आता संतापानं घेतली. 'आपल्यासारखा छोटा मुलगा इतकं विनवतोय तरी हा ऐकत नाही म्हणजे काय? आई तर म्हणाली होती की, देव लहान मुलांचं ऐकतो.' नामदेवाच्या मनात आलेला राग आता शब्दांतून व्यक्त व्हायला लागला. "विठ्ठला, जेव की रे! तू जोपर्यंत जेवत नाहीस तोपर्यंत मी इथून हलणार नाही. तू जेवत नाहीस तोवर मी घरीसुद्धा जाणार नाही. खरं सांगू का, मलापण खूप भूक लागली आहे. तू लवकर जेव. म्हणजे मलापण लवकर घरी जाऊन जेवता येईल. जेव की रे!" नामदेव आता काकुळतीला आला होता. इतकं विनवूनही विठ्ठल तसाच उभा. नामदेव संतापला. "ठीक आहे. इतक्या प्रकारे सांगूनही तू ऐकत नाहीस ना? मग आता बघच. आता तू जर माझं ऐकलं नाहीस आणि जेवायला सुरुवात केली नाहीस, तर मी या गाभाऱ्याच्या उंबऱ्यावर माझं डोकं आपटून घेईल. जोपर्यंत तू जेवणार नाहीस तोपर्यंत मी डोकं आपटतच राहीन. मग मला कितीही लागू दे आणि कितीही रक्त येऊ दे." नामदेवाचं हे बोलणं ऐकूनसुद्धा विठ्ठलानं काहीच हालचाल केली नाही. मग मात्र नामदेवानं खरोखरच त्या दगडी उंबरठ्यावर डोकं बडवायला सुरुवात

केली. हळूहळू कपाळातून रक्त यायला लागलं. नंतर रक्ताची धार लागली. तरीही नामदेव डोकं बडवतच राहिला.

अचानक त्याला एक आवाज ऐकायला आला. "थांब नामदेवा, थांब. मी जेवतो. हे बघ मी जेवायला सुरुवातदेखील केली." नामदेवाचं कपाळ दुखत होतं. वेदनेनं उरात जाळ भरला होता. डोळ्यांतून अश्रूंची धार लागली होती आणि कपाळातून रक्ताची! तो आवाज ऐकला मात्र, आपल्या छोट्याशा हातांनी डोळे पुसून नामदेवानं समोर पाहिलं, खरोखरच विठ्ठलानं कमरेवरचा उजवा हात काढला होता आणि तो जेवत होता. नामदेवाला समाधान वाटलं. तशाही परिस्थितीत त्याच्या चेहऱ्यावर हसू उमटलं. कपाळातून रक्ताची धार, गालावर येऊन थांबलेले अश्रू आणि ओठातून ओघळलेलं हसू या तीन परस्परविरोधी भावनांचं अजब मिश्रण नामदेवाच्या चेहऱ्यावर दिसत होतं. उत्पत्ती, स्थिती, लय हे सृष्टीतले साक्षात्कार छोट्या नामदेवाच्या चेहऱ्यावर त्या क्षणी उमटले होते. विठ्ठल जेवत होता आणि नामदेव ते डोळे भरून बघत होता. विठ्ठलाचं जेवण झालं. नैवेद्याचं पान स्वच्छ झालं. नामदेवाचा चेहरा समाधानानं फुलला. त्यानं सदऱ्याच्या बाहीनं आपलं तोंड पुसलं. एवढं होईतो गुरव आलाच. नामदेवाकडे न बघताच तो आत गेला. विठ्ठलाच्या मूर्तीच्या पायाकडे लक्ष जाताच तो चमकलाच. मूर्तीसमोरच नैवेद्याचं पान रिकामं बघून त्याला नवल वाटलं. 'अरे, यातला नैवेद्य कुणी खाल्ला?' हा विचार मनात आल्यावर त्याला सर्वप्रथम नामदेवाचा संशय आला. त्यानं रागानं नामदेवाकडे पाहिलं आणि तो म्हणाला, "काय रे पोरा, देवाचा नैवेद्य खाल्लास? मी थोडा वेळ घरी गेलो, एवढ्या वेळात हा कारभार केलास काय? अरे, तुला एवढी भूक लागली होती, तर घरी जाऊन जेवायचं होतंस. अरे, दामाशेटींचा मुलगा ना तू, त्यांच्या घरातून देवाला रोज नैवेद्य येतो आणि आज देवाचा नैवेद्य तूच खाल्लास? लाज आणलीस रे तू त्यांना! काय म्हणायचं तुला? चल, चल तुझ्या बापसाकडं. त्यांना सांगतो तुझी करणी. चल." असं म्हणत गुरवानं ते रिकामं पान उचललं, दुसऱ्या हातानं नामदेवाचं बखोट धरलं आणि नामदेवाला दरादरा ओढत तो आरडाओरडा करत दामाशेटींच्या घरी आला. त्याच्या आरडाओरड्यानं आणखी आठ-दहा लोक त्यांच्या भोवती जमले. त्यामुळं तर गुरवाला आणखी जोर आला.

आपल्या दारासमोर हा कसला आरडाओरडा चालला आहे हे गोणाईला समजेना. दामाशेटींसाठी केलेली लापशी त्यांना घालत ती तिथे बसली होती. विष्णू भटाची मात्रा पोटात गेल्यावर थोड्या वेळातच दामाशेटींना बरं वाटू लागलं होतं. पुष्कळ घाम येऊन त्यांचा तापही उतरला होता. सकाळपासून त्यांच्या पोटात काहीच नव्हतं. म्हणून गोणाईनं थोडीशी लापशी केली होती आणि ती त्यांना घालत

होती. एवढ्यात आरडाओरडा करत गुरव दारातून आत आला. त्याच्या एका हातात नैवेद्याचं रिकामं झालेलं पान होतं आणि दुसऱ्या हाताशी रडवेला झालेला, कपाळातून रक्त येत असलेला नामदेव. कुणालाच कळेना हा काय प्रकार होता! 'नैवेद्याचं पान रिकामं कसं? नामदेवाच्या कपाळातून रक्त का वाहतंय? आणि गुरवानं नामदेवाचं बखोट का धरलंय?' अशा अनेक प्रश्नांनी दामाशेटींना आणि गोणाईला गोंधळात टाकलं. नामदेवाला घेऊन गुरव तडक सोप्यावर आला. आरडाओरडा ऐकून दामाशेटी अंथरुणावर उठून बसले होते. त्यांना समोर बघताच सदा गुरवाचा आवाज थोडा खाली आला. "सदोबा, काय प्रकार आहे हा? कसला आरडाओरडा चालला आहे? आणि या माझ्या पोराच्या डोक्यातून रक्त कसं काय आलं? कुठे पडला की काय हा?" दामाशेटींच्या स्वरात काळजी होती.

"नाही दामाशेटी, आज लई इपरीत घडलं. तुमच्या जिवाला बरं वाटेना म्हणून आज तुम्ही नैवेद्य तुमच्या पोराच्या हातनं धाडला. पण तो नैवेद्य देवाला दाखवायचा सोडून ह्या पोरानं, नाम्यानं खाल्ला. मी इचारल्यावर मला म्हणतो कसा, 'नैवेद्य मी नाही द्येवानंच खाल्ला.' आता मला सांगा दामाशेटी, ती दगडी मूर्ती कधी नैवेद्य खाईल का? आतापर्यंत असं कधी घडलं नव्हतं, ते आताच कसं घडलं?" सदा गुरवाचं ते बोलणं ऐकून दामाशेटींना धक्का बसला, तर गोणाईच्या पायाखालची जमीन सरकली. दामाशेटी कसेबसे धडपडत उभे राहिले. त्यांनी नामदेवाला दरडावून विचारलं, "नामदेवा, काय म्हणतोय सदा? देवाचा नैवेद्य तू खाल्लास? एवढी कसली आग पडली होती पोटात? एक दिवस मी गेलो नाही, तर केवढा हाहाकार माजवला कार्ट्यानं! एक धर्मपरायण आणि सद्गृहस्थ म्हणून मला गावात मान होता, तो पार मातीत मिळवला या दिवट्यानं! अरे, एवढी भूक लागली होती, तर घरी येऊन खायचंस." आधीच आजारानं डोकं तापलेलं, त्यात गुरवानं असं येऊन सांगितल्यावर दामाशेटींच्या संतापात भर पडली. डोळ्यांतून ठिणग्या बाहेर पडत होत्या. शब्दाशब्दांत आग भरली होती. संतापानं ते थरथरत होते. नामदेवाच्या वर्तणुकीने त्यांच्या पापभीरू मनाला धक्का बसला. संतापाने तसेच थरथरत ते गोणाईकडे वळले. "काय हो! हेच शिकवलं का तुम्ही पोराला? हेच तुमचे संस्कार का? घरात इतकं खायलाप्यायला असताना हा मुलगा असा अधाशासारखा कसा वागतो?" गोणाई काहीतरी बोलणार तोच माजघराच्या दारात उभं राहून हा सगळा तमाशा बघत उभी असलेली भागाबाई मध्येच बोलली, "तिच्या संस्कारांनी काय होतंय? भिक्कारड्यांच्या नि वखवखलेल्या पोरांच्या बरोबर राहिलं की, यापरतं दुसरं काय होणार? पाप गं बाई पाप! तरी मी सांगत होते ते, ती भिक्कारडी पोर घरात आणून ठेवू नका म्हणून. पण माझं मेलीचं ऐकतंय कोण? भोगा आता! इतके दिवस पूर्वजांच्या पुण्याईवर चाललं घर हे. आता पापाच्या खातेऱ्यात

लोळा.'' भागाबाईच्या तोंडाचा पट्टा सुरू झाला. तिनं यात तोंड घातलेलं दामाशेटींना आवडलं नाही. तिच्याकडे रागाचा एक कटाक्ष टाकून ते म्हणाले, ''मी समर्थ आहे अजुनी!'' पुन्हा नामदेवाकडे वळून ते म्हणाले, ''काय नामदेवा, हा सदोबा काय सांगतो?'' नामदेवाचा धीर आता पारच खचला. आधीच त्याच्या डोक्याची जखम ठणकत होती. त्यात हा गुरव धादान्त खोटं बोलत होता आणि त्याचं बोलणं खरं वाटून दामाशेट संतापले होते. पण गप्प बसलं असतं, तर प्रसंग कठीण आला असता. मार नक्कीच बसला असता. नामदेवाने बोलायचं ठरवलं. तोंडातून येणारा हुंदका आवरून तो म्हणाला, ''नाही बाबा नाही. मी नैवेद्य नाही खाल्ला. मी आतसुद्धा गेलो नाही. उलट गुरवकाका नैवेद्य घेऊन आत गेले. त्यांनी देवाला नैवेद्य दाखवला. मी बाहेरच थांबलो होतो. गुरवकाका घरी गेले, तरीही मी बाहेरचं थांबलो होतो. मी खूप वेळ बसून राहिलो होतो, तरीही देव नैवेद्य खाईना! मी त्याला खूप खूप सांगून पाहिलं. हट्ट करून बघितला. तो ऐकेना म्हणून शेवटी मी उंबऱ्यावर डोकं बडवून घेतलं. त्यामुळं मला लागलं. पण बाबा, खरं सांगतो, माझ्या डोक्यातून रक्त आलेलं बघून देवानंच नैवेद्य खाल्ला. मी नाही नैवेद्य खाल्ला. देवाशपथ मी नाही खाल्ला.'' बोलता बोलता नामदेवाला हुंदका येऊन तो रडायला लागला. कोणालाच कळेना काय करावं! न राहवून त्यांनी पुन्हा नामदेवाला दरडावून विचारलं, ''नामदेवा, हे तू खरं सांगतोस?''

''नामदेव, कधीच खोटं बोलत नाही.'' एक कोमल, पण ठाम आवाज आला. सगळ्यांनी तिकडे पाहिले. तिथं जना उभी होती. दामाशेटींनी तिच्याकडे एक कटाक्ष टाकला. तोच जना पुढं म्हणाली, ''मोठे बाबा, नामया कधीच खोटं बोलत नाही. तो आत गेलेलाच नाही. खरं काय नि खोटं काय हे मंदिरात जाऊनच बघावं लागेल.'' जना पुन्हा ठामपणे म्हणाली. तिच्या आवाजातला तो आत्मविश्वास दामाशेटींच्या मनाला कुठंतरी चाटून गेला. का कोण जाणे, जना म्हणते त्याप्रमाणं शहानिशा करावी असं त्यांना वाटायला लागलं. ''ठीक आहे. आपण मंदिरात जाऊन पाहूनच येऊ.'' दामाशेटींच्या म्हणण्याला तिथं जमलेल्या लोकांनीही दुजोरा दिला आणि सगळी पुन्हा मंदिरात आली. मंदिरात काहीतरी विपरीत घडलं होतं ही बातमी दामाशेटींच्या घरापलीकडे चार घरं टाकून राहणाऱ्या केसोपंतांपर्यंत पोहचली. तेही धावत मंदिरात आले. तोवर दामाशेटी, नामदेव, सदा गुरव आणि दोघं-चौघं जणं मंदिराच्या गरुड मंडपात पोचले होते. सदा गुरव गाभाऱ्यात गेला. आत जाऊन त्याने मूर्तीकडे पाहिलं आणि डोळे विस्फारून तो पाहतच राहिला. आपण काय पाहतो आहोत हे लक्षात आल्यावर त्यानं फडाफडा गालावर मारून घेतलं. धडाधडा कपाळ बडवलं. ''अरे देवा! अरे देवा, चिमत्कार झाला! चिमत्कार झाला.'' असं ओरडत तो तिथंच थयथयाट करू लागला. बाहेरच्या मंडळींना

कळेना काय चाललं होतं? तोच केसोपंत तिथं पोचले. काय घटना घडली होती हे त्यांना समजलं होतं. त्याचं गांभीर्यही त्यांच्या लक्षात आलं होतं. ते आले ते तडक गाभाऱ्यात गेले. तिथं गुरव स्वतःला थपडा मारत उभा होता. केसोपंतांना तिथं आलेलं बघून गुरव थोडासा भानावर आला. तोच केसोपंतांनी त्याला दरडावून विचारले, "काय रे शिंच्या सदा! झाले काय असे शंखध्वनी करायला? काय वाघ बघितलास की भूत बघितलंस?" केसोपंतांच्या या प्रश्नांवर गुरव काहीच बोलला नाही. त्यानं फक्त मूर्तीकडे बोट करून दाखवलं. केसोपंतांनी मूर्तीकडे पाहिलं. मूर्तीच्या ओठावर दहीभाताची शितं चिकटलेली होती. छातीवर वरणाचे ओघळ होते आणि त्याहीपेक्षा आश्चर्य म्हणजे उजव्या हाताची पाचही बोटं खरकटी होती. गालावर थपडा मारत गुरव बाहेर आला. आल्या आल्या त्यानं नामदेवासमोर साष्टांग नमस्कार घातला. म्हणाला, "चुकलो. मी चुकलो. मी पापी आहे. मी तुम्हाला ओळखू शकलो नाही. मला माफ करा!" दामाशेटींना कळेना, हे काय चाललं होतं? तोच केसोपंतही बाहेर आले. दामाशेटींकडे वळून म्हणाले, "दामाजी, मूर्तीच्या हातातोंडाला खरकटं लागलेलं तर दिसतंय, पण दगडी मूर्ती नैवेद्य खाईल, यावर मन विश्वास ठेवायला तयार नाही. नामदेव लहान आहे. आपल्या हातून काय घडलं हे लक्षात येऊन त्याचा परिणाम म्हणून आपल्याला मार बसेल हे लक्षात आल्यावर त्या माराला भिऊन त्यानेच आत जाऊन मूर्तीच्या अंगा-तोंडाला अन्न लावलं असावं, ही शक्यता नाकारता येत नाही." केसोपंतांचं बोलणं संपलं आणि पुन्हा तिथे स्मशानशांतता पसरली. तोच कायम देवळात पडून राहणारा वेडा गणोबा म्हणाला, "नाही. नाही. नामदेव आत गेल्याला न्हाई." गणूचं बोलणं ऐकून मात्र सगळेच थक्क झाले. जो-तो नामदेवाकडे कौतुकाने बघायला लागला. दामाशेटींना आपल्या पोराचा विलक्षण अभिमान वाटला. आपल्या एवढ्याशा पोरानं प्रत्यक्ष देवाला जेवायला लावलं! त्याच्या भक्तीमध्ये असलेलं सामर्थ्य दामाशेटींच्या लक्षात आलं. नामदेवाला उचलून घेऊन ते घरी आले.

घरी गोणाई, भागाबाई, जना, आऊबाई, नागरी सगळ्या जणी काळजी करत बसल्या होत्या. दामाशेटी नामदेवाला कडेवर उचलून घेऊन आलेले बघून गोणाईनं सुस्कारा टाकला. 'प्रकरण मिटलेलं दिसतंय.' असं तिच्या मनात आले. दामाशेटी नामदेवाला घेऊन घरात आले. त्यांच्या डोळ्यांतून अश्रूंच्या धारा लागलेल्या होत्या आणि आपल्या या अद्‌भुत कामगिरीबद्दल अनभिज्ञ असलेला नामदेव त्यांच्या कडेवर हसऱ्या चेहऱ्यानं बसलेला होता. त्या दोघांना बघताच आऊबाईनं मघाशी बनवलेला तेल-हळदीचा लेप गरम करून आणला आणि नामदेवाच्या जखमेवर लावला. सगळ्यांच्या चेहऱ्यावर कुतूहल होतं. काय झालं होतं, हे जाणून घेण्याची सगळ्यांना उत्सुकता होती. पण दामाशेटी काहीच बोलेनात. ते बोलण्याच्या

मन:स्थितीतच नव्हते. त्यांच्या डोळ्यांतून अविरत अश्रू ओघळत होते. पुन:पुन्हा ते नामदेवाच्या गालावरून, केसावरून हात फिरवत होते. शेवटी धीर करून गोणाईनं विचारलंच. दामाशेटींनी आपले डोळे पुसले आणि म्हणाले, ''नामदेवाच्या आई, तुम्ही फार भाग्यवान आहात. तुम्हीच काय, मीसुद्धा भाग्यवान आहे. नामदेवासारखा पुत्र आपल्याला लाभला. अहो, आज त्यानं आपल्या हट्टानं देवाला, प्रत्यक्ष विठोबाला जेवायला लावलं. आहात कुठं तुम्ही? नामदेवाच्या आग्रहाखातर देवानं सगळा नैवेद्य खाल्ला. आतापर्यंत जे घडलं नव्हतं असं अघटित घडलं! केवढा मोठा चमत्कार झाला आणि तो आपल्या लेकानं केला. तो खरंच बोलत होता. त्यानं नैवेद्य खाल्लाच नव्हता. नैवेद्य प्रत्यक्ष पांडुरंगानं खाल्ला होता.'' दामाशेटींचं बोलणं संपलं, तोच कोपऱ्यात उभं राहून हे सगळं ऐकत असलेली जना म्हणाली, ''मला माहीत आहे, माझा नामदेव कधीच खोटं बोलणार नाही.'' गोणाईनं नामदेवाला कुशीत ओढून घेतलं. ''माझं शहाणं बाळ ते!'' म्हणत त्याचे पापे घेतले. ''भागाबाई, आज या पोराची दृष्ट काढून टाका आणि काहीतरी गोडधोड करा.'' असं म्हणत गोणाईनं नामदेवाची अलाबला घेतली. 'नामदेव कधीच खोटं बोलणार नाही' असं ठामपणे सांगणाऱ्या जनाकडं दामाशेटींनी नजर टाकली. तिच्या नजरेत नामदेवाबद्दलचा विश्वास, त्याचं कौतुक आणि स्वत:बद्दलचा विश्वास पुरेपूर भरला होता. 'ही काल आलेली पोर, नामदेवाला आपल्यापेक्षा जास्त ओळखते.' असं कौतुक त्यांच्या नजरेत उमटलं.

झाल्या घटनेची चर्चा करत सगळ्यांची जेवणं आटोपली. नामदेवावर आलेल्या आरोपाचा संबंध अप्रत्यक्षपणे जनाशी जोडणाऱ्या भागाबाईला मात्र चपराक बसल्यासारखी झाली होती; पण ती जेवढी कांगावखोर होती तेवढीच कावेबाजही होती. या परिस्थितीत गप्प राहणंच श्रेयस्कर हे तिनं ओळखलं होतं. त्यामुळं तिचं तोंड बंद होतं आणि म्हणूनच सगळ्यांची जेवणं हा आनंद साजरा करत, हसतखेळत, खेळीमेळीत झाली. जेवणं झाली आणि रोजच्या परिपाठाप्रमाणं नामदेव आणि जना पडवीत झोपाळ्यावर येऊन बसले. पायानं झोका घेता घेता दोघांच्या गप्पाही रंगायला लागल्या होत्या. अचानक जनानं विचारलं, ''नामया, कसं रे तू त्या दगडाच्या देवाला जेवायला घातलंस? सांगितलंस काय तू त्याला? का तुझ्या डोक्यातून वाहणारं रक्त बघून तो घाबरला?'' जनाच्या स्वरातून उत्सुकता ओसंडून वाहत होती. इतका वेळ, दिवसभर सगळ्यांच्या समोर लहान असलेला नामदेव आता मोठा झाला होता. दिवसभर कुणी ना कुणी त्याला काही-बाही सांगत होतं. समजावत होतं. तो निमूट ऐकून घेत होता; पण आता तो सांगणाऱ्याच्या भूमिकेत होता. समजावून देणाऱ्याच्या जागेवर होता आणि त्याचं निमूटपणे ऐकणारं त्याच्यासमोर कुणीतरी होतं. नामदेवानं क्षणभर डोळे मिटले आणि म्हणाला, ''नाही

जने, देव माझ्या वाहणाऱ्या रक्ताला भ्याला नाही. माझ्या हट्टाला बधला नाही. तो बधलाही नाही, भ्यालाही नाही. तो भुलला. तो भुलला माझ्यातल्या निरागसतेला! तो भुलला माझ्या मनात असलेल्या त्याच्यावरच्या विश्वासाला! मी स्वच्छ मनानं हाक मारली त्याला!'' नामदेव बोलत होता आणि जना डोळे विस्फारून ऐकत होती. ''म्हणजे नामया, देव आपलं ऐकतो? धमकी न देतासुद्धा ऐकतो?'' जनाच्या प्रश्नावर नामदेव हसला. म्हणाला, ''जने, तू ही धमकीची गोष्ट डोक्यातून काढून टाक बरं! अगं, निरागस, स्वच्छ मनानं, आर्त भावनेनं, अपार श्रद्धेनं त्याला हाक मारली की, तो येतोच येतो. फक्त तो नक्की येणार यावर आपला ठाम विश्वास पाहिजे. आपल्या हाकेवर आपली तेवढी श्रद्धा पाहिजे. जने, देव धमकीला घाबरत नाही, तो भक्तीला भुलतो.'' आता कुठं नामदेवाचं बोलणं जनाला समजलं. मग मात्र अपार उत्सुकतेनं तिनं नामदेवाला विचारलं, ''नामया, मीसुद्धा अशीच हाक मारली, अशीच श्रद्धा ठेवली आणि त्या श्रद्धेवर असाच विश्वास ठेवला, तर तो विठ्ठल येईल?'' तिच्या डोळ्यांतली उत्सुकता छोट्या नामदेवाच्या मनाला स्पर्शून गेली. तिची निमुळती हनुवटी आपल्या छोट्या बोटात धरून अपार मायेनं नामदेवानं सांगितलं, ''का नाही जने! अगं, तुझी अढळ श्रद्धा आणि त्याच्यावरचा ठाम विश्वास बघून त्याला यावंच लागेल. तो नक्की येईल जने, तो नक्की येईल.'' नामदेवानं निर्धारानं सांगितलं. ती दोघं जे बोलत होती ते त्या विठ्ठलाचं भवितव्य होतं. आपण नकळत श्रद्धेच्या एका नव्या युगाला जन्म देत आहोत याची जाण पोरवयातल्या त्या दोन निष्पाप जिवांना कुठून असणार?

# ११

या प्रसंगानंतर लोक दामाशेटींच्या घराकडं एका वेगळ्या नजरेनं बघायला लागली. दामाशेटींबद्दल लोकांच्या मनात आदर होताच. कारण त्यांचं वागणं तसंच होतं, पण आता लोकांच्या मनात आदराबरोबरच श्रद्धाही निर्माण झाली. छोट्या नामदेवाबद्दल तर लोक अतिशय प्रेमानं आणि कौतुकानं बोलायला लागले. नामदेवानं केलेल्या या चमत्कारामुळं दामाशेटींना अस्मान ठेंगणं तर झालंच, पण आपल्या या गुणी मुलाचं बुद्धिवैभव चहूअंगांनी वाढलं पाहिजे, याबद्दल त्यांची धडपड सुरू होती. नामदेवाला अक्षरओळख तर कधीच झाली होती. कोणतीही सांगितलेली नवी गोष्ट आत्मसात करण्याची त्याची गती विलक्षण होती. त्याच्या बुद्धीची धारही तेज होती. बघता बघता नामदेवानं लिहिण्यावाचण्याची सर्व विद्या आत्मसात केली. आपल्या मुलाला आपण शिकवत असताना एकलव्याच्या निष्ठेनं आणखी कुणीतरी लपूनछपून शिकतंय या गोष्टीची कल्पना ना दामाशेटींना होती ना नामदेवाला! नामदेवाला समोर बसवून घेऊन दामाशेटी अक्षरं शिकवायचे, शब्द शिकवायचे, व्याकरण शिकवायचे. ते शिकवत असताना आपल्या त्या अडगळीच्या खोलीत दाराच्या आडोशाला बसून जना हे सगळं एकाग्र चित्ताने ऐकायची. जमेल तेवढं आत्मसात करायची. मिळेल तेवढं डोक्यात साठवून ठेवायची. दुसरी आणखी एक गमतीची गोष्ट अशी होती की, दिवसभरात दामाशेटींनी जे काही शिकवलेलं असायचं ते सगळं रात्रीची जेवणं झाल्यावर नामदेव जनाला येऊन दाखवायचा आणि मग आपसूकच जशी नामदेवाची उजळणी व्हायची तशी जनाचीपण व्हायची. जनाला कित्येकदा वाटायचं, 'आपल्यालापण थोडंसं लिहायला येतंय हे नामदेवाला सांगावं. त्याला नाही, तर निदान आणखी कोणालातरी घरात सांगावं.' पण असा विचार केला की, तिला आठवायचे भागाबाईचे शब्द! 'आधीच मुलींनी शिकणं म्हणजे पाप. त्यात आपण अति शूद्र आणि शिवाय मुलगी. म्हणजे महा पापावर महा पाप. तशातच आपण दामाशेटींच्या घरी आश्रित म्हणून राहिलेल्या.

त्यांच्या उपकाराखाली दबलेल्या. अशा परिस्थितीत आपणही लिहायला शिकलो, हे कुणाला कळलं, तर या पुण्यवान माणसांच्या घरी पापाचा डोंगर तयार होईल आणि तो आपणामुळे होईल; पण गाव मात्र दामाशेटींवर बहिष्कार टाकेल. त्यांना त्रास देईल. त्यात ही गोष्ट भागाबाईला कळली, तर ती गहजब करेल. नकोच ते! आपल्याला लिहायला-वाचायला येतंय ही गोष्ट आपल्यापुरताच राहू दे. जनीचं हे गुपित फक्त जनीलाच माहीत असू दे. अगदी आपला प्राण जाईपर्यंत ते कुणाजवळही उघड होता कामा नये. कोणाजवळही!' जना स्वतःच्या मनाशी विचार करत होती. वाढत्या वयाबरोबर ती स्वतःच्या मनाच्या काही धारणा बनवत होती. मनातल्या मनात का होईना, पण स्वतःचे विचार नक्की करत होती, स्वतःची दिशा ठरवत होती.

नामदेव-जना जसजसे मोठे होऊ लागले तसतशी दोघांची कार्यक्षेत्रं बदलू लागली. नामदेव वडलांच्या व्यवसायात लक्ष घालू लागला आणि परकरात आलेल्या जनावर आता गोणाई अधिकाधिक विसंबायला लागली. स्वयंपाकघराच्या बाहेरची बहुतेक सगळी कामं जना अत्यंत जबाबदारीनं करायला लागली. झाडलोट करणं, सारवणं, भांडी घासणं, नदीवर जाऊन कपडे धुणं, वेळप्रसंगी नदीवरून पाणी आणणं, निवड-टिपणं करणं, दळण-कांडण करणं, गावाबाहेरच्या झाडाझुडपातून लाकूडफाटा गोळा करून आणणं, गाई-म्हशींची देखभाल, गोठ्याची स्वच्छता, धार काढणं, गाई-म्हशींचे चारा-पाणी बघणं, शेण गोळा करून गोवऱ्या लावणं, कधीमधी ते शेण पाटीत भरून गावाबाहेरच्या जंगलात घेऊन जाऊन तिथले चारा-चघळ काडी-कोडी त्यात मिसळून तिथे गोवऱ्या लावणं, तिकडे जाताना गाई-म्हशींना चरायला घेऊन जाणं, एक ना दोन अशी अनेक कामं जना अत्यंत सहजतेनं नीटनेटकी करत असे. त्यामुळे गोणाईच्या हातालाही उसंत मिळत असे. एवढी कामं करूनही जना हसतमुख असायची. पुन्हा गोणाई वाकळ शिवायला बसली की, ही तिथे टाके घालायला बसलीच! जनाचं शिवणसुद्धा बारीक आणि सुबक असायचं. दिवसभर एवढी कामं करूनही ती दमायची नाही. रात्री निजण्यापूर्वी मंदिरातली तिची खेप चुकायची नाही. निजण्यापूर्वी एकदा विठ्ठलाला बघितलं की, तिला बरं वाटायचं. एक दिवस तिला नागरीनं विचारलंसुद्धा, ''जने! तू रोज निजण्यापूर्वी काय म्हणून त्या विठ्ठलाला बघायला जातेस? बाकीची लोकं सकाळी उठल्यावर देवाचं दर्शन घेतात. तू मात्र रात्री निजण्यापूर्वी त्याचं दर्शन घ्यायला जातेस. का गं?'' नागरीचे हे बोलणं ऐकून जना म्हणाली, ''अगं, लोक सकाळी उठून त्याचं दर्शन घेतात आणि दिवसभराच्या कामकाजात त्याला विसरून जातात. मी रात्री त्याचं दर्शन घेते आणि लगेच निजते. मग तो सावळा विठ्ठल माझ्या स्वप्नात येतो. कधीकधी प्रत्यक्षपण येतो. मग आम्ही दोघं जण पुष्कळ गप्पा

मारतो. मग मी निजले, तरी तो माझ्या मनात असतो. माझ्या डोळ्यांसमोर असतो. माझ्या हृदयात असतो. अशी रात्रभर मी त्याची भक्ती करत असते. म्हणून मी रात्री निजण्यापूर्वी त्याला एकदा बघून येते.'' 'जना काय म्हणाली' ते नागरीला नीटसं कळलं नाही. ही काहीतरी अवघड बडबडतीये म्हणत तिनं तो विषय सोडून दिला. नागरीनं जरी तो विषय सोडून दिला होता, तरी तो विषय तिथंच सुटणारा नव्हता.

एका पहाटेची गोष्ट. नेहमीप्रमाणं जना भल्या पहाटे उठली. अंगण आणि परसू तिनं सारवून घेतलं. मग ती गोठ्यात गेली. मुळात जना कोमल मनाची, प्रेमळ. त्या गाईम्हशींवरसुद्धा ती अतोनात प्रेम करायची. त्या गुरांनाही तिचं प्रेम कळायचं. जना गोठ्यात गेली की, गोठ्यातली जनावरं आनंदाने हंबरायची. त्यांच्याही डोळ्यांतून वात्सल्य झिरपायचं. गोठा स्वच्छ करून झाला की, जना धारा काढायला बसायची. जनाच्या प्रेमळ हाताचा स्पर्श आचळांना झाला की, त्यातून पांढऱ्याशुभ्र दुधाचे जणू लोट बाहेर पडायचे. आजही जनाच्या धारा काढून झाल्या. दामाशेटी आणि गोणाई उठल्याची चाहूल तिला लागली. तिनं परसातली चूल पेटवली. त्यावर पाण्याचा हंडा ठेवला. आता एकापाठोपाठ एक सगळ्यांच्या अंघोळी असत. चूल चांगली ढणाढणा पेटली. तशी तिनं पुढचं काम हातात घेतलं. दामाशेटी अंघोळ करून पूजेला बसत असत. देवघरातली पूजेची सारी तयारी गोणाई करून देत असे; पण फुलं काढण्याचं काम मात्र जना करत असे. जनानं फुलं काढून दिली की, नागरी त्या फुलांचे छान हार बनवायची. अशी सगळी सिद्धता झाली की, मग दामाशेटी पूजा करायचे. आजही जनानं फुलं काढायला सुरुवात केली. मोगरा, जाई-जुई, नागचाफा, जास्वंद अशी अनेक फुलझाडं परसदारी होती. तरी पुढच्या अंगणात असलेला गोठा गुरांची संख्या वाढल्यामुळे दामाशेटींनी जेव्हा परसदारी घेतला तेव्हा काही फुलझाडं तोडावी लागली होती. तरीही रोज भरपूर फुलं निघायची. फुलं काढणं हे जनाचं सगळ्यांत आवडतं काम होतं. ते करताना तिचं अगदी भान हरपायचं. आजही तसंच झालं. सगळी फुलं काढत काढत गुंगलेली जना तुळस काढावी म्हणून चटचट पावलं टाकत निघाली. आपण चालतो आहोत त्या वाटेत चूल आहे, याचं तिला भान राहिलं नाही आणि अचानक चुलीच्या बाहेर टोकापर्यंत जळत आलेल्या लाकडावर तिचा पाय पडला. चरचर असा आवाज झाला. तळव्याचा आगडोंब झाला. एक जीवघेणी कळ सरसरत मस्तकापर्यंत गेली आणि अभावितपणे जनाच्या तोंडून किंकाळी फुटली. सामान्यपणे काही लागलं तर 'आईऽऽऽ गं!' असा उद्गार उमटतो, पण आई-बापाविना वाढलेली ही पोर, आई म्हणजे नक्की काय असतं, हे कळायच्या आधीच आईविना पोरकी झालेली ही पोर तिच्या तोंडून 'आई' हा शब्द कसा निघावा? पायाला चरचरून चटका बसताच, ''विठ्ठला ऽऽऽ!'' अशी आर्त किंकाळी जनाच्या तोंडून बाहेर पडली आणि अजून

साखरझोपेत असलेला, भक्तांनी भूपाळी म्हणून उठवण्याची वाट बघत असलेला विठ्ठल खडबडून जागा झाला. दचकून उठला. इतक्या आर्त स्वरात, इतक्या कळकळीनं, इतक्या भल्या पहाटे आपल्याला कोण हाक मारतंय हेच त्याला कळेना. आपल्या अंत:चक्षूनं त्यानं ते जाणून घेण्याचा प्रयत्न केला आणि त्याला दिसली जना. तीच ती परकरी पोर. बारा-चौदा वर्षांची, पण चेहऱ्यावर लहान बालकाची निरागसता, निर्व्याज हसणं, लाघवी बोलणं, मनाची पारदर्शकता दाखविणारे नितळ डोळे, त्यात भिरभिरणारी स्वच्छ, पण उत्सुक नजर. विठ्ठलाच्या मूर्तीशी मिळताजुळता काळा-सावळा रंग आणि अपार बुद्धिमत्ता दर्शवणारं नीटस कपाळ. ही लाघवी पोर विठ्ठलाला फार आवडायची. रोज रात्री ती मंदिरात यायची. ती लहान होती तेव्हा नामदेवाबरोबर यायची. नामदेवाला हजार प्रश्न विचारायची. नंतर नंतर ती एकटी यायला लागली. एकटी आली तरीसुद्धा ती काही ना काही बोलत असायची. सुरुवातीला ती एकटीच बोलायची. नंतर-नंतर आपल्या बोलण्यात ती विठ्ठलालाही सामील करून घ्यायला लागली. मंदिरात आली की, ती विठ्ठलाच्या मूर्तीकडं एकटक बघायची. विठ्ठलाला त्याचंही कौतुक वाटायचं. तिची तीक्ष्ण नजर विठ्ठलाच्या चेहऱ्यावर खिळलेली असायची. त्यामुळंच की काय विठ्ठलाच्या चेहऱ्यावर होणारे सूक्ष्म फेरफारही तिच्या लक्षात यायचे. त्यावरून ती विठ्ठलाच्या मनात काय चाललंय याचा अंदाज बांधायची. त्याचीही विठ्ठलाला गंमत वाटायची. हळूहळू तोही तिच्या या खेळात सामील व्हायला लागला. स्वत:च्याही नकळत तिची वाट बघू लागला. तिच्या बोलण्याला हुंकार देऊ लागला. तिच्या प्रश्नाला उत्तर देऊ लागला. तिच्या बोलण्यात सहभागी व्हायला लागला. विठ्ठल आपली वाट बघतो, आपल्याशी बोलतो हे जनीच्याही लक्षात यायला लागलं. आई-बापाच्या मायेला पारखी झालेली, नामदेवाच्या घरी आश्रितासारखी राहिलेली, दिवसभर स्वत:ला कामाच्या रामरगाड्यात गाडून घेणारी जनी रात्री मंदिरात आल्यावर आपली सुखदु:खं, आपल्या व्यथा, वेदना, आपला आनंद, तक्रार, कौतुक सगळं सगळं विठ्ठलाजवळ सांगायला लागली. आता-आतापर्यंत नामदेव तिचा बालसखा होता. आपल्या मनातल्या सगळ्या गोष्टी चिमुरडी जना त्याच्याजवळ सांगायची. नामदेवाचं आपल्याबरोबर सतत असणं हा तिचा मानसिक आधार होता; परंतु दामाशेटींनी नामदेवाला आपल्या हाताशी घेतला. जनाचाही सगळा दिवस घरकामात जाऊ लागला. नामदेवाचं कार्यक्षेत्र वेगळं झालं आणि जनाच्या आयुष्यात एक पोकळी निर्माण झाली. अख्खा दिवस कामकाजात गेल्यानंतर रात्रीच्या जेवणानंतरचा रिकामा वेळ तिला खायला उठू लागला. खरंतर या वेळी ती आणि नामदेव बोलत बसत असत, पण अलीकडं त्यात खंड पडला होता. आता जेवण झाल्यानंतर नामदेव रामायण-महाभारत अशा ग्रंथांचा अभ्यास करत असे. जनाला मात्र ती वेळ अंगावर यायला

लागली होती. एके दिवशी तिची पावलं मंदिराकडे वळली. वरच्या पायरीवरच ती मूकपणानं बसून राहिली. तिथून एकटक विठ्ठलाकडं पाहत राहिली आणि तिला दिसली त्याच्या नजरेतील आश्वासकता, त्याच्या सावळ्या चेहऱ्यावरचं वात्सल्य! त्याच्या लाघवी हास्यातलं आमंत्रण! त्याच्या नजरेत तिला दिसलं, तिच्याबद्दल अपार कौतुक! एक निर्व्याज आपुलकी! एक अनामिक आधार, दिलासा आणि या सगळ्यांच्या पूर्ततेचं एक अभिवचन. त्या क्षणी विठ्ठल तिचं सर्वस्व झाला. तिचा आई-बाप-भाऊ-मित्र-सखा-मार्गदर्शक बनला. विठ्ठलाच्या नजरेतल्या अगाध स्नेहामुळं तिच्या मनातली पोकळी भरून निघाली आणि मग रोज रात्री जना मंदिरात यायला लागली. दिवसभरातल्या सुखदु:खाच्या गोष्टी ती विठ्ठलाला सांगू लागली. त्याला बघून त्याच्याशी दोन शब्द बोलल्याशिवाय तिला चैन पडत नसे. मंदिरात जाऊन आलं की, जना शांत निजायची. विठ्ठल आपल्या घरी आलाय, आपण त्याच्याशी बोलतोय असं स्वप्न तिला पडायचं आणि या स्वप्नानं आनंदित झालेली जना सकाळी उठायची ती उल्हसित मनानं आणि मग झपाट्यानं कामाला लागायची. विठ्ठलसुद्धा जना रात्री येऊन गेली की, आनंदात असायचा. तिची वाट बघत असायचा. ती आली की, त्याला आगळा उत्साह यायचा. तिच्या बोलण्यात तो उत्साहानं भाग घ्यायचा. तिनं दिवसभरात काय-काय केलं याचा तपशील ऐकायचा. तिच्या व्यथा-वेदनांवर फुंकर घालायचा. 'जने, तू काळजी करू नकोस. मी आहे ना तुझ्याबरोबर!' असं तिला आश्वासन द्यायचा. तेवढ्यानंही ती निरागस पोर आनंदून जायची. तो आनंद तिला रात्रभर पुरायचा, तर तिच्या चेहऱ्यावरचा आनंद बघून विठ्ठलाची रात्रही आनंदित व्हायची. अशी विठ्ठलाला जनीची आणि जनीला विठ्ठलाची सवय झालेली होती. एकमेकांचा लळा लागला होता.

आताही भल्या पहाटे जनीचा पाय भाजल्यावर तिच्या आर्त किंकाळीनं विठ्ठल जागा झाला. इतका आर्त स्वर आणि 'आईगंऽऽ' म्हणायच्या ऐवजी 'विठ्ठलाऽऽऽ' असा त्याचा केलेला धावा. हा स्वर फक्त जनीचा आणि जनीचाच असणार याबद्दल विठ्ठलाला पक्की खात्री होती. अंत:चक्षूद्वारे पाहून त्यानं सत्यता पारखून घेतली आणि पुढच्याच क्षणी तो जनीकडं धावला. पायाला बसलेल्या चटक्यामुळे असह्य वेदनांनी जना कळवळत होती. हुंदके देत होती. विठ्ठल आला. त्याने तिला कुशीत घेतलं. तिच्या गालावर थोपटलं. केसांतून हात फिरवला. गालावरून ओघळणारे अश्रू पुसले. तिला धीर दिला. विठ्ठलाला बघितल्यावर जनीच्या वेदना आणखीनच वाढल्या. ती ओक्साबोक्शी रडायला लागली. विठ्ठलानं तिला शांत केलं. विठ्ठल खाली बसला. तिचा भाजलेला पाय त्यानं उचलून आपल्या हातात घेतला. त्यावर हळुवार फुंकर घातली. जनीच्या तळपायाची आग शांत शांत होत गेली. वेदना कमी कमी होत पाय टेकण्याइतपत सुसह्य झाल्या. तिचा पाय खाली टेकवून विठ्ठल उभा

राहिला. त्यानं जनाकडं पाहिलं. तिच्या पाण्यानं भरलेल्या काळ्याभोर डोळ्यांत अपार कृतज्ञता होती आणि होता विठ्ठलावरचा विश्वास! तिच्या मनाचा प्रत्येक कोपरा कृतज्ञतेनं भरला होता. जनाच्या गालावर थोपटून विठ्ठल जाण्यासाठी वळला. जनी गहिवरली. हा आला आणि तसाच परत जाणार? तिला काय करावं सुचेना. तिनं इकडंतिकडं पाहिलं. तिच्या हातात फुलांनी भरलेली परडी होती. तिनं त्यातलं एक टपोरं सोनचाफ्याचं फूल उचललं आणि विठ्ठलाच्या डोक्यावर ठेवलं. विठ्ठल किंचित हसला. तोच "जने, पाणी तापलं का?" असा आतून गोणाईचा आवाज आला. तशी आपल्या चेहऱ्यावरचं ते हास्य जनीसाठी मागं ठेवून विठ्ठल निघून गेला. प्रश्नाच्या पाठोपाठ गोणाई बाहेर आली. जनीची रडवेली अवस्था, तिच्या डोळ्यांत भरलेलं पाणी बघून गोणाईनं विचारलं, "काय झालं गं जने? का रडती आहेस?" तशी जनीनं आपल्या पावलाकडे बोट दाखवत सांगितलं, "माझा पाय भाजला?" गोणाईनं पाहिलं, पाय चांगलाच पोळला होता. टरारून फोडही आले होते. "अरे देवा! चांगलंच भाजलंय की गं? असं कसं भाजलं? कुठं लक्ष होतं तुझं?" गोणाईनं मायेनं विचारले. "फुलं काढून मी तुळस काढण्यासाठी म्हणून निघाले होते. माझं लक्ष तुळशीकडे होतं. चालता चालता चुलीबाहेरच्या वैलावर पाय पडला आणि भाजलं." जनी रडं आवरून सांगत होती. तोच, "असंच होणार! खाली मान घालून चालायला नको, खाली मान घालून काम करायला नको; मग दुसरं काय होणार? पोरीच्या जातीनं कसं खाली मान घालून वावरलं पाहिजे." परसदारी आलेल्या भागाबाईनं संधी सोडली नाही. जना काही बोलली नाही, पण गोणाईला राग आला. "पुरे पुरे भागाबाई, तिला भाजलंय ते बघाल की उणीदुणी काढत बसाल? जा आधी. कांदा किसून घेऊन या. पोरीच्या पायाला बांधायचाय." भागाबाई फणकाऱ्यानं आत गेली. गोणाईनं जनीला हाताला धरून आत नेलं. तिच्या हातातली फुलाची परडी काढून आऊबाईच्या हातात दिली. जनीला जोत्यावर नेऊन बसवलं. भागाबाईनं रागारागानं का होईना, पण कांदा किसून दिला. नागरीनं जनाच्या भाजलेल्या तळपायावर त्या कांद्याचा लेप लावला आणि त्यावर फडकं गुंडाळलं. गोणाईनं जनाला काही वेळ तिथं शांत बसून राहण्याचा दम दिला. जनाची सकाळची सगळी कामं जवळजवळ झाली होती. त्यामुळं तिला बसून राहायला थोडीशी उसंतही होती. जनी बसून राहिली.

दुपार उलटून गेली. जनाला एका जागी जास्त वेळ रिकामं बसवेना. गोणाईला सांगून तिनं धान्य निवडायला मागितलं. गोणाईला तिच्या कामसूपणाचं कौतुक वाटलं. जेवायच्या वेळी दामाशेटींनीसुद्धा जनाच्या पायाची चौकशी केली. आज नामदेव घरी जेवायला आला नव्हता. तो सकाळीच भाकरी बांधून घेऊन कुठेतरी गेला होता. तो दिवस जनानं निवडटिपणात घालवला. दोनतीनदा भागाबाईनं येऊन

तिला काहीतरी काम सांगण्याचा प्रयत्न केला, पण गोणाईने दटावल्यामुळे भागाबाईचा नाइलाज झाला. धान्य निवडण्याचं काम जना खाली मान घालून करत होती खरं, पण त्या धान्यातसुद्धा तिला विठ्ठल दिसत होता. तिनं आर्तपणे हाक मारताक्षणी धावून आलेला, तिच्या वेदनेनं हेलावलेला, तिला जवळ घेऊन तिचे अश्रू पुसणारा, तिच्या पायावर फुंकर घालणारा, तिच्या पायातली वेदना कमी झाल्याबरोबर, ती पाय टेकून उभी राहिल्यावर तिच्यासमोर कमरेवर हात ठेवून तिच्याकडे प्रेमळ नजरेनं बघणारा, ओलावल्या चेहऱ्याने तिच्यावर मायेचा वर्षाव करणारा असाच विठ्ठल तिला धान्यात दिसत होता. धान्य निवडता निवडता अनवधानाने ती त्यात 'विठ्ठल-विठ्ठल' असं गिरवत होती. पण भागाबाईची आपल्यावर घारीसारखी नजर आहे आणि एकदोनदा तिने "काय गं, काय गिरगटती आहेस जने?" असं विचारल्यामुळे जनानं ती लिहिलेली अक्षरं पुसून टाकली. बसल्या जागेवरूनच तिला मंदिर दिसत होतं. अधूनमधून एखादा कटाक्ष टाकून ती आपलं मन रमवत होती.

काकडा झाला. काकड आरती झाली. भूपाळी म्हणून देवाला उठवून झालं. म्हादा गुरव घाईघाईने घरी आला. दुधाची घागर उचलून तो पुन्हा मंदिरात आला. मंदिरातले सकाळचे सगळे व्यवहार चालू झाले होते. रघुभट मंदिरात एका बाजूला गंध उगाळत बसला होता. दुसरीकडे म्हादा गुरवाचा मुलगा गोपाळ तुळशीची माळ बनवत होता. देवाच्या स्नानाची तयारी चालली होती. आता दह्यादुधाने देवाचं स्नान होणार होतं. त्यानंतर नवी पूजा बांधली जाणार होती. मंदिरातला हा रोजचा रिवाज होता. म्हादा गुरव दुधाची घागर घेऊन आत गेला. दही, तूप, मध आणि साखर अगोदरच आत आणून ठेवलेलं होतं. आता या पंचामृताने देवाला स्नान घालायचं होतं. म्हादा गुरव पुढे झाला. आदल्या सकाळी बांधलेली देवाची पूजा तशीच होती. एकएक करत त्यानं ती पूजा उतरवायला सुरुवात केली. देवाच्या गळ्यात घातलेले फुलांचे हार सुकले होते. तुळशीदलाचा हार कोमेजला होता. खांद्यावर खोचलेली, कमरेवर हात ठेवला होता तिथं खोचलेली जास्वंदीची फुलं मलूल झाली होती. एकएक करत गुरव ती सुकलेली फुलं काढत होता. अचानक त्याचं लक्ष देवाच्या मस्तकाकडे गेलं! मस्तकावर असलेल्या किरिटात एक फूल कसंतरी खोचलेलं होतं. सोनचाफ्याचं, चांगल्या बोटाएवढ्या लांबीचं ते फूल मात्र अगदी ताजं-टवटवीत होतं. गुरव गर्भागारात आला तेव्हा चाफ्याचा मंद गंध आला होता. देवाच्या गळ्यातल्या सुकलेल्या फुलांचा आणि तुळशीच्या मंजिऱ्यांचा गंध, रघुभट उगाळत असलेल्या चंदनाचा गंध आणि गाभाऱ्यात ठेवलेल्या दह्यातुपाचा गंध. या सगळ्या गंधात सोनचाफ्याचा गंध अधेमध्येच आपल्या अस्तित्वाची चुणूक दाखवत होता. त्यामुळे गुरवाच्या ते तेव्हा लक्षात आलं नाही, पण देवाच्या मस्तकाकडे

नजर जाताच तिथं त्याला ते सोनचाफ्याचं फूल दिसलं आणि मधूनच येणाऱ्या त्या गंधाचा उगम त्याच्या लक्षात आला. विठोबाच्या मस्तकावरचं ते फूल काढताना मात्र गुरवाचा हात थबकला. 'हे फूल कुठलं? काल मी पूजा बांधली तेव्हा हे फूल घातलेलं नव्हतं आणि अनवधानानं घातलं गेलं असलं, तरी हे फूल आज अजून इतकं ताजं कसं? एकतर आपण हे कालच्या पूजेत घातलं नाही हे नक्की आणि कालचं फूल सुकलं कसं नाही? बाकी सगळी फुलं सुकली. देवाच्या गळ्यातला फुलांचा हार कोमेजला. तुळशीदलाची घातलेली माळ सुकली. पण मग हे एकच फूल इतकं टवटवीत कसं? सगळ्या शक्यतांचा विचार करून झाला, तरी हे फूल कुठून आलं या प्रश्नापेक्षासुद्धा हे फूल अजून ताजं कसं?' हा प्रश्न फारच गोंधळात टाकणारा होता. फूल कुठून आलं? याबद्दल बऱ्याच शक्यता होत्या. कुणी भक्तानं आणलं असेल, एखाद्या पुजाऱ्यानं आणून देवाच्या मस्तकावर ठेवलं असेल. आपल्या मुलाला कुणीतरी दिलं असेल आणि त्यानं ते ठेवलेलं असेल, या साऱ्या शक्यता वास्तवात बदलणाऱ्या होत्या. तरीही 'आदल्या दिवसभरात कुणीतरी देवाला वाहिलेलं हे सोनचाफ्याचं फूल अजून टवटवीत कसं?' या प्रश्नाचं उत्तर मात्र कोणत्याच शक्यतेत मिळत नव्हतं. या प्रश्नानं त्याला इतकं गोंधळात टाकलं की, ते फूल हातात घेऊन कितीतरी वेळ गुरव तसाच उभा होता. एकटक त्या फुलाकडं बघत होता. जणू त्या फुलावर कुठंतरी त्या प्रश्नाचं उत्तर लिहिलेलं होतं. रघुभटाला कळेना, हा गुरव देवाची शिळी पूजा काढायची सोडून हातातल्या फुलाकडं बघत का बसलाय? त्यांनी त्याला हाक मारली. त्या हाकेने गुरव भानावर आला. आपल्याला काय करायचं आहे याची त्याला जाणीव झाली. अनवधानानं ते हातातलं फूल त्यानं देवासाठी आज काढून आणलेल्या ताज्या फुलांच्या बुट्टीत टाकलं. देवाला स्नान घालण्यासाठी मूर्तीचं पितांबर सोडणाऱ्या गुरवाला देवाच्या चेहऱ्यावर उमटलेलं समाधानाचं हास्य दिसलं नाही. देवाची साग्रसंगीत अंघोळ झाली. वस्त्रालंकार चढवून झाले. पुन्हा फुलांची आरास, तुळशीदलाचा हार, फुलांचा हार सगळं घालून झालं आणि त्या इतर फुलांतून ते सोनचाफ्याचं फूल पुन्हा देवाच्या मस्तकावर विराजमान झालं. मग मात्र देवाच्या चेहऱ्यावर एक लाघवी हास्य उमटलं. आपण देवाच्या माथ्यावर ठेवलेलं सोनचाफ्याचं ते फूल गुरवाच्या मनात इतके प्रश्न निर्माण करेल याची जनाला कल्पना नव्हती आणि येणारही नव्हती.

रात्रीची जेवणं आटोपली. जना आता थोडी चालू शकत होती. जेवण झाल्यानंतर ती एका पायानं लंगडत लंगडत झोपाळ्यावर जाऊन बसली. डोक्यात तोच विचार, विठ्ठल भेटल्याचा! तेच दृश्य! कमरेवर हात ठेवून विठ्ठल प्रसन्न चेहऱ्याने तिच्याकडे पाहत असल्याचा! जना त्यात अगदी बुडून गेली. नामदेव शेजारी कधी येऊन

बसला तिला कळलंही नाही. ''फार दुखतंय का गं जने?'' नामदेवाच्या स्वरात अतीव माया होती. त्याच्या आवाजाने जना भानावर आली. ''नामया, कधी आलास? मला कळलं कसं नाही?''

''तू कसल्यातरी विचारात गढली होतीस. बहुधा तुझा पाय जास्त दुखत असणार, होय ना?'' त्याचा प्रेमळ स्वर ऐकून जनाला बरं वाटलं. दामाशेटींच्या बहुतेक कामाचा व्याप सांभाळत असला, तरी आपला हा बालमित्र अजूनही आपल्यावर तितकीच माया करतो याचं द्योतक होतं ते. जना काही बोलणार तोच नामदेवाने विचारलं, ''असं कसं गं भाजलं जने तुला? कुठं लक्ष होतं तुझं? काय करत होतीस इतका पाय भाजेपर्यंत? एकटीच होतीस ना अंगणात? तशीच मुळुमुळु रडत बसली असशील. अगं हाक नाही का मारायचीस कुणालातरी?'' नामदेवाने पुन्हा काळजीच्या स्वरात विचारलं.

जना प्रसन्न हसली. एक नजर नामदेवाकडं टाकून जना म्हणाली, ''हाक मारली, नामया मी हाक मारली होती.'' तिच्या स्वरामध्ये भावुकपणा होता.

आश्चर्य वाटून त्यानं विचारलं, ''कुणाला? मी तर घरातच नव्हतो.''

तशी जनानं परत सांगितलं, ''तुला नाही.''

तिच्या त्या स्वराने चकित झालेल्या नामदेवाने परत विचारलं, ''मग कुणाला?''

जनानं नामदेवाकडे एकटक बघत सांगितलं, ''विठ्ठलाला. मी विठ्ठलाला हाक मारली नामया!''

नामदेवाला तिच्या या उत्तराची गंमत वाटली. त्यानं हसून विचारलं, ''मग आला का तो?'' त्याच्या स्वरामध्ये थोडा मिस्कील भाव होता.

पण जना मात्र अचल होती. तिनं पुन्हा ठामपणे सांगितलं. ''मी विठ्ठलाला हाक मारली आणि तो आला. एवढ्या पहाटे आला! येऊन त्यानं माझी समजूत काढली. मी रडत होते तर त्यानं माझे डोळे पुसले. माझ्या भाजलेल्या पायावर फुंकर घातली आणि काय सांगू नामया तुला? त्याच्या त्या फुंकरीनं माझ्या भाजलेल्या जखमेची आग कमी झाली. त्यातली वेदनाही कमी झाली. मग विठ्ठलानं माझ्या गालावर थोपटलं आणि मग मला बरं वाटल्याचं बघून तो माझ्याकडे बघत, प्रसन्न चित्तानं हसत उभा राहिला.'' जनी भारावल्यासारखी बोलत होती. बोलताना तिचा आवाज कापत होता. प्रथम नामदेवाला वाटलं की, ती गंमतच करते आहे. त्यानं साशंक दृष्टीनं जनीकडं पाहिलं, पण जनीचा स्वर कापणारा असला तरी शब्द ठाम होते. चेहरा निरागस आणि डोळ्यातले भाव प्रांजल होते. डोळ्यांत सत्यता होती.

तिचा हा सगळा आविर्भाव पाहिल्यानंतर ती संपूर्ण खरं बोलत होती, याबद्दल नामदेवाला विश्वास वाटला. त्यानं जनीला विचारलं, ''जने, खरंच आला का गं

विठोबा? तू पाहिलास त्याला? कसा आला गं तुझ्या हाकेला धावून?"

नामदेवाच्या या प्रश्नावर प्रसन्न हसत जनी म्हणाली, "नामया, तूच मला सांगितलं होतंस ना! की अढळ श्रद्धा आणि त्याच्यावर ठाम विश्वास ठेवून आर्त हाक घातली, तर तो येतो म्हणून? नामया, तूच म्हणाला होतास ना की, स्वच्छ मनानं आणि अपार श्रद्धेनं बोलवलं की, तो नक्की येतो म्हणून! नामया, माझ्या स्वरात आर्तता तर होतीच. कारण ती वेदनेतून निर्माण झाली होती. पण मी हाक मारल्यावर तो येणार यावरही माझा ठाम विश्वास होता आणि माझ्यासाठी तो येणार ही माझी निरामय श्रद्धाही होती. तसंच झालं. मी त्याचा धावा केला आणि तो आला. माझ्यासाठी आला. खरंच नामया, माझ्या हाकेला धावून खरोखर तो विठ्ठल आला." जनी बोलत होती आणि डोळ्याची पापणीही न मिटवता नामदेव भारावून ऐकत होता. जनीचा निष्पापपणा त्याला माहीत होता. जनीचा प्रांजलपणा तो जाणून होता. जनी कधीच खोटं बोलणार नाही याबद्दल त्याला विश्वास होता आणि आता जनी जे सांगत होती ते सत्य आणि निव्वळ सत्य होतं हे तिच्या अवघ्या देहबोलीतून प्रतीत होत होतं. नामदेवानं तेही जाणलं. आपल्या हाकेला विठ्ठल धावून आला हे सांगताना जनीचे डोळे पाण्यानं भरले होते. पण नामदेव गहिवरला. 'आपली ही बालपणाची सखी एवढी मोठी झाली की, तिच्या हाकेला विठ्ठलाने धावून यावं?' नामदेवाला कौतुक वाटलं आणि अभिमानही! त्याने जनीकडे पाहिलं. तिचा चेहरा उजळला होता. डोळे लकाकत होते. नामदेवाने विचारलं, "जने, कसा दिसला गं तुला विठ्ठल?"

नामदेवाच्या या प्रश्नावर मात्र जनी हासली, प्रसन्नपणे हसली. म्हणाली, "काय सांगू तुला? विठ्ठल आला तेव्हा पहिल्यांदा माझं त्याच्याकडे लक्षच नव्हतं. माझ्या पायात इतकी वेदना होती की, मला दुसरं काही सुचतच नव्हतं. तो आला. त्यानं माझी समजूत घातली. माझ्या पायावर फुंकर घातली. माझ्या वेदनेची तीव्रता खूपशी कमी झाली आणि मग माझं त्याच्याकडे लक्ष गेलं. तेव्हा तो माझ्यासमोर कमरेवर हात ठेवून उभा होता. अगदी मंदिरात उभा असतो ना तसा! मला अगदी मो तसाच दिसला बघ नामया. क्षणभर वाटलं, आपण परसदारी नसून मंदिरातच आहोत. तो सावळा विठ्ठल कटीवर हात ठेवून विटेवर उभा आहे. खरंच नामया, अगदी मंदिरात दिसतो ना तसाच!

"पाय जोडुनी विटेवरी । कर ठेऊनी कटावरी ॥१॥
रूप सांवळे सुंदर । कानीं कुंडले मकराकार ॥२॥
गळां वैजयंती माळा । तो हा मदनाचा पुतळा ॥३॥
गरुड सन्मुख उभा । जनी म्हणे धन्य शोभा ॥४॥"

स्वतःच्याही नकळत भक्तिरसात न्हालेली जना विठ्ठलाचं अभंगातून वर्णन

करत होती आणि नामदेव डोळे विस्फारून ते ऐकत होता. 'जनी आणि अभंगरचना?' नामदेव थक्क झाला. 'कालपरवापर्यंत त्याच्याबरोबर खेळणारी, बागडणारी, त्याची काळजी घेणारी, मराठवाडी हेल काढून बोलणारी ही जना आज अभंगरचना करते आहे? हे श्रेय विठ्ठलभक्तीचं की जनाच्या अपार श्रद्धेचं?' नामदेवाला प्रश्न पडला. पण काही असलं, तरी जना ज्या निरागसतेनं आणि ज्या अपार भक्तीनं विठ्ठलाचं वर्णन करत होती, ते बघता तिच्या श्रद्धेला आणि भक्तीला तिच्या बुद्धिवैभवाची जोड मिळाल्याशिवाय हे शक्य नव्हतं. केवढा हा भक्तीचा महिमा! केवढं हे श्रद्धेचं सामर्थ्य! एका अति शूद्राची ही अनाथ मुलगी. विठ्ठलाची भक्ती करते काय, त्याच्यावर अपार श्रद्धा ठेवते काय, त्याचा आर्त धावा करते काय, तो सावळा हिच्या हाकेला धावून येतो काय! आणि त्याच्या दर्शनानं या अडाणी, अबोध मुलीला अशी शब्दकळा सुचते काय! सारंच अगम्य आणि अलौकिक! जनाची अभंगरचना ऐकून नामदेवाचे डोळे पाझरायला लागले. न राहवून तो जनाला म्हणाला, ''अगं जने! अगं तू हा अभंग केलास!''

नामदेवाचं हे बोलणं ऐकून जनीचे डोळे विस्फारले. ''नामया, याला अभंग म्हणतात होय? मागं एकदा मला तू लिहिलेला अभंग दाखवला होतास बघ! मला तो खूप आवडला होता. तूही त्यात त्या विठोबाचं वर्णन केलं होतंस! होय ना? तू मला सांगितलेला तो अभंग माझ्या अजुनी लक्षात आहे. नामया तू सांगितलं होतंस –

कस्तुरी कुंकुम रेखे लाल टिळा । केशराची उटि सर्वांगासी ॥
पाहिला पाहिला माझा पांडुरंग । जिती जिवलग डोळेभरी ॥
हार शोभे गळा मंजुरीचा तुरा । कर्ण रत्न फळा झळाळित ॥
विटेवरी नीट गोमटी पाउले । त्यावरी ठेविले मस्तक म्यां ॥

''आठवतंय तुला, तू त्या वेळी मला अभंग म्हणून दाखवलास. मला तो खूप आवडला आणि त्यात तू 'नामा म्हणे' असं म्हटलं होतंस ना! मग म्हणून मी या अभंगात 'जनी म्हणे' असं घातलं. नामया, असं लिहिलं म्हणजे त्याला अभंग म्हणतात हे मला माहीतच नव्हतं. जेव्हा जेव्हा मी रात्री विठ्ठलाच्या मंदिरात जाते ना, तेव्हा तेव्हा असलं काहीतरी सतत माझ्या मनात उलगडत असतं. कधीकधी नीट सगळं उलगडतं, तर कधी शब्द नीट उलगडत नाहीत आणि मग अर्धवट राहतं. पण तुला आवडलं का रे?''

जनीची ती निरागसता, तिचा तो प्रांजळ कबुलीजबाब, बोलण्यातलं लाघव, आवाजातलं मार्दव... क्षणभर नामदेवाला काय बोलावं सुचेना. जनीनं त्याला पुन्हा विचारलं, तेव्हा तो भानावर येत म्हणाला, 'हे काय विचारतेस जने? अगं तो विठूराया सगळ्यांचा! त्याच्या भक्तीवर सगळ्यांचा हक्क आहे. जने, आपण

वारकरी आहोत. मला बाबांनी हे सगळं समजावून सांगितलं आहे. तो विठ्ठल जसा माझा आहे तसाच तुझा आहे. त्याच्या कृपेवर सगळ्यांचा हक्क आहे. तेव्हा तुला जे वाटलं ते तू रचलंस. तू खऱ्या मनानं गुंफलंस. मग ते विठ्ठलाला नक्की आवडेल आणि ते विठ्ठलाला जर आवडलं, तर मग मला का नाही आवडणार? जने तू म्हणालीस की, मी केलेली अभंगरचना तुला दाखविली, ती तुला आवडली आणि तू तशी अभंगरचना केलीस, पण जने फुलं मातीत पडल्यावर मातीला जरी फुलाचा गंध लागत असला, तरी मातीला स्वतःचाही एक सुगंध असतो. ही अभंगरचना तू विठ्ठलाला दाखव. त्याला ती नक्की आवडेल. मी एक करतो, तू मला आता हा तुझा अभंग म्हणून दाखवलास तो मी तसाच्या तसा तालपत्रावर लिहून ठेवतो.'' असं सांगून नामदेव निजायला गेला. नामदेवाचं बोलणं ऐकून जनीला अतिशय आनंद झाला. तिचा उत्साह दुणावला. आपली ही अभंगरचना कधी एकदा विठ्ठलाला दाखवतो असं तिला झालं. पण तिला ते लगेच शक्य झालं नाही, कारण दुसरे दिवशी घरात आऊबाईच्या लग्नाची बोलणी सुरू झाली.

# १२

दामाशेटींनी आऊबाईसाठी चांगलं स्थळ बघितलं होतं. ती माणसंसुद्धा धार्मिक प्रवृत्तीची आणि वारकरीच होती. कुटुंबकबिला मोठा होता. घर, शेतीवाडी असं सगळं होतं. मुलगाही तिला साजेसा होता. बैठक होऊन लग्न ठरलं. सुपारी फुटली. मार्गशीर्षात लग्न करायचं ठरलं. नामदेवाच्या जन्मानंतर इतक्या वर्षांनी दामाशेटींच्या घरात कार्य ठरलं होतं. घरात सगळा आनंदीआनंद होता. देव उठले. दिवाळी झाली. देवदिवाळी झाली आणि बघता-बघता मार्गशीर्ष महिना उजाडलासुद्धा! घरात तयारीची एकच गडबड सुरू होती. दामाशेटींच्या घरातलं पहिलं मोठं कार्य! तेसुद्धा दामाशेटींची एकुलती एक लाडकी लेक आऊबाईचं! घरात जोपर्यंत नुसतीच लग्नाची तयारी चालली होती तोपर्यंत जनी रात्री जाऊन विठ्ठलाशी भेटून बोलून यायची, पण पाहुणेरावळे यायला लागले तसं तिला काम जास्त पडायला लागलं. विठ्ठलाची भेट घ्यायला जाणं अवघड व्हायला लागलं. मग मात्र एक दिवस तिनं ठरवलं की, आता इथली कामं टाकून विठ्ठलाची भेट घेणं रोज तरी शक्य होणार नाही. म्हणून मग एक दिवस रात्रीच्या वेळी जना मंदिरात गेली. विठ्ठल तिची वाट बघत बसला होता. जनाला मंदिरात जायला त्या दिवशी थोडा उशीरच झालेला होता. त्याबद्दल आलेला रुसवा विठ्ठलाच्या चेहऱ्यावर दिसत होता. जना समोर येताच विठ्ठल म्हणाला, ''जने! किती गं वेळ हा? मी केव्हाची तुझी वाट बघतोय!''

विठ्ठलाच्या त्या रुसव्याचं जनाला हसू आलं. ती म्हणाली, ''विठ्ठला! तू माझी वाट बघतोस हे बरोबर आहे. पण अरे, घरात लग्न आहे. मला भरपूर काम पडतं. मग मी कशी येणार लवकर! तेच मी तुला सांगायला आले आहे. आता घरात पुष्कळ पाहुणे येणार आहेत. त्यामुळे मला आता रोज, रोज तुला भेटायला येणं शक्य नाही. आता मी घरातलं कार्य संपल्यावरच येईन. आता तू काही दिवस तरी माझी वाट बघू नको.'' जनीचं हे बोलणं ऐकून विठ्ठल पुन्हा रुसला. जनीला म्हणाला, ''जने, असं करू नकोस. मी रोज तुझी वाट बघत असतो. माझे बाकीचे

भक्त मला भेटायला येताना तक्रारी, त्यांचं काही मागणं घेऊन येतात किंवा माझे गोडवे गायला येतात; पण तू येऊन माझ्याशी गप्पा मारतेस, छान प्रश्न विचारतेस. माझ्याकडे काही मागत नाहीस किंवा मी तुझं कुठलंतरी काम करावं म्हणून माझी खोटी स्तुतीही करत नाहीस. इतर भक्तांत आणि माझ्यात असलेलं देव आणि भक्त हे अंतरसुद्धा तुझ्या लाघवी स्वभावामुळे मिटून जातं. मग मला सांग, तू आता मला भेटायला येणार नाहीस म्हटल्यावर मला कसं करमणार?'' विठ्ठलाची ती लाडिक तक्रार ऐकून जना संभ्रमात पडली. त्याची समजूत कशी काढावी हे जनाला कळेना. तेवढ्यात विठ्ठलच पुन्हा म्हणाला, ''आपण एक गंमत करू या जने. तुला मला भेटण्यासाठी मंदिरात येता येणार नाही ना? मग तुला भेटण्यासाठी मीच रोज येत जाईन. मग आपण पुष्कळ गप्पा मारू. मग तर झालं?'' विठ्ठलानं काढलेला हा तोडगा जनीला मान्य करावाच लागला. विठ्ठलाचा निरोप घेऊन जनी परतली तेव्हा मध्यरात्र होत आली होती. दिंडी दरवाजा ढकलून जना आत आली. अंगणात बाजलं टाकून पुरुष-मंडळी झोपली होती. त्यामुळं मुख्य दरवाजा नुसता लोटून घेतलेला होता. जनाच्या ते पथ्यावर पडलं. आपल्या खोलीत येऊन जना झोपली.

घर पाहुण्यांनी भरलेलं होतं. आणखी पाहुणे येतच होते. लग्नाच्या पाच दिवस आधी अंगणात मांडव घातला गेला. मुहूर्तमेढ, जात्याची पूजा, हळद दळणं इ. पारंपरिक विधी सुवासिनींनी मोठ्या उसाहाने केले. बघता बघता लग्नाचा दिवस उजाडला आणि लग्न झालंसुद्धा! दामाशेटींची एकुलती एक लाडकी लेक, नामदेवाची लाडकी बहीण आऊबाई सासरी गेली. तीन-चार दिवस सगळं घर कसं भरलेलं होतं. तसे काही पाहुणे आताही घरी होतेच, पण एकट्या आऊबाईच्या जाण्यानं घर रिकामं रिकामं वाटायला लागलं होतं. आऊबाई जाताना सगळ्यांच्या गळ्यात पडून रडली. अगदी जनाच्यासुद्धा! आऊबाई तशी अबोल स्वभावाची, पण जनावर तिची खूप माया. भागाबाईच्या कजागपणापासून आणि तिच्या तोंडाळ स्वभावापासून आऊबाईनं कितीदातरी जनाला वाचवलेलं होतं. स्वयंपाकघराबाहेरचं बरंचस काम जनानं आपल्या अंगावर घेतल्यापासून तर आऊबाईला खूपच उसंत मिळायला लागली होती. मग तिनं कशिदाकारी शिकायला सुरुवात केली होती. कशिदाकारीत तिचा हात खूपच तरबेज झाला होता. कोणी त्याचं कौतुक केलं की, आऊबाई त्याचं श्रेय जनाला द्यायची. म्हणायची, ''हे सगळं मला या जनीमुळं करता यायला लागलं. माझी सगळी कामं तिनं आपल्या अंगावर घेतली, त्यामुळं मला पुष्कळ वेळ रिकामा मिळायला लागला. म्हणूनच हे शक्य झालं.'' तिचं हे बोलणं ऐकलं की, जना संकोचून जायची. या घरात जास्तीत जास्त काम करणं हे तिचं कर्तव्यच होतं. अर्थात पोरवयात जना या घरात आली तेव्हा तिला या गोष्टीची कल्पना नव्हती. आपल्याला या लोकांनी इथं ठेवून घेतलंय, तेव्हा आपण या घरातल्याच

एक आहोत अशी तिची धारणा होती. त्याच मायेनं, त्याच हक्कानं, त्याच अधिकारानं ती इथं राहत होती; वावरत होती. दामाशेटींच्या काळजी घेण्यानं, गोणाईच्या वात्सल्यानं आणि नामदेवाच्या प्रेमळपणानं तिला हा अधिकार दिलाही होता; पण तिला मिळालेला हाच अधिकार, हेच कौतुक भागाबाईच्या डोळ्यात मात्र कायम सलत असे. मनातला हा सल भागाबाई उघडपणे बोलूनही दाखवत असे. तिच्या कुजकट बोलण्याला, टोमणे मारण्याला छोटी जना दाद देत नसे. पण एक प्रसंग असा घडला की, जनाचे डोळे खाडकन उघडले. आपण कोण आहोत? इथं कशासाठी आलो आहोत? या घरातलं आपलं स्थान काय? या सगळ्या प्रश्नांची उत्तरं देणाऱ्या कटू सत्याची जाणीव त्या प्रसंगानं जनाला करून दिली. झालं होतं असं, जना दामाशेटींच्या घरात आली आणि घरचीच झाली. आऊबाई, नामदेवसारखी गोजिरवाणी पोरं पोटी असतानासुद्धा गोणाई जनाचे लाड करायची. कौतुक करायची. ती आपल्या घरी आश्रित म्हणून आलेली आहे याची जाणीव ना गोणाईनं स्वत:ला ठेवली, ना जनाला करून दिली. यामुळंच भागाबाईचं मस्तक फिरलं. तिच्या मनात जनाबद्दलचा राग विखार धरू लागला. एका प्रसंगानं आगीत तेल ओतल्यासारखं झालं आणि भागाबाईच्या त्या विषारी शब्दांनी जनाला आपली जागा कळली. कसलासा सण होता. दामाशेटींनी आऊबाई, नागरी आणि नामदेवाला कपडे शिवले होते. आऊबाईच्या आणि नागरीच्या झग्यावर दामाशेटींनी तऱ्हतऱ्हेचे मोती लावून कशिदाकारी केलेली होती. तसा त्यांनी जनालाही झगा शिवला होता, पण वेळेअभावी त्यावर कशिदाकारी करायची राहून गेली होती. ते बघून छोटी जना रुसून बसली. त्या दोघींच्या झग्यावर तेवढा मोत्यांचा कशिदा काढला आणि मला तेवढं नाही अशी तक्रार ती गोणाईकडे करत होती. गोणाई तिची काहीतरी समजूत घालत असताना भागाबाई तिथे आली आणि वसकन जनाच्या अंगावर खेकसून म्हणाली, "तुला गं काय करायचा मोती लावलेला झगा? या घरची आश्रित तू! एक मोलकरीण आणि आऊबाईची बरोबरी कशाला करतेस? ज्यानं त्यानं आपापली पायरी ओळखून राहावं. कितीही लाड कौतुक करत असले, तरी ते धनी आणि आपण चाकर. ते मालक आणि आपण दासी. हे नेहमी लक्षात ठेव. दासी बनून धन्याची चाकरी करणं हे तुझं काम आहे जने! हे कधीही विसरू नकोस. मालकीण होण्याची नसती स्वप्नं बघू नकोस. चाकरानं चाकरासारखं राहावं. धनी घालेल ते खावं, देईल ते ल्यावं. अगं, भिकाऱ्याची पोर तू! इथं तुला दोन वेळा गिळायला मिळतंय आणि अंगभर कपडा मिळतोय हे नशीब समज. म्हणून धन्याच्या घरातली पोर म्हणून मिरवण्यापेक्षा त्याची दासी म्हणून मिरव." भागाबाईचा प्रत्येक शब्द जनाच्या मनावर कुऱ्हाडीचे घाव घालत होता. तिच्या प्रत्येक वाक्यातली धगधगणारी आग जनाचं काळीज जाळत होती. तिचा प्रत्येक शब्द जनाच्या वर्मी बसत होता.

भागाबाईच्या त्या वक्तव्यानं जना खाडकन भानावर आली होती, जमिनीवर आली होती. गोणाईनं भागाबाईला मध्येच थांबवायचा प्रयत्न केला, पण तिला ते शक्य झालं नाही. भागाबाईच्या शब्दातल्या जळत्या विखाराने जनाचं भावविश्व करपून गेलं.

त्या प्रसंगानंतर मात्र जना एकदम शहाणी झाली. जणू एकदम प्रौढ झाली. काहीशी गंभीरही झाली. आपण या घरी चाकर आहोत, दासी आहोत. त्यामुळं इथलं पडेल ते काम आपण केलं पाहिजे, असा वसाच जणू तिनं घेतला. म्हणूनच जेव्हा जेव्हा आऊबाई तिच्या कशिदाकारीचं श्रेय जनाला द्यायची तेव्हा जना संकोचून जायची. तिला वाटायचं, 'हे काम करणं हेच तर माझं काम आहे. ते मी केलं तर त्यात कौतुक कसलं?' पण आऊबाई कौतुक करायचीच. जनाला तिचा मोठा आधार वाटायचा. हातून कधी काही चुकलं, फुटलं, सांडलं आणि त्याबद्दल दामाशेटी, गोणाई, भागाबाई असं कुणी यापैकी रागवेल अशी भीती जनाला वाटली की, ती आऊबाईकडे जायची. तिला सगळं सांगायची. तिच्या मध्यस्थीमुळं दामाशेटी किंवा गोणाईच्या रागाची तीव्रता कमी व्हायची. भागाबाईला तर ती बोलूच द्यायची नाही. म्हणून आऊबाई लग्न होऊन सासरी गेली तेव्हा जनाला तिचं जाणं फार फार जाणवलं. ती गेल्यानंतर कितीतरी दिवस तिच्या आठवणीनं जनाच्या डोळ्यात पाणी येत होतं. आऊबाईचं लग्न झालं. सगळे कार्यक्रम व्यवस्थित पार पडले. आऊबाईची पाठवणी झाली. पैपाहुणे आपाआपल्या घरी गेले. मागची सगळी आवरासावर करून झाली. घरात घडलेल्या या मंगलकार्याबद्दल दामाशेटी आणि गोणाई बोलत बसले होते. गोणाई एक-एक प्रसंग आठवून दामाशेटींना सांगत होती. सांगता सांगता तिच्या असं लक्षात यायला लागलं की, हे सगळं कार्य अत्यंत नेटकेपणानं पार पडायला जनीची आपल्याला अतोनात मदत झाली आहे. हे कार्य चांगल्या पद्धतीनं पूर्णत्वाला नेण्यात जनीचा फार मोठा वाटा आहे. तिनं तसं दामाशेटींना बोलूनही दाखवलं. गोणाई एक-एक प्रसंग जसजसा सांगत होती, तसतसं दामाशेटींच्याही ते लक्षात यायला लागलं होतं. आपण सांभाळलेली ही पोरकी पोर अवघ्या घराचा असा कणा बनून राहील, हे त्या वेळी त्यांना स्वप्नातदेखील वाटलं नव्हतं. आलेल्या पै-पाहुण्यांनीसुद्धा जनीचं खूप कौतुक केलं होतं. जनीचा कामसूपणा, कामातली तत्परता, लाघवी बोलणं, सदैव प्रसन्न चेहरा, बोलण्यातली अदब हे सगळं पाहुण्यांच्या दृष्टीनं फार कौतुकाचं होतं. त्यांनी दामाशेटींना तसं बोलूनही दाखवलं. आपण सांभाळलेल्या या रोपट्याला अशी संस्काराची सुगंधी फुलं आलेली बघून दामाशेटींनाही खूप आनंद झाला. जना आता मोठी झाली होती. तिच्या बापाला बोलावून घेऊन तिला त्याच्या स्वाधीन करावं, म्हणजे तो तिच्या लग्नकार्याचं बघेल असं त्यांच्या मनात आलं, पण नियतीच्या मनात काहीतरी वेगळंच असावं, याचा प्रत्यय आला. माणसानं ठरवावं आणि त्याप्रमाणं वागावं,

तर ती नियती कसली?

आऊबाईच्या लग्नानंतर बऱ्याच दिवसांनंतरची गोष्ट. एक दिवस जनी आणि नागरी धान्य पाखडत बसल्या होत्या. नागरीसुद्धा आता मोठी दिसायला लागली होती. भागाबाई तिथंच वाती वळत बसली होती. बोलता बोलता आऊबाईच्या लग्नसोहळ्याचा विषय निघाला. नागरी तिथंच बसलेल्या गोणाईला म्हणाली, "आऊबाई लग्नात किती साजरी दिसत होती? नवरी झाल्यावर सगळ्याच अशा छान दिसतात का गं?" नागरीचा प्रश्न ऐकून गोणाईला हसूच आलं. तोच भागाबाई म्हणाली, "होय तर! आता तुझंपण लगीन करून देऊ या. म्हणजे तूसुद्धा साजरी दिसशील. तूसुद्धा नवरी होशील." भागाबाईचं बोलणं ऐकून सगळ्या हसल्या. तोच नागरी म्हणाली, "या जनीचंपण लग्न करू या! म्हणजे तीपण नवरी होईल." नागरीचं बोलणं ऐकून गोणाई म्हणाली, "तिचं लग्न आपण केलं, तर तिचे वडील रागवतील की! तिचं लग्न ठरवायचं झालं, तर आपण तिच्या वडलांना बोलावून घेऊ. काय गं जने, येतील ना तुझे वडील?" गोणाईच्या या प्रश्नावर जनी काहीशी संकोचून म्हणाली, "कोण जाणे! पण सांगावा धाडल्यावर नक्की येतील." जनीचं बोलणं संपतं-न संपतं तोच भागाबाई उसळून म्हणाली, "कुठं धाडणार सांगावा? नरकात? तुझा बाप कधीच मेलाय. त्याची कधीच माती झालीये." भागाबाईचं बोलणं ऐकून सगळी चमकली. गोणाईसुद्धा! न राहवून ती म्हणाली, "काहीतरी काय बोलताय भागाई? हे तुम्हाला कुणी सांगितलं?" तशी भागाबाईनं उत्तर दिलं, "कालच जनीच्या बापाच्या गावातून कुणीतरी आला होता, तो सांगत होता. जनीचा बाप कधीच मेला. आता त्या भिकारड्याची ही भिक्कारडी पोर कायमची तुमच्या गळ्यात पडली. आता सांभाळा. गळ्यात धोंड बांधून घेतली आहे ना! आता निस्तरा जन्मभर!" असं तिरसटून बोलून पुन्हा वेडंवाकडं तोंड करत भागाबाई म्हणाली, "म्हॅणे सांगावा धाडला तर येतील की! कुठनं येणार? नरकातून? गोणाई, आता ही अवदसा कायमची तुझ्या गळ्यात पडली गं! तरी मी सांगत होते, तिला हाकलून द्या म्हणून. वेळेवर हाकलली असती, तर ही ब्याद कायमची टळली असती." भागाई तोंडाला येईल ते बडबडत होती. शेवटी गोणाईला तिचं बोलणं असह्य झालं. जनाचा केविलवाणा चेहरा, तिचे पाण्यानं भरलेले डोळे, घशात अडकलेला हुंदका बघून गोणाईलाही वाईट वाटलं. ती भागाबाईला म्हणाली, "भागाई, मेला असेलही जनाचा बाप, पण तिची मोठी आई आणि मोठे बाबा अजून जिवंत आहेत हे लक्षात ठेवा. जना ही आमच्या गळ्यातली धोंड नाहीये, तर ते विठ्ठलाच्या गळ्यातलं मोत्यांचं पदक आहे. तशीच वेळ आली, तर तिला जन्मभर पोसायला तिचे मोठे बाबा आणि तिचा नामदेव दोघंही समर्थ आहेत!" गोणाईनं दिलेल्या सडेतोड उत्तराचा राग आल्यानं भागाबाई उठून आत गेली. मग मात्र

जनाला हुंदका अनावर झाला. आईची आठवण तिच्यापाशी फार नव्हतीच. थोडीफार आठवण होती ती वडलांचीच! बाकी काही आठवत नसलं, तरी पंढरपूरला येतेवेळी आपल्या पायाला चटके बसू नयेत म्हणून दिवसभर बाबा आपल्याला खांद्यावर बसवून घ्यायचे हे तिला आठवलं. गोणाईनं तिची समजूत काढली. आपण कुठला विषय काढला होता आणि तो कुठं गेला याची नागरीला मात्र खंत वाटली आणि तो विषय तिथंच थांबला.

संध्याकाळ झाली, रात्र झाली. जना निमूटपणे सगळी कामं करत होती. मधूनच तिला वडलांची आठवण यायची आणि तिचे डोळे पाण्यानं भरायचे. आपले वडील गेले यापेक्षासुद्धा आपल्याला आता आपलं म्हणावं असं कुणीच नाही. आपण अगदी पूर्णपणे पोरक्या झालो याची खंत तिला जास्त जाणवत होती. जना गप्प-गप्प होती. जणू सगळं घर गप्प-गप्प होतं. रात्र झाली. दामाशेटी घरी आले. गोणाईनं त्यांच्याजवळ भागाबाईनं सांगितलेल्या बातमीची शहानिशा केली. बातमी खरीच होती. जनाचा बाप दमा बरेच दिवसांपूर्वी मृत्यू पावला होता. गंगाखेडला राहणारा कोणीतरी विठ्ठलाच्या दर्शनाला पंढरपूरला आला होता त्यानं ही बातमी दामाशेटींना सांगितली होती. भागाई खोटं बोलत असावी ही जनाची शेवटची आशाही मावळली. रात्र झाली. काहीशा उदास मन:स्थितीतच सगळ्यांची जेवणं झाली. सगळं कामधाम आटपून जनीनं विठ्ठलाच्या मंदिराकडं धाव घेतली. आज कितीतरी दिवसांनी विठ्ठलाला भेटायला ती मंदिरात गेली होती. खरंतर बोलल्याप्रमाणं विठ्ठल रोज तिला भेटण्यासाठी तिच्या खोलीत यायचा. जनीशी गप्पा मारायचा. पण एवढ्या रात्री जनी बोलते ते कोणाशी? की एकटीच बडबडते? तिला वेडबिड लागलं आहे की काय? काही बाधिक झाले आहे की काय? असलं काहीबाही निंबाईच्या लग्नासाठी आलेले पाहुणेरावळे बोलायला लागले, तसं देवाने तिथे फार वेळ थांबणं बंद केलं. येऊन, जनीला दर्शन देऊन तो लगेच परत जात असे. आज मात्र कित्येक दिवसांनी जनी मंदिरात आली होती. विठ्ठलाला आनंद झाला. आनंदाने तो काहीतरी बोलणार, तोच त्याचं लक्ष जनीच्या चेहऱ्याकडे गेलं. जनीचा चेहरा नेहमीप्रमाणं प्रसन्न दिसत नव्हता, रडवेला झाला होता. डोळ्यांतून अश्रू वाहून येऊन गालावर थांबले होते, 'काय झालं असेल माझ्या जनीला? तिच्या डोळ्यांत पाणी का?' विठ्ठलाला कळेना. खरंतर इतक्या दिवसांनी जना आली म्हणून तो रूसणार होता, तिच्यावर रागवणार होता, तिच्याकडून आर्जव करून घेणार होता, पण जनीचा रडवेला चेहरा बघून तो हे सगळं विसरला. आत्यंतिक प्रेमानं त्यानं विचारलं, "जने, काय झालं गं? अशी रडवेली का दिसते आहेस?" विठ्ठलाच्या त्या प्रेमळ स्वरानं जनीला गहिवरून आलं; हुंदका फुटला. कापऱ्या आवाजात ती विठ्ठलाला म्हणाली, "विठ्ठला, काय सांगू तुला? तुझी जनी आता पूर्ण पोरकी

झाली. तिला आता कुणी नाही. विठूराया, तुझ्याशिवाय कुणी नाही.

"माय मेली बाप मेला । आतां सांभाळी विठ्ठला ॥१॥
मी तुझे गा लेकरू । नको मजशी अव्हेरू॥२॥
मतिमंद तुझी दासी । ठाव द्यावा पायापाशी ॥३॥
तुजविण सखे कोण । माझे करील संरक्षण ॥४॥
अंत किती पाहासी देवा । थोर श्रम झाला जीवा ॥५॥
सकल जीवाच्या जीवना । म्हणे जनी नारायणा ॥६॥"

असं म्हणत जनी धाय मोकलून रडायला लागली. विठ्ठलाला कळेना तिची समजूत कशी काढावी. जनीची आणि त्याची भेट झाल्यापासून जनीला आपल्या आईवडलांसंबंधी काही बोलताना त्याने कधीच ऐकलं नव्हतं. ती नेहमी बोलायची ते नामदेवाच्या घराबद्दल, नामदेवाबद्दल, विठ्ठलावरच्या तिच्या भक्तीबद्दल; पण आज बाप मेला म्हणून जनीला ओक्साबोक्शी रडताना बघून विठ्ठलालासुद्धा गहिवरून आलं. नेहमी हसतमुख असणारी, प्रसन्न दिसणारी, लाघवी स्वभावाची जना आज हुंदके देऊन रडत होती. तिचं ते रडणं विठ्ठलाच्या मनावर ओरखडे उमटवून गेलं. दुसरी गोष्ट म्हणजे तिचं ते रडणं बघून त्याला स्वत:चाच राग आला. 'आतापर्यंत जनीशी गप्पाटप्पा करताना आपण तिचा सखा म्हणूनच वावरत आलो. तिला कधीही आधार देण्याचा, तिची आई होण्याचा प्रयत्न केला नाही. म्हणूनच आपण बरोबर असताना तिच्या मनात एक पोकळी तयार झाली. पण आता आपण ही पोकळी राहू द्यायची नाही. जनाला कधीही आई किंवा वडील नसल्याची भावना भासू द्यायची नाही. आपणच तिची आई व्हायचं आणि बापसुद्धा!' विठ्ठलानं असं ठरवलं आणि त्याच्या मनाला समाधान वाटलं. जनी हुंदक्यावर हुंदके देऊन रडत होती. विठ्ठलानं कानोसा घेतला. मंदिरात कुणीही नव्हतं. अजून शेजारतीला अवकाश होता. विठ्ठल जनीच्या जवळ आला. आपल्या शेल्यानं त्यानं तिचे डोळे पुसले आणि प्रेमळपणे जनीला म्हणाला, "जने, नको गं अशी रडूस. माझ्याही काळजात कालवाकालव होते बघ! तुझ्या डोळ्यांतले अश्रू मला बघवत नाहीत आणि ते कधीच बघवणार नाहीत. जने, यापुढे हा विठ्ठल असताना तू डोळ्यांत पाणी आणायचं नाहीस. मी तुझा केवळ सखा आणि मित्र नाही, तर आई-बापसुद्धा आहे. हे मी नुसतंच तुझं समाधान व्हावं म्हणून तुला सांगत नाही, तर मी तुला तसं वचन देतो. तुझी आई जर असती, तर तिनं ज्या पद्धतीनं तुझ्यावर माया केली असती, तशीच माया, जने मी तुझ्यावर करीन. तुझ्या आईनं ज्या पद्धतीनं तुझी काळजी केली असती, तशीच तुझी काळजी मीसुद्धा करेन. हा विठ्ठल प्रत्यक्ष सतत तुझ्याबरोबर असताना तू कशासाठी स्वत:ला पोरकं समजतेस? अगं, माझी माया ही जगातल्या कुठल्याही आई-वडलांइतकीच निखळ असेल. जने, तू मला मानतेस

ना? माझ्यावर तुझा विश्वास आहे ना? मग यापुढे तू स्वतःला पोरकं समजू नकोस. तसं जर तू समजलीस, तर तो माझ्या देवत्वाचा, तुझ्या भक्तीचा आणि श्रद्धेचा नव्हे, तर कुठल्याही श्रद्धाळू भक्ताचा अपमान ठरेल. तुझ्यासारखी संवेदनशील भक्त या विश्वासाला तडा जाऊ देईल, असं मला वाटत नाही. तेव्हा जने, पूस ते डोळे. आता यापुढे तुझ्या डोळ्यांत अश्रू दिसता कामा नयेत. यापुढे तुझ्या डोळ्यांत फक्त माझी मूर्ती आणि माझ्याबद्दलचं प्रेम एवढंच दिसलं पाहिजे. यापुढे तुझ्या डोळ्यांना फक्त माझ्याच दर्शनाची आस लागली पाहिजे. यापुढं विठ्ठल हा तुझा सखा असेलच, पण माता-पिताही असेल. एखादा बाप आपल्या कन्येची जशी जबाबदारी घेतो तशी तुझी संपूर्ण जबाबदारी आजपासून मी घेतली आहे. जने, हा सगळा नातेसंबंध सांभाळताना जसा काही बाबतीत मी धोका पत्करतो आहे तसाच हा नातेसंबंध जपण्यासाठी तुलाही काही काही विचित्र प्रसंगांना तोंड द्यावं लागेल. परमेश्वर म्हणून माझ्या बाबतीतली तीव्रता कदाचित कमी असेल, पण एक भक्त, त्यातूनही एक स्त्री आणि त्यातही अनाथ म्हणून तुला कदाचित या गोष्टीचा अधिक त्रास होईल; परंतु माझ्यावरच्या भक्तीला, श्रद्धेला आणि विश्वासाला तडा जाऊ देऊ नकोस. कितीही जपायचं म्हटलं, तरी जने तुझ्या-माझ्यातलं हे गुपित जपलं जाणार नाहीये. कोणतंही गुपित उघडकीला आलं की, समाज त्याला नावं ठेवतो. परमेश्वराची सतत कृपा राहणं म्हणजे एक प्रकारे लोकांचा रोष पत्करणं आहे. तुला ते चालेल?'' इतका वेळ विठ्ठलाचं बोलणं ऐकून आपलं दुःख विसरलेली जना भारावून गेली होती. ती ताडकन म्हणाली, ''विठूराया, तुझं माझ्याबरोबर असणं म्हणजे अवघ्या जगाचं माझ्याबरोबर असणं आणि जरी जग माझ्याबरोबर नसलं, तरी तू माझ्याबरोबर आहेस एवढं मला पुरे आहे. विठ्ठला! तू माझी आई झालास, माझे वडील झालास! पंढरपूर हे तुझं गाव, ते माझं माहेर झालं. आता माझं सगळं आयुष्य याच ठिकाणी जाऊ दे. तुझी भक्ती करता करता मला मृत्यू येऊ दे. इथं मृत्यू आला, तर ते माझे भाग्य असेल. ती माझी मुक्ती असेल. आजपासून पंढरपूर हेच माझं सासर आणि हेच माझं माहेर. तुझी भक्ती हेच माझ्या आयुष्याचं निधान! पंढरपूरची महती हेच माझे समाधान. विठूराया, या पंढरपूरला जो कोणी नावं ठेवेल ना, त्याचं मी तोंडसुद्धा बघणार नाही. हे माझं भक्तीचं माहेर, श्रद्धेचं सासर आणि मुक्तीचं महाद्वार आहे.

''बाप रखुमाबाई वर । माझें निजाचे माहेर ॥१॥
तें हें जाणा पंढरपूर । जग मुक्तीचे माहेर ॥२॥
तेथें मुक्ति नाहीं म्हणें । जनी न पाहें त्याचें वदन ॥३॥''

जनीनं विठ्ठलाला अभंग म्हणून दाखवला आणि ती एकदम मोकळी मोकळी झाली. 'नामदेवाच्या घरी आपण आश्रित आहोतच, पण आता आपण अनाथ,

पोरके झालो.' या भावनेनं तिच्या मनावर एक प्रकारचं दडपण आलं होतं. खरंच जगात आपल्याला कुणीही नाही ही भावनाच काही वेळेला माणसाचं मनोधैर्य घालवायला कारणीभूत ठरते. जनीचंही तसंच झालं होतं. पण कुणीही नसलं, तरी विठ्ठल आपला आहे या एका भावनेनं जनीच्या मनाला उभारी मिळाली. विठ्ठलाबद्दलची, पंढरपुराबद्दलची तिला वाटणारी भावना ती अभंगात गाऊन मोकळी झाली. जनी सावरलेली बघून विठ्ठलालाही बरं वाटलं. 'आपण या पोरीला कधीच एकटं पडू द्यायचं नाही.' असा त्याने मनोमन निश्चय केला. उमललेल्या चेहऱ्यानं जना मंदिराबाहेर पडली. कधी नव्हे ती तिला आज शांत झोप लागली. तरीही अधूनमधून, 'आपल्या या गुपिताचा तुला त्रास होईल!' असं विठ्ठल का म्हणाला होता, हा प्रश्न तिला राहून-राहून पडत होता. मात्र या प्रश्नाचं उत्तर तिला दुसऱ्या दिवशी सकाळी मिळालं. मात्र तेही अगदी वाईट पद्धतीनं!

दुसऱ्या दिवशी पहाटे नेहमीप्रमाणं जना उठली आणि कामाला लागली. परसदारी तिचं काम चाललेलं होतं. गोणाई आणि भागाबाईचं स्वयंपाकघरात काहीतरी काम चाललं होतं. त्या दोघी एकमेकीशी काहीबाही बोलतही होत्या. दोन्ही अंगणं सारवून झाली. शेणगोठा करून झाला. धारा काढून झाल्या. अंगणात चुलवणावर भरून ठेवलेल्या हंड्यातलं पाणी उकळायला लागलं. जनीची फुलंही काढून झाली होती; पण अजून गोणाईनं किंवा भागाबाईनं तिला हाक मारली नव्हती. जनाला नवलं वाटलं. नाही म्हणजे एव्हाना त्या दोघींच्या ढीगभर हाका मारून झाल्या असत्या. शेवटी न राहवून जना पुन्हा आत गेली. तिला आत आलेली बघितल्यावर भागाबाईनं नाक मुरडलं, तर गोणाईनं तोंड फिरवलं. जनाला नवल वाटलं. तिनं पुढं होऊन विचारलं, ''मोठी आई, काय झालं गं? आज माझ्याशी बोलणार नाहीयेस? काय चुकलं माझं?'' जनीचा स्वर स्वच्छ होता. नजर स्थिर होती. गोणाई तिला काही बोलणार तोच भागाबाई तडतडली. ''आ हा हा हा! बघा-बघा कसा निष्पाप चेहरा केलाय तो! जसंकाही हिला ठाऊकच नाही. करून-सवरून बघा कशी नामानिराळी राहिली ती! अगं गतकाळे, तुला काही लाज, लज्जा! अगं, चांगल्या घरंदाजाच्या घरात राहतेस आणि असलं कसलं कर्म करतेस? या चांगल्या माणसांनी तुला एवढा आधार दिला, आश्रय दिला. आपल्या लेकीसारखं प्रेम दिलं. त्यांची अशी चारचौघात बेअब्रू करताना भवाने तुला काही लाज वाटली नाही? शिव-शिव-शिव-शिव! दामाजीचं एक जाऊ दे, पण हे पंढरपूर आहे; तीर्थक्षेत्र आहे, याचा तरी विचार करायचास. तरी मी तुम्हा सगळ्यांना सांगत होते. गोणाई, ही रांड लेक घरी ठेवून घेऊ नका म्हणून! गटारीचं पाणी हे! कितीही शुद्ध केलं, तरी त्याची गंगा थोडीच होणार? अगो, ही बया रात्री-अपरात्री बाहेर जाते. पंधरा-सोळा वरसाची तरी असेल ही सटवी. ही बाहेर जाऊन काय काय

करते, कुठे शेण खाते हे गोणाई तुला कळणार आहे का? उद्या गावभर बोभाटा झाला म्हणजे लोकं तुमच्याकडे बोट दाखवतील. तोंडावर थुंकतील तुमच्या. तुमची छी:थू: होईल. या भवानीला त्याचं काय! बघ गं बाई गोणाई, हा जळता निखारा पदरात बांधून घेतला आहेस खरा, पण पदराला आग लागून घरदार पेटणार नाही याची काळजी घे हो बाई!'' लाह्या फुटाव्यात तशी भागाबाई ताडताड बोलत होती. तिच्या प्रत्येक शब्दापायी गोणाईचा संताप वाढत होता. जनाईकडं रोखून बघणाऱ्या नजरेतून संतापाच्या ठिणग्या उडत होत्या. हे काय चाललं होतं, ते जनाला कळेना. तिने केलेल्या कुठल्याही कामाबद्दल असं अद्वातद्वा बोलायची भागाबाईची सवय तिला माहीत होती. त्यामुळं भागाबाईच्या बोलण्याचं तिला विशेष काही वाटलं नाही, पण गोणाईचा संतापानं फुललेला चेहरा आणि डोळ्यात दिसणारे असंख्य प्रश्न, याचं तिला नवल वाटलं. न राहवून तिनं विचारलं, ''भागाई, काय झालंय? तुम्ही अशा का बडबडत आहात? मोठी आई, तू तरी सांग काय झालंय? माझं काय चुकलंय?'' पण जनीच्या या प्रश्नावर गोणाई काही बोललीच नाही. बोलली ती तुन्हा भागाबाई, ''देवा रे देवा, बघा-बघा कशी साळसुदासारखी तोंड वर करून बोलते आहे ती! खाल मुंडी पाताळ धुंडी कुठली ती! तिला काय विचारतेस? मला विचार. मी तुला चांगली ओळखून आहे. गोणाई बिचारी गरीब सापडली तुला! तिच्या डोळ्यात धूळ फेकून असले धंदे करत बसतेस? तुला काही लाज-शरम? कुठं जातीस रात्रीची? आणि अपरात्री परत येतेस ती? बोल की टवळे! आता का तुझी वाचा बसली ती? आँ! मांजरानं कितीही डोळे मिटून दूध पिलं, तरी जगाचे डोळे उघडेच असतात. सांग कुठं जातेस रात्रीची?'' भागाबाईनं जणू गौप्यस्फोट केल्यासारखं विचारलं. भागाबाईच्या बडबडीकडं दुर्लक्ष करून जना गोणाईजवळ गेली. तिनं गोणाईकडं पाहिलं. तिच्याही डोळ्यात जनाला तेच प्रश्न दिसले. ती गोणाईच्या पायाशी बसली, म्हणाली ''मोठी आई, मी मंदिरात जाते तुला ठाऊक आहे ते. दिवसा मला मंदिरात जायची सवड मिळत नाही म्हणून मग मी सगळं कामकाज आटोपल्यावर रात्रीची जेवणं झाल्यावर जाते. तिथं जरा वेळ बसते. देवाचं नामस्मरण करते आणि परत येते.'' जनाचं अजून बोलून झालं नव्हतं तोच भागाबाईनं बडबडायला सुरुवात केली. ''तर तर! मोठी भक्तीणच लागून गेलीस की नाही तू! रोज मंदिरात जाऊन बसायला. दिवसभर कामातून सवड होत नाही म्हणे कार्टीला! असतंय तरी काय काम एवढं? आणि दिवसा कशी सवड होणार बाई तुला? भेटायची वेळ रात्रीची ठरली असणार! म्हणे देवाचं दर्शन घेते आणि नामस्मरण करते! कोणास ठाऊक कुणाचं दर्शन घेतेस आणि कुणाचं नामस्मरण करत बसतेस ते!'' भागाबाई आणखी काही बडबडणार होत्या, पण का कोण जाणे गोणाईला जनाचं ऐकावंसं वाटलं. तिनं भागाबाईला थांबवलं आणि विचारलं,

"जना, खरं सांग तू कुठे जातेस? कोणाला भेटतेस? हे बघ पोरी, तू काही वावगं वागलीस, तर मला आणि तुझ्या मोठ्या बाबांना त्याचा खूप त्रास होईल. म्हणून खोटं बोलू नकोस. खरं काय ते सांग.'' गोणाईच्या स्वरात जनाबद्दलचं प्रेम, तिच्यावरचा विश्वास आणि आईची जरब होती; पण तरीही जना स्थिर होती, निश्चल होती, ठाम होती. तिनं पुन्हा सांगितलं, ''मोठी आई, मी खरंच सांगते. तुझ्या पायाची शपथ घेऊन सांगते. मी मंदिरात जाते. खरोखरच देवाकडे बघत बसते. त्याच्याशी बोलते. मी तिथं गेले की, वेळ कसा जातो ते समजत नाही. माझं मलाही कळत नाही. मी जेव्हा भानावर येते तेव्हा घरी परतते. मी खरंच सांगते आई, मी कोणालाही भेटायला जात नाही. मी फक्त देवाला आणि देवालाच भेटायला जाते.'' जनाच्या चेहऱ्यावरून, तिच्या नजरेतून, तिच्या स्वरातून तिचं सच्चेपण स्पष्ट दिसत होतं. ती बोलली त्यातला शब्दन् शब्द खरा होता, प्रामाणिक होता याची साक्ष त्यातून प्रतीत होत होती. गोणाईला ते पटलंही होतं. पण भागाबाई आपला मुद्दा सोडायला तयार नव्हती. जना रात्री बाहेर जाते म्हणजेच ती चारित्र्यहीन आहे असं त्या वारंवार म्हणत होत्या. त्यांच्या तोफखान्यापुढं कोणाचंही काही चालेना. जना तर हुंदके देऊन रडायलाच लागली. या सगळ्या गोंधळानं दामाशेटी, नामदेव या दोघांनाही जाग आली. आवाजाच्या रोखानं ते पाठीमागच्या पडवीत गेले. त्या दोघांना बघितल्यावर तर भागाबाईला आणखी जोर चढला. जनीवर ती वाट्टेल ते आरोप करायला लागली. त्या दोघांवर आपल्या बोलण्याचा प्रभाव पडावा म्हणून तिनं वेगळाच पवित्रा घेतला. आपण तिला आईच्या मायेनं समजावतो आहोत असा आव आणून भागाबाई म्हणाली, ''जने, बघ बघ. एवढं सगळं होऊनसुद्धा तुला एका शब्दानं कोणीही बोलत नाहीये. अगं बघ कशी देवाच्या गुणाची माणसं आहेत ती! त्यांच्या पायाजवळ बसायची तुझी योग्यता आहे का?''

"जनीची योग्यता काय आहे ते फक्त योग्य माणसालाच कळेल भागाबाई!'' भागाबाईला मध्येच अडवत नामदेव म्हणाला. ''जनी रात्री मंदिरात जाते, डोळे भरून विठ्ठलाला पाहते. तिच्या जाण्याने विठ्ठलसुद्धा आनंदित होतो. आईबाबा, जनी दुसरीकडे कुठेही जात नाही. ती दुसऱ्या कुणालाही भेटत नाही. ती जेवढी मनानं निष्पाप आहे तेवढीच चारित्र्यानंही निष्कलंक आहे, याची ग्वाही मी देतो. हे आणि हेच सत्य आहे. कांगावा करून, आरडाओरडा करून बोललं, तरी असत्य हे सत्य ठरत नाही आणि कांगावखोरपणा करणाऱ्या व्यक्ती कधीही खरं बोलत नाहीत, हा सिद्धान्त आहे. आई, तू जनीबद्दल कसलीही शंका मनात आणू नकोस. आपली जनी बावनकशी सोन्याइतकी शुद्ध आणि पारिजातकाच्या फुलासारखी कोमल, निष्पाप आणि पवित्र आहे. आतापर्यंत ती रोज मंदिरात जात होती आणि यापुढेही ती रोज रात्री मंदिरात जात राहील. यापुढे तिच्याबद्दल कुणी वेडंवाकडं, वावगं

बोलणार नाही, याची दक्षता तू आणि बाबांनी घ्यावी असं मला वाटतं.'' नामदेवाचा प्रत्येक शब्द भागाबाईच्या कांगाव्याला छेद देत होता. दामाशेटी तर जनाला ओळखून होतेच. पण भागाईच्या बोलण्यामुळं गोणाईच्या मनात निर्माण झालेलं किल्मिषही नामदेवाच्या ग्वाहीने साफ झालं. सगळी आपापल्या कामाला लागली. नामदेवाकडे कृतज्ञतेचा एक कटाक्ष टाकून जनानं सोप्याचा केर काढायला सुरुवात केली. 'आपलं गुपित उघडकीला आलं, तर त्याचा तुला त्रास होईल.' विठ्ठलाच्या या वाक्याचा अर्थ जनाला आता कळला होता. आणखी किती आरोप सहन करावे लागणार होते, ते विठ्ठलच जाणून होता! पण झाल्या प्रसंगानं जनाचं मन उदासलं ते उदासलंच. खरंतर भागाबाई तिच्यावर दोषारोप करत असताना विठ्ठलाने तिच्या मदतीला यावं, असं जनाला वाटत होतं; पण तो आला नाही. तो आला नाही की नामदेवाच्या रूपानं आला होता, हे कळण्याची सखोलता आणि परिपक्वता तिच्यात अजून आली नव्हती. उदास चेहऱ्यानं काम करता करता जना विठ्ठलाला या गोष्टीचा जाब विचारत होती, आपली कैफियत मांडत होती.

कां गा न येसी विठ्ठला । ऐसा कोण दोष मला ॥१॥
माय बाप तूचि धनी । मला सांभाळी निर्वाणी ॥२॥
त्वां बा उद्धरिले थोर । तेथें किती मी पामर ॥३॥
दीनानाथा दीन बंधु । जनी म्हणें कृपासिंधू ॥४॥

जनी अभंग गात होती आणि विव्हल नजरेनं, आपल्या अंत:चक्षूनं विठ्ठल तिच्याकडे पाहत होता. अभंग गातानाचा तिचा कापरा आवाज त्याला घायाळ करत होता. दामाशेटींसारख्या भल्या माणसाच्या घराचा आश्रय, गोणाईसारख्या प्रेमळ स्त्रीचं वात्सल्य, नामदेवासारखा पाठीराखा असं असूनही जनीच्या वाट्याला अवहेलनेचं हे दुःख सतत का येत असावं या गोष्टीचा विठ्ठल विचार करू लागला आणि त्याच्या लक्षात आलं की, जनीच्या दुःखाचं कारण बहुतेक वेळा भागाबाई ठरत होती. जनीच्या डोळ्यांत इतर कशामुळं नाही, तर भागाबाईच्या टोचून बोलण्यामुळे पाणी येत होतं. कामकाजात गुंतलेली आणि विठ्ठलभक्तीत रमलेली जना भागाबाईच्या वाक्ताडनानं जखमी होत होती. त्यामुळं कामकाज करून उरलेला तिचा वेळ विठ्ठलाकडे जायचा, तरीही त्यातला बराचसा वेळ जनीनं रडण्यात आणि विठ्ठलानं तिची समजूत काढण्यात जायचा. भक्तिमार्गातल्या तिच्या प्रवासाच्या दृष्टीनं हा येणारा भागाबाईचा अडथळा घातक होता. काहीतरी करून भागाबाईच्या तिरस्काराचं जनीवरच्या प्रेमात रूपांतर करायला हवं होतं. विठ्ठल विचार करू लागला. काहीही करून जनीला सुखी करायचं, हा विठ्ठलाचा निर्धार होता.

# १३

या घटनेला बरेच दिवस उलटून गेले. नामदेवाने ठामपणाने जनाची बाजू घेतली आणि रोज रात्री विठ्ठल-मंदिरात जाण्याचा जनाचा मार्ग सोपा झाला. सर्वमान्य झाला. त्यातच दोनतीनदा दामाशेटींनी जनाला अभंग रचून गुणगुणताना ऐकलं. नामदेव अभंगरचना करत होता, हे त्यांना माहीत होतं, पण जना गुणगुणत होती तो अभंग नामदेवाचा नव्हता. त्यांनी जनाला काही विचारलं नाही, पण सहज एकदा बोलता-बोलता त्यांनी नामदेवाजवळ हा विषय काढला तेव्हा नामदेवाने जनासुद्धा अभंगरचना करत असल्याचं सांगितलं. दामाशेटींना नवल वाटलं आणि त्याबरोबर कौतुकही! एका शूद्राची ही पोर अभंगरचना करते ही गोष्टच मुळी अप्रूपाची होती. जनाच्या अलौकिक बुद्धिमत्तेची आणि निरामय भक्तीचीच ती साक्ष होती. तिचं रोज रात्री मंदिरात जाणं, विठ्ठलाच्या दर्शनासाठी तळमळणं, त्यासाठी तिचं अनेक बोल लावून घेणं, अनेक आरोप सहन करणं या सगळ्या पाठीमागचा कार्यकारणभाव दामाशेटींच्या आता लक्षात आला. अलौकिक बुद्धिमत्तेची ही पोर तिच्या आईवडलांच्या नावाबरोबरच आपलंही नाव भक्तिग्रंथात अजरामर करणार याबद्दल त्यांच्या मनात शंका राहिली नव्हती. विठ्ठलाच्या प्रेमाला पात्र ठरलेली ही जना नामदेवाच्या घरात अशी निर्वेधपणे मोठी होत होती.

आज दामाशेटींच्या घरात गडबड चालली होती. भावकीतले पै-पाहुणे जमले होते. गोणाई आणि भागाबाई स्वयंपाकाच्या तयारीत गुंतल्या होत्या. जनाचीसुद्धा धावपळ चालली होती. पुणे परगण्यातून कीर्तनकारांचा एक ताफा पंढरपूरला आला होता. त्यातले प्रत्यक्ष कीर्तन करणारे चौघे कीर्तनकार दामाशेटींच्या घरी मुक्कामाला होते. टाळ, चिपळ्या, मृदंग, एकतारी अशी वाद्यं वाजवणारी ताफ्यातली इतर मंडळी अशीच कुठेकुठे राहिली होती. आठ दिवस त्यांचा मुक्काम पंढरपुरात होता. त्या आठ दिवसांत गोणाई, भागाबाईच्या हाताला जशी उसंत नव्हती तशीच जनाबाईच्या हातालाही सवड नव्हती. एवढंच नव्हे, तर तिला मंदिरात जायलाही

खूप उशीर होत होता. कधीकधी तर गर्भागाराचा दरवाजाही बंद व्हायचा. मग त्या दरवाजाला असलेल्या दोन भोकांतून जनी देवाचं दर्शन घ्यायची आणि परतायची. विठ्ठल आपल्यावर रागवणार आहे, रुसणार आहे हे तिच्या लक्षात आलं होतं; पण त्याचा रुसवा नंतर काढता येईल असा जनीनं विचार केला. पाहुण्यांच्या सरबराईत आणि घरच्या कामात दिवस कधी मावळायचा हेच तिच्या लक्षात येत नव्हतं. चार दिवसांवर माघी एकादशी आली होती. कीर्तनकार मंडळींनी त्या दिवशी मंदिरात आपलं कीर्तन ठेवलं होतं. दामाशेटींच्या घरातली सगळी त्या दिवसाची आतुरतेनं वाट बघत होते. जनासुद्धा याला अपवाद नव्हती. कारण पंढरपूर मुक्कामी आल्यानंतर या मंडळांची दोन-तीन ठिकाणी कीर्तनं झालीही होती. पण त्यातलं एक सरदाराच्या वाड्यावर, एक सावकाराच्या वाड्यावर आणि एक झालं गावाच्या मुख्य चौकात. या तीनही ठिकाणी दामाशेटींच्या घरातल्या मंडळींना कीर्तन ऐकायला जाणं अशक्य होतं. त्यामुळे घरासमोरच्या मंदिरात होणाऱ्या या कीर्तनाची सगळी जण आतुरतेनं वाट बघत होते. त्यातच ते कीर्तनकार दामाशेटींच्या घरी राहायला होते. येता-जाता, बसता-उठता, खाता-पिता त्यांच्या तोंडात विठ्ठलाचं नाव असे. पाणी मागतानासुद्धा ते विठ्ठल विठ्ठल म्हणत. पानात भात वाढला, तरी ते विठ्ठल-विठ्ठल म्हणत. जनाला त्यांच्या या गोष्टीचं भारी कौतुक वाटत होतं. त्यांचं अनुकरण करण्याचा तिनं दोन दिवस प्रयत्नसुद्धा केला, पण तिला ते जमलं नाही. कारण तिला घरातली सगळी मंडळी इतक्या हाका मारत की, त्यांना ओ देता देता ती विठ्ठल-विठ्ठल म्हणायचं विसरून जायची. शेवटी तिनं तो नाद सोडून दिला. आज माघी एकादशी होती. सगळ्यांचा उपवास होता. दामाशेटींच्या घरात एकादशीचा कडक उपवास करण्याची पद्धत होती. त्या भक्तिमय वातावरणात राहून जनीसुद्धा एकादशी निर्जळीच करत असे. त्यामुळं आज स्वयंपाकाचा प्रश्न नव्हता. गोणाईच्या आणि भागाईच्या हाताला थोडी उसंत होती. पण जनाच्या? छे! तिच्या हाताला कुठली उसंत मिळायला! उलट आज स्वयंपाकातून सवड मिळाली म्हणून गोणाईनं सोप्यावरची बैठक धुवायला काढली होती. ती स्वच्छ धुऊन, वाळवून पुन्हा सोप्यावर अंथरायची होती. हे सगळं काम आटोपता आटोपता संध्याकाळ झाली. रात्र झाली. गोणाईनं सगळ्यांसाठी मसाल्याचं दूध करून ठेवलं. सगळी मंडळी जमल्यानंतर ते गरम करून द्यायचं होतं.

हळूहळू मंदिरात गर्दी व्हायला लागली. कामं आटोपतील तसे लोकं येऊ लागले. मंदिराचा गरुड मंडप, पायऱ्या, मंदिरासभोवतालचं पटांगण, एवढंच नव्हे, तर दामाशेटी आणि आसपासच्या घरांचं अंगणसुद्धा माणसांनी भरून गेलं. प्रत्येक जण कीर्तन कधी सुरू होतंय, याची आतुरतेनं वाट बघत होता. पहिल्यांदा वादक मंडळी येऊन बसली. आपापली वाद्यं स्वराला जमवून घेत त्यांनी गजर सुरू केला.

"विठ्ठल-विठ्ठल जय हरी विठ्ठल, विठ्ठल-विठ्ठल जय हरी विठ्ठल" त्यांच्या या गजरात भोवताली जमलेल्या लोकांचा आवाज मिसळला आणि विठूरायाच्या गजराने अवघा आसमंत दुमदुमला! विठूरायाचा गजर करून झाल्यावर त्या लोकांनी विठ्ठल-रुक्मिणीचा गजर करायला सुरुवात केली.

'विठोबा रखुमाई, विठोबा रखुमाई माझे पंढरीचे आई.' या गजरामध्ये कीर्तन ऐकायला जमलेल्या लोकांचा स्वर मिसळला आणि विठ्ठल-रखुमाईच्या गजराने मंदिराचा सगळा परिसर भारल्यासारखा झाला. गजर झाला. लोक रंगून गेले. विठ्ठलप्रेमाची लाट अशी चहूबाजूंनी उसळली आणि कीर्तनकार कीर्तन करायला उभे राहिले. आज कीर्तनात त्यांनी श्रीकृष्ण-आख्यान लावलं होतं. श्रीकृष्ण आख्यानातलं बालकृष्णाचं आख्यान त्यांनी घेतलं होतं. गोकुळाचा परिसर, तो नंदाचा राजवाडा, कंसाचा महाल, वसुदेव-देवकीचा तुरुंगवास, श्रावण अष्टमीची ती रात्र, कडाडणाऱ्या विजांसह धो-धो पडणारा पाऊस, श्रीकृष्णाचा जन्म, आपोआप निघालेली महालाची आणि बंदीशाळेची कड्याकुलपं, दुथडी भरून वाहणारी यमुना, वसुदेवाची यमुनेला विनंती, श्रीकृष्णाच्या पायाच्या करंगळीचा स्पर्श होताच दुभंगलेली यमुना, वसुदेवाने श्रीकृष्णाला बुट्टीत घालून गोकुळात घेऊन जाणं, यशोदेची नुकतीच जन्मलेली कन्या उचलून त्या ठिकाणी श्रीकृष्णाला ठेवणं, त्या कन्येला घेऊन परत बंदीवासात येणं, कंसाने त्या कन्येला आपटून मारण्यासाठी उचलणं, त्याच्या हातातून निसटून तिची तळपती वीज बनणं आणि कंसाच्या मृत्यूची आकाशवाणी करून गुप्त होणं आणि मग गोकुळात बाळकृष्णानं अनेक क्रीडा करणं, सगळं सगळं कसं मोह घालणारं! जनीला हे सगळं तसं नवीन होतं. लहानपणी आईच्या तोंडून आणि अधेमध्ये असंच कुणाच्यातरी तोंडून तिनं गोपालकृष्णाबद्दल ऐकलंही होतं; पण इतकं सविस्तर, बारीकसारीक तपशिलासह तिनं आज पहिल्यांदाच श्रीकृष्णाबद्दल ऐकलं होतं. गोपालकृष्णाचं ते आख्यान ऐकून जनी तर वेडावूनच गेली. भारावल्यासारखी अनिमिष नेत्रांनी ती कीर्तनकारांकडं बघत होती. कानात प्राण एकवटून त्या कीर्तनकारांचा शब्दन् शब्द मनात साठवत होती. कीर्तन संपलं. मंडळी आपापल्या घरी गेली, पण बाळकृष्णाच्या गारूडातून जनी अजून बाहेर आली नव्हती. कधीतरी एकदा त्या बाळकृष्णाला बघायचं, भेटायचं असा ध्यास तिच्या मनानं घेतला. त्या बाळकृष्णाची तिच्यावर अशी काही मोहिनी पडली की, जनी विठ्ठलाला विसरली. दिवसरात्र तिच्या डोळ्यांसमोर तो बाळकृष्ण नाचायला लागला. त्याचेच बोबडे बोल तिला ऐकायला येऊ लागले. जळी-स्थळी-काष्ठी-पाषाणी तिला कृष्ण दिसायला लागला. त्याच्याबद्दलच बोलावं, ऐकावं, त्याचेच गुण गावेत असं तिला वाटायला लागलं. 'आपण दामाशेटींच्या घरात राहायला आलो, त्यांच्या घरी चाकर म्हणून आपण काम करायला लागलो, नामयाची आणि त्याच्या घरच्यांची सेवा करता

करता आपण नामदेवाची दासी झालो म्हणूनच आपल्याला भक्तिसाम्राज्याचा हा दरवाजा उघडा झाला, सगळ्यांना वेडं करणाऱ्या या बालकृष्णाचं आख्यान ऐकता आलं. अभंग रचता येऊ लागले. स्वतःची ओळख पटली. हे सगळं आपण या नामयाची दासी बनून इथं राहिलो, वाढलो म्हणूनच शक्य झालं. खरंतर दासी असणं, चाकर असणं म्हणजे गुलामगिरीचं जिणं जगण्यासारखं आहे; पण त्या दासीपणानं आपल्याला भक्तीची भेट दिली. श्रद्धेची नजर दिली. ज्ञानाची कवाडं उघडली आणि एका अति शूद्र घरातल्या पोरीच्या जगण्याला अस्तित्व आणि या अस्तित्वाला अर्थही दिला. ते दासीपण म्हणजे आपल्यासाठी सन्मान आहे. मानानं मिरवायची मिरासदारी आहे. त्या बाळकृष्णानं आपल्याला वेड लावलंच आहे, पण या वेड्या जनीला या दासीपणानं जी प्रतिष्ठा मिळवून दिली आहे तिचा कृतज्ञतापूर्वक उल्लेख आपण आपल्या अभंगरचनेत केला पाहिजे. ज्याचं दासीपण आपण मिरवतो आहे, त्या नामयाचं नाव आपण आपल्या अभंगरचनेमधूनही मिरवलं पाहिजे. श्रीकृष्णाच्या स्पर्शानं जशी कुब्जा सुंदर झाली, तसेच नामयाच्या नाममुद्रेनं आपले विचार, आपली अभंगरचना सुंदर होऊन जाईल. त्या बाळकृष्णानं गोकुळातल्या गोपींचं जीवन जसं सुंदर आणि भक्तीनं ओथंबलेलं केलं, तसंच आपलं बालपणसुद्धा नामयाच्या सहवासात सुंदर बनलंय. परमेश्वरानं आपल्याला अभंग रचण्याची अलौकिक प्रतिभा दिली आहे. ती कदाचित या प्रतिभेच्या माध्यमातून, नामयाच्या या ऋणातून थोडंफार उतराई होण्याकरताच दिली असावी याची प्रचिती आपल्या अभंगातून दिसली पाहिजे.' जनीच्या डोक्यात विचारांचा नुसता गोंधळ उडाला होता. कधी ती श्रीकृष्णाचा विचार करायची, तर कधी नामदेवाचा. कधी ती नामदेवाचे उपकार आठवायची, तर कधी आपण त्याची दासी होण्यातला अभिमान मिरवायची. एवढं खरं की, तिचं मन अगदी सैरभैर झालं होतं. मनात आतून काहीतरी उसळत होतं. ते बाहेर पडू पाहत होतं. कधी जनाला नामदेव आठवायचा, तर कधी बाळकृष्ण. आपण नामयाची दासी जनी अशी नाममुद्रा अभंगात घालायची असं तिनं ठरवलं आणि तिच्या डोक्यातला विचारांचा गोंधळ एकदम कमी झाला. आता तिला फक्त आणि फक्त बाळकृष्णच दिसायला लागला. जनीच्या प्रतिभेनं शब्दरूप धारण केलं आणि भारावल्या आवाजात ती गायला लागली. मध्यरात्र उलटून गेली होती. कीर्तन संपूनही बराच वेळ झाला होता. लोक आपापल्या घरी जाऊन कधीच निजले होते. जनी मात्र पूर्ण जागी होती. नुसतीच जागी नव्हती तर श्रीकृष्णाला नजरेसमोर आणून गात होती.

गौळण म्हणे गौळणीला । पुत्र जाहला यशोदेला ॥१॥
एक धांवती एकींपुढे । ताटी वाटी सुंठवडे ॥२॥
सुईणींची गलबल झाली । दासी जनी हेल घाली ॥३॥

मग म्हणे नंदाजीला । पुत्रमुख पाहू चला ॥१॥
स्नान घालुनि त्यासी । वस्त्रे दिधलीं ब्राह्मणांसी ॥२॥
परब्रह्म तें पाहूनीं । ब्रह्मी मिळे दासी जनी ॥३॥
वैकुंठींचा हरी । तान्हा यशोदेच्या घरी ॥१॥
रांगतसे हा अंगणी । माया जावळाची वेणी ॥२॥
पायी पैंजण आणि वाळे । हाती नवनीताचे गोळे ॥३॥
धन्य यशोदा ते माय । दासी जनी वेदी पाय ॥४॥

श्रीकृष्णाचे अभंग गाऊन झाले. त्यात आपल्या दासीपणाचा अभिमानानं उल्लेख करून झाला. हे अभंग रचता रचता आणि गाता गाता जनीला मुखोद्‌गत झाले.

कीर्तनकारांचा पंढरपुरातला मुक्काम संपला. मंडळी पुढच्या प्रवासाला गेली. पंढरपूरवर त्यांनी घातलेली श्रीकृष्णाची मोहिनी मात्र दीर्घ काळ टिकली. बरेच दिवस लोकांच्या मनातून तो श्रीकृष्ण आणि त्याच्या खोड्या जात नव्हत्या. जनीच्या मनात तर तो ठाण मांडून बसला होता. जनी आपलं नित्यनेमाचं काम करत होतीच; पण त्या श्रीकृष्णानं तिला एवढं वेड लावलेलं होतं की, जनी विठ्ठलाच्या मंदिरात जायची विसरली. रोज रात्री विठ्ठल-मंदिरात जाणारी, मध्यरात्र होईपर्यंत तिथं बसून राहणारी, त्याच्याशी गप्पा मारणारी, त्याला आईबाप, सखा, मित्र मानणारी, त्याला भेटलं नाही, तो दिसला नाही, तर कासावीस होणारी जनी विठ्ठलाला पार विसरली. विठ्ठलाला याचं फार दु:ख व्हायला लागलं. तो जनीवर खूप रागावला. रूसूनसुद्धा बसला. आता जनी आली की, बोलायचंच नाही असंही त्यानं ठरवलं; पण ते लक्षात यायला जनी मंदिरात तरी यायला हवी होती ना! जनी कृष्णापायी इतकी वेडी झाली होती की, ती बऱ्याच दिवसांत मंदिराकडे फिरकलीसुद्धा नव्हती. जनी श्रीकृष्णाच्या नादात गुंग होती, पण विठ्ठलाला चैन पडत नव्हतं. अखेर विठ्ठलानं तिच्या मनाची अवस्था जाणून घ्यायचं ठरवलं आणि त्याच्या लक्षात आलं की, जनीच्या अवघ्या मनात श्रीकृष्ण व्यापून राहिला होता. त्याची बालपणीची खट्याळ छबी, तारुण्यातली शृंगारिक छबी या गोष्टींनी जनीच्या मनाचा पूर्णपणे ताबा घेतलेला होता. साहजिकच होतं ते. जनी कळत्या-न कळत्या वयात होती. स्वप्नं बघण्याच्या वयाची होती. जनीचं मन भक्तीनं भारलेलं होतं. अशा भक्तीनं भारलेल्या मनाच्या स्वप्नातला पुरुषोत्तम श्रीकृष्णाशिवाय दुसरा कोण असू शकणार होता? पण श्रीकृष्णाचं हे रूप म्हणजे द्वापारयुगातलं विठ्ठलाचंच अस्तित्व होतं, हे समजण्याइतकी जनी मोठी नव्हती आणि तिला ते समजावून सांगावं, तर जनी मंदिरात येत नव्हती. काय करावं? विठोबाला कळेना. जनीशिवाय त्याला करमतही नव्हतं आणि द्वापारयुगात होऊन गेलेल्या श्रीकृष्णाची तिच्या मनावर पडलेली

मोहिनी उतरवायची, तर तिने मंदिरात यायला हवं होतं. त्यामुळं द्वापारयुगातली, कृष्ण अवतारातली वेगळीवेगळी रूपं दाखवून आपण म्हणजेच तो श्रीकृष्ण आहोत, हे जनीला पटवून देणंही विठ्ठलाला शक्य होत नव्हतं. काहीही करून जना मंदिरात यायला हवी होती, तर ते शक्य झालं असतं. अखेर जनीची वाट बघून कंटाळलेल्या विठ्ठलाला शेवटी आपलं गारूड दाखवावंच लागलं.

एक दिवस रोजचं कामकाज आटोपून सगळ्यांची रात्रीची जेवणं झाल्यावर जना आपल्या खोलीत झोपायला गेली. ती खोली म्हणजे तिचं विश्व होतं; साम्राज्य होतं. त्या साम्राज्याची ती अनभिषिक्त सम्राज्ञी होती. तिच्या त्या खोलीत काहीही करायची तिला मुभा होती. एकदा आत येऊन खोलीचा दरवाजा बंद केला की, मग जना काही वेगळीच असायची. ती मग कधी विठ्ठलाची रुक्मिणी व्हायची, कधी रामाची सीता, तर कधी कृष्णाची राधा, कधी तान्ह्या गोपाळकृष्णाची यशोदा! मग ती कधी यशोदा बनून श्रीकृष्णाला अंगाई गायची, तर कधी कृष्णाची राधा बनून विरहगीत गायची. कधी विठ्ठलाची रुक्मिणी बनून विठ्ठलाचे गोडवे गायची. मग ते गाता गाता कधी ती नाचायची. दिवसातल्या जनीपेक्षा ही रात्रीची जना अशी वेगळी असायची. आजही सगळं कामकाज आटोपून जनी तिच्या खोलीत झोपायला गेली. आपलं अंथरूण अंथरलं अन् त्यावर बसून राहिली. आज श्रीकृष्णाचं कुठलं रूप आठवावं, त्याचा कोणता लडिवाळपणा आठवावा या विचारात ती होती. एवढ्यात तिला हाक ऐकायला आली. "राधे, ए राधे!" जनी चमकली. 'इथं राधा कुणी नाही. मग ही हाक कोण आणि कुणाला मारतं आहे?' जनीला प्रश्न पडला. एवढ्यात पुन्हा आवाज ऐकायला आला. "अगं राधे, मी-मी हाक मारतोय. मी तुझा श्रीकृष्ण! अगं मी तुला भेटायला आलोय. पाहतेस ना इकडे?" हे बोलणं ऐकून जना चमकली, शहारली. 'अगोबाई, श्रीकृष्ण आलाय?' जनी चमकली. उठून उभी राहिली. खोलीत इकडेतिकडे बघू लागली. एवढ्यात खोलीच्या दरवाजाजवळ उभा असलेला प्रत्यक्ष श्रीकृष्ण तिला दिसला. तोच श्यामल रंग, तेच डोळ्यांतले खट्याळ भाव, तेच ओठावरचं मिस्कील हसू, तीच लाडिक हनुवटी, तेच माथ्यावरचं उभं गंध आणि डोईवर तोच मोरपिसांचा मुकुट! 'बाई गं! जनाच्या हृदयाचा ठोका चुकला. साक्षात श्रीकृष्ण माझ्या खोलीत! मला, या जनीला भेटायला आला!' जनाचे डोळे भरून आले. तिनं समोर पाहिलं. श्रीकृष्णानं बाहू पसरले. "राधे, ये. अशी माझ्याजवळ ये." त्याचे डोळे, त्याचे ओठ, त्याचा भावुक चेहरा, त्याचे पसरलेले बाहू सगळं सगळं जनीला आमंत्रण देत होतं. जनीच्या मनावर, शरीरावर रोमांच उठले. ती धावत गेली आणि श्रीकृष्णाच्या पायावर कोसळली. तिचे दोन्ही दंड धरून श्रीकृष्णानं तिला उभी केली. त्याच्या लाघवी चेहऱ्याकडं एकदा डोळे भरून बघून जनीनं डोळे मिटून घेतले. श्रीकृष्णाचं मिस्कील हास्य तिच्या कानावर

आलं. तिनं पुन्हा डोळे उघडले आणि काय आश्चर्य! तिच्या समोर आता श्रीकृष्ण नव्हता, तर त्या ठिकाणी विठ्ठल उभा होता. 'अगोबाई! असं कसं झालं? श्रीकृष्ण कुठे गेला? आणि गेला तरी कधी? आणि हा कधी आला?' विठ्ठलाला समोर बघून जनी किंचित हिरमुसली. "तू कधी आलास? आणि श्रीकृष्ण कुठे गेला?" तिनं विठ्ठलाला थेट विचारलं.

विठ्ठल हसला. "मी मघाशीच आलो. तू श्रीकृष्णाशी बोलत होतीस तेव्हा! मी आलो हे बघून तो गेला." विठ्ठलाच्या स्वरातसुद्धा खट्याळपणा होता.

जनी रूसली. म्हणाली, "हे रे काय? चांगला श्रीकृष्ण आला होता मला भेटायला आणि तू कशाला मध्ये आलास? बघ, गेला की नाही तो तुझ्यामुळं? असं का रे केलंस?" जनीनं भांडणाचा पवित्रा घेतला.

तसा विठ्ठल पुन्हा हसला आणि म्हणाला, "तुला श्रीकृष्णाला भेटायचं आहे होय! मग बोलवतो त्याला. मिट तुझे डोळे." जनीनं डोळे मिटले. क्षणार्धात उघडले, तर पुन्हा समोर श्रीकृष्ण उभा होता. श्रीकृष्णाला बघून तिचा चेहरा खुलला.

"हे रे काय कृष्णा, कुठं गेला होतास? आणि तो विठ्ठल मंदिरात परत गेला काय?" जना लाडिक स्वरात म्हणाली.

तसा श्रीकृष्ण म्हणाला, "छे! तो कुठला मंदिरात जातोय! आहे इथंच तो." श्रीकृष्णाच्या उत्तरानं जनी चकित झाली.

"इथंच आहे? कुठं आहे? मला कसा दिसत नाही?" जनीनं नवलानं विचारलं.

"तुला त्याला बघायचंय? मग हा बघ!" असं म्हणत श्रीकृष्णाच्या जागी पुन्हा विठ्ठल आला. जनीला कळेना की काय चाललं होतं? कधी श्रीकृष्ण तर कधी विठ्ठल. कधी विठ्ठल तर कधी श्रीकृष्ण. 'काय आहे हे? हा कसला चमत्कार? दोघंही एकदम का दिसत नाहीत? एक जातोय आणि एक येतोय, असं का होतंय.' विचार करून करून जनी रडकुंडीला आली. तिचा रडवेला चेहरा विठ्ठलाला बघवेना. तरीही त्याला मनातून हसू येतच होतं. शेवटी त्यानं आपलं एक अद्भुत रूप जनीला दाखवलं. त्यात त्याचा वर्ण सावळाच होता, पण चेहरा कृष्णासारखा. माथ्यावर मोरपिसांचा मुकुट होता, तर गळ्यात तुळशीची माळ. कर कटीवर होते. त्यातल्याच एका हातात बासरी धरलेली होती. पायाला तिढा टाकून तो विटेवरच उभा होता. डोळ्यांत विठ्ठलाचं वात्सल्य होतं आणि ओठावर श्रीकृष्णाचा खट्याळपणा! हे अद्भुत रूप जनी डोळे विस्फारून बघतच राहिली. स्वतःच्या डोळ्यांवर तिचा विश्वास बसेना. 'श्रीकृष्ण आणि विठ्ठल हे दोघंही एकच आहेत. हरी आणि श्रीहरी ही एकाच रूपाची दोन नावं आहेत.' याचा बोध जनीला ज्या क्षणी झाला त्या क्षणी

जनी विठोबाच्या पायावर कोसळली. हुंदके देऊन रडायला लागली. विठ्ठल पुन्हा विठ्ठल बनला. त्याचं काम झालं होतं. तो जनीजवळ बसला. त्यानं तिचे डोळे पुसले. तिला जवळ घेतलं. प्रेमभरानं तिला थोपटलं आणि म्हणाला, "जने, रडतेस कशासाठी? पूस ते डोळे. अगं किती दिवस तू मंदिरात आली नाहीस. माझ्याबरोबर हसली, बोलली नाहीस? मला करमेना. मी तुझी खूप खूप वाट बघितली. अगं वेडे, ज्या श्रीकृष्णाच्या रूपावर तू भाळलीस, तो मीच आहे. द्वापारयुगात मला ते रूप घ्यावं लागलं होतं. खरंतर मला हे तुला सगळं समजावून सांगायचं होतं, ते सिद्ध करून दाखवायचंही होतं, पण तू मंदिरात आलीच नाहीस! म्हणून मला इथं यावं लागलं. तुला हे सगळं दाखवावं लागलं. मग आता येणार ना मंदिरात? आता त्या श्रीकृष्णापायी मला अव्हेरणार नाहीस ना? पुन्हा पूर्वीसारखी येशील ना मंदिरात?" विठ्ठल भावुक होऊन विचारत होता. जनीच्या डोळ्यांतून घळाघळा अश्रू वाहत होते. त्या अश्रूत होती खंत, होता पश्चात्ताप, होतं विठ्ठलाबद्दल प्रेम, होती अपराधीपणाची भावना. थोडीशी तक्रार, थोडासा रुसवा आणि निरातिशय आनंद! वाहणारे अश्रू पुसायचीही तसदी तिनं घेतली नाही. विठ्ठलालाही त्या अश्रूंचा अर्थ कळला. विठ्ठलाच्या चेहऱ्याकडे डोळे भरून बघत जनी गात होती –

वामसव्य दोहींकडे । देखें कृष्णाचें रूपडें ॥१॥
आतां खाले पाहूं जरीं । चहुंकडे दिसे हरी ॥२॥
चराचरीं जें जें दिसे । तें तें अविद्याची नासे ॥३॥
माझें नाठवें मी पण । तेथें कैचें दुजेपण ॥४॥
सर्वांठायी पूर्ण कळा । दासी जनी पाहें डोळां ॥६॥

जनीच्या मनातले धुके आता पार विरले होते. आता विठ्ठल हाच आपलं सर्वस्व आहे असा कौल तिच्या मनानं दिला होता आणि जनीनं पुन्हा रोज मंदिरात जायला सुरुवात केली. तिच्या रात्री मंदिरात जाण्याला, अपरात्री घरी येण्याला कुणाचा विरोध राहिला नव्हता किंवा कुणी काही बोलतही नव्हतं. आता निर्वेधपणे ती विठ्ठलाची भक्ती करत होती.

घरातल्या कुणी काही बोलायचा आता प्रश्न उरला नव्हता. तरीही एखादे दिवशी रात्री मंदिरातून परतायला जरा जास्त उशीर झाला, मध्यरात्र उलटून गेली की, भागाबाईच्या डोळ्यांत मात्र हजार प्रश्न उभे राहायचे. नजरेत विचित्र भाव तरळायचे. दुसरे दिवशी सकाळी उठून जना कामाला लागली, तरी भागाबाईची ती प्रश्नचिन्हानं भरलेली नजर तिचा पाठलाग करायची. यापेक्षा त्या चार गोष्टी वाईट बोलतील तर बरं, असं जनीला वाटायचं. तिची ती बोचणारी नजर सबंध दिवस जनीचा पाठलाग करायची. त्या नजरेमध्ये जसे हजार प्रश्न असायचे तशा हजार शंका आणि तितकाच अविश्वासही असायचा! जनीला ती नजर काट्यासारखी

सलायची, पण तिचा नाइलाज होता. भागाबाईच्या त्या नजरेत नेहमीच वादळापूर्वीची शांतता असायची आणि तीच जनीला अस्वस्थ करायची; पण त्यावर जनीकडं उपायही नव्हता. त्यामुळं ती नजरेची बोच निमूटपणे सहन करणं आणि फारच असह्य झालं, तर विठ्ठलाकडं रात्री तक्रार करणं याव्यतिरिक्त तिच्या हातात काही नसायचं. जनीच्या नजरेतली ती रोजची वेदनेची भावना अलीकडं विठ्ठलालासुद्धा अस्वस्थ करायला लागली. आता कुठं जनी शहाणी व्हायला लागली होती. ज्ञानमंदिराचे सोपान चढायला लागली होती. अशा वेळी जनीच्या भक्तिमार्गातले असे अडथळे तिच्या प्रगतीला बाधा आणणारे ठरले असते. यावर काहीतरी उपाय करायला हवा होता हे विठ्ठलाच्या लक्षात आलं आणि त्याने तो करायचं ठरवलं.

पावसाळा संपला. नद्यांना नवीन पाणी आलं आणि त्या पाण्याने येताना समृद्धीबरोबरच रोगराई आणली. सगळ्या मुलखात पटकीची साथ सुरू झाली. लोक हैराण झाले. माणसं पटापटा मृत्युमुखी पडायला लागली. काही जणांनी आपलं घरदार, शेतीवाडी आणि आपला गाव सोडून बाहेरच्या मुलखात आश्रय घेतला, पण ज्यांना शक्य नव्हतं त्यांना तिथंच राहणं भाग होतं. दामाशेटी आणि त्यांचं कुटुंब यापैकीच एक होतं. त्यांनी तिथंच राहायचं ठरवलं. येईल त्या परिस्थितीला तोंड देत, संकटांशी सामना करत, मृत्यूशी दोन हात करत, विठोबावर भरवसा ठेवत त्यांनी तिथंच राहायचं ठरवलं आणि अशातच एक वाईट घटना घडली. इतकी वर्षं नामदेवाच्या घरात राहणाऱ्या भागाबाईंना या आजारानं पछाडलं. नेहमी भल्या पहाटे उठून कामाला लागणारी भागाबाई आज सूर्य डोक्यावर आला तरी उठलेली नव्हती हे बघून सगळ्यांनाच नवल वाटलं. गोणाई तिला हाक मारायला गेली तेव्हा भागाबाई तापानं फणफणली होती. तिचं सर्वांग नुसत भाजत होतं. गोणाई घाबरली. तिनं दामाशेटींना हाक मारली. दामाशेटी आले. त्यांनी भागाईची अवस्था पाहिली. काय झालं होतं, हे त्यांच्या लक्षात आलं. त्यांनी गोणाईला या गोष्टीची कल्पना दिली. भागाबाईला पटकीची लागण झाली होती, हे समजल्यावर गोणाईसुद्धा घाबरली. जनाच्या मदतीने तिने भागाईचं अंथरूण पाठीमागच्या पडवीत घातलं. कसंतरी त्यांना धरून नेऊन तिथं निजवलं. मग घरातल्या सगळ्यांनी गोमूत्र आणि निंबाऱ्याचा पाला टाकून उकळत्या पाण्यानं अंघोळ केली. दामाशेटींनी विष्णू भटाकडे जाऊन मात्रा आणली, पण ती मात्रा भागाबाईला लागू पडली नाही. तिचा आजार जास्तच उलटला. सुरुवातीचे दिवस स्वत:च उठून भिंतींच्या आधारानं धरून नैसर्गिक विधीसाठी चालत जाणाऱ्या भागाबाईला आता अंथरुणावरून उठणंही अशक्य झालं होतं. मग मात्र जनानं तिची सगळी देखरेख आपल्याकडं घेतली. 'एकाचा दुसऱ्याला लागणारा हा रोग आहे. तुलाही त्याची लागण होईल.' असं सगळ्यांनी तिला सांगून झालं. पण 'माझा विठ्ठल माझ्या पाठीशी आहे. तो

माझी काळजी घेईल' असं सांगत बाकीच्या कुणाचंही न ऐकता जनानं भागाबाईची सेवाशुश्रूषा चालूच ठेवली. मधले काही दिवस असे होते की, भागाबाईला कशाचंच भान नसायचं. सगळे विधी अंथरुणातच व्हायचे आणि ते झालेले तिला कळायचे नाहीत. तरीही जनानं माघार घेतली नाही. कशाचीही घाण न मानता, लागण होणाऱ्या त्या आजाराची कसलीही भीती न बाळगता, विठ्ठलावर पूर्ण विश्वास ठेवून ती भागाबाईची सेवा करतच राहिली आणि विठ्ठलानं तिच्या हाताला यश दिलं. भागाबाईचा रोग हटला. आजार गेला. हळूहळू ती बरी व्हायला लागली. तरीही जना तिची सेवा करतच राहिली होती. आता भागाबाईला सगळं भान आलं होतं. ती अंथरुणावर उठून बसू शकत होती. आपलं दिवसभराचं ठरलेलं कामकाज सांभाळून जना तिची सेवा करत होती. वेळ मिळेल तेव्हा ती भागाबाईच्या उशापायथ्याशी बसून असायची. भागाबाई आजारी पडल्यापासून जना रात्रीची विठ्ठल-मंदिरातसुद्धा जात नव्हती. 'आपण जिला इतकं छळलं, इतकं टोचून बोललो, सतत तिचा दुःस्वास केला, सतत जिचा अपमान केला, तिच्या चारित्र्यावर संशय घेऊन तिला या घरातून हाकलून देण्याचा प्रयत्न केला त्याच जनानं, त्या भिकारड्याच्या पोरीनं दिवसरात्र आपली सेवा केली. आपली सख्खी लेक असती, तर तिनंसुद्धा अशी सेवा केली नसती.' भागाबाईला जसं भान आलं तसतशी तिला आपल्या अपराधाची जाणीव व्हायला लागली. जनाचं तिची सेवा करणं, सगळं निरानिपटीनं, निगुतीनं करणं, ते करत असताना जराही वाकडं तोंड न करता, टोमणे न मारता, आत्यंतिक मायेनं, हसतमुखानं सगळं करणं हे बघून भागाबाईला स्वतःचीच लाज वाटायला लागली. इतकी प्रेमळ आणि निरागस मुलगी चारित्र्यानं वाईट असणं शक्यच नाही, याची तिला खात्री पटली. 'इतकी निष्पाप मनाची, इतकी चांगली, सालस आणि गंगेसारखी निर्मळ पोर आपल्या अवतीभवती वावरताना आपण मात्र गटारगंगेचाच विचार करत राहिलो.' हे भागाबाईला उमगलं आणि आपलं मन किती कोतं आणि क्षुद्र आहे याची तिला जाणीव झाली. 'अति शूद्राची ही पोर आपल्या नितळ मनानं आणि स्वच्छ करणीनं श्रेष्ठ ठरते आणि आपण मात्र इतक्या चांगल्या घरात राहूनसुद्धा चांगले विचार करायला शिकू शकलो नाही. ती पोर नव्हे, आपणच अति शूद्र आहोत.' असं तिच्या मनाने घेतलं. 'ही अनाथ, पोरकी पोर आपल्याकडे आईच्या मायेच्या अपेक्षेनं बघत असताना आपण तिला दिला दुःस्वास आणि तिरस्कार! ही लाघवी पोर आपल्याकडून मायेच्या सावलीची अपेक्षा करत होती आणि आपण तिला दिला भाजून काढणारा वैशाख वणवा! अस्पृश्य ती नाही, अस्पृश्य आपण आहोत. पापी, चांडाळ ती नाही, आपण आहोत. नियतीच्या घावामुळं आपलं आयुष्य वैराण वाळवंट बनलं. पण म्हणून त्या निष्पाप पोरीच्या कोवळ्या मनावर आपल्या शब्दांचे विषारी घाव घालून तिचं आयुष्य वैराण वाळवंट

बनवण्याचा आपल्याला कुणी अधिकार दिला?' भागाबाई जसजशी विचार करत होती तसतशी आपली प्रत्येक करणी तिला आठवायला लागली आणि त्याचबरोबर आपल्या प्रत्येक कृत्याची तिला लाज वाटायला लागली. जना अवतीभवती वावरत असताना तिच्या नजरेला नजर देण्याचं धाडस भागाबाईला होईना. आपण तिला उगीचच सतत छळत असल्याची कबुली देऊन तिची माफी मागावी असं भागाबाईच्या मनात लाख वेळा येऊन गेलं, पण अजून जीभ रेटत नव्हती. सुंभ जळाला तरी पीळ जळला नव्हता. कदाचित भागाबाईचं स्वत:चं वय आणि जनाची अति शूद्र जात त्यात आडवी येत होती. काहीही असो. भागाबाईने जनाची माफी मागितली नाही. अर्थात जनाची तशी अपेक्षाही नव्हती. 'आपण भागाबाईची सेवा केली. विठ्ठलाने आपल्या हाताला यश दिलं. भागाबाई बरी झाली.' एवढंच तिच्यासाठी पुरेसं होतं.

भागाबाई बरी झाली. हिंडायला-फिरायला लागली. थोडंथोडं कामही करायला लागली, तशी पुन्हा जना आपल्या कामकाजात गुंतून गेली. पूर्वीसारखीच भागाबाईशी ती कामापुरतंच बोलत असे. भागाबाई बरी झाली, तशी जना त्या दिवशी रात्री मंदिरात गेली. आज खूप दिवसांनी ती मंदिरात आली होती. भागाबाईला पटकीचा आजार झाल्याचं ज्या दिवशी तिला कळलं, त्या दिवशी रात्री जनी विठ्ठलाशी बोलून आली होती. आपण आता काही दिवस तरी येऊ शकणार नाही, असं त्याला सांगूनही आली होती. विठ्ठलही तिची आतुरतेनं वाट बघत होता. जनीला मंदिरात आलेली बघून त्याला खूप आनंद झाला. "जने, झाली का तुझी भागाबाई बरी? केलीस का तिची नीट सेवा? आता ती तुला काही म्हणणार नाही. तुला आधी खूप त्रास देत होती ना! चांगली खोड मोडली तिची. बरं झालं. असंच व्हायला पाहिजे." विठ्ठल बोलत होता. जनीला बरं वाटावं म्हणून विठ्ठल बोलत होता की खरंच त्याला तसं वाटत होतं हे कळायला काही मार्ग नव्हता. जनी एकटक स्थिर नजरेनं बघत होती. विठ्ठलही आपणच आणि श्रीकृष्णही आपणच हे विठ्ठलानं दाखवल्यानंतर बरेच दिवसांनी जना आज निवांत अशी मंदिरात आली होती आणि विठ्ठलाकडे एकटक बघत असताना विठ्ठलाच्या नजरेत ती श्रीकृष्णाला शोधत होती. विठ्ठलाच्या ते लक्षात आलं. आपल्या चेहऱ्यावर खट्याळ भाव आणि ओठावर मिस्कील हसू आणत त्याने विचारले, "जने, तुला जनी म्हणू की राधा? तुला काय आवडेल?" त्याचा प्रश्न ऐकून जना काहीशी लाजली. विठ्ठल पुढं म्हणाला, "काय सांगू जने तुला? इतके दिवस तू आली नाहीस. मी सतत तुझ्या नावाचा जप करत होतो." विठ्ठलाचं हे बोलणं ऐकून जनीनं डोळे विस्फारले. कृतक कोपानं ती म्हणाली, "देवा, ही उलटी गंगा कशी वाहिली? खरंतर मीच तुझा जप करत होते आणि तेच बरोबर आहे.

पुंडलिके नवल केलें । गोपिगोपाळ आणिले ॥१॥
हेचि देई हृषिकेशी । तुझें नाम अहर्निशी ॥२॥
नलगे आणिक प्रकार । मुखीं हरी निरंतर ॥३॥
रूप न्याहाळिन डोळा । पुढें नाचेन वेळोवेळां ॥४॥
सर्वांठायी तुज पाहे । ऐसें देऊनि करी साह्य ॥५॥
धांवा करितां रात्र झाली । दासी जनीसी भेट दिली ॥६॥

समजलं तुला! तुला काय वाटलं-तुझी माझी भेट झाली नाही म्हणून तुला एकट्यालाच करमत नव्हतं? तुला एकट्यालाच माझी आठवण येत होती? मलासुद्धा करमत नव्हतं. मलासुद्धा तुझी खूप खूप आठवण येत होती. म्हणून तर मी सतत तुझ्या नावाचा जप करत होते. भागाईची सेवा करत असतानासुद्धा सतत तुझं नाव मी घेत होते. भागाई बरी झाली. हिंडायला फिरायला लागली म्हटल्यावर मी तडक मंदिर गाठलं. भागाबाई इतकी आजारी होती की, मला क्षणाचीही उसंत मिळायची नाही. मरता, मरता वाचली बिचारी!'' जनाचं बोलणं ऐकून विठ्ठलाला नवल वाटलं. जी भागाबाई तिला सतत छळत होती, तिचा दुःखास करत होती, तोंड टाकून बोलून हिचा सतत अपमान करत होती, त्याच भागाबाईची जनीनं रात्रंदिवस सेवा केली आणि आता तिची भलावणही करत होती. विठ्ठलानं विचारले, ''जने, तू कशाला इतकी तिची सेवा केलीस? तुला काय गरज होती?'' विठ्ठलाचं हे बोलणं ऐकून जनाच्या डोळ्यांत नापसंतीची छटा उमटली. ती विठ्ठलाला म्हणाली, ''विठ्ठला, तू देव असून असं बोलावंस? अरे ती भागाई. तीसुद्धा अनाथ आहे. एकाकी आहे बिचारी. तिलाही कुणी नाही. मनातल्या सुखदुःखाच्या चार गोष्टी बोलायलाही कुणी नाही. मग तिचं कोण करणार?'' जनी आपल्यावर रागवली हे विठ्ठलाला समजले. तिच्या स्वरातून ते जाणवत होते. तो एकदम म्हणाला, ''जने, तुला तरी कोण आहे? तूही अनाथ आहेस, पोरकी आहेस? मनातलं दुःख बोलायला तुला कुणी नाही. आपल्या मनातलं सगळं काही एकटीच गात बसतेस. दिलासा देणारा दुसऱ्या कुणाचा शब्द उमटत नाही. मग त्या भागाबाईचं कौतुक कशाला सांगतेस?'' विठ्ठलाचं बोलणं ऐकून जनीच्या डोळ्यात पाणी उभं राहिलं. तो म्हणतो ते एकापरीनं खरंच होतं. पण जनाची भावना वेगळीच होती. गहिवरल्या आवाजात ती विठ्ठलाला म्हणाली, ''तू म्हणतोस ते खरं आहे, पण–

येकलीच गाणें गासी । दुजा शब्द उमटे पाशी ॥१॥
कोण गे तुझ्या बरोबरी । गाणें गाती निरंतरीं ॥२॥
पांडुरंग माझा पिता । रखुमाई जाली माता ॥३॥
ऐशियाच्या घरीं आले । जनी म्हणें धन्य जालें ॥४॥

हे असं आहे विठ्ठला. म्हणून मी पोरकी नाही. अनाथ नाही आणि म्हणूनच भागाई मात्र अनाथ आहे, एकाकी आहे.'' जनीचं कोवळं वय असूनदेखील तिच्या मनाची कोमलता किती होती, तिच्या विचारात किती प्रगल्भता होती याचं दर्शन या बोलण्यातून विठोबाला झालं आणि आपली जना किती महान आहे याचं त्याला प्रत्यंतरही आलं. जी आपल्याला प्राणाहूनही प्रिय आहे त्या जनाची खरोखरच तेवढी योग्यता आहे हे बघून त्याला अतिशय आनंद झाला. त्यानं जनीकडं पाहिलं. आज खूप दिवसांनी आपल्याला विठ्ठल भेटला या आनंदात असलेली जना डोळे मिटून त्याच्या नामस्मरणात गुंग झाली होती.

# १४

भागाबाई बरी झाली. चांगली हिंडायला-फिरायला लागली. या आजारपणानं भागाबाईचं शरीर अशक्त झालं होतं खरं, पण तिचं मन मात्र सशक्त झालं. तिच्या स्वभावात असलेला कडवटपणा, आक्रस्ताळेपणा, कांगावखोरपणा हे सगळं तर नाहीसं झालंच, पण पहिल्या दिवसापासून तिच्या मनात जनाबद्दल बसलेली अढी, दुःस्वास आणि तिरस्कार यांचाही पूर्णपणे लोप झाला. एक प्रेमळ, मायाळू अशा भागाबाईचा जन्म झाला. मनातला कडवटपणा गेल्यामुळं तिलाही आता सगळं जग सुंदर दिसायला लागलं. तिच्या वागण्याबोलण्यात मार्दव आलं. काम करण्यात एक प्रकारची आस्था आली. आपल्या जन्मजात चांगुलपणानं आणि अभिजात लाघवीपणानं जनीनं काळ्या पत्थरातल्या दुस्तर खडकालाही पाझर फोडला होता. गोणाई, दामाशेटी यांनासुद्धा भागाबाईमध्ये झालेल्या या बदलाचं नवल वाटलं. त्याचं संपूर्ण श्रेय त्यांनी जनाला जरी दिलं, तरी 'हे सगळं विठ्ठलाच्या भक्तीमुळं झालंय' असं म्हणत जनानं ते श्रेय नाकारलं. अर्थात भागाबाईनं मनातली अढी सोडली याचा तिलाही आनंद झाला. आता विठ्ठलाला भेटायला जाण्यात किंवा त्याची भक्ती करण्यात कुणाचाच कसलाही अडथळा नव्हता.

श्रीकृष्ण हे आपलंच रूप आहे हे विठ्ठलानं जनीला दाखवल्यानंतर जनीला विठ्ठल अधिकच आवडू लागला. मंदिरात गेल्यावर कधी ती त्याच्याशी विठ्ठल म्हणून बोलायची, तर कधी श्रीकृष्ण म्हणून! कधी -

विटेवरी ब्रह्म दिसे । जनी त्याला पाहातसे ॥१॥
देव भावाचा अंकित । जाणे दासाचें तें चित्त ॥२॥
भक्ति जनी मागे देवा । तिचा मनोरथ पुरवा ॥३॥

असं म्हणून विठ्ठलाशी संवाद साधत असे, तर कधी -

द्वारकेच्या राया । बुद्धि दे गा नाम गाया ॥१॥
मतिमंद तुझी दासी । ठाव देई चरणांपासी ॥२॥

तुझें पदरीं पडलें खरी । आता सांभाळ करी हरी ॥३॥

न कळे हरीची करणी । म्हणे नामयाची जनी ॥४॥

असं म्हणून त्या श्रीकृष्णाला ती आळवत असे. जना जसजशी विठ्ठलाच्या समीप जात होती तसतशी ती अधिक प्रगल्भ, अधिक भावोत्कट आणि अधिक संवेदनशील होत होती. इतके दिवस विठ्ठलभक्ती हा तिच्या मनाचा विरंगुळा होता, पण आता त्यात एक झपाटलेपण येऊ लागलं होतं. आतापर्यंत अभंगरचना हा तिचा छंद होता आणि तिच्या उन्मेषी प्रतिभेचा उत्स्फूर्त आविष्कार होता; पण आता अभंगरचना हे तिचं अभ्यासपूर्ण ईप्सित बनलं होतं. आता ती विठ्ठलावर आपला अधिकार मानायला लागली होती. विठ्ठल आपला सखा आहे या भावनेबरोबरच तो आपली आई आणि बापही आहे, तेव्हा आपण कोणताही हट्ट करायचा तो त्याच्या जवळच आणि आपला हट्ट पुरवायचा तोही त्यानंच अशी तिच्या मनाची धारणा व्हायला लागली होती. तशातच एक प्रसंग असा घडला की, जनीचा विठ्ठलावर किती अधिकार आहे याचं प्रत्यंतर त्या प्रसंगातून मिळालं.

भागाबाईचं आजारपण, कीर्तन करणाऱ्या मंडळींचा लांबलेला मुक्काम, त्यामुळे सतत लागणारं अंघोळीचं पाणी, जेवणावळी यासाठी वापरून घरातलं जळण संपत आलं होतं. लाकूडफाटा आणून, तो फोडून त्याचा ढीग अंगणात रचेपर्यंत आठ-दहा दिवस गेले असतील. त्यामुळे गोणाईच्या सांगण्यावरून जना, नागरी, गुरं राखणारा गोपाळ आणि त्याची बहीण इंदू अशी सगळी जणं जळणाची व्यवस्था करायला निघाली. जाताना त्यांनी गोठ्यातलं ढीगभर शेण आपल्याबरोबर घेतलं. तिथे गेल्यावर जंगलातला पालापाचोळा, काडीकुडी जमा करून, तो शेणामध्ये घालून गोवऱ्या लावायच्या, त्या वाळवायच्या आणि संध्याकाळी दिवस मावळायच्या वेळी त्या शेणी घेऊन परत यायचं असं ठरलं होतं. त्याप्रमाणं सगळे गावाबाहेरच्या जंगलात गेले. गप्पा मारत, हसतखेळत काम चाललं होतं. मध्येच जना विठ्ठलाची भजनं म्हणत होती. कधी ती नुसतंच विठ्ठलाचं नाम:स्मरण करायची, तर कधी एखादा सुंदर अभंग रचून आपल्या कोमल आवाजात गायची. विठ्ठलाचं वर्णन करता करता ती गायला लागायची.

अनंत लावण्याची शोभा । तो हा विटेवरी उभा ॥१॥

पितांबर माळ गांठी । भाविकासी घाली मिठी ॥२॥

त्याचे पाय चुरी हातें । कष्टलीस माझे माते ॥३॥

आवडी बोले त्यासी । चला जाऊं एकांतासी ॥४॥

ऐसा ब्रह्मींचा पुतळा । दासी जनी पाहे डोळां ॥५॥

देव देखिला देखिला । नामें ओळखुनी ठेविला ॥१॥

तो हा विटेवरी देव । सर्व सुखाचा केशव ।।२।।
जनी म्हणे पूर्ण काम । विठ्ठल देवाचा विश्राम ।।३।।

जनी अशी गायला लागली की नागरी, गोपाळ, इंदू सगळी भान हरपून तिच्याकडे पाहत बसायची. जनी डोळे मिटून विठ्ठलाचे अभंग गायची आणि ही तिघं जण तिच्याभोवती फेर धरायची. विठ्ठलाचे अभंग गाण्याच्या नादात आपण किती काम केलं याचं भान जनीला कधीच राहायचं नाही. आजही तसंच झालं. पाला-पाचोळा, काडी-कचरा गोळा करून झाला, तो शेणात कालवूनही झाला आणि नागरी, गोपाळ, इंदू तिघंही दमले. विसावा घेण्यासाठी झाडाच्या सावलीत बसले, पण जनीचं काम चालूच होतं. जंगलात चरायला येणाऱ्या गुरांचंही पुष्कळ शेण पडलं होतं. जनी तेही गोळा करायला लागली. ते शेण गोळा करता करता तिच्या लक्षात आलं, 'आपल्याबरोबर आणखी कुणीतरी शेण गोळा करतंय. आपल्या पाठोपाठ त्याची पावलं पडताहेत. आपल्या हाताबरोबर त्याचाही हात शेणाचा पो उचलू लागतोय. नागरी, इंदू आणि गोपाळ तर झाडाखाली बसले आहेत. मग आपल्याबरोबर कोण आहे?' जनीनं मान वळवून पाठीमागं पाहिलं, तर तिला पितांबर वर खोचून उभे असलेले, कडीतोडा धारण केलेले कोणाचेतरी सुंदर पाय दिसले. ते पाय दृष्टीस पडले आणि दुसऱ्या क्षणी जनीनं ओळखलं, ते पाय विठ्ठलाचे होते. जनीला नवल वाटलं. 'आता हा इथं कशाला आला? आला ते आला आणि मला मदत करण्यासाठी शेणात हात घातला. आता ते हात घाण नाही का होणार?' तिच्या मनातले विचार विठ्ठलानं जणू वाचले आणि तो जनीला म्हणाला, "अगं जने, तू एकटी काम करत होतीस म्हणून मी तुझ्या मदतीला आलो." हे सगळं होईपर्यंत जनाजवळ शेणाचा हा मोठा ढीग साठला.

नागरी म्हणाली, "अगं जने, किती शेण गोळा केलंस एकटीने?"

तेव्हा जना म्हणाली, "मी एकटी कुठाय! हा आहे की माझ्या मदतीला."

इंदूनं विचारलं, "हा म्हणजे कोण? इथं तर कुणी दिसत नाही?"

त्यावर जना म्हणाली, "हा म्हणजे विठ्ठल! तो आलाय माझ्या मदतीला." असं म्हणत जनानं गोवऱ्या लावायला सुरुवात केली. गोवऱ्या लावता-लावता ती गुणगुणायला लागली –

जनी जाय शेणासाठी । उभा राहे तिच्या पाठी ।।१।।
पितांबराची कांस खोवी । मागें चाले जनाबाई ।।२।।
गोवऱ्या वेचुनि बांधिली मोट । जनी म्हणे द्यावी गांठ ।।३।।
मोट उचलून डोई घेई । मागें चाले जनाबाई ।।४।।

जनी गुणगुणत होती आणि गुणगुणताना झपाट्यानं कामही करत होती. बघता बघता जनीच्या सगळ्या गोवऱ्या लावून झाल्यासुद्धा! हारीनं त्या तिनं लावून

ठेवल्या आणि तिथेच बसून विठ्ठलाचे अभंग गाण्यात ती रंगून गेली.

तिला तशी रंगलेली बघून इंदूनं नागरीला विचारलं, ''ही जना सारखे विठ्ठलाचे अभंग का गाते?''

इंदूच्या या प्रश्नावर नागरीनं उत्तर दिले, ''अगं, तिला कोणी नाही ना! आई नाही, वडील नाहीत, भाऊ-बहीण कुणी नाहीत म्हणून ती विठ्ठलात आपले सगेसोयरे पाहते, त्याच्याशी बोलते, गप्पा मारते आणि तो आपल्याला कामकाजात मदत करतो असं ती म्हणते. तिला नेहमी तो भेटत असतो असंही ती सांगते.'' नागरीचं ते बोलणं ऐकून इंदूला नवल वाटलं. डोळे विस्फारून ती जनीकडे पाहत राहिली. मग तिला काय वाटलं काय जाणे? त्या भावसमाधीतून जनीला जागं करून, जनीला खांद्याला धरून हलवून इंदूनं विचारलं, ''जने, ए जने, अगं खरंच विठ्ठल तुझ्याशी बोलतो का गं? तू जेव्हा बोलत असतेस तेव्हा तोही तुझ्याशी बोलतो का गं? अगं जने, विठ्ठल हा देव आहे ना? मग तू त्याच्याशी कशी बोलतेस?'' इंदूचे ते प्रश्न ऐकून जनीला हसू आलं. 'आता हिला काय आणि कसं सांगायचं?' विठ्ठलाशी आपलं असलेलं सख्य तिला सांगण्यासाठी जनीनं पुन्हा अभंगाचाच आधार घेतला.

देव खाते देव पिते । देवावरी मी निजते ॥१॥
देव देते देव घेते । देवासवें व्यवहारितें ॥२॥
देव येथें देव तेथें । देवाविणें नाही रितें ॥३॥
जनी म्हणे विठाबाई । भरूनि उरलें अंतरबाही ॥४॥

असं जरी जनीनं सांगितलं, तरी इंदूला त्यातलं फारसं काही कळलं नाही; पण जना सांगत होती त्यातला गोडवा तिला आवडला. त्यातला अन्वयार्थ जरी तिला कळला नाही, तरी त्यातला भावार्थ तिला कळला आणि जना सांगत होती, ते काहीतरी चांगलं होतं हेही तिला कळत होतं. इंदूचा बाप पापभिरू आणि धार्मिक होता. अर्जुना त्याचं नाव. तो तराळ होता. गावात दवंडी पिटवण्याचं काम त्याच्याकडे होतं, पण इंदूची आई दुरपदा फार भांडखोर आणि संतापी होती. तिच्या या स्वभावामुळं अर्जुनाला जीव नकोसा झाला होता. इंदूसुद्धा बिचारी घाबरून असायची. कधी आणि कोणत्या कारणानं आई संतापेल याची तिला सारखी धास्ती असायची. दुरपदा संतापली की, इंदूला मारझोड करायची. दुरपदाच्या या स्वभावामुळं अख्ख्या गावात तिचं कुणाशी पटत नसे. खरंतर दुरपदा कामाला वाघीण होती. कोणतंही काम करण्याचा तिचा झपाटा मोठा होता, पण तिच्या तोंडाळ आणि भांडखोर स्वभावामुळं तिला कुणी कामाला बोलवत नसे. अर्जुना ज्या दिवशी दवंडी द्यायला जाई त्या दिवशी त्याला पैसे मिळत. ते कामही कायमचं नव्हतं. त्यामुळं तो कुठं कुठं कामाला जाई. इंदूपेक्षा आणखी धाकटी चार भावंडं होती. कधीतरीच

हातातोंडाशी गाठ पडत असे; पण दुरपदाला त्याचं काही नव्हतं. जनाचं बोलणं, अभंग गाणं आणि समजावून सांगणं हे सगळं बघितल्यावर 'आपल्या आईला जना समजावून सांगू शकली, तर किती बरं होईल!' असा विचार क्षणभर इंदूच्या मनात आला. तीही आता थोडीफार कळत्या वयाची होती. त्यामुळे आपल्या आईचा कजागपणा तिला खटकत असे. 'आईची आणि जनाची गाठ घालून दिली, तर कदाचित जना आपल्या आईला समजावून सांगू शकेल.' असं तिच्या मनात आलं; पण त्याचबरोबर तिला थोडीशी भीतीपण वाटली. 'जना साधारण आपल्याच वयाची आहे. आईने तिचं ऐकलंच नाही आणि तिला तोंड टाकून बोलली तर!' इंदूच्या चेहऱ्यावर असे अनेक प्रश्न उमटत होते. जनीच्या ते लक्षात आले. तिच्या मनात काय चाललं होतं, याचाही जनीला अंदाज आला. इंदूकडं हसऱ्या चेहऱ्याने बघत जनी म्हणाली,

गातां विठोबाची कीर्ति । महापातके जळती ॥१॥
सर्व सुखाचा सागर । उभा असे विटेवर ॥२॥
आठवितां पाय त्याचे । मग तुम्हां भय कैचें ॥३॥
कायावाचामनें भाव । जनी म्हणे गावा देव ॥४॥

आताही इंदूला त्याचा अर्थ कळला नाही, पण का कोण जाणे, इंदूला जनीबद्दल एक विश्वास वाटायला लागला.

सूर्य मावळतीला आला होता. गोवऱ्या बऱ्यापैकी वाळल्या होत्या. आता त्या गोळा करायच्या, हाऱ्यात भरायच्या आणि प्रत्येकानं आपापल्या गोवऱ्या गोळा करून आपापल्या घरी न्यायच्या, एवढंच काम राहिलं होतं. सगळ्यांचे हात गोवऱ्या वेचू लागले तशी एक पंचाईत झाली. सगळ्या गोवऱ्या एकत्र झाल्या होत्या. त्यामुळे गोपाळने केलेल्या गोवऱ्या कोणत्या? इंदूच्या गोवऱ्या कोणत्या? आणि जनीच्या कोणत्या? हेच काही कळेना. आई मारेल या भीतीनं इंदू सगळ्यांशी भांडायला लागली. बहुतेक सगळ्याच गोवऱ्या मी केल्या आहेत असं म्हणायला लागली. गोपाळाचा डावा हात लुळा होता. त्यामुळं उजव्या हाताचा एकच ठसा ज्यावर उमटला होता ती गोवरी गोपाळाची हे शोधून काढता आलं. नागरीनं गोवऱ्या थापल्याच नव्हत्या. तिनं फक्त शेण गोळा केलं होतं. त्यामुळे तिने केलेल्या गोवऱ्या शोधण्याचाही प्रश्न नव्हता. राहता राहिल्या जना आणि इंदूने केलेल्या गोवऱ्या. आता त्या गोवऱ्या वेगवेगळ्या कशा ओळखायच्या हा प्रश्न होता. जनानं क्षणभर डोळे मिटले आणि मोठ्या आत्मविश्वासानं म्हणाली, "इंदू, तू केलेल्या आणि मी केलेल्या कोणत्या हे ओळखणं विशेष अवघड नाही. माझ्या गोवऱ्या थापताना विठ्ठल माझ्या मदतीला आला होता. त्यामुळे माझ्या प्रत्येक गोवरीतून विठ्ठल-विठ्ठल असा आवाज ऐकायला येईल. ज्या गोवरीतून विठ्ठल-

विठ्ठल असा नाद ऐकायला येईल ती गोवरी माझी आणि ज्यातून तो नाद ऐकायला येणार नाही ती गोवरी तुझी! तेव्हा चल, आपण आपापल्या गोवऱ्या ओळखून वेगवेगळ्या करू या.'' जनीचं हे बोलणं ऐकून सगळ्यांना अतिशय नवल वाटलं.

गोपाळ म्हणाला, ''अगं जने, तुला वेडबिड लागलं आहे की काय? अगं, शेणाच्या गोवऱ्यातून देवाचं नाव कधी ऐकायला येईल काय?'' गोपाळचा प्रश्न बरोबर होता.

जनी हसली. म्हणाली, ''गोपाळा, एका परीनं तुझा प्रश्न बरोबर आहे, पण देवाच्या अस्तित्वाला कोणत्याही जागेचं वावडं नाही. उलट एखाद्या अस्वच्छ ठिकाणी जर देवाचं अस्तित्व निर्माण झालं, तर ती अस्वच्छ जागासुद्धा मंदिरासारखी पवित्र होऊन जाते. मग ज्यावर आपण अन्न शिजवतो त्या शेणाच्या गोवऱ्यात जर विठ्ठलाचं नाव ऐकायला आलं, तर त्यात नवल कसलं? माझं खोटं वाटत असेल, तर एक एक गोवरी उचला आणि कानाला लावून ऐका. तुम्हाला त्यातून विठ्ठल-विठ्ठल असा नाद ऐकायला येईल. तो ज्या ज्या गोवरीतून ऐकायला येईल ती गोवरी माझी म्हणून बाजूला ठेवा.'' जनीचं बोलणं ऐकून गोपाळ, इंदू दोघं हसायला लागली; पण नागरी मात्र हसली नाही. कारण जनाचं विठ्ठलाचं वेड तिनं बघितलं होतं. तिची विठ्ठलावरची श्रद्धा तिला माहीत होती.

इंदू आणि गोपाळ जनीला चिडवायला लागले म्हटल्यावर नागरीनं मध्ये तोंड घातलं, म्हणाली, ''अगं पण तिला चिडवत बसण्यापेक्षा ती म्हणाली ते खरं की खोटं याचा पडताळा बघायला काय हरकत आहे. जनी तुमच्या समोर आहे, गोवऱ्या तुमच्या समोर आहे. मग बघा की! उचला आणि कानाला लावा एक-एक गोवरी.'' नागरीचं बोलणं त्या दोघांना पटलं.

एवढ्यात जना म्हणाली, ''ए, पण विठ्ठल-विठ्ठल असं ऐकायला आलं की, ती गोवरी मी केली म्हणून ती माझ्या हाऱ्यात टाकायची.'' त्या दोघांनी मान डोलवली. तेवढ्यात जना पुन्हा म्हणाली, ''इंदू, गोपाळा, आपण तिघंही या बाजूला होऊ या. गोवऱ्यांबाबतचा निवाडा नागरी करेल. दोघंही या गोष्टीला तयार झाले. नागरी उठली. गोवऱ्यांच्या ढिगाजवळ गेली. तिनं आपल्या दोन्ही बाजूला इंदूचा आणि जनीचा असे दोन्ही हारे ठेवले. एक-एक गोवरी उचलून कानाला लावली. त्यातून काही आवाज आला नाही की, इंदूच्या हाऱ्यात टाकायची, असं नागरीनं करायला सुरुवात केली. एक गोवरी उचली, कानाला लावी, इंदूच्या हाऱ्यात टाकी. असं करता करता तिच्या समोरचा गोवऱ्यांचा ढीग संपला आणि तो सगळा इंदूच्या हाऱ्यात जमा झाला. जनाच्या हाऱ्यात एकही गोवरी पडली नाही. म्हणजेच एकाही गोवरीतून विठ्ठल-विठ्ठल असा नाद ऐकायला आला नाही. जसजशा समोरच्या ढिगातल्या गोवऱ्या संपत होत्या आणि इंदूच्या हाऱ्यात जमा

होत होत्या, तसतसा इंदूचा चेहरा उजळत होता. शेवटी सगळ्याच्या सगळ्या गोवऱ्या तिच्या हाऱ्यात जमा होत असलेल्या बघून ती आनंदानं टाळ्या पिटू लागली. इंदूचा चेहरा उजळत होता आणि जनाचा चेहरा मात्र अनेक भावभावनांनी भरून गेला होता. आपण खोट्या पडलो त्याची खंत, आपली फजिती झाली त्याची वेदना, विठ्ठलाबद्दल असलेली खात्री खोटी ठरली याचं दुःख, आपल्या श्रद्धेवरचा विश्वास खोटा ठरला याचा विषाद आणि भक्तीचा विजय न होता पराजय झाला याचा सल तिच्या चेहऱ्यावर उमटला. जनाला कळेना 'असं का झालं? विठ्ठलानं आपल्याला असं तोंडघशी का पाडलं? केवढा विश्वास टाकला होता आपण त्याच्यावर! मग त्यानं असं का करावं?' जनीच्या टपोऱ्या डोळ्यांत पाणी उभं राहिलं. अविश्वासानं ती नागरीकडं बघत होती आणि त्याच अविश्वासानं गोवऱ्यांकडं! जवळपास सगळ्या गोवऱ्या आता संपत आल्या होत्या आणि त्यातली एक-एक उचलून कानाला लावत नकारार्थी मान हलवत नागरी ती गोवरी इंदूच्या हाऱ्यात टाकत होती.

गोवऱ्या कानाला लावून हाऱ्यात टाकण्याचा नागरीचा हा उद्योग शेजारच्याच एका झाडाच्या आडोशाला उभा राहून एक छोटा मुलगा टक लावून बघत होता. ढिगातल्या दोन-तीनच गोवऱ्या राहिल्या. एवढ्यात तो मुलगा पुढं आला आणि नागरीला म्हणाला "हे काय चाललंय जणू? त्या गोवऱ्यातनं काय गाईचं हंबरणं ऐकू येतंय काय?" असं विचारत त्यानं जनीकडं बघितलं. जनीचे डोळे मिटलेले होते. हात जोडलेले होते आणि ती तन्मय होऊन जणू विठ्ठलाचा धावा करत होती.

ये गे माझें विठाबाई । कृपादृष्टीनें तूं पाही ।।१।।
तुजविण न सुचे कांही । आतां मी वो करूं कांही ।।२।।
माझा भाव तुजवरी । आता रक्षी नानापरी ।।३।।
येई सखये धांवूनी । म्हणे नामयाची जनी ।।४।।

जनीचे मिटलेले डोळे, जोडलेले हात बघून त्या मुलानं पुन्हा विचारलं, "इथं जंगलात काय द्येवाला बलिवता काय? आणि त्या गोवऱ्या कानाला लावून काय करित हुता?" आता तिघांचंही लक्ष त्या मुलाकडे गेले. आठ-दहा वर्षांचा काळासावळा मुलगा होता तो. डोईला बांधलेलं मुंडासं आणि कमरेला असलेली लंगोटी याशिवाय त्याच्या अंगावर दुसरं वस्त्र नव्हतं. हातातल्या काठीवर हनुवटी टेकवून तो उभा होता. गुराखी असावा. 'गोवरी कानाला लावून काय करताहेत?' याचं आश्चर्य त्याच्या नजरेत उमटलं होतं. ते बघून नागरी म्हणाली, "या गोवरीतून विठ्ठल-विठ्ठल असा नाद ऐकू येईल असं ही जनी म्हणते. ज्या गोवरीतून विठ्ठल-विठ्ठल असं ऐकायला येईल, ती गोवरी जनीची आणि ज्यातून ऐकायला येणार नाही, ती गोवरी इंदूची असं ठरलंय. म्हणून मी प्रत्येक गोवरी कानाला लावून बघत

होते, पण त्यातल्या कुठल्याच गोवरीतून विठ्ठल-विठ्ठल असं ऐकायला आलं नाही. त्यामुळे या सगळ्याच गोवऱ्या इंदूच्या हाऱ्यात पडल्या. आता या तीन-चार गोवऱ्या राहिल्या आहेत. त्यातून तरी विठ्ठल-विठ्ठल असं ऐकायला येतं का बघू.'' असं म्हणून नागरी त्या ढिगातली गोवरी उचलून कानाला लावणार तोच तो मुलगा पुढं झाला. म्हणाला, ''दमा-दमा. मी बघतो. शेणाच्या गोवरीतून देवाचं नाव ऐकायला येणं म्हणजे इपरितच म्हणायचं. हे इपरित मला बघू दे.'' असं म्हणत तो मुलगा पुढे झाला आणि नागरीसमोर शिल्लक राहिलेल्या तीन-चार गोवऱ्यांतली एक गोवरी उचलून त्यानं आपल्या कानाला लावली. गोवरी कानाजवळ नेताच त्याचे डोळे विस्फारले. चेहरा खुलला. आपण काहीतरी विलक्षण आश्चर्य ऐकतो आहोत असे विलक्षण भाव त्याच्या चेहऱ्यावर होते. ''आला, आला. येतोय-येतोय. विठ्ठल-विठ्ठल असा आवाज ऐकू येतोय.'' असं आनंदानं ओरडत त्यानं ती गोवरी नागरीच्या कानाला लावली. जनानं आत्मविश्वासानं दिलेली खात्री ही भाकडकथा असणार असं मनाशी गृहीत धरलेल्या नागरीलाही जेव्हा त्या गोवरीतून विठ्ठल-विठ्ठल असा आवाज ऐकायला आला तेव्हा तिचेही डोळे विस्फारले गेले. ती गोवरी एकदा डाव्या कानाला, एकदा उजव्या कानाला पुन:पुन्हा लावून बघत नागरी खात्री करून घेत होती. अशी तीन-चार वेळा खात्री करून घेतल्यानंतर नागरीही ओरडली, ''होय, होय. खरंच विठ्ठल-विठ्ठल असं ऐकायला येतंय.'' नागरीचं बोलणं ऐकून जनाचा चेहरा उजळला. आता परत एकदा गोवऱ्यांची गणना सुरू झाली. पहिल्यांदा तो मुलगा गोवरी उचलून कानाला लावत असे. विठ्ठल-विठ्ठल असा नाद ऐकायला आला की, ती गोवरी नागरीच्या हातात देत असे. त्याच्या हातातून गोवरी घेऊन आपल्या कानाला लावत नागरीही तो आवाज ऐकत असे आणि मग ती गोवरी जनीच्या हाऱ्यात पडे. इंदू आणि गोपाळ हे सगळं चकित होऊन बघत होते. त्यांच्या विस्फारलेल्या डोळ्यांत अविश्वास दिसत होता. शेवटी खातरजमा करण्यासाठी इंदू पुढं झाली. तिनं त्या मुलाच्या हातातून गोवरी जवळजवळ हिसकावून घेतली आणि आपल्या कानाला लावली. तिलाही त्या गोवरीतून विठ्ठल-विठ्ठल असा आवाज ऐकायला आला आणि तिचे आधीच विस्फारलेले डोळे आणखीच विस्फारले. जनी म्हणत होती ते खरंच होतं. खरोखरच गोवरीतून देवाचं नाव ऐकायला येत होतं. तिनं ती गोवरी गोपाळच्या हातात दिली. त्यालाही विठ्ठल-विठ्ठल असं ऐकायला आलं आणि तोही चकित झाला. हे का होत होतं? कशामुळं होतं होतं? याचा अर्थ काय होता? हे कळण्याइतकं वय आणि मानसिकता त्या दोघांचीही नव्हती; पण जनी खरं बोलत होती, हे त्यांना पटलं होतं. त्या मुलाचा आणि नागरीचा गोवऱ्या ओळखण्याचा उद्योग अजून चालूच होता. इंदूच्या हाऱ्यात पडलेल्या सगळ्या गोवऱ्यांची पुन्हा तपासणी झाली. त्यातल्या बरोबर अर्ध्या

गोवऱ्या जनीच्या हाऱ्यात टाकाव्या लागल्या. कारण त्यातून विठ्ठल-विठ्ठल हा नाद येत होता. हा संपूर्ण वेळ जनी डोळे मिटून, हात जोडून उभी होती. गोवऱ्यांची रीतसर वाटणी झाली, तशी नागरीनं जनीला हाक मारली. म्हणाली, "जने, तू सांगितलंस ते सगळं खरं होतं बघ. या घे गोवऱ्या. तुझ्या-तुझ्या हाऱ्यात आहेत. यातल्या प्रत्येक गोवरीतून विठ्ठल-विठ्ठल असा नाद ऐकायला येतोय. पहिल्यांदा तो या मुलाला ऐकायला आला आणि नंतर सगळ्यांना. आता बरोबर वाटणी झाली. विठ्ठल-विठ्ठल नाद येणाऱ्या गोवऱ्या तुझ्या हाऱ्यात आणि नाद न येणाऱ्या गोवऱ्या इंदूच्या हाऱ्यात. हे छान झालं. हे सगळं या मुलामुळं शक्य झालं."

नागरीची हाक ऐकून जनीनं डोळे उघडले. नागरीचं बोलणं ऐकल्यावर तिनं एक कृतज्ञतेचा कटाक्ष त्या मुलावर टाकला. "काय रे बाळ! काय तुझं नाव?" जनानं विचारलं. इतका वेळ साळसूदासारखा, निष्पाप चेहरा करून शांत उभ्या असलेल्या त्या मुलाच्या चेहऱ्यावर एकदम खट्याळपणा पसरला, डोळ्यांत खोडकर भाव उमटले आणि तशाच खोडकर स्वरात तो म्हणाला, "विठू. विठू माझं नाव. माझी गुरं सोडलीत चरायला." असं सांगून जनीकडं बोट करून तो म्हणाला, "ही पोरगी रडताना दिसली. मला वाटलं काय मुंगीबिंगी चावली की काय? हे बघावं म्हणून मी इथं आलो. विठू-विठू म्हणतात मला." असं म्हणून जनीकडं एक मिस्कील कटाक्ष टाकून तो पळत सुटला. बघता बघता दिसेनासा झाला. तो बोलत असताना जनी एकटक त्याच्याकडं बघत होती. तिला तो चेहरा ओळखीचा वाटत होता. 'कोण बरं हा? याला कुठंतरी बघितल्यासारखं वाटतंय!' जनी विचार करत होती. तो मुलगा पळत सुटला. काही अंतरावर जाऊन थांबला. मागे वळला. कमरेवर दोन्ही हात ठेवून उभा राहिला आणि पुन्हा ओरडला, "ए रडूबाई. मी विठूऽऽऽ!!!" आणि मग दिसेनासा झाला. जनीच्या डोक्यात लख्ख प्रकाश पडला. 'हा तर विठू! माझा विठूराया. माझी विठाई माऊली. विठूराया, माझ्या एवढ्याशा हाकेला तू धावून आलास. खरंच तू भक्तवत्सल आहेस. धन्य आहेस!'

सख्या पंढरीच्या राया । घडे दंडवत पाया ॥१॥
ऐसें करीं अखंडित । शुद्ध प्रेम शुद्ध चित्त ॥२॥
वेध माझ्या चित्ता । हाचि लागो पंढरीनाथा ॥३॥
जावें ओवाळुनि । जन्मोजन्मी म्हणे जनी ॥४॥

देवाला असं आळवत, त्याचे आभार मानत जनीनं आपला हारा उचलला. इंदूनंही उचलला. सकाळी जंगलात जाताना नाचत, बागडत, गप्पा मारत गेलेली ही चौघं जणं परत येताना मात्र जणू मुकी झाली. झालेल्या घटनेनं सगळ्यांनाच स्तिमित केलं होतं. आपण ऐकलं-बघितलं ते खरं की खोटं असा विचार इंदू आणि

गोपाळ करत होते आणि जनी मात्र एका उन्मनी अवस्थेत होती. 'विठ्ठल आपल्या हाकेला धावून आला हे विठ्ठलाचं आपल्यावरचं प्रेम की आपला विठ्ठलावरचा अधिकार? ही आपली विठ्ठलावरची श्रद्धा की विठ्ठलाचा आपल्या श्रद्धेवरचा विश्वास?' या प्रश्नाचं उत्तर शोधण्यात जनी गुंग होती. डोईवर असलेल्या हाऱ्याचं ओझं तिला जाणवतही नव्हतं. इंदू आणि गोपाळ मात्र हे असं कसं झालं याचा विचार करत होते. अशक्य वाटणारी गोष्ट त्यांनी पाहिली, ऐकली. नागरीला मात्र जनाचं कौतुक वाटत होतं. जनीची भक्ती, तिचं विठ्ठलावरचं प्रेम, श्रद्धा, तिची अभंगरचना याबद्दल नागरीनं घरातले बोलत असताना कधीकधी उडत ऐकलं होतं; पण आज जनीची विठ्ठलावरची श्रद्धा, त्या श्रद्धेवर असणारा तिचा विश्वास, त्या विश्वासापोटी तिला मिळालेला आत्मविश्वास आणि तिची अभंगरचना हे सगळं तिनं आपल्या स्वत:च्या डोळ्यांनी पाहिलं होतं, ऐकलं होतं. निम्मी वाट संपली आणि इंदूच्या मनात वेगळेच विचार यायला लागले. जनी शहाणी आहे, समजूतदार आहे, तिला खूप काही कळतं हे तिला माहीत होतं. आज तर इंदूनं तिला अभंग रचून गातानाही ऐकलं होतं. जनी विठ्ठलाची भक्ती करते, हेही इंदूला माहीत होतं; पण त्या भक्तीचा प्रतिसाद म्हणून शेणाच्या गोवरीतून विठ्ठल-विठ्ठल नाद ऐकायला आलेला आज तिनं प्रत्यक्ष ऐकलाही होता. आपल्या संतापी आणि भांडखोर आईला जनीनं चार शब्द सांगितले, तर कदाचित ती ऐकेल आणि तिच्या स्वभावात थोडासा फरक पडेल अशी एक अंधुकशी आशा इंदूच्या मनात पालवू लागली. कधीतरी वेळ बघून जनीजवळ हे बोलावं आणि आपल्या आईला समजुतीच्या चार गोष्टी सांगण्याची तिला गळ घालावी असं इंदूच्या मनानं घेतलं. घडलेल्या घटनेनं अचंबित झालेल्या गोपाळला मात्र हे सगळं कधी एकदा आपल्या बाबाला, म्हणजे म्हादा गुरवाला सांगतो असं झालं होतं. या घटनेचा अर्थ गोपाळला नीटसा कळला नसला, तरीही काहीतरी विशेष घटना आहे, सामान्य घटना अशा असत नाहीत आणि या घटनेतून काहीतरी वेगळं समोर येणार आहे एवढं त्या गोपाळला नक्की कळलं होतं. अर्थात जनीचा राग-राग करणाऱ्या त्याच्या बाबाला त्याने हे सांगितल्यानंतर त्याने त्यावर कितपत विश्वास ठेवला असता, हा प्रश्नच होता; पण त्याच्या कानावर घालणं भाग होतं. सकाळी जाताना एका विचारानं, एकाच मानसिकतेत गेलेली ही चौघं, पण तिथं एक घटना अशी घडली की, परत येताना चौघांच्या मनाची अवस्था वेगवेगळी झाली होती. हाही त्या विठूरायाच्याच खेळाचा एक भाग असावा. काहीही असलं, तरी आपल्या समवयस्कांत ही जना एकदम वेगळी ठरली होती. त्या सगळ्यांची तिच्याकडं बघण्याची दृष्टीच बदलली होती. याचे परिणाम? कदाचित जनाला त्यांच्या मनात आदराचं, श्रद्धेचं स्थान मिळालं असतं किंवा कदाचित ही जना म्हणजे कुणीतरी जादूटोणा करणारी आहे असं म्हणून ती सगळी

तिच्यापासून लांब राहिली असती. यातलं काय होणार होतं, याचं उत्तर तो काळच देणार होता; पण तरीही जनाने विठ्ठलाला मारलेली हाक, त्याचं तिच्यासाठी धावून येणं, विठू नावाच्या मुलाच्या रूपात येणं, तिने थापलेल्या गोवऱ्यांमधून विठ्ठल-विठ्ठल असा नाद येईल असं तिने विश्वासानं सांगणं आणि खरोखरच त्या गोवऱ्यांतून विठ्ठल-विठ्ठल हा नाद ऐकायला येणं ही जनीच्या दृष्टीनं अगदी क्षुल्लक बाब होती. तिच्या भक्तीचा, श्रद्धेचा कस लागावा अशी काही मोठी घटना नव्हती. गमतीजमतीत केलेला तो एक खेळ होता. विठ्ठलानंही त्या गोष्टीकडं गंमत म्हणूनच पाहिलं होतं; पण गमतीजमतीत केलेल्या या खेळाचे पडसाद काय आणि कसे उमटणार होते, हे कोणीच सांगू शकत नव्हतं. जनी तर नाहीच नाही. स्वतःच्याच विचारात असलेल्या त्या चौघांचा रस्ता कधी सरला, हे त्या चौघांनाही कळलं नाही. इंदू, गोपाळ आपापल्या घरी गेले. जनी आणि नागरी घरी आले. डोईवरचा हारा परसदारी ठेवून जना आत आली. तिन्हीसांज झाली. तुळशीपाशी दिवा लावणाऱ्या जनाच्या निरागस चेहऱ्याकडं नागरी पाहत बसली.

# १५

तो दिवस तसाच मावळला. जंगलात जे काही घडलं होतं ते जना कधीच विसरून गेली होती, पण त्या घटनेची साक्षीदार असलेल्या नागरीला मात्र बराच वेळ झोप आली नव्हती. दुसऱ्या दिवशीची सकाळ उजाडली ती एक मोठी आनंदाची बातमी घेऊनच! गोणाईच्या दूरच्या नात्यातले सोयरे पंढरपुरात विठ्ठलाच्या दर्शनासाठी आले होते. साहजिकच ते दामाशेटींच्या घरी उतरले. नुकतीच मिसरूड फुटू लागलेला, वडलांच्या आज्ञेत असलेला, विठ्ठलाची मनापासून भक्ती करणारा, प्रसंगोपात अभंगरचना करणारा, काळासावळा, शिडशिडीत अंगाचा, बेताच्या उंचीचा नामदेव त्यांनी पाहिला. त्याचं अदबशीर वागणं, लाघवी बोलणं, गावकऱ्यांच्या मनात त्याच्याबद्दल असलेला प्रेमभाव हे सगळं त्यांनी पाहिलं आणि सगळ्यांची जेवणं झाल्यावर पान-सुपारी करतानाच त्यांनी आपलं मनोगत दामाशेटींना सांगितलं. आलेल्या सोयऱ्यांपैकी एकाच्या बहिणीची मुलगी लग्नाच्या वयाची होती. त्यांच्या म्हणण्याप्रमाणं नामदेवाचा आणि तिचा जोडा शोभून दिसला असता. खात्यापित्या घरंदाज घरातली, चांगले संस्कार असलेली ती मुलगी होती. तेव्हा नामदेवाचा आणि तिचा विवाह करावा असं त्यांनी दामाशेटींना सुचवलं. गोणाईच्या नात्यात असलेलं ते कुटुंब दामाशेटींना माहीत होतं. त्यांनी तत्काळ होकार दिला आणि नामदेवाचं लग्न ठरलं. लग्न माघात करायचं ठरलं. बोलणी पक्की झाली आणि तोंड गोड करून ती मंडळी गेलीसुद्धा! हे सगळं इतकं अचानक घडलं की, सगळ्यांनाच नवल वाटलं. गोणाईला मात्र खूप आनंद झाला. तिच्या एकुलत्या एका लाडक्या लेकाचं लग्न होतं. खरंतर कित्येक दिवसांपासून गोणाई हे घडण्याची वाट बघत होती. तसा तिनं दामाशेटींजवळ विषयही काढला होता; पण 'बघू पुढे कधीतरी' असं बोलून दामाशेटींनी तो विषय टाळला होता. टाळला होता म्हणण्यापेक्षा त्यांनी या गोष्टीचा म्हणावा तेवढा काळजीपूर्वक विचार केला नव्हता; पण आज अचानक ते सोयरे आले होते आणि त्यांनी त्यांच्या बहिणीच्या मुलीशी नामदेवाची

सोयरीक मागितली आणि कोणाच्या ध्यानीमनी नसताना अचानक नामदेवाचं लग्न ठरलंसुद्धा! गोणाईला हे सगळं स्वप्नवतच वाटत होतं; पण तरीही नामदेवाचं लग्न होणार, आपल्याला सून येणार, आपल्या शिरावरचा भार थोडासा हलका होणार या गोष्टीचा तिला फार आनंद झाला होता. तिने तो जनाकडे तसा बोलूनही दाखवला. जनालाही आनंद झाला होताच. गोणाईला ती म्हणाली, ''मोठी आई, आता नामयाचं लगीन होणार. तू सासू होणार. तुझी सून आली की, ती तुझी सेवा करणार आणि तू सासू बनून तिला हुकूम करणार. मोठी आई, मग ती सासूबाई-सासूबाई करत तुझ्या मागं फिरणार आणि ही सगळी गंमत मी बघणार!'' जना अशी येता-जाता गोणाईला चिडवू लागली. हे चिडवणंही गोणाईला आवडत असे. कारण आताशा तिच्या बोलण्यात, तिच्या मनात, तिच्या डोक्यात नामदेवाचं लग्न आणि येणारी सून याशिवाय दुसरा विषय नसे. तिचंही साहजिक होतं म्हणा ना! तिला असं वाटत होतं त्यात विशेष असं काही नव्हतं. तरीपण जनाला 'नामदेवाचं लग्न आणि येणारी सून' हा तिचा सततचा धोसरा कधीमधी खटकायचा. अशीच एक दिवस गोणाईची थट्टा करता करता जनानं ते बोलूनही दाखवलं. जना तिला म्हणाली, ''अगं मोठी आई, किती सारखं लग्न-लग्न, सून-सून करतेस? अजून लग्नाला रग्गड अवकाश आहे. आताशी कुठं कार्तिक संपतोय. अजून मार्गेसर आहे, पौष आहे; पण तू अगदी उद्याच नामदेवाचं लग्न असल्यासारखं आतापासून गडबड लावली आहेस.'' जनाचं ते बोलणं ऐकून गोणाई क्षणभर गप्प बसली. तिच्या डोळ्यांत पाणी उभं राहिलं. जनाला कळेना, असं कसं झालं? ती काहीशी गंभीर झाली. आपण केलेली थट्टा मोठ्या आईला आवडली नाही, असं तिला वाटलं. काहीशा अपराधी स्वरात जना म्हणाली, ''मोठी आई, काय झालं? मी केलेली थट्टा तुला आवडली नाही का? तुला राग आला का?'' जनाने असं म्हणताच गोणाईने डोळे पुसले. जनाचा हात हातात घेऊन ती म्हणाली, ''जने, काय सांगू? आणि कसं सागू? अगं निंबाईच्या जन्मानंतर बरेच दिवस माझं पोट रिकामंच राहिलं बघ! कूस उजवलीच नाही. वैद्य, हकीम, गंडे, दोरे ताईत सगळं करून झालं बघ. पण काही उपयोग होत नव्हता. वंशाला दिवा तर हवा होता. मग एक दिवस ठरवलं. देवाला शरण गेले. त्याला नवस बोलले. तो देव माझ्या नवसाला पावला आणि नामदेवाचा जन्म झाला. सगळ्यांना खूप आनंद झाला. वाटलं, हा आपल्या पोटी आलेला मुलगा देवाचा आशीर्वाद घेऊन जन्माला आलेला आहे. तो नक्कीच कुणीतरी मोठा होईल. पण खरं सांगू पोरी, आज या घडीला तसं काही दिसत नाही. त्याचं बोलणं चांगलं आहे, वागणं चांगलं आहे, प्रेमळपणा आहे, देवाची भक्तीही करतो; पण त्याचा पाय घरात ठरत नाही. सतत काहीतरी डोक्यात घेऊन भटकत असतो. गल्लीतली चार पोरं जमा करून हिंडत

राहतो. आता आपण मोठे झालो आहोत, आपल्या घराची जबाबदारी आपण उचलली पाहिजे, आपल्या पारंपरिक व्यवसायात आपण लक्ष घातलं पाहिजे, वडलांनी जे मिळवलं त्यात भर घालून वडलांचा हा व्यवयाय पुढं नेला पाहिजे. घराची, आईवडलांची, प्रपंचाची जबाबदारी आता आपण उचलली पाहिजे असं काही त्याला अजून वाटत नाही बघ. पोरी, मला एक सांग, चार टाळकी जमा करून नुसती देवाची भक्ती करत बसलं तर प्रपंच चालतो काय? मी किती समजावलं, धन्यांनी किती समजावलं; पण याच्यावर काही परिणाम होत नाही बघ! धनी रागाला आले म्हणजे तेवढ्यापुरतं होय-होय करतो. चार टाके घातल्यावाणी करतो, पण पुन्हा ये रे माझ्या मागल्या! जना, आता त्याचं लगीन ठरलं. माझ्या वेड्या मनाला असं वाटतंय, लगीन झाल्यावर तरी याचा पाय घरात ऱ्हाईल. हा संसाराकडं लक्ष देईल. निदान चार टाळकी जमा करून, उनाडक्या करणं तरी कमी होईल, अशी एक वेडी आशा माझ्या मनाला लागून राहिली आहे. तुला कसं सांगू जने, एक वेळ असं वाटतं बघ, हा असा उनाड होणार, प्रपंचात लक्ष घालणार नाही हे जर आधी माहीत असतं, तर मी देवाला नवस केलाच नसता. अगं, आपणपण वारकरी आहोत; पण घरदार सोडून, प्रपंच टाळून आपण त्या विठोबाची भक्ती करत नाही. आता हे पोरगं दिवसदिवसभर घरात असत नाही. गल्लीतली पोरं घेऊन कुठंतरी हिंडत असतो. विचारलं तर सांगतो, देवाची भक्ती करतो म्हणून! कुणास ठाऊक खरंच देवाची भक्ती करतो की चार पोरं घेऊन उनाडक्या करत गंजिफा खेळत बसतो? आता त्याचं लग्न होणार! बायको घरात येणार! मग तरी हा सुधारेल अशी आस मला लागून राहिली आहे. तसं झालं, तर देवच पावला म्हणायचा. त्या विठोबाचा नाद थोडासा कमी करून त्यानं प्रपंचात लक्ष घातलं, तर कितीतरी चांगल्या गोष्टी घडतील. सून म्हणून आलेली ती लोकाची पोर या घरात सुखी होईल. माझी आणि धन्याची काळजी दूर होईल आणि त्याचा प्रपंच सुखाचा होईल. मी ही आस लावून बसली आहे खरी, पण आता त्याची काळजी देवालाच! त्या विठूरायालाच! त्याचीच भक्ती करत तो हिंडत असतो. मग आता त्यानंच याला चांगली बुद्धी तरी द्यावी किंवा याचा संसार त्यानं सांभाळावा.'' असं म्हणून गोणाईनं डोळ्यांतलं पाणी टिपलं आणि त्या विठ्ठलाला हात जोडले. गोणाईचं ते दु:ख बघून जनाला वाईट वाटलं. खरंतर ती नामदेवासोबतच लहानाची मोठी झाली होती; परंतु नामदेवाच्या आयुष्याला विठ्ठलाची भक्ती याशिवाय हीसुद्धा एक बाजू असू शकते याचा तिनं कधी विचारच केला नव्हता. नव्हे, तसा विचार करण्याची वेळ तिच्यावर आलीच नव्हती. गोणाईचंही बरोबरच होतं; पण जनीला नामदेवाबद्दल खात्री होती आणि तिचा विठ्ठलावर विश्वास होता. म्हणूनच गोणाईला दिलासा देत ती म्हणाली, ''मोठी आई, काळजी करू नकोस. नामदेव विठ्ठलाचा

किती लाडका आहे, हे तुला माहीत नाही! तू निर्मळ मनानं नवस केलास आणि देवानं तो पूर्ण केला. आपल्या घरात विठ्ठलभक्तीची परंपरा आहे. नामदेव तीच परंपरा पुढे नेतो आहे. मोठी आई, तुला माहीत नाही, नामदेव गावकऱ्यांचा किती लाडका आहे! तू नको वाईट वाटून घेऊ. तो विठ्ठलाचा भक्त आहे. विठ्ठल नक्की त्याची काळजी करेल. हे बघ मोठी आई –

"गोणाईनें नवस केला । देवा पुत्र देई मला ।।१।।
ऐसा पुत्र देई भक्त । ज्याला आवडे पंढरीनाथ ।।२।।
शुद्ध देखोनिया भाव । पोटी आले नामदेव ।।३।।
दामाशेटी हरूषला । दासी जनीने ओवाळिला ।।४।।

म्हणून सांगते मोठी आई, तू काळजी करू नकोस. तुझा मुलगा नामदेव, खूप खूप मोठा होणार आहे. खूप मोठा होणार आहे." जनीचं बोलणं ऐकून गोणाईला खरंच बरं वाटलं. तिचं मन काहीसं शांत झालं. 'जना म्हणते तसं असेलसुद्धा! नामदेवाला ती आपल्याइतकंच ओळखते. ती म्हणते तसं नक्कीच होईल.' आपल्या मनाची अशी समजूत घालून गोणाई कामाला लागली.

मध्येच एक चांगला दिवस बघून दामाशेटी आणि गोणाई सोयऱ्यांच्या गावी जाऊन मुलगी बघून आले. जातानाच ते पाच प्रकारची फळं, पानसुपारीचा विडा, शकुनाचा नारळ आणि खण असं घेऊन गेले होते. पंढरपुरात आलेले ते पाहुणे नुसतीच लग्नाची बैठक करून गेले होते. दामाशेटी आणि गोणाई सोयरीक पक्की करून आले. खरंतर नामदेवाला हे फारसं पसंत नव्हतं. त्याला इतक्यात लग्नच करायचं नव्हतं. दामाशेटी आणि गोणाई सोयरीक पक्की करायला गेल्यावर त्यानं तसं जनीकडे बोलूनही दाखवलं; पण जनानं त्याची समजूत काढली. गोणाईची आणि दामाशेटींची त्याच्याकडून काय अपेक्षा होती, तेही त्याला सांगितलं. ज्या विठोबाची तो भक्ती करत होता, तो विठोबासुद्धा रुक्मिणीचा पती आहे याची जाणीव तिनं त्याला करून दिली. प्रपंच सांभाळूनसुद्धा विठ्ठलाची भक्ती करता येते, नव्हे ती तशीच केली पाहिजे, असंही तिनं नामदेवाला पटवून दिलं. "नामया, प्रपंच नीट करणं हे तुझे कर्तव्यकर्म आहे आणि विठ्ठलाची भक्ती करणं हा तुझा धर्म आहे. कर्म-धर्माचा हा गोफ जो नीटपणे विणतो, तोच खरा भक्त ठरतो हे मी तुला सांगायला पाहिजे असे नाही. आईवडलांची सेवा, आईवडलांचं सुख हे कुठल्याही पुत्राचं प्रथम कर्तव्य आहे. ज्या भक्त पुंडलिकाचे आपण गोडवे गातो त्यानंसुद्धा आई-वडलांची सेवा पूर्ण करण्यापायीच प्रत्यक्ष परमेश्वराला तिष्ठत उभं ठेवलं होतं, हे तुला ज्ञात आहेच. तेव्हा लग्न, संसार, प्रपंच या भक्तीच्या आड येणाऱ्या गोष्टी नसून भक्तीला पूरक ठरणाऱ्या गोष्टी आहेत. या दृष्टीने विचार केलास, तर आई-वडलांच्या अपेक्षेला पूर्णपणे उतरूनही नामया तू

श्रेष्ठ भक्त ठरशील. तेव्हा नामया –

जगीं विठ्ठल रुक्मिणी । तुम्ही अखंड स्मरा ध्यानीं ॥१॥
मग तुज काय उणें । जाले सोयरे त्रिभुवनें ॥२॥
साराचें जें सार । भवसिंधु उतरी पार ॥३॥
मन ठेउनी चरणीं । म्हणे नामयाची जनी ॥४॥
सुखें संसार करावा । माजीं विठ्ठल आठवावा ॥१॥
असोनियां देहीं नाहीं । छाया पुरुष जैसा पाहीं ॥२॥
आहो सर्य घटाकासी । तैसी देहीं जनी दासी ॥३॥

तेव्हा नामया, प्रपंचाविषयीचं मनातलं किल्मिष काढून टाक. जितक्या जबाबदारीनं तू प्रपंच करशील, तितक्याच जबाबदारीनं तू देवाची भक्तीही करशील, ही गोष्ट लक्षात ठेव.'' जनी बोलत होती आणि नामदेव एकटक तिच्याकडे पाहत तिचं बोलणं ऐकत होता. 'हीच का ती जनी, जी आपल्याशी खेळायची! हीच का, जी मला काळा देव बघायचाय म्हणून हट्ट करत होती. जिला भागाई रागवली की, मुळुमुळु रडत बसायची! आणि हीच ती जनी, जिनं पायाला भाजल्यावर विठ्ठलाला हाक मारली.' नामदेवाच्या चेहऱ्यावरचे भाव झरझर बदलत होते. कधी त्यावर जनीबद्दलचा अतीव स्नेह यायचा, तर कधी तिच्याबद्दलचं अपार कौतुक! कधी तिच्या वागणुकीचं नवल, तर कधी तिच्याबद्दलचा अभिमान! एक मात्र झालं, प्रपंचाबद्दलची नामदेवाच्या मनात असलेली नाखुशी जनीच्या बोलण्यानं नाहीशी झाली.

गोणाई आणि दामाशेटी परतले, ते सुनेचे गोडवे गातच! गोणाईच्या बोलण्यात तर खंड पडत नव्हता. आपल्या होणाऱ्या सुनेबद्दल किती सांगू आणि काय काय सांगू असं तिला झालं होतं. 'ती दिसायला कशी नीटस आहे, कामाला कशी चुणचुणीत आहे, तिचा रंग कसा तजेलदार आहे, नाक कसं तिच्या चेहऱ्याला शोभून दिसतं, ती हसली की कशी छान दिसते, तिला राजाई हे नाव कसं शोभून दिसतं. असं सगळं सांगून झाल्यावर गोणाई म्हणाली, ''जने, मला ती पोरपण आवडली आणि तिचं राजाई हे नावपण आवडलं. आपण तिचं तेच नाव कायम ठेवू या. मी गोणाई आणि ती राजाई. कसं छान वाटतं मायलेकीसारखं! जने, तुला खरं सांगू, त्या पोरीला बघितलं आणि मनात कुठंतरी खात्री वाटली बघ, ही पोरगी माझ्या नामदेवाचा संसार नक्की चांगला करील बघ! ती त्याला संसारात नक्की बांधून ठेवील. ही पोरगी घरात आली ना की, नामदेवाचा पाय घरात ठरेल बघ! मला खात्री आहे आणि अगं दुसरी एक गोष्ट तुला सांगायचीच राहिली. हिच्या घरीसुद्धा पंढरीच्या वारीची चाल आहे. मला ते कळल्यावर लई बरं वाटलं बघ! वारकऱ्याच्या घरातली पोर आहे म्हणजे तिच्यावर संस्कार चांगलेच असणार!

तिकडनं एक माझी काळजी मिटली बघ!'' गोणाई अखंड बोलत होती. राजाईबद्दल, तिच्या माणसांबद्दल, तिच्या घराबद्दल किती सांगू आणि किती नको असं तिला झालं होतं. नामदेवाचं लग्न हा सगळ्यांच्या दृष्टीनं कौतुकाचा क्षण होताच, पण गोणाईच्या दृष्टीनं कौतुकाबरोबरच तो अपेक्षापूर्तीचा क्षण होता.

हळूहळू लग्नाची तयारी करायला हवी होती. सामानसुमान जमा करायला हवं होतं. गोणाईची सगळी भिस्त जनीवर आणि नागरीवर होती. एवढ्या मोठ्या आजारातून उठल्यापासून भागाबाईचा कामाचा झपाटा थोडा कमी झाला होता. आता पाहुणेरावळे येणार होते, सगेसोयरे जमणार होते, आहेर-माहेर करावे लागणार होते. त्यासाठी घराची आवराआवर, सारवासारव, सामानसुमान जमा करणं, सांडगे-पापड, जिन्यातल्या फडताळातली मोठमोठी भांडी काढून त्याची घासपूस करायला हवी होती. रग्गड कामं होती. करणारे हात मात्र मोजकेच होते. त्यामुळे गोणाईनं आतापासूनच तयारीला सुरुवात केली होती. जसजसे दिवस पुढे, पुढे जायला लागले होते, तसतसं जनीचं काम वाढायला लागलं होतं. गोणाईला तर जनीशिवाय एक क्षणही निभवेना. पण या सगळ्या कामकाजानं एक व्हायला लागलं, जनीला विठ्ठलाकडे जाता येईना. तिची आणि विठ्ठलाची दिवसचे दिवस गाठ पडेना. एक दिवस ढीगभर काम करून दमून जना निजायला गेली. खोलीत जाऊन पाहते, तो काय विठ्ठल येऊन बसलेला. तिला नवल वाटलं. ''देवा, तू इथं?'' जनीनं आश्चर्यानं विचारलं. ''मग काय करू जने! किती दिवस झाले तू मला भेटायला आली नाहीस? तुला ठाव आहे, मला तुझ्याशिवाय करमत नाही.'' विठ्ठलाचा तो लटका रुसवा बघून जनीला हसू आलं. 'काय पण सोंग करतोय! जसं काय नामदेवाचं लगीन ठरलंय हे याला माहीतच नाही. माझ्या तोंडून ऐकायचं असेल, दुसरं काय!' जनीच्या मनात आलं आणि ती देवाला म्हणाली, ''विठूराया, आता थोडे दिवस मला मंदिरात तुला भेटायला येता येणार नाही. नामदेवाचं लगीन ठरलं आहे आणि खरं सांग, हे तुला माहिती नाही?'' जनीने थेट देवाला विचारलं, तसा विठ्ठल हसला. ''हं! म्हणजे नामदेवाचं लग्न आहे म्हणून तू मला भेटायला येणार नाहीस तर! ठीक आहे. मग मी तुला भेटायला येत जाईन. मग आपण बोलत बसू.'' विठ्ठलाचं हे बोलणं ऐकून जनीला रागच आला. 'याला काही कळत नाही! म्हणे बोलत बसू! ढीगभर कामं आहेत. याच्याशी बोलत बसले, तर काम कोण करणार?' जनीच्या डोळ्यांत तो राग उमटला. विठ्ठलाच्या ते लक्षात आलं. त्याने जनीला विचारले, ''का गं, काय झालं तुला रागवायला?'' त्याच्या या प्रश्नाचा जनीला राग आला. ''राग येईल नाही तर काय! अरे विठ्ठला, मला ढीगभर कामं आहेत. तुझ्याशी बोलत बसायला मला वेळ नाही. सकाळपासून रात्रीपर्यंत मी कामात असणार आहे आणि तुझ्याशी कुठं बोलत बसू? तू येशील माझ्याशी

बोलायला, गप्पा मारत बसायला! आणि मी काम करत असले, बोलले नाही म्हणजे पुन्हा रुसून बसशील.'' जनीचं बोलणं ऐकून विठ्ठल क्षणभर गप्प बसला. म्हणाला, ''ठीक आहे. मग मी तुझ्याबरोबर काम करेन. तुझ्या सगळ्या कामात तुला मदत करेन. मग तर तुझी माझी गाठ पडेल ना!'' विठ्ठलाचा तो हट्टीपणा बघून जनीनं कपाळावर हात मारला आणि म्हणाली, ''अरे विठूराया, मी या घरची दासी आहे, चाकर आहे. मला सगळी हलकीसलकी कामं करावी लागतात. माझ्याबरोबर तूही अशी कामं करायला लागलास, तर लोकं काय म्हणतील? तू माझ्यासाठी हलकी कामंपण करशील, मला खात्री आहे; पण तू देव आहेस. तुला लोक नावं ठेवतील.

''झाडलोट करी जनी । केर भरी चक्रपाणि ।।१।।
पाटी घेऊनि डोईवरी । नेऊनियां टाकी दुरी ।।२।।
ऐसा भक्तीसी भुलला । नीच कामें करूं लागला ।।३।।
जनी म्हणे बा विठ्ठला । काय उतराई होऊं तुला ।।४।।

''असं होईल देवा. मग चालेल ते देवा तुला?'' जनीच्या स्वरात होती विठ्ठलाबद्दलची माया! त्याच्या प्रेमाबद्दलची कृतज्ञता! त्याच्या बदनामीबद्दलची भीती आणि त्याला दोष लागेल याची काळजी! विठ्ठलानं काहीच उत्तर दिलं नाही. तो नुसताच हसला आणि त्याचं ते प्रसन्न हास्य आठवतच जनीला झोप लागली.

दुसऱ्या दिवशीपासून जनीच्या दिनक्रमाबरोबरच विठ्ठलाचा दिनक्रम ठरला. जनीच्या प्रत्येक कामकाजात तो तिला मदत करायला लागला. घराची आवरासावर झाली होती. आता जनीला भात कांडायचे होते. भरपूर भात कांडून ठेवायचा होता. साळी येऊन पडल्या होत्या. जनीच्या कामाचा जरी झपाटा होता तरीसुद्धा पडवीत साळीची पोती रचून ठेवली होती आणि एवढ्या सगळ्या साळी जनीला कांडायच्या होत्या. नुसत्याच कांडायच्या नाही, तर त्या पाखडून फोल आणि कोंडा काढून टाकून तांदूळ भरूनही ठेवायचे होते. नागरीनं तोरण विणायला घातलं होतं ते तिला पूर्ण करायचं होतं. त्यामुळं तिचा हात लागणार नव्हता. भागाईला तर स्वयंपाकच आवरायचा नाही. त्यामुळं तिची मदत जनीला होणार नव्हती. एवढ्या साळी कांडायचं काम जनीला एकटीलाच करावं लागणार होतं. एके दिवशी भल्या पहाटे जनी उठून कामाला लागली. पोत्याचं तोंड सोडून तिनं साळी खाली ओतून घेतल्या. ओतता-ओतता तिचं लक्ष उखळाकडं गेलं. तिला नवल वाटलं. प्रत्यक्ष पांडुरंग उखळ झाडत होता. जनी काहीच बोलली नाही. हा खट्याळ कृष्ण आपली पाठ आता सोडणार नाही, हे तिच्या लक्षात आलं. त्याचं आपल्यावरचं प्रेम बघून ती भारावून गेली. काही न बोलता जनी मूकपणे कांडायला बसली. पांडुरंगानंही मुसळ धरलं आणि तोही तिच्याबरोबर कांडायला लागला. आपल्याबरोबरीनं मुसळ धरून

उभ्या असलेल्या त्या सावळ्या विठ्ठलाला बघून जनी गुणगुणायला लागली,

साळी कांडायास काढी । चक्रपाणि उखळ झाडी ॥१॥
कांडितां कांडितां । शीण आला पंढरिनाथा ॥२॥
कांडिताना घाम आला । तेणें पितांबर भिजला ॥३॥
पायी पैंजण हाती कडी । कोंडा पाखडोनि काढी ॥४॥
हाता आला असे फोड । जनी म्हणे मुसळ सोड ॥५॥

गोड आवाजात जनी गात होती. विठ्ठलाने केलेल्या कामाची तिनं घेतलेली दखल, त्यात त्याचं केलेलं कवतिक, त्याच्या हाताला फोड आले म्हणून तिनं केलेली काळजी आणि या सगळ्याचं चपखल वर्णन करणारी जनीची नेमकी शब्दरचना! विठ्ठल भुलला नसता तरच नवल! बघता-बघता दोन दिवसांत सगळ्या साळी कांडून झाल्या; पाखडून झाल्या; तांदळानं कणग्या भरून गेल्या. फोलकटाचा आणि कोंड्याचाही ढीग लागला. ते सगळं पोत्यांत भरून जनीनं गोठ्यात नेऊन ठेवलं. जनीचं झपाट्यानं केलेलं काम, त्यातली स्वच्छता, नीटनेटकेपणा, शक्यतो कणी पडू न देता सावचित्तानं केलेलं कांडण हे सगळं बघून गोणाईच्या आणि भागाईच्या डोळ्यांत कौतुक उमटलं. ते जनीलाही दिसलं. जनीच्या अंगावर मूठभर मांस चढलं. साळी कांडण्याचं काम झालं होतं. आता जनीला अंथरूण आणि वाकळ धुऊन काढायच्या होत्या. एक दिवस ते सगळं घेऊन जनी नदीवर धुवायला गेली. आज नागरी तिच्याबरोबर आली होती. दोघी जणी ते अंथरूण-पांघरुणांचे ढीग घेऊन निघाल्या होत्या. तोच जनीला पाठीमागून कोणीतरी हाक मारतंय असं वाटलं. उन्हं चढायच्या आत सगळं धुणं धुवायचं, वाळवंटात वाळत घालायचं आणि संध्याकाळी घरी आल्यावर मगच उपवास सोडायचा असं दोघींनी ठरवलं होतं. म्हणून दोघी जणी सकाळी लवकरच बाहेर पडल्या होत्या. कोण हाक मारतंय हे बघण्यासाठी जनीनं मागं वळून बघितलं, तर पायात येणारं पितांबर वर खोचत विठ्ठल पाठीमागून पळत येत होता. त्याला बघून जनी म्हणाली,

जाय जाय राउळासी । नको येऊ आम्हांपाशी ॥
जाय जाय राउळासी । नको येऊ आम्हांपाशी ॥

जनीनं असं सांगितलं, तरी विठ्ठल ऐकतो थोडाच! तिच्याबरोबर येणार म्हणून तो हट्टच धरून बसला. जनी त्याला म्हणाली, "नको रे असं करूस. लोकं नावं ठेवतील. तुला आणि मला दोघांनाही बोल लावतील. म्हणतील, विठ्ठल जनीची कामं करतो. तू म्हणतोयस,

जाऊ आम्ही बरोबर ।
पण लोक म्हणतील
झाला तिचा हो चाकर ।

"म्हणून सांगते विठूराया, मंदिरात परत जा. पण विठ्ठलानं ऐकलं नाही. तो जनीबरोबर घाटावर गेला. तिनं आणलेलं सगळं धुणं धुण्यासाठी त्यानं तिला मदत केली. एक बरं झालं, नदीवर अंथरूण-पांघरुणाचा तो ढीग आणून ठेवून नागरी परत घरी गेली होती. विठ्ठलानं ते सगळं धुणं धुवायला जनीला मदत केली. अगदी आपल्या चारीही हातांनी मदत केली. ते बघून मात्र जनीला हसू फुटलं. चेहऱ्यावर लटका राग आणून जनी म्हणाली,

तिज संगे काम करी । ऐसे जाणा देव हरी ।।
चहू हाती धुणे केले । जनी म्हणे बरे झाले ।।

तिच्या भक्तीच्या मायाजालात विठ्ठल असा गुरफटला होता, पण विठ्ठल जनीबरोबर काम करायला लागायचा आणि जनीला कामाचा शीण वाटायचा नाही. तिचा थकवा कुठल्या कुठे पळायचा. आज तर जनी धुण्याचा ढीग घेऊन नदीवर आली आणि विठ्ठल पाठोपाठ धावला. तिनं सांगूनही तो मंदिरात परत गेला नाही.

धुणे घेऊनि कांखेसी । जनी गेली उपवासी ।।१।।
मागे विठ्ठल धांवला । म्हणे कां टाकिले मला ।।२।।
धाऊनी देवा कां आलासी । म्हणे नामयाची दासी ।।३।।

जनीच्या प्रत्येक कामात विठ्ठल असा मदतीला धावायचा आणि तिचं काम सोपं होऊन जायचं. विठ्ठल मदतीला धावला की, जनीचा थकवा कुठल्या कुठे पळायचा. जनीचं आणि विठ्ठलाचं भक्तिमार्गातलं हे अद्वैत जसं जनीच्या आयुष्याचं उद्दिष्ट झालं होतं, तसंच ते विठ्ठलाच्या भक्तवत्सलतेचं निधान झालं होतं. नामदेवाच्या लग्नाच्या तयारीला जनीबरोबर असा विठ्ठलाचाही हात लागत होता. विठ्ठलालाही जनीच्या कामात मदत करायला आवडत असे. जनीची त्याच्याकडं वळणारी कौतुकाची नजर, त्यातून ओसंडून वाहणारं तिचं प्रेम, त्यात उमटणारी कृतज्ञता आणि या सगळ्या भावनांना एकत्र बांधणारी जनीची अभंगरचना यापेक्षा विठ्ठलाला तरी आणखी काय हवं असायचं!

लग्न आता अगदी जवळ आलं होतं! आज सांडगे-पापड करायचे होते. गोणाईनं गल्लीतल्या चार बायका मदतीसाठी बोलावल्या होत्या. त्यात इंदूची आईपण आली होती. गप्पा मारत, अभंग-भजन म्हणत सगळ्यांचे हात चाललेले होते. हौसाबाई, सरूमावशी, गोदाक्का, सिंधूमावशी या सगळ्यांचे हात भराभर चालत होते. लाट्या भराभर लाटल्या जात होत्या; पण इंदूची आई दुरपदा मात्र सावकाश काम करत होती. जना तिथंच बसून पिठाची वळी करून दोरीनं लाट्या कापायचं काम करत होती. तिचाही हात भराभरा चालत होता. दुरपदाचा सावकाश चालणारा हात बघून म्हातारी सरूमावशी म्हणाली, "अगं दुरपदे, म्हातारी असून तुझ्यापेक्षा भराभरा लाटतेय की गं मी! आनि तू चांगली तरणी-ताठी असून तुझा

हात का एवढ्या सावकाश चालतोय! तुज त्वांड तर वाऱ्याच्या वेगानं चालवतीस की! मग हात का मुंगीच्या चालीवाणी हळूहळू चालवतीयास? लाट की मर्दिनी भराभरा!'' सरूमावशी असं म्हणाली आणि दुरपदाच्या रागाचा पारा चढला. तिनं हातातलं लाटणं तिथंच पोळपाटावर आपटलं आणि तोंड सोडलं. ''ए सरूमावशी, मला वाईटवंगाळ बोलायचं काम न्हाय. सांगून ठिवते. मी माझं माझं तोंड चालवते. माझ्या तोंडानं बोलते. तुजं काय जातंय गं? काय तुझी चार चव्वल खाऊन न्हाई का तुझ्या एका चिंधींची मिंधी न्हाई मी! मग तू कोण गं मला बोलणारी?'' सरूमावशीनं तेवढं बोलल्याचं निमित्त झालं आणि दुरपदानं तोंड सोडलं. सरूमावशीलाच नव्हे तर तिला ''गप्प बैस '' असं सांगणाऱ्या बाकीच्या दोघीतिघींनासुद्धा ती तोंड टाकून बोलायला लागली. ती जी बोलत सुटली ती थांबेचना. कोणालाच काय करावं, तिला कशी गप, शांत करावी ते तिला सुचेचना. ती ऐकत नाही म्हटल्यावर बाकीच्या तिघी-चौघी आणि गोणाईनंसुद्धा आपलं तोंड बंद केलं आणि त्या मुकाटपणे पापड लाटत राहिल्या. त्या सगळ्या गप्प बसल्या, तरी दुरपदाचं तोंड चालूच होतं. काहीतरी करून तिला गप्प करायला हवं होतं. बाकी सगळ्या दिङ्मूढ झाल्या होत्या. एकटी जनाच विचार करत होती आणि तिला काहीतरी सुचलं. पिठानं भरलेला हात कपाळावर मारून घेऊन एकदम जोरात ओरडून जना म्हणाली, ''अरे देवा! तू सगळं बघितलंस? सगळं ऐकलंस? केवढा मोठ्ठा घोटाळा झाला!'' जनीनं ते ओरडून बोललेलं ऐकून दुरपदा चमकली. आपण संतापात वटवटत होतो ते ती विसरली आणि जनीला म्हणाली, ''काय झालं? कुणी बघितलं? कुणी ऐकलं? कसला घोटाळा झाला?'' जनीला हेच हवं होतं. तिनं चेहरा भीतिदायक केला, डोळे मोठे केले आणि म्हणाली, ''दुरपदामावशी, अहो तुम्ही आता ओरडून-ओरडून बोलत होता ते सगळं त्यानं पाहिलं आणि ऐकलं ना! दुरपदामावशी, आता तो हे सगळ्यांना सांगणार की, दुरपदामावशी रागारागात बडबडत होती.'' जनी काय म्हणते ते दुरपदाला कळेना. कोणी बघितलं? कोण सांगणार आणि कुणाला सांगणार? हेच तिला कळेना. तिनं तसं जनीला विचारलं, तशी जना म्हणाली, ''अगं दुरपदामावशी, तो काय, तो समोरच आहे. तो सगळं बघतोय, ऐकतोय की!'' शेवटी वैतागून दुरपदानं विचारलं. ''अगं पोरी, तो कोण म्हणजे सांगशील की नाही?'' तशी जना हसून म्हणाली, ''अगं दुरपदामावशी, म्हणजे देव. विठ्ठल! पांडुरंग. तो सगळं समोर उभा राहून ऐकतोय, बघतोय. त्याला कुणी मोठ्यानं बोललेलं, भांडलेलं आवडत नाही. तो आता बाकीच्या सगळ्या देवांना सांगेल की, दुरपदामावशी सारखी भांडते म्हणून आणि मग तुम्ही किती देवाची भक्ती केली, तरी तुम्हाला स्वर्गात जागा मिळणार नाही. तुम्हाला नरकात जावं लागेल आणि तुम्ही ओरडून बोलत होता, भांडत होता म्हणून यमदूत तुमच्या

तोंडात उकळलेलं तेल ओततील आणि तुम्हाला नरकातच राहावं लागेल. मग मला सांगा दुरपदामावशी, या पंढरपुरात, या देवाच्या दरबारात राहणाऱ्या कुणालाही जर नरकातच जावं लागलं, तर केवढा मोठा घोटाळा होईल. देवाची भूमी असं ज्या पंढरपूरला म्हटलं जातं, त्या पंढरपूरचं नाव बदनाम होईल आणि ते फक्त तुमच्यामुळं होईल.'' जनानं हे सगळं असं काही वर्णन करून सांगितलं की, दुरपदा घाबरली. तिचा चेहरा पांढराफटक पडला. अंगाला घाम फुटला. तिनं कापऱ्या आवाजात जनाला विचारलं, ''अरे देवा, हे तर लईच वंगाळ व्हनार. मला न्हाई नरकात जायचं. मला नरकाचं लई भ्या वाटतंय. मी न्हाई जानार नरकात! मग पोरी यावर काय इलाज?'' तशी जना म्हणाली, ''इलाज आहे तर! यावर एकच इलाज आहे. तो म्हणजे तोंड टाकून कुणालाही बोलायचं नाही. कुणाचाही रागराग करायचा नाही. कुणाला बोललं, तर त्याची क्षमा मागायची. राग आला, तर 'विठ्ठल विठ्ठल' म्हणायचं. आपण पापी माणसं आहोत, तर आपण त्याला शरण जायचं आणि त्याचा धावा करायचा.

आम्ही पातकांच्या राशी । आलों तुझ्या पायापाशी ॥१॥
मना येईल ते तू करी । आता तारी अथवा मारी ॥२॥
जनी म्हणे सृष्टीवरी । एक अससी तूं बा हरी ॥३॥
आक्रोशे ध्यानासी आणि पुरुषोत्तमा । पृथ्वीयेसी क्षमा उणी आणा ॥१॥
अखंडित शुद्ध असावे अंतर । लोणिया कठोर वाटे मनी ॥२॥
बोले ते वचन बहु हळवट । सुमना आंगी दाट जडभार ॥३॥
नाम ते स्मरण अमृतसंजीवनी । म्हणे दासी जनी हेचि करा ॥४॥

''कळलं का दुर्पदामावशी? नाही कळलं? मग ऐका. आपण सगळी जण पापी माणसं आहोत. जन्मभर पाप करून तुझ्या पायाशी आलो आहोत. आता आम्हाला तू तार किंवा मार, पण आमचा आक्रोश जाणणारा या सृष्टीत तूच एकटा आहेस. आमचे अपराध, पाप पोटात घाल आणि आम्हाला क्षमा कर. चांगला माणूस तोच, ज्याचं मन शुद्ध असतं. ज्याचं बोलणं हळुवार असतं. तो कधीकधी मनानं कठोर होतो, जसं सुगंधानं फूल जड होतं. तुझं नामस्मरण हे अमृतासारखं आहे. ती संजीवनी आहे. त्याचा जप सगळ्यांनी करा. द्रुपदामावशी असा याचा अर्थ आहे. मग देवाला प्रिय व्हायचं असेल, नरकात जायचं नसेल, तर तोंडाळपणा सोडून द्या. भांडखोरपणा सोडा. रागराग करू नका. जास्त राग आला, तर देवाचं नाव घ्या. समजलं.'' जनी बोलत होती, तसे द्रुपदामावशीच्या चेहऱ्यावरचे भाव बदलत होते. तिचा राग तर कुठल्या कुठे पळाला. आपण सरूमावशीला उगीच बोललो असं तिला वाटलं. तिनं सरूमावशीची क्षमा मागितली. सगळ्यांना नवल वाटलं. द्रुपदा आणि क्षमा? जी आजपर्यंत खालच्या आवाजात कुणाशी बोलली

नव्हती, ती क्षमा मागत होती? हा जनीच्या बोलण्याचा परिणाम होता की विठ्ठलाच्या नामाचा महिमा होता? काहीही असो, द्रुपदाच्या मनावर चांगला परिणाम झाला होता, हे खरं! सगळ्यांना जनीचं कौतुक वाटलं, पण गोणाईला तर जास्त कौतुक वाटलं. 'हे एवढं शहाणपण जनीला कुठनं आलं? नामदेव म्हणाला होता जना अभंग रचते म्हणून, पण इतका सुंदर अभंग? इतकी शुद्ध भाषा? आणि इतकं ज्ञान? खरंच, ही एका शूद्राची पोर आहे यावर कुणी विश्वास ठेवणार नाही. ही शूद्राची नाही, सरस्वतीची लेक आहे.' जनाकडं एकटक बघत गोणाई विचार करत होती. आपल्या अभंगाच्या चार ओळींनी आणि चार शब्दांनी केवढी किमया केली आहे यापासून अनभिज्ञ असलेली जना मात्र पिठाच्या लाट्या करण्यात गुंग होती.

# १६

नामदेवाच्या लग्नाची अशी तयारी करता करता जमलेल्या बायकांना जना चार गोष्टी सांगत असे. काही शहाणपणाच्या, काही युक्तीच्या, काही भक्तीच्या. अशा गोष्टी सांगून ती आपल्या ज्ञानाचे दाखले देत असे. तिच्या या सांगण्यामुळे कित्येक घरांतली भांडणं मिटली. कित्येकांचे विस्कटलेले संसार सावरले गेले. तिने सांगितलेल्या सन्मार्गाच्या, भक्तीच्या गोष्टी ऐकून व्यसनाधीनतेने विस्कटले जाणारे कित्येक संसार सावरले गेले. कित्येक घरांतली तरुण पोरं रोजगाराला लागली. अनेक घरांतल्या परत आलेल्या, रुसून आलेल्या, भांडून आलेल्या पोरी नांदत्या झाल्या. विठ्ठलाच्या भक्तीपायी कितीतरी घरांवर पडलेली अंधश्रद्धेची, अपशकुनाची छाया पुसली गेली. जनाकडे भक्तीचं सामर्थ्य होतं. ज्ञानाची सखोलता होती. शब्दकळा होती. निवेदनाची हातोटी होती. सुसंवादाचं कौशल्य होतं आणि अभंग रचण्याची विलक्षण प्रतिभाही होती. त्यामुळंच जना बोलत असली की, ऐकत राहावंसं वाटायचं.

दामाशेटींच्या घरी नामदेवाच्या लग्नाच्या तयारीला म्हणून रोज बायाबापड्या येत असत. त्यांना काम सांगण्यात, काम नेमून देण्यात, त्यांच्याकडून काम करवून घेण्यात जनाचा पुढाकार असायचा. जनाचं बोलणं आर्जवी आणि स्वभाव लाघवी होता. त्यातच त्या बायकांत मिसळून त्यांच्या बरोबरीनं काम करता करता आपल्या रसाळ वाणीनं त्यांना चार समजुतीच्या गोष्टी जना सांगत असे. जनाचं बोलणं ऐकता-ऐकता हातातलं काम कधी संपायचं, हे त्या बायकांनाही कळत नसे. एवढंच नव्हे, तर जनाची वाणी एवढी रसाळ होती की, दिवसभर केलेल्या कामाचा शीणही बायकांना जाणवायचा नाही. कधी जना विठ्ठलाच्या नामाचा महिमा सांगताना –

विठ्ठल नामाची नाही गोडी । काळ हाणोनी तोंड फोडी ॥१॥
गळा बांधोनी खांबासी । विंचू लाविती जिव्हेसी ॥२॥

ऐसा अभिमानी मेला । नर्ककुंडी थारा त्याला ।।३।।
नामा बोध करी मना । दासी जनी लागे चरणा ।।४।।

असं अगदी आवेशानं सांगत असे, तर कधी विठ्ठलाच्या निर्गुण, निराकार, विशुद्ध कृपेबद्दल बोलताना –

निराकारीचे नाणे । शुद्ध ब्रह्मीचे ठेवणे ।।१।।
प्रयत्ने काढिले बाहेरी । संतसाधु सवदागरी ।।२।।
व्यास वसिष्ठ नारदमुनी । टांकसाळ घातली त्यांनी ।।३।।
उद्धव अक्रुर स्वच्छंदी । त्यांनी आटविली चांदी ।।४।।
केशव नामयाचा शिक्का । हारप चाले तिन्ही लोका ।।५।।
पारख नामयाची जनी । वरती विठोबाची निशाणी ।।६।।

असा तिचा अभंग ऐकला की, तिच्या शब्दकळेतून प्रकट होणारा विठ्ठलकृपेचा महिमा बायकांना कळत असे. कधीकधी काम करता करता जमलेल्या बायाबापड्यांना जना रामायण-महाभारतातल्या कथा सांगत असे. रामायणातल्या गोष्टी सांगताना श्रीरामचंद्राचा मोठेपणा, सीतेचा त्याग, वानरांची राम-सीतेवरची भक्ती, हनुमानाचा पराक्रम याचं वर्णन ती इतकं नेमकं करत असे की, जनीच्या तोंडून रामकथा ऐकताना बायाबापड्या अगदी गुंगून जात.

भिल्लणीची फळे कैशी । चाखोनी वाहातसे देवासी ।।१।।
भावे तिची अंगिकारी । सर्वांहुनी कृपा करी ।।२।।
गुज वान्नरांसी पुसावे । राक्षसाते हो जिंकावे ।।३।।
वान्नर अवघे भुभुःकार । बोलताती रामासमोर ।।४।।
आज्ञा करावी आम्हांसी । रावण आणितो तुम्हापासी ।।५।।
तुझ्या नामाच्या प्रतापे । हनुमंत गेला जो संतापे ।।६।।
सीताशुद्धि करूनी आला । दासी जनीस आनंद झाला ।।७।।
मारूनिया त्या रावणा । राज्य दिधले बिभीषणा ।।१।।
सोडवुनी सीता सती । राम अयोध्येसी येती ।।२।।
ख्याती केली रामायणी । म्हणे नामयाची जनी ।।३।।

जनीच्या तोंडून अशी रामकथा ऐकणं ही त्या बायाबापड्यांच्या दृष्टीनं पर्वणीच असायची. अनेक प्रसंगांचं रसाळ वर्णन करता करता मध्येच जनी एखादी चपखल अभंगरचना करायची आणि त्या प्रसंगाला शोभेल असा अभंग गाऊनही दाखवायची. बायाबापड्यांना जनीचं भारी कौतुक वाटायचं. श्रीकृष्ण तर जनीचा लाडकाच लाडका! कीर्तनकाराच्या 'त्या' आख्यानानंतर जनी जणू कृष्णवेडी राधाच झाली होती आणि जेव्हा श्रीकृष्ण हा विठ्ठलाचं एक रूप आहे हे तिला समजलं तेव्हापासून तर श्रीकृष्ण जनीचा जणू सखाच झाला. त्यामुळं श्रीकृष्णकथा सांगताना

जनीचं भान हरपत असे. तिच्या स्वरामध्ये एक वेगळी माधुरी येई. शब्दांमध्ये एक वेगळं सामर्थ्य येई आणि मग कधी ती बाळकृष्णाच्या पराक्रमाचं वर्णन करताना –

स्तन पाजायाशी । आली होती ते माउशी ॥१॥
तिच्या उरावरी लोळे । विठो माझा क्रीडा खेळे ॥२॥
मेले मेले कृष्णनाथा । सोडी सोडी रे अनंता ॥३॥
लिंग देह विरविले । जनी म्हणे या विठ्ठले ॥४॥

असा रसाळ अभंग रचत असे आणि श्रीकृष्णाच्या बाळलीला ऐकताना त्या बायाबापड्या अगदी रंगून जात असत. प्रत्येकीला आपणच यशोदा आहोत असे वाटल्यावाचून राहत नसे. कधीकधी जना स्वतःच्या तारुण्यसुलभ भावनेचं प्रकटीकरण श्रीकृष्णाच्या शृंगार क्रीडेमधून करी. श्रीकृष्णाच्या रासलीलांचं वर्णन करताना जनी स्वतः राधा होत असे आणि मग श्रीकृष्णाबरोबर कुंजवनामध्ये रासलीलाही करत असे. अशा वेळी –

अहो यशोदेचा हरी । गोपिकासी क्रीडा करी ॥१॥
वेणु वाजवितो हरी । सर्व देवांचा साहाकारी ॥२॥
धांवे धांवे गाईपाठी । जनी म्हणे जगजेठी ॥३॥
राधा आणि मुरारी । क्रीडा कुंजवनी करी ॥४॥
राधा डुलत डुलत । आली निजभुवनात ॥५॥
सुमनाचे सेजेवरी । राधा आणि तो मुरारी ॥६॥
आवडीने विडे देत । दासी जनी उभी तेथ ॥७॥

कृष्णाच्या रासलीलांचं वर्णन करताना जनीच्या शब्दाला मग असं सौंदर्य चढत असे. जनीच्या तोंडून असं कृष्णाचं वर्णन करणारे एकाहून एक सरस अभंग ऐकताना तिथं जमलेल्या सगळ्या बायका जणू गोपबाला होत असत आणि जनीच्या अभंगातला तो कृष्णमुरारी आपल्याबरोबर रासलीला खेळतो आहे, असं त्यांना वाटत असे. त्यांचा कामाचा शीण कुठल्या कुठे पळून जाई. असं कृष्णचरित्र सांगता सांगता जनी मग कृष्णाच्या पराक्रमाकडे वळत असे. कृष्णाचा पराक्रम सांगताना मग ती महाभारतातल्या कथा सांगत असे. श्रीकृष्णानं द्रौपदीचं शीलरक्षण करण्यासाठी द्रौपदी वस्त्रहरणाच्या वेळी तिला वस्त्रं पुरवली ही कथा जनी खूप रंगवून सांगत असे आणि बायाबापड्यांनाही ती आवडत असे. द्रौपदीचं लज्जारक्षण करणारा तो श्रीकृष्ण या सगळ्यांना पुरुषोत्तम वाटत असे. असे प्रसंग रंगवताना, असे प्रसंग सांगताना जनीच्या शब्दांना धार येई.

दुःशासन द्रौपदीसी । घेऊनी आला तो सभेसी ॥१॥
दुर्योधन आज्ञा करी । नग्न करावी सुंदरी ॥२॥
आता उपाय कृष्णा काय । धावे माझे कृष्णामाय ॥३॥

निरी ओढिता दुर्जन । जाले आणिक निर्माण ॥४॥
ऐसी असंख्य फेडिली । देवी तितुकी पुरविली ॥५॥
तया संतां राखिले कैसे । जनी मनी प्रेमे हांसे ॥६॥

लग्नाच्या तयारीच्या कामाला बायाबापड्यांच्या बरोबर कधीकधी भागाई आणि गोणाई बसायच्या. त्यांना जनीचं अतोनात कौतुक वाटायचं. 'कालपरवापर्यंत झगा घालून बागडणारी, आपल्या मागे मागे असणारी, भागाईने रागावल्यावर भोकर डोळ्यात पाणी भरणारी, नामदेवाशी खेळणारी, परकरात पाय अडकून सतरांदा पडणारी, आपल्या आश्रयाला आलेली ही पोरकी पोर जना आज एखाद्या प्रकांड पंडितासारखी अनेक दाखले देऊन रामायण, महाभारतावर प्रवचन केल्यासारखी बोलते. त्याला अभंगरचनेची जोड देऊन प्रतिभेचा साक्षात्कार घडवते.' या गोष्टीचं गोणाईला खूपच अप्रूप वाटत असे. कधीकधी आतबाहेर करताना जनाईच्या तोंडून बाहेर पडलेला एखादा अभंग, एखादा दाखला किंवा एखादं भाष्य दामाशेटींच्याही कानावर पडत असे आणि तेही जनाच्या बुद्धिवैभवाने दीपून जात. अभंगरचना करणारी, बायाबापड्यांसमोर प्रवचन करणारी ही जना एका अति शूद्राच्या घरी जन्मलेली आणि आपल्या घरी लहानाची मोठी झालेली हीच जना आहे यावर कधी कधी दामाशेटींचा स्वत:चाच विश्वास बसत नसे. त्या बायबापड्यांच्या बरोबर कामाचा रामरगाडा उपसताना त्यांच्यात मिळून-मिसळून संवाद साधणाऱ्या, आटोपशीरपणे नऊवार लुगडं नेसलेल्या जनाला बघितलं की, भागाईला मात्र वाटे, 'दामाशेटींना आणि गोणाईला सांगून हिचंही लगीन करून द्यायला हवं. परकरातून ही लुगड्यात आली म्हणजे ही खरंतर घोडनवरीच झाली.' आपल्या मनातला हा विचार कधीतरी गोणाईला बोलून दाखवायचाच असं भागाई मनाशी ठरवत असे खरं, पण ती वेळ अजूनही येत नव्हती. आपल्याबद्दल कोण काय बोलतंय, कोणाला काय वाटतंय, कोणाच्या मनात काय विचार येताहेत या सगळ्यांपासून अनभिज्ञ असलेली जना नामदेवाच्या लग्नाच्या तयारीत गुंग झाली होती.

नामदेवाचं लग्न ही घटना गोणाईच्या दृष्टीनं आनंदाची आणि कौतुकाची तर होतीच, पण जनाच्या दृष्टीनं अप्रूपाचं अप्रूप होतं. नामदेव, नामा, तिचा नामया, तिचा बालसखा, बालमित्र, गुरू, मार्गदर्शक, भक्ती आणि ज्ञानमार्गातला तत्त्ववेत्ता, तिच्या सुखदु:खाचा साक्षीदार आणि भागीदार, तिची अस्मिता जपणारा, तिची समजूत काढणारा, तिचा रुसवा काढणारा, तिच्यावर निर्व्याज स्नेह असलेला, तिचं मन जाणणारा, तिच्या अंतर्मनात सखा-मित्र-बंधु-पालक अशी प्रतिमा असलेला; पण व्यावहारिक जगात तो तिचा मालक, तिचा धनी आणि ती त्याची चाकर, त्याची दासी असं दर्शविणारा नामदेव त्याचं लग्न जनाच्या दृष्टीनं तिच्या आयुष्यातला सर्वांत मोठा आनंद-सोहळा होता! तन-मन-आत्मा, अंतरात्मा, बुद्धी, भक्ती या

सगळ्यांसह जना नामदेवाच्या लग्नाच्या तयारीत अशी गुंतली होती. बघता बघता लग्नाची तयारी झालीसुद्धा! धान्यधुन्य निवडून, पाखडून, साफ करून ठेवून झालं. तऱ्हेतऱ्हेची पिठं दळून झाली. गव्हाच्या, तांदळाच्या, जोंधळ्याच्या कण्या काढून झाल्या. जळणासाठी लाकूडफाटा, गोवऱ्या यांचा हा भलामोठा ढीग लागला. पळसाच्या पानांचे पर्णावती द्रोण तयार करून हारे भरून ठेवले गेले. मोठी मोठी बसकूरं, सतरंज्या लख्ख धुऊन निघाल्या. कंदील, सुंद्र्या, चिमण्या, ठावकी या सगळ्यांना घासूनपुसून नवी झळाळी आली. घराच्या भिंती उभ्या खणी सारवून चुन्यानं रंगवून झाल्या. त्यावर गेरूनं शुभचिन्हं काढली गेली. पाहुण्यांच्या पाहुणचारासाठी आणि लग्नाच्या पंगतीसाठी लागणारा सगळा शिधा आणला गेला. घरातल्या सगळ्यांसाठी, पै-पाहुण्यांना आहेर म्हणून भरजरी वस्त्रं, लुगडी, उपरणी शेले, भरजरी पागोटे असं सगळं ठिकठिकाणांहून मागवलं गेलं. परसदारी मोठालं चुलवण घातलं गेलं. घरातली सगळी तयारी चाललेली असली, तरीसुद्धा नामदेवाच्या दिनचर्येत काही फरक पडलेला नव्हता. रोज विठ्ठल मंदिरात जाऊन, भोवताली माणसं जमवून त्यांच्याबरोबर पारमार्थिक चर्चा करणं, अभंगरचना करणं, ते लिहून काढणं या सगळ्यांतून वेळ मिळाला तर आई-वडलांनी सांगितलेली दोन-चार कामं करणं या त्याच्या दैनंदिन कामकाजात काहीही बदल झाला नव्हता. जनीनं मात्र नामदेवाच्या लग्नाच्या तयारीत स्वत:ला इतकं वाहून घेतलं होतं की, तिला स्वत:कडं बघायलाही क्षणाची फुरसत नव्हती. मग मंदिरात विठ्ठलाला भेटायला जाण्याची बात तर दूरच!

एक दिवस दिवसभराचं सगळं कामकाज आटोपायला जनीला पुष्कळ उशीर झाला. सगळं आटोपून ती आपल्या खोलीत निजायला गेली तेव्हा मध्यरात्र होत आली होती. खोलीत येऊन जनीनं बघितलं, तर विठ्ठल तिच्या अंथरुणावर येऊन बसलेला होता. त्याच्या डोळ्यांत राग होता. चेहऱ्यावर रुसवा होता. एरवी प्रसन्न हास्य उधळणारे ओठ त्यानं रागानं मुडपून घेतले होते. त्याचा तो आविर्भाव बघून जनीला हसू आलं. तिच्या हसण्यानं विठ्ठलाच्या रागात भर पडली. काहीतरी सांगायला, तक्रार करायला, बोलायला उघडलेलं तोंड त्यानं जनीच्या हसण्यामुळं पुन्हा घट्ट मिटून घेतलं आणि जनी काही विचारण्याची तो वाट बघत राहिला. त्याचा तो आविर्भाव जनीच्या लक्षात आला. ती विठ्ठलाच्या जवळ गेली. त्याचा चेहरा ओंजळीत धरून तिनं त्याला विचारलं, "विठूराया, माझ्यावर रागावलास का? अरे, तुझ्या नामयाचं लग्न आहे ना! मग त्या लग्नाची तयारी नको का करायला? आणि नामदेवाच्या लग्नाची तयारी मी नाही करणार तर कोण करणार? या कामकाजापायी मला तुला भेटायला येता येत नाही म्हणून रागावला आहेस ना माझ्यावर? पण मी तरी काय करू? हे काम टाकून तुला भेटायला आले असते,

तर तूच म्हणाला असतास ना, नामदेवाच्या लग्नाची तयारी कोण करणार म्हणून? तेव्हा आता हा रुसवा सोड आणि माझ्याशी नेहमीसारख्या गप्पा मार बरं! खरंतर विठूराया, मी खूप खूप दमले आहे. तरीसुद्धा या कामकाजात गुंतल्यामुळे मला मंदिरात येता आलं नाही म्हणून माझ्या जिवाला चैन नाही. मी कामात गुंगले होते तरीसुद्धा माझ्या मनामध्ये सतत तुझाच विचार होता. मी तुला भेटायला आले नाही याचं दु:ख तुला जसं झालंय, तसंच दु:ख विठूराया मलाही झालं आहे.

"नाही केली तुझी सेवा । दु:ख वाटतसे जिवा ॥१॥
नष्ट पापीण मी हीन । नाही केले तुझे ध्यान ॥२॥
जे जे दु:ख जाले मला । ते त्वा सोसिले विठ्ठला ॥३॥
रात्रंदिवस मजपाशी । दळू कांडू लागलासी ॥४॥
क्षमा करावी देवराया । दासी जनी लागे पाया ॥५॥"

जनीचा हा अभंग ऐकला आणि तिच्या प्रांजलपणाचं विठोबाला कौतुक वाटलं. अभंगातल्या तिच्या प्रत्येक शब्दासरशी विठोबाचा राग विरघळत गेला आणि तिच्या मनात असलेल्या रुसण्याची जागा जनीवरच्या प्रेमानं घेतली. नंतर कितीतरी वेळ विठ्ठल जनीबरोबर बोलत बसला होता. बोलता बोलता तो जनीला निरखत होता. काळ्यासावळ्या वर्णाची नीटस असलेली जनी जरा हडकलेली दिसत होती. खरोखरच नामदेवाच्या लग्नाच्या तयारीचा भार तिच्या एकटीवरच पडला असावा, असं वाटत होतं आणि ते खरंही होतं. कष्टाची कामं उपसायला जनीशिवाय होतं कोण? कित्येक दिवस जनीच्या केसांना तेलही लागलं नसावं. केस विंचरायलाही तिला वेळ मिळाला नसावा. जनीचे कुरळे दाट केस आधीच पिंगट रंगाचे होते. त्यातच बरेच दिवसांत केसांना तेल न लावल्यामुळं ते आणखीच पिंगट दिसत होते. कित्येक दिवसात केसांची निगा न ठेवल्यामुळं तिच्या डोक्यात उवाही झाल्या होत्या. विठ्ठलाला जनीची दया आली. तिच्याबद्दलचं त्याचं प्रेम उफाळून आलं. त्यानं अंदाज घेतला. रात्रीचा तिसरा प्रहर संपत आला होता. तो जनीला म्हणाला, "काय गं तुझी ही दशा? काय तुझा हा अवतार? काय ही तुझ्या केसांची अवस्था? किती गुंतलेत ते! त्याला काही तेलपाणी करत नाहीस का? जने, चल, अजून उजाडायला बराच अवधी आहे. मी तुला न्हायला घालतो. तुझे केस धुऊन देतो. विंचरून देतो." विठ्ठलाचं ते बोलणं ऐकून जनीचा आपल्या कानावर विश्वास बसेना. "विठूराया, अरे काय हे! तू मला नहायला घालणार? पण का? कशासाठी?" तिचा प्रश्न ऐकून विठ्ठलाला हसूच आले. 'सगळी उमज असणारी ही जना मुद्दामच असं विचारते आहे. तिला माझ्याच तोंडून ऐकायचं आहे तर!' विठ्ठल समजला. "अगं जना! का आणि कशासाठी म्हणून विचारतेस? अगं, मी तुझा सखा, तुझी आई, तुझा पिता; मग मी काळजी नाही करणार तर कोण

करणार? चल, आधी तुझे केस विंचरतो, त्यातल्या सगळ्या उवा काढून टाकतो आणि मग तुझे केस धुऊन देतो. चुलवणावर आधण ठेवून ये. केस विंचरेपर्यंत पाणी गरम होईल.'' विठूरायाचं ते बोलणं ऐकून जनी खुदकन हसली खरी, पण त्याची आपल्यावरची माया बघून तिचे डोळेही भरून आले. डोळ्यांतलं पाणी तसंच राहू देत ती उठली. दार उघडून परसदारी गेली. चुलवणात दोन-चार लाकडं घालून, दोन-चार शेणी घालून तिनं जाळ केला आणि ती परत आली. हातात फणी घेऊन विठ्ठल तिची वाट बघत बसला होता. त्यानं मोठ्या निगुतीनं आणि मायेनं जनीचे केस विंचरले. हळुवार हातानं केसातला गुंता सोडवला. भल्याभल्यांच्या मनातल्या निरगाठी सोडवणाऱ्या त्या विठूरायाला जनीच्या केसातला गुंता सोडवणं फारसं अवघड नव्हतं. एवढं होईपर्यंत चुलवणावरच्या पाण्याला आधण आलं होतं. जनीनं डोकं पुसायचं पुसणं घेतलं. उभं लावून घेण्याचं नेसवण घेतलं आणि ती परसदारी केस धुवायला निघाली. विठ्ठलही तिच्या पाठोपाठ निघाला. तशी खोलीबाहेर पडणारी जनीची पावलं थांबली. स्त्रीसुलभ लज्जेनं संकोचून जनी म्हणाली, ''विठ्ठला, तू इथेच थांब. मी... न्हाऊन येते. तू येऊ नको.'' विठ्ठल समजला. त्याच्या डोळ्यांत खट्याळ भाव उमटले. मिस्कील हास्य उमटलं. जनीवर रोखलेली नजर तशीच ठेवून त्यानं विचारलं, ''नक्की? खरंच मी येऊ नको? माझी गरज लागली तर? तुला गरज लागली, तर मला हाक मार. मी इथेच थांबतो. तू हाक मारलीस, तरच मी येईन.'' विठ्ठल तिथंच थांबला. त्याच्या म्हणण्यावर होकारार्थी मान हलवून जनी परसदारी गेली. अबोलीच्या ताटव्याशेजारी अंघोळीचा दगड होता. कुडाकाटक्यांचा आडोसा केलेला होता. जनीने त्यावर आपलं नेसवण टाकलेलं होतं. चुलवणावर ठेवलेला गरम पाण्याचा हंडा उचलून तिनं अंघोळीच्या दगडाजवळ आणला. ''आपल्याला आज हे असं का झालं? विठ्ठलाला आईबाप मानणाऱ्या आपण, त्याला माऊली असं संबोधणाऱ्या आपण त्याला तिथं उभं करून आलो. हे कितपत योग्य झालं?'' जनी प्रश्नाच्या आवर्तनात सापडली होती. त्याच नादात तिनं गरम पाण्याच्या त्या हंड्यात पितळी गडू बुडवला आणि डोक्यावर ओतून घेतला. दुसऱ्याच क्षणी तिच्या तोंडून ''विठ्ठला, धाव!'' अशी आर्त किंकाळी बाहेर पडली. प्रश्नाच्या आवर्तनात गुरफटलेल्या जनीनं हंड्यातलं कडकडीत पाणी विसण न घालता डोक्यावरून तसंच ओतून घेतलं होतं. भरीस भर म्हणून विसणाचं पाणी जवळ घेऊन बसायलाही ती विसरली होती. जनी असं का म्हणाली असावी याचा मिस्कीलपणे मागोवा घेत विठ्ठल, जनीचा विठ्ठल तिची वाट बघत बसला होता. ''विठ्ठला'' अशी जनीनं मारलेली किंकाळी त्याला ऐकायला आली आणि तो परसदारी धावला. त्याने पाहिलं, जनी स्फुंदून स्फुंदून रडत होती. तिच्या डोक्याला आणि अंगाला चांगलेच चटके बसले

होते. ''जने, काय गं झालं? अशी ओरडलीस का?'' विठ्ठलानं विचारलं. त्याच्या स्वरात ओथंबलेल्या मायेनं जनी गहिवरली. भाजलेल्या ठिकाणी तिला जास्तच हुळहुळायला लागले. डोळ्यांत पाणी तसंच वाहू देत भिजल्या स्वरात जनी म्हणाली, ''विठ्ठला, मला भाजलं. गार पाणी न मिसळता हे कडकडीत पाणी मी तसंच ओतून घेतलं आणि मला भाजलं.'' विठ्ठल काही बोलला नाही. मुकाट्याने त्यानं आडाकडं धाव घेतली. भराभर आडातलं पाणी शेंदलं. घंघाळात ओतलं. हंड्यातलं कडकडीत पाणी त्यात घालून सारखं केलं आणि काही न बोलता आत्यंतिक मायेनं, हळुवार हातानं त्यानं जनीचे केस चोळून द्यायला सुरुवात केली. जनीचे केस स्वच्छ होत होते आणि त्याबरोबर मनही! जनीच्या डोक्यातला मळ जात होता आणि मनातला संकोचही! आईच्या मायेनं विठ्ठल जनीला न्हाऊ घालत होता आणि लेकीच्या लाडानं जनी न्हाऊ घालून घेत होती. जनी स्वच्छ-स्वच्छ, मोकळी-मोकळी होत होती. देव आणि भक्त यांच्यातलं गहिरं नातं पाण्याच्या प्रत्येक धारेबरोबर जनीच्या अंगाखांद्यावर ओघळत होतं. त्या उबदार स्पर्शानं ह्दयापर्यंत पोहोचत होतं आणि जनीच्या मनात लागलेली स्त्रीसुलभ लज्जेची, संकोचाची, भौतिक जगातल्या व्यावहारिक पातळीची जळमटं अंगावरून पडून जाणाऱ्या पाण्याबरोबर वाहून जात होती आणि एक वेगळीच, निर्मळ; पण अधिक स्पष्ट, अधिक मोकळी, अधिक धीट अशी जनी नव्याने जन्माला येत होती.

जनीचं न्हाणं झालं, पण त्या सगळ्या गडबडीत विठ्ठलाचा पितांबर भिजला. जनी म्हणाली, ''विठूराया, आता रे काय करायचं? तू आता देवळात गेल्यावर लगेचच काकड आरतीची वेळ होईल. लोक काकड्याला येतील आणि तुझा भिजलेला पितांबर बघून अचंबित होतील. आता रे तू काय करणार?'' जनीने व्याकूळ होऊन विचारलं. तिला या गोष्टीची मोठी काळजी लागून राहिली होती. विठ्ठल हसला. म्हणाला, ''जने, तू नको काळजी करू! मी करतो काय करायचं ते.'' असं सांगून जनीचा निरोप घेऊन विठ्ठल मंदिरात गेला.

जनीनं केस पुसले. केस विंचरून सैलसर वेणी घातली. तोवर भागाई उठली होती. जनीचं न्हाणं झाल्याचे बघून तिला नवल वाटले. ''अगं जने, अजून उजाडलंसुद्धा नाही. तू उठलीस कधी? चुलवण लावलंस कधी? पाणी तापवलंस कधी? आणि न्हायलीस कधी?'' भागाईनं विचारलं. तशी जनी खळखळून हसली. म्हणाली, ''अहो, दिवसभराच्या कामाच्या रेट्यात न्हायला सवडच होईना. म्हणून मग भल्या पहाटे उठून न्हायले.'' तसं भागाईने पुन्हा विचारले, ''अगं पण जने, तुला आडाचं पाणी शेंदायला भीती वाटते ना गं? मग ते कुणी शेंदून दिलं? आणि हे तुझे इतके मळलेले केस कोणी चोळून दिले?'' भागाबाईच्या या प्रश्नावर जनी खुदकन हसली. भागाबाईला म्हणाली, ''भागाई, मी अनाथ पोर! त्या एक विठूरायाशिवाय

माझं कोण आहे? या जनीकडं बघणारं, तिची काळजी घेणारं दुसरं कोण आहे?

जनी डोईने गांजली । विठाबाई धाविन्नली ॥१॥

देव आले लवडसवडी । उवा मारितसे तातडी ॥२॥

केश विंचरूनी मोकळे । जनी म्हणे निर्मळ जाले ॥३॥

जनी बैसली न्हावयास । पाणी नव्हते विसणास ॥४॥

देव धावोनिया आले । शीतल उदक घे घे बोले ॥५॥

आपुल्या हाते विसणी । घाली जनीच्या डोयी पाणी ॥६॥

माझ्या डोईच्या केसास । न्हाणे नव्हते फार दिवस ॥७॥

तेणे मुरडी केशास । कां म्हणे उगीच बैस ॥८॥

आपुल्या हाते वेणी घाली । जनी म्हणे माय आली ॥९॥

जनीनं हा अभंग गायला आणि भागाबाई तिच्याकडं बघतच राहिली. जनी विठ्ठलाची भक्ती करते, रोज रात्री मंदिरात विठ्ठलाला भेटायला जाते, अभंगरचनाही करते हे भागाई ऐकून होती. त्याबाबतीत जनीचं होणारं कौतुकही तिनं वेळोवेळी पाहिलं, ऐकलं होतं. पण आज समोर दुसरं कुणीही नसताना, भागाबाई एकटी असताना, जनीनं आपला विठ्ठलावरच्या भक्तीचा, अभंग रचण्याच्या प्रतिभेचा असा प्रत्यक्ष दाखला पहिल्यांदाच भागाईसमोर अभिव्यक्त केला होता. तिचा तिरस्कार करत असताना जनी चारचौघांसारखी सामान्य नसून घाणेरडी, कुसंस्कारित आणि भिकारड्याची पोर आहे असं म्हणणाऱ्या भागाईला नंतर जनाबद्दल प्रेम वाटू लागलं आणि तिच्याबद्दल वाटणाऱ्या मायेपोटी जनीच्या लग्नाविषयीचा विचार भागाईच्या मनात उमटला. पण जनीचं आताचं हे रूप, विठ्ठलावरची तिची भक्ती आणि अधिकार, अलौकिक प्रतिभासंपन्न शब्दांतून तिचं व्यक्त होणं हे सगळं बघितल्यानंतर 'ही जना आपण समजतो त्यापेक्षा प्रचंड वेगळी आहे, नव्हे ती आपल्या आकलनापलीकडची आहे.' अशी मनोमन कबुली भागाईनं स्वतःशीच दिली. जनाबद्दल आपण एखाद्या सामान्य व्यक्तीसारखा विचार करत होतो, ही आपली केवढी मोठी चूक होती, याची जाणीव भागाईला झाली. कुतूहलानं तिनं जनीला विचारलं, "जने, खरंच का गं विठ्ठल तुला दिसतो? तुझ्याशी बोलतो? खरं सांग जने, तू आहेस तरी कोण? तू एक स्त्री आहेस. तुला, तुझ्या स्त्रीत्वाला, तुझ्यातल्या स्त्रीच्या अस्तित्वाला, परमेश्वरानं, समाजानं काही मर्यादा घातल्या आहेत, काही बंधनं घातली आहेत, असं तुला वाटत नाही का?" का कोण जाणे, पण भागाईला बऱ्याच दिवसांपासून पडलेला हा प्रश्न तिने आज जनीला विचारला. भागाईच्या स्वरात उत्सुकता होती. डोळ्यांत कुतूहल होतं. चेहऱ्यावर उत्तराची अपेक्षा होती. जनी भागाईकडं बघून निरागसपणे हसली. म्हणाली,

स्त्री जन्म म्हणवूनी न व्हावे उदास । साधुसंता ऐसे केले मज ॥१॥

संतांचे घरची दासी मी अंकिली । विठोबाने दिली प्रेमकळा ।।२।।
विदुर सात्विक माझिये कुळीचा । अंगिकार त्याचा केला देवे ।।३।।
न विचारता कुळ गणिका उद्धरिली । नामे सरती केली तिही लोकी ।।४।।
ऋषींची कुळे उच्चारिली जेणे । रौरवी तेणे वस्ती केली ।।५।।
नामयाची जनी भक्ती ते सादर । माझे साचार विटेवरी ।।६।।

म्हणून भागाई, माझं स्त्री असणं, तरुण असणं, त्यामुळं मला काही सामाजिक बंधन असणं या सगळ्याच्या पलीकडं गेलेली माझी विठ्ठलावरची भक्ती आहे. परमेश्वरानं सगळ्यांनाच माणूस म्हणून जन्माला घातलंय. सृष्टीच्या पुनर्निर्मितीसाठीच त्याने फक्त स्त्री आणि पुरुष यांच्या शरीरात फरक केला आहे; परंतु ईश्वराची उपासना करण्याची, देवाची भक्ती करण्याची भावना दोघांना सारखीच दिली आहे आणि भक्ती करण्यासाठी लागणारी शक्तीही दोघांत सारखीच आहे. सामाजिक बंधनं घालणारा हा भेद आपण माणसाने निर्माण केला आहे.'' भागाईला जनीचं बोलणं पटल्यासारखं दिसलं खरं, पण तरीही तिच्या चेहऱ्यावरून तिच्या मनात अजूनही काही शंका असल्याचे दिसत होतं आणि ते खरंच होतं. तिनं पुन्हा जनीला विचारलं, ''जने, हे झालं देवाघरचं देणं! पण तू नामदेवाच्या घरची दासी आहेस. त्याच्या घरची चाकर आहेस. तू तशी नसतीस, तर कदाचित तुला आणखी चांगल्या प्रकारे विठ्ठलाची भक्ती करता आली असती, आणखी स्वतंत्रपणे राहता आलं असतं, अभंगरचना करता आली असती असं नाही का तुला वाटत?'' भागाईचा प्रश्न ऐकून जनीला नवल वाटलं. त्या आजारपणानंतर भागाईनं जनीशी फटकून वागणं सोडलं होतं खरं; पण इतक्या जिव्हाळ्यानं, इतक्या आपुलकीनं आणि विशेष म्हणजे इतक्या उत्सुकतेनं तिनं जनाशी बोलण्याचा कधी प्रयत्न केला नव्हता. पण आज ती जे काही विचारत होती, तिच्या मनात जे काही विचार होते त्याचं निरसन करणं जनीलाही आवडत होतं. कदाचित विठ्ठलानं घातलेल्या अभ्यंगस्नानामुळे तिच्याही चित्तवृत्ती उल्हसित झाल्या असाव्यात किंवा भागाईसारखा श्रोता पहिल्यांदाच मिळाल्यामुळंही असेल, जनीच्या प्रतिभेला बहर आला होता. ''भागाई, नामदेवाच्या घरची मी दासी झाले हे माझे महद्‌भाग्य आहे. कारण –

''मी तो समर्थाची दासी । मिठी घालीन पायासी ।।१।।
हाचि माझा हावभाव । करीन नामाचा उत्सव ।।२।।
आम्हा दासीचे हे काम । मुखी विठ्ठल हरिनाम ।।३।।
सर्व सुख पायी लोळे । जनी संगे विठ्ठल खेळे ।।४।।
नामयाचे ठेवणे जनीस लाधले । धन सांपडले विटेवरी ।।५।।
धन्य माझा जन्म धन्य माझा वंश । धन्य विष्णुदास स्वामी माझा ।।६।।
कामधाम माझे विठोबाचे पाय । दिवसानिशी माये हारपली ।।७।।

माझ्या वडलांचे दैवत तो हा पंढरिनाथ । तेणे माझा आर्त पुरविला ।८।।
संसारीचे सुख नेघे माझे चित्ती । तरीच पुनरावृत्ति चुकविल्या ।।९।।
नामयाचे जनी आनंद पै जाला । हृदयी बिंबला पांडुरंग ।।१०।।

''समजलं? म्हणूनच या दासीपणाचा मला सार्थ अभिमान वाटतो. हे दासीपण मिरवायला मला आवडतं. म्हणूनच मी माझ्या अभंगाच्या शेवटच्या ओळीतसुद्धा 'नामयाची दासी जनी' असा उल्लेख करते. भागाई, परिस्थितीनं आलेलं हे शहाणपण नव्हे किंवा तडजोडीच्या वृत्तीनं स्वीकारलेली ही परिस्थितीही नव्हे, तर जे आहे किंवा जे मिळालेलं आहे तेच माझं आहे. तोच माझा धर्म आहे. तेच माझं कर्म आहे आणि तेच मला उत्तम रीतीनं करावयाचं आहे. हे त्यातलं मर्म आहे. म्हणूनच 'नामयाची दासी' असणं ही माझी मिरासदारी आहे. माझं भूषण आहे.'' जनी बोलत होती आणि भागाई डोळे विस्फारून तिच्याकडं बघत होती. अचानक ती म्हणाली, ''बाई, बाई, बाई जने! केवढं गं हे शहाणपण? कुठून आलं तुला हे? जने पोरी, मला थोडी आधी का नाही भेटलीस? तशी भेटली असतीस, तर माझं आयुष्य खूप सुंदर झालं असतं. माझ्यावर ओढवलेल्या प्रसंगानं मी जन्मभर सगळ्यांचा राग राग केला, दुःस्वास केला. तू जर मला आधी भेटली असतीस, तर कदाचित मी अशी तुसडी, फटकळ आणि माणूसघाणी झालेच नसते. तू मला आधी भेटतीस, तर माझंही आयुष्य सुंदर झालं असतं. माझ्या तुसडेपणामुळं ज्यांना ज्यांना आयुष्यभर दुःख दिलं त्यांचंही जीवन सुंदर झालं असतं. जने पोरी, खूप मोठी हो! आज संध्याकाळी तुझी दृष्ट काढून टाकते.''

भागाई आणि जना दोघी बोलत होत्या. गोणाई कधीचीच उठून तिथं आली होती. त्या दोघींना ते माहीतच नव्हतं. भागाईनं विचारलेल्या शंका, प्रश्न, जनानं तिला दिलेली उत्तरं, तिचं समजावून सांगणं, जनानं रचलेले अभंग, त्यांचा सांगितलेला अर्थ, नामदेवाची दासी असण्यातला व्यक्त केलेला अभिमान आणि सांगितलेला कार्यकारणभाव हे सगळं सगळं गोणाईनं ऐकलं होतं. जनाईला असलेलं ज्ञान, त्या ज्ञानाची सखोलता, तिची प्रतिभाशक्ती, तिचं अभंग रचणं, आपण करत असलेल्या विठ्ठलाच्या भक्तीला अभिव्यक्त करणं हे सगळं गोणाईनंसुद्धा इतकं लक्षपूर्वक प्रथमच ऐकलं होतं. तसं बायाबापड्या कामाला जमलेल्या असताना त्यांना जनाचं गोष्टी सांगणं, काही गोष्टी पटवून देणं, काहींचे अर्थ उलगडून सांगणं हे सगळं गोणाईनं बघितलं होतं; पण ते जातायेता, काम करता करता! अशा प्रसन्न सकाळी इतकं लक्ष देऊन, अशा पद्धतीचं जनाचं बोलणं गोणाई प्रथमच ऐकत होती. जनाच्या प्रत्येक शब्दासरशी ती स्तिमित होत होती. 'लहानपणीच अनाथ होऊन आपल्याकडं आश्रयाला आलेली अति शूद्राची ही पोर सरस्वतीची लेक असल्याप्रमाणं सगळं बुद्धिवैभव घेऊन जणू जन्माला आली होती.' कौतुकभरल्या

नजरेनं गोणाई पुढं झाली. जनाच्या पाठीवरून हात फिरवत बऱ्याच कौतुकाने आणि काहीशी मिस्कीलपणे ती भागाईला म्हणाली, ''भागाबाई, अहो ही आपली जना आता चिमुरडी पोर राहिली नाही. बघितलंत ना तिचं बुद्धिवैभव! आता ती जना नाही, जनाबाई झालीये! होय की नाही गं जने?'' गोणाईनं असं मिस्कीलपणे विचारलं आणि आपल्या कौतुकानं संकोचून जनानं भागाईला मिठी मारली. मिठी मारता-मारता ती पुटपुटली, ''मोठी आई, भागाई, मी कितीही मोठी झाले, तरी तुमची जनीच राहणार, नामयाची दासी जनी!''

# १७

नामदेवाचं लग्न हे अशा कौतुकसोहळ्यानं भरलेलं होतं. सगळी तयारी पूर्ण झाली होती. आता लग्न अगदी तोंडावर येऊन ठेपलं होतं. जसजसं लग्न जवळ येत होतं, तसा घरातल्या माणसांचा, विशेष म्हणजे जनीचा उत्साह दुणावत होता. नामयाचं लग्न! तिच्या लाडक्या नामयाचं लग्न! नामदेवाबद्दल तिच्या मनात प्रेम होतं. आत्यंतिक जिव्हाळा होता. विलक्षण कौतुक होतं. नामदेवाच्या मनातसुद्धा तिच्याबद्दल अशाच भावना होत्या याची तिला खात्री होती. तिचं आणि नामदेवाचं नातंच असं विलक्षण होतं! त्या नात्याला कोणतंही नाव नव्हतं. कोणत्याही विशेष मोजमापात मोजलं जाणारं, कोणत्याही परिमाणात बसणारं असं ते नातं नव्हतंच मुळी! सूर्याचं किरणांशी नातं काय असतं, हे कुणी सांगू शकेल का? फुलाचा आणि सुगंधाचा काय संबंध असतो, हे कोणी सांगू शकेल का? झाडाचा मुळाशी असलेला संबंध कुणी मोजपट्टीत मोजतं का? प्राणाचा चैतन्याशी असलेला संबंध कुणी परिमाणात मोजतं का? काही संकल्पना, काही संकेत या सगळ्यांच्या पलीकडे पोहचलेले असतात. जनाचं आणि नामदेवाचं तसंच होतं. आणि अशा नामदेवाचं लग्न होतं. हजारो हातांचं बळ दोन हातांमध्ये एकवटून जना या लग्नाची तयारी करत होती. नामदेव तर तिचा लाडका होताच. तिच्या मनामध्ये असलेली नामदेवाबद्दलची ही भावना दामाशेटींच्या घरात सगळ्यांना माहिती होती. बालपणापासून एकत्र असलेली ही दोघं जण जसजशी मोठी होत होती, तसतसं त्यांच्यातलं हे नातं अधिकच गहिरं होत होतं. चंदन जितकं जास्त उगाळावं तितकाच त्याचा गंध अधिकाधिक गहिरा आणि सर्वदूर दरवळत जातो, तसंच नामदेव आणि जना यांच्यातल्या निरागस नात्याचं होतं. जना तर नामयाचं दासीपण मोठ्या अभिमानानं मिरवत असे; पण मनुष्यस्वभाव जशी फुलांची बरसात करतो तसे काटेही विखरून टाकतो हे निष्पाप जनाच्या मनाला कुठं माहीत होतं! वैकुंठपूर असलेल्या या पंढरपुरातसुद्धा काळ्या मनाची माणसं राहत होती. पण नामदेवांवर निरागस माया

करणाऱ्या निष्पाप जनाला याची कुठली कल्पना असणार!

म्हादा गुरव हा त्यातलाच एक. कारण नसताना जनाचा द्वेष करणारा! खरंतर जना चिमुरडी पोर असल्यापासून विठ्ठल मंदिरात येत होती. तसं मंदिरात अनेक पोरं-टोरं यायची. म्हादा सतत गाभाऱ्यात असायचा. मग ती पोरं-टोरं विठ्ठलाचा प्रसाद मिळावा म्हणून म्हादाच्या विनवण्या करायची, त्याच्या पाया पडायची. कधीमधी त्या पोरांच्या बरोबर आयापण असायच्या. त्याही प्रसादासाठी म्हादासमोर हात पसरायच्या, त्याच्या मिनत्या करायच्या. मग मोठ्या आढ्यतेनं, त्यांच्यावर उपकार केल्यासारखं दाखवून म्हादा त्यांच्या हातावर दोन-चार साखरफुटाणे, एखादा केळ्याचा काप, एखादा पेढा असं काहीबाही ठेवत असे. तेवढ्यानं खूश झालेली ती पोरं, त्या बायाबापड्या म्हादाला नमस्कार करत असत. पण ती चिमुरडी जना यायची आणि मंदिराच्या पायरीवर बसायची. तिथून एकटक विठ्ठलाकडं बघत असायची. तिनं कधीही म्हादाकडं प्रसाद मागितला नाही. तिच्या नजरेत म्हादाचं तिथं असणं नसण्यासारखंच होतं. या गोष्टीचा म्हादाला राग यायचा. तशातच नामदेवाच्या हट्टापायी विठ्ठलाच्या मूर्तीनं नैवेद्य खाल्लेल्या प्रसंगात तो नैवेद्य नामदेवाने खाल्ला असा कांगावा करणाऱ्या म्हादासमोर अत्यंत निर्भीडपणे आणि ठामपणे 'नामदेव गाभाऱ्यात गेलाच नाही.' असं सांगून म्हादाचा कांगावा खोटा पाडणाऱ्या जनाबद्दल त्याच्या मनात राग धुमसतच होता. त्यातच दामाशेटींच्या घरात जनानं मिळवलेलं स्थान, चार जाणत्या मंडळींच्या मनात तिच्याबद्दल असणारा आदर, समजुतीच्या चार गोष्टी सांगून जी घरं तिनं सावरली त्या घरातल्या माणसांच्या मनात तिच्याबद्दल असणारी आपुलकी, बहुधा रोज रात्री तिचं मंदिरात उपस्थित राहणं या सगळ्या गोष्टींमुळे जनीबद्दल म्हादा गुरवाच्या मनात द्वेष धुमसत राहिला होता. त्यातच आजकाल विठ्ठलावर तिचा मोठा अधिकार असल्याचं बोललं जात होतं. ही जना वरून दिसते तेवढी साधीभोळी नसून अत्यंत ढोंगी आणि धूर्त अशी आहे, असं त्याचं ठाम मत होतं. त्याच्या मुलानं, गोपाळनं रानात घडलेला गोवऱ्यांचा प्रसंग सांगितल्यानंतर तर जना नुसतीच धूर्त आणि ढोंगी नसून जादूटोणा करणारी चेटकीण आहे, असं त्याचं ठाम मत झालं होतं. या जादूटोण्याच्या साहाय्यानं तिनं दामाशेटींच्या घरातल्या सगळ्यांना तर वश करून घेतलंच आहे, पण गावातही काही लोकांवर तिनं जादूटोणा केला आहे आणि म्हणूनच अस्पृश्य आणि अडाणी असूनही तिला अभंग रचता येतात. दामाशेटींच्या घरातला कामाचा ढीग एकटीने उपसता येतो. याबद्दल त्याची खात्री पटत चालली होती. जना जसजशी चार भिंतींच्या बाहेर यायला लागली, समाजात मिसळायला लागली, तसतशी तिच्या लाघवी वागण्याची, आर्जवी बोलण्याची, अभंग रचणाऱ्या प्रतिभेची, विठ्ठलावरच्या उत्कट भक्तीची आणि तिच्या बुद्धिवैभवाची साक्ष लोकांना पटून

तिच्याबद्दल त्यांचा आदर वाढू लागला; पण हे सगळं ती जादूटोण्याच्या साहाय्याने करते आहे असं म्हादा गुरवानं लोकांना परोपरीनं समजावून सांगितलं. लोकांनी त्यावर विश्वास ठेवला नाही. उलट रघुनाथ भट, केसोपंत कुलकर्णी यांसारख्या ज्येष्ठांनी म्हादालाच दटावलं. या सगळ्यामुळं म्हादा जनीचा कमालीचा द्वेष करू लागला. तिला बदनाम करण्याची, तिचा पाणउतारा करण्याची, लोकांच्या मनातलं तिचं स्थान कमी करण्याची, बायाबापड्यांना तिच्याबद्दल वाटणारा आदर नष्ट करण्याची संधी तो शोधू लागला आणि त्याच्या कुटील मनानं ती संधी बरोबर हेरली.

दामाशेटींच्या आऊबाईचं लग्न झालं तेव्हा जना परकरी पोर होती. दामाशेटींनी आता नामदेवाचंही लग्न ठरवलं होतं. नामदेवाच्या लग्नातच नागरीचंही लग्न होणार होतं. पण परकरातून लुगड्यात आलेली, एकोणीस/वीस वर्षांची झालेली जना अजून कुमारिकाच होती. दामाशेटींच्या घरी ती आश्रित असली, तरीसुद्धा योग्य वयात तिचं लग्न होणं ही जनरीत होती; पण तसं झालं नव्हतं. त्यातच जनानं नामदेवाच्या मागे मागे फिरणं, आपण नामदेवाची दासी आहोत, असा अभिमानानं उल्लेख करणं, घरातही नामदेवाचं जनीशिवाय पान न हलणं या सगळ्याचा म्हादा गुरवाच्या काळ्या नजरेनं वेगळा अर्थ काढला. जसजसा तो विचार करत गेला तसतसा आपण काढलेला अर्थ बरोबर असल्याचा त्याला विश्वास वाटायला लागला आणि माकडाच्या हाती कोलीत अशी अवस्था झाली. आपल्या मनातली ही घाणेरडी शंका त्यानं आणखी चार जणांच्या समोर बोलून दाखवली. त्यांना ते फारसं पटलं नाही. 'पण आपल्याला काय करायचं आहे', असा विचार करून त्यांनी म्हादालाही विरोध केला नाही. त्यांच्या गप्प बसण्याचा अर्थ ते आपल्याशी सहमत आहेत असा लावून घेऊन तो आणखी चेकाळला. लोक आपल्या बाजूनं आहेत असं त्याला वाटायला लागलं आणि ही घाणेरडी गोष्ट बघून जनाचा अपमान करण्याची संधी तो शोधू लागला आणि एक दिवस ती संधी त्याला मिळाली.

या सगळ्यांपासून पूर्णत: अनभिज्ञ असलेली जना नामदेवाच्या लग्नाच्या तयारीत गुंतलेली होती. या सगळ्या कामाच्या गडबडीत विठ्ठलाच्या मंदिरात यायला तिला फारशी सवड मिळत नसे. पण जसा वेळ मिळेल, तशी ती काही क्षणांसाठी का होईना, पण मंदिरात येऊन विठ्ठलाचं दर्शन घेऊन जायची. कधी सकाळी, तर कधी दुपारी, कधी संध्याकाळी तर कधी रात्री. ती येऊन गेली की, विठ्ठलालाही बरं वाटायचं. आज ती अशीच संध्याकाळच्या वेळी मंदिरात आली होती. सांजआरतीची वेळ होती. मंदिरात गर्दी होती. जना आली. सभामंडपात एका कोपऱ्यात उभी राहिली. तिथूनच तिनं विठ्ठलाला हात जोडले. आरतीच्या तयारीत

असलेल्या म्हादा गुरवाचं लक्ष तिच्याकडे गेलं. त्यानं गाभाऱ्यातूनच तिला हाक मारली. ज्या संधीची तो इतके दिवस वाट बघत होता ती संधी आयतीच चालून आली होती. देवळात थोडीफार गर्दीही होती. सांजआरतीसाठी लोक जमलेलेच होते. म्हादा गुरवाचे डोळे दुष्टपणे चमकले. चेहऱ्यावर नाटकी भाव आणून त्यानं जनाला हाक मारली. "या जनाबाई, या! अहो, अशा पुढं या. तुम्ही मागं उभ्या राहून कसं चालेल? तुमचा अधिकार मोठा! तुमचं प्रेम मोठं! विठ्ठलावर आणि नामदेवावरसुद्धा! नामदेवाचा अर्धा जीव तुमच्यात, तुमचा अर्धा जीव नामदेवात आणि विठ्ठलाचा जीव तुमच्या दोघांत! काय तुम्ही जादू केलीये विठ्ठलावर आणि नामदेवावर, काही कळत नाही. तुमचं विठ्ठलावर एवढं प्रेम की, त्यामुळं आजकाल विठ्ठल-रुक्मिणीतसुद्धा भांडणं होत असतील. तसंच तुमचं प्रेम नामदेवावरही आहे. नाही का? आतातर नामदेवाचं लगीन ठरलंय म्हणे! मग तुमचं कसं होणार हो जनाबाई? नामदेवाचं लगीन झाल्यावर तुम्ही कुठं जाणार? नामदेवाची बायको येणार, तिचा त्याच्यावर अधिकार असणार, ती त्याच्यावर आपला हक्क सांगणार. मग तुम्ही कुठं हो जाणार? नामदेवानं तुम्हाला ठेवून घेतलं होतं, पण आता त्याची बायको तुम्हाला ठेवून घेणार नाही! तिनं तुम्हाला हाकलल्यावर तुम्हाला दुसरा शोधावा लागणार; निवारा हो! नामदेवाच्या घरी इतकी वर्षं राहिल्यावर तुम्हाला दुसरं कोण ठेवून घेणार? जनाबाई, तुम्ही रोज मंदिरात येता, विठ्ठलाची भक्ती करता, अभंग रचता. तुमच्याबद्दल काही वाटतंय म्हणून बोलतो हो! नाहीतर असं करा, तुम्हाला जादूटोणा येतोच. मग काहीतरी जादूटोणा करून दुसरं एखादं घर वश करून घ्या. कसं? काय मंडळी! मी बोलतोय ते बरोबर आहे ना?" हलकटपणानं फिदीफिदी हसत म्हादा गुरवानं डोळे मिचकावले. तो बोलत होता ते जमलेल्या बऱ्याच लोकांना आवडलं नव्हतं; पण जना गप्प होती. म्हणून तेही गप्प राहिले.

म्हादाच्या प्रत्येक शब्दानं विठ्ठलमूर्तीच्या पायाखालच्या विटेला हादरा बसत होता. त्याचा प्रत्येक शब्द कानात शिसाचा रस ओतल्याप्रमाणे सगळ्या संवेदना जाळत जनाच्या मनापर्यंत पोहचत होता. त्याच्या प्रत्येक शब्दानं जनाच्या निष्पाप हृदयाचे तुकडे होत होते. जनाच्या हृदयात आगडोंब उसळला होता; पण तरीही जना शांत होती. स्थितप्रज्ञ होती. तिचं मन जणू दगडाचं बनलं होतं. तत्क्षणी तिथून निघून जावं असं तिला वाटत होतं; पण नाही. तसं जाऊन चालणार नव्हतं. म्हादा गुरवाच्या या किळसवाण्या आरोपाला काहीतरी उत्तर देणं भाग होतं. प्रश्न जसा तिच्या अस्मितेचा होता, तसा नामदेवाच्या चारित्र्याचा होता. तिच्या पावित्र्याचा होता, तसाच विठ्ठलाच्या अस्तित्वाचाही होता. जना शांतपणे पुढे झाली. गाभाऱ्यासमोर येऊन उभी राहिली. म्हणाली, "म्हादाकाका, किती वर्षं तुम्ही देवाच्या संगतीत आहात? मला वाटतं, एक तप उलटून गेलं असावं. झाडावरचं फूल क्षणभर

मातीत पडलं, तरी मातीला त्याचा सुगंध लाभतो. मग एक अख्खं तप तुम्ही दिवस-रात्र देवाच्या सान्निध्यात आहात तरीही तुमचं मन इतकं मलीन, इतकं अस्वच्छ, इतकं घाणेरडं कसं? या बारा/चौदा वर्षांत देवाच्या पावित्र्याचा, मांगल्याचा किंचितही स्पर्श तुमच्या मनाला झालेला दिसत नाही. मग तुम्ही स्वत:ला देवाचे गुरव कसे म्हणवून घेता? ते जाऊ दे. राहता राहिला नामयाच्या चारित्र्याचा आणि माझ्या पावित्र्याचा प्रश्न. मग ज्या देवाने मला नामयाची दासी म्हणून इथं धाडलंय तोच माझा विठ्ठल याचं उत्तर देईल.'' असं ठामपणे सांगून निश्चयी, पण आत्मविश्वासानं भरलेली पावलं शांतपणे टाकत जना मंदिराच्या बाहेर पडली.

जनाचं बोलणं ऐकून तोंडात मारल्यासारखा म्हादा गुरवाचा चेहरा झाला. त्याला असं वाटलं होतं की, आपल्या अशा बोलण्याने जना शरमेल, सांजआरतीला जमलेल्या लोकांसमोर आपण तिला इतके अपमानास्पद बोललो ते ऐकून ती रडेल, भेकेल. शरमिंदी होऊन आपली माफी मागेल; परंतु त्याचं कुत्सित बोलणं ऐकून जनीच्या चेहऱ्यावरची रेषसुद्धा ढळली नव्हती. उलट जाता जाता तिने –

डोईचा पदर आला खांद्यावरी । भरल्या बाजारी जाईन मी ।।
हाती घेईन टाळ खांद्यावरी वीणा । आता मज मना कोण करी ।।
पंढरिच्या पेठे मांडियेले पाल । मनगटावर तेल घाला तुम्ही ।।
जनी म्हणे देवा मी जाले वेसवा । रिघाले केशवा घर तुझे ।।

हा अभंग गाऊन केवळ गुरवालाच नव्हे, तर गुरवाच्या कुत्सित बोलण्याला, मान डोलवणाऱ्यांनाही चपराक मारली होती. विठ्ठलाच्या भक्तीची आपली मिरासदारी त्या लोकांसमोर अभिमानाने मिरवत जना घरी आली खरी, पण घरी आल्यावर मात्र तिचे डोळे भरून आले. दामाशेटींच्या घरात निर्मळ वातावरणात वाढलेल्या जनीला एक भागाबाईचा दु:स्वास सोडला, तर दुसरा कसलाच त्रास वाट्याला आला नव्हता आणि असले नीचपणाचे शेरेताशेरे तर कधीच तिच्या कानावर पडले नव्हते. जनीला बसलेला हा फार मोठा धक्का होता. अशा पद्धतीचा घाणेरडा विचार करणारी माणसं समाजात असतात, याचं ज्ञान तिला प्रथमच झालं होतं. तिच्या निरागस मनाला असल्या शेरेताशेऱ्याची कधीच सवय नव्हती. गुरव जे काही म्हणाला होता ती गोष्ट गोणाईला किंवा भागाईला सांगणंही तिच्याच्याने शक्य नव्हतं. नामदेवाला तर नाहीच नाही. नामदेवाला सांगितलं असतं, तर त्याने हकनाक त्या गुरवाशी भांडण काढलं असतं आणि मग त्या गोष्टीचा वेगळाच बोभाटा झाला असता. त्यामुळं विठ्ठलाशी रात्री भेट झाल्यावर त्याला आणि फक्त त्यालाच ही गोष्ट सांगता आली असती, पण तोपर्यंत वेळ काढणं जसं भाग होतं, तसंच मनावर झालेला आघात, डोळ्यात वारंवार भरणारं पाणी, उतरलेला चेहरा हे सर्व गोणाई, भागाईपासून लपवणंही गरजेचं होतं. जनीनं एक शक्कल लढवली.

पायलीभर जोंधळे घेतले आणि परसदारी जातं होतं, तिथे जाऊन दळायला बसली.

जेवणं झाली. आवरासावर झाली. सगळ्यांची निजानीज झाली, तशी जनी आपल्या खोलीत गेली. खोलीत गेल्यानंतर मात्र तिला रडू आवरेना. आतापर्यंत आवरून धरलेलं उसनं अवसान गळून पडलं. म्हादा गुरवानं उच्चारलेल्या शब्दांचे काटे तिला आता टोचायला लागले आणि जना हुंदके देऊन रडायला लागली. कंदिलाच्या अंधुक प्रकाशात स्फुंदून स्फुंदून रडणारी जना एखाद्या शापित राजकन्येसारखी दिसत होती. तिच्या रडण्याचा आवाज ऐकून तिथं आलेल्या विठ्ठलाला तरी तसं वाटलं. विठ्ठलाला समोर बघितल्यावर तर जनाला अधिकच गहिवरून आलं. त्याला गळामिठी घालून ती आणखीच रडायला लागली. काही न बोलता विठ्ठल तिच्या पाठीवर थोपटत राहिला. मंदिरात घडलेला तो प्रसंग, म्हादा गुरवाचं ते कुत्सित बोलणं, जनीवर त्यानं घातलेले घाणेरडं किटाळ हे सगळं त्याच्यासमोरच घडलेलं असल्यामुळे जनीच्या रडण्याचं कारण विचारायची त्याला गरजच नव्हती. तरीही तशा परिस्थितीत विठ्ठलावर प्रचंड विश्वास दाखवत जनीनं म्हादा गुरवाला दिलेली चपराक त्यानं ऐकली. त्या क्षणी त्याला जनीचा विलक्षण अभिमान तर वाटलाच, पण आपल्यावर बेभान प्रेम करणारे, टोकाची भक्ती करणारे आणि विलक्षण श्रद्धा ठेवणारे असे भक्त आपल्याला लाभले या विचारानं त्याला स्वत:च्याच भाग्याचा हेवा वाटला. जनीनं ज्या विश्वासानं 'माझा विठ्ठलच तुला याचं उत्तर देईल' अशी ग्वाही दिली, तिचा तो विश्वास सार्थ ठरवण्याचा त्यानं मनाशी निश्चय केला. त्यानं जनीची समजूत घातली. तिचे अश्रू पुसले. तिला धीर दिला. तिच्यावरचा हा कलंक पुसून टाकण्याचं तिला वचन दिलं, तेव्हा कुठे जनी शांत झाली. म्हणाली,

> तुझे चरणी घालूनि मिठी । चाड नाही रे वैकुंठी ॥
> सर्व भावे गाईन नाम । सखा तूचि आत्माराम ॥
> नित्य पाय वंदिन माथा । तेणे नासे भव भय व्यथा ॥
> रूप न्याहाळिन दृष्टी । सर्व सुखे सांगेन गोष्टी ॥
> दीनानाथा चक्रपाणि । दासी जनी लावी ध्यानी ॥

जनीचा तो अभंग ऐकला आणि तिच्या मनाची समजूत पटली आहे हे विठ्ठलाला समजलं, तशी तिचा निरोप घेऊन तो परत गेला.

त्यानंतर दोनच दिवसांनंतरची गोष्ट. दामाशेटींकडे नामदेवाच्या सासुरवाडीहून काही पाहुणे आली होते. मानपानाचे आहेर द्यायला, आवतण करायला ती मंडळी आली होती. दुसऱ्याच दिवशी भागवत एकादशी होती. दामाशेटींनी त्यासाठी त्यांना आग्रहाने ठेवून घेतलं. माघी वारीसाठी वारकरी पंढरपुरात जमा झाले होते. विठ्ठलाला तुळशीमाळा प्रिय म्हणून बहुतेक सगळ्यांनी तुळशीच्या माळा करून आणल्या

होत्या. वारीत ज्यांनी दुकानं थाटली होती त्यांनीसुद्धा परिसरातली तुळस तोडून माळा करून विकायला ठेवल्या होत्या. जनीनं आणि नागरीनंसुद्धा त्यांच्या परसदारी असलेली तुळशी दले तोडून त्याच्या माळा बनवल्या होत्या. गंमत अशी झाली की, जनीने आणि नागरीने बनवलेल्या सगळ्या माळा पाहुण्यांना द्याव्या लागल्या. एक माळ शिल्लक राहिली होती, ती नागरीनं घेतली. जनीला माळच उरली नाही. सकाळी लवकर उठून आवरून सगळी जणं विठ्ठल दर्शनासाठी मंदिरात गेली. मंदिरात गर्दी होती. लोक रांगा लावून उभी होती. सगळं आवरून जना सगळ्यात शेवटी मंदिरात जायला निघाली. तुळशीच्या माळा तर संपल्याच होत्या. जाता जाता जनीनं परसदारी जाऊन तुळशीची थोडी पानं तोडून घेतली. ती पानं ओंजळीत घेऊन जनी मंदिरात जाऊन रांगेत उभी राहिली. रांग बरीच मोठी होती आणि मुंगीच्या पावलानं पुढं सरकत होती. जनी रांगेत उभी राहिली तेव्हा रघुनाथभट नैवेद्याचं ताट घेऊन मंदिरात गेले. जाता जाता "काय जनाबाई, आज उशीर झाला?" असं म्हणून पुढे निघून गेले. ऊन चांगलंच चटके देत होतं. सगळ्यांच्या हातामध्ये असलेल्या तुळशीमाळांमधल्या तुळशी कोमेजून गेल्या होत्या. तुळशीदळांनी माना टाकल्या होत्या. ओंजळीमध्ये तुळशीची पानं घेऊन जना उन्हातच उभी होती. घंटा, दीड घंटा झाला. जना सभामंडपापर्यंत येऊन पोहचली. काही वेळातच ती गाभाऱ्याजवळ पोहचली. गाभाऱ्याच्या दरवाजाशी म्हादा गुरव, रघुनाथभट दोघेही उभे होते. दर्शनासाठी आलेल्या भक्तांच्या हातातलं पूजेचं सामानसुमान, फुलं, उदबत्ती, कापूर, नैवेद्य, तुळशीच्या माळा असं जे काही त्यांनी देवाला वाहण्यासाठी आणलं असेल ते त्या भक्तांच्या हातातून घेऊन मूर्तीवर वाहत होते. आपण देवासाठी आणलेल्या वस्तू देवापर्यंत पोहचल्या या समाधानात देवाला नमस्कार करून भक्तांची रांग पुढं सरकत होती. जना गाभाऱ्याजवळ आली. सकृत्दर्शनी तिच्या हातात काहीच दिसत नव्हतं. तिला पाहून म्हादा गुरवानं कपाळाला आठ्या घातल्या. पुन्हा कुत्सितपणानं म्हणाला, "अरे वा जनाबाई, तुम्ही का? एकट्याच आला आहात? बरोबर कुणी दिसत नाही? अरे हो, नामदेवाचं लग्न ठरलंय नाही का? आता तुम्हाला एकटीलाच यावं लागणार! म्हणजे सगळी कामात असतील ना? आणा बघू काय आणलंय देवाला द्यायला? आता तुम्ही कुठून आणणार? असू दे. असू दे." तो असं म्हणत असताना त्याच्याकडं संपूर्ण दुर्लक्ष करून जना रघुनाथभटांच्या समोर गेली आणि आपल्या हाताची मिटलेली ओंजळ तिनं रघुनाथभटांसमोर उघडून धरली. तिने उघडलेल्या ओंजळीकडे रघुनाथभट डोळे विस्फारून बघतच राहिले. क्षणभर विठ्ठलाच्या मूर्तीकडे नजर टाकून ते जनाला म्हणाले, "जने, अगं जने, पाहिलंस का! अगं पोरी, ओंजळीत तुळशीची पानं घेऊन तू दोन तास रांगेत उन्हात उभी होतीस. बाकी सगळ्यांनी आणलेल्या

तुळशीच्या माळा उन्हाच्या कडाक्यानं सुकल्या आहेत. पण जने, तुझ्या ओंजळीत असलेली ही तुळशीची दळं आता खुडून आणावीत इतकी टवटवीत आहेत. निष्कलंक चारित्र्य आणि त्याच्या जोडीला भक्तीचं पावित्र्य असल्याशिवाय हे शक्य नाही. जना, हे शक्य नाही. देव आणि भक्त यांच्यातला हा अद्वैताचा साक्षात्कार आहे. नामयाची दासी जनी असं म्हणवून घेण्यातली तुझी मिरासदारी ही तुझ्या दासीपणात नसून तुझ्या भक्तीच्या सखोलतेत आहे. भक्त जितका देवाजवळ तितका तो विनम्र असतो. स्वत:ला नामयाची दासी असं अभिमानानं म्हणणं ही तुझ्यातल्या श्रेष्ठ भक्ताची विनम्रताच आहे. धन्य आहेस जना तू आणि धन्य आहे तुझी भक्ती!'' रघुनाथभटांचा आवाज खणखणीत होता. दामाशेटींचे ते चांगले मित्र होते. दामाशेटींच्या घरात नांदणारी विठ्ठलभक्तीची मिरासदारी रघुनाथभट चांगलेच जाणून होते. दामाशेटींकडे जनी राहायला आल्यानंतर तिच्यात झालेली स्थित्यंतरं, विठ्ठलभक्तीची तिची ओढ, विठ्ठलावरचा तिचा अधिकार, अभंगरचना करण्याचं तिचं कौशल्य आणि दामाशेटींच्या घरासाठी तिचं वाहून घेणं हे सगळं रघुनाथभट जाणून होते. त्यात आज दोन तास उन्हात उभे राहूनसुद्धा जनीच्या हातातली तुळशीची पानं जशीच्या तशी ताजी-टवटवीत असणं हा खरोखरच एक चमत्कार होता. रघुनाथभटांच्या तो लक्षात आला आणि त्यांच्या खणखणीत आवाजामुळं तो बाकीच्यांनाही समजला. आजतर मंदिरात खूपच गर्दी होती. त्या चमत्काराचा अर्थ तिथं जमलेल्या लोकांच्या लक्षात आला आणि जनाची योग्यता किती मोठी आहे हे दुसऱ्या क्षणाला सगळ्यांना समजलं. त्या गर्दीत जनाला टोमणे मारण्याच्या वेळी म्हादा गुरवाच्या हो ला हो करणारी जी कोणी मंडळी होती त्यांनाही तो समजला. त्यांना स्वत:ला तर अपराध्यासारखं वाटलंच, पण त्यांनी अशा काही नजरेनं म्हादा गुरवाकडं पाहिलं की, शरमेनं तो काळाठिक्कर पडला. या क्षणी धरणी दुभंगून आपल्याला पोटात घेईल तर बरं, असं त्याला वाटून गेलं. निश्चयी चेहऱ्यानं, एकटक नजरेनं विठ्ठलाच्या मूर्तीकडं बघत जना अजून तिथंच उभी होती. 'दिलेलं वचन पूर्ण केलं की नाही!' असा भाव विठ्ठलाच्या मूर्तीच्या चेहऱ्यावर तिला दिसला. विठ्ठलमूर्तीवरची नजर काढून तिनं अपराधी मुद्रेनं उभ्या असलेल्या म्हादा गुरवाकडे एक कटाक्ष टाकला. तिच्या त्या कटाक्षानं पाण्यात मातीचं ढेकूळ विरघळावं तसा म्हादा विरघळला. 'या निष्पाप आणि पवित्र मुलीबद्दल आपण जी गरळ ओकली ती इथं जमलेल्या लोकांना समजली, तर ते आपल्या चिंध्या केल्याशिवाय राहणार नाहीत.' याची त्याला खात्री पटली. चटकन पुढे होऊन त्यानं जनाचे पाय धरले. विठ्ठलाच्या संगतीत राहून तेवढी सभ्यता त्याच्यात शिल्लक असावी. ''क्षमा, पोरी मला क्षमा कर. मी पापी, नीच माणूस आहे. मी तुला वाटेल ते बोललो. तुझी योग्यता मी ओळखू शकलो नाही. मला क्षमा कर.'' जनी काहीच

बोलली नाही. म्हादा गुरवाच्या खांद्याला धरून तिनं उठवलं. म्हणाली, ''म्हादाकाका, माझा तुमच्यावर राग नाही. तुमच्या त्या बोलण्याने का होईना, पण माझी विठ्ठलावरची भक्ती आणि माझं पावित्र्य तावून सुलाखून तर निघालंच, पण नामदेवाचं चारित्र्यही आणखी उजळलं. याबद्दल मीच तुमचे आभार मानले पाहिजेत. म्हादाकाका,

सत्त्व रज तमे असे हे बांधीले । शरीर दृढ जाले अहंकारे ।।
सांडी अहंकार धरी दृढभाव । हृदयी पंढरिराव धरोनिया ।।
नामयाची जनी भक्तीसी भुलली । ते चरणी राहिली विठोबाचे ।।
आम्ही स्वर्ग लोक मानू जैसा ओक । देखोनिया सुख पंढरीचे ।।
नलगे वैकुंठ न वांछु कैलास । सर्वस्वाची आस विठोपायी ।।
नलगे संतति, धन आणि मान । एक करणे ध्यान विठोबाचे ।।
सत्य की मायीक आमुचे बोलणे । तुमची तुम्हा आण सांगा हरी ।।
जीवभाव आम्ही सांडु ओवाळुनी । म्हणे दासी जनी नामयाची ।।

जना खणखणीत आवाजात अभंग गात होती आणि मंदिरात जमलेले सगळे भाविक मंत्रचाळ्यागत झाले होते. जनाच्या ओंजळीमध्ये असलेल्या तुळशीदळांबद्दल रघुनाथभटांनी केलेलं स्पष्टीकरण, त्यानंतर म्हादा गुरवानं जनीची मागितलेली माफी हे सर्वांसमोरच घडलं होतं. नंतर रघुनाथभटांनी जनाच्या ओंजळीतून ती तुळशीदळं आपल्या ओंजळीत घेतली, भक्तिभावानं कपाळाला लावली. खाली वाकून मंदिरात जमलेल्या सगळ्या भाविकांना दाखवली. रघुनाथभटांच्या हातातली ती टवटवीत तुळशीदळं बघून भाविकांतून ''धन्य धन्य'' असे उद्‌गार निघाले. रघुनाथभटांनी ती तुळशीदळं विठ्ठलमूर्तीच्या माथ्यावर घातली. विठ्ठलाच्या त्या काळ्या दगडाच्या मूर्तीच्या चेहऱ्यावर क्षणभर प्रसन्नता उमटली असा लोकांना भास झाला. मंदिरात जमलेले सगळे लोक असे भारावल्यासारखे झाले असताना जनाने अभंग गायला सुरुवात केली. तिच्या अभंगातला प्रत्येक शब्द तिची पारमार्थिक सखोलता दाखवत होता. तिची निरागसता, तिचा निःस्वार्थीपणा, भौतिक संसार आणि काम, क्रोध, लोभ, मोह, मद, मत्सर या षड्‌रिपूंपासून तिनं मिळवलेली मुक्ती आणि एकूण सगळ्या अभंगरचनेतून स्पष्टपणे प्रतीत होणारी विठ्ठलाची भक्ती हे सगळं बघून तिथं जमलेले सगळे लोक दिङ्‌मूढ झाले, आश्चर्यचकित झाले. अवघं वीस-बावीस वर्षांचं वय असेल जनीचं, पण त्या अभंगरचनेतून अभिव्यक्त होणारी तिची विठ्ठलभक्ती, चमत्काराच्या पातळीपर्यंत जाऊन पोहचलेला आणि विठ्ठलाची जनीवरची माया दाखवणारा तुळशीदळाचा प्रसंग हे सगळं बघितल्यावर जनाचं मोठेपण लोकांना कळून चुकलं. इतके दिवस जना, जनी, जने असा काहीशा उपहासानं तिचा एकेरी उल्लेख करणाऱ्यांनासुद्धा जना आता जनाबाई या संबोधनापर्यंत पोहचली आहे, याचं भान आलं. तोच रघुनाथभट म्हणाले, ''जना, तुला आता जना

म्हणून चालणार नाही पोरी. तुला जनाबाई म्हणायला हवं.'' त्यांचं म्हणणं उचलून धरत म्हादा गुरव म्हणाला, ''बरोबर आहे देवा. जनाबाईच म्हणायला हवं तिला. भक्त जनाबाई असं म्हणू या.'' ज्या म्हादा गुरवानं या निरागस मुलीचा अपमान करण्याची एकही संधी सोडली नव्हती, तोच गुरव जनाची क्षमा मागत होता आणि तिला भक्त जनाबाई असं संबोधून नामदेवांच्या पंगतीत नेऊन बसवत होता. ते बघून रघुनाथभटांना आनंद झाला. जना जरी शूद्र असली, तरीसुद्धा रघुनाथभट ब्राम्हण असल्यामुळे जनाची विठ्ठलावरची निरपेक्ष आणि निस्सीम श्रद्धा, त्याची सखोलता त्यांनी जाणली होती. जनाबाईच्या बोलण्यातून, शब्द वापरण्यातून, शब्दरचनेतून तिच्याजवळ असलेली प्रतिभाही त्यांनी ओळखली होती. आज जनाला इतक्या सगळ्या माणसांच्या समोर अभंगरचना करताना पाहिल्यावर आणि ऐकल्यावर जना म्हणजे एक झळाळणारं रत्न आहे हे आपण ओळखलं होतं याचा त्यांना आनंद झाला. जनीचा आवाज काहीसा अनुनासिक, पण खडा होता. मंदिरात जमलेल्या सगळ्या लोकांना तिचं बुद्धिवैभव आणखी दाखवावं या उद्देशानं रघुनाथभट म्हणाले, ''ऐकलंस पोरी, आता तू भक्त जनाबाई झालीस. माझ्यासाठी तू जनाच आहेस खरं, पण तरीही हे भक्तीचं पद तू स्वत:च्या भक्तिसामर्थ्यावर आणि प्रतिभाशक्तीवर मिळवलं आहेस! विठ्ठलाचा जो भक्त असतो तो संत असतो म्हणतात. मग मला एक सांग पोरी, देव आणि संत यांच्यात काय फरक आहे?'' रघुनाथभटांचा प्रश्न ऐकून जना हसली. या सगळ्या लोकांच्या मनात आपल्याबद्दल अजून किंचितसंही किल्मिष असेल, तर ते पुसलं जावं या उद्देशानंच रघुभटकाकांनी हा प्रश्न विचारला होता हे तिच्या लक्षात आलं. जना विठ्ठलाच्या मूर्तीसमोर हात जोडून, डोळे मिटून उभी होती. तिनं डोळे उघडून रघुनाथभटांकडं पाहिलं. नजर पुन्हा विठ्ठलमूर्तीकडं वळवली. जोडलेले हात तसेच ठेवून म्हणाली, ''रघुभटकाका, या वेड्या जनीची परीक्षा घेताय होय? पण तुमच्या प्रश्नाचं उत्तर द्यायचा मी प्रयत्न करीन. काका, सूर्याचे किरण म्हणजे सूर्य नव्हे, पण सूर्यापासून किरण वेगळे काढता येणार नाहीत. हे जसं आहे, तसंच संत म्हणजे देव नव्हे, पण देव आणि संत वेगळे काढता येणार नाहीत. जसे,

आम्ही आणि संत संत आणि आम्ही । सूर्य आणि रश्मि काय दोन ।।
दीप आणि सारंग सारंग आणि दीप । ध्यान आणि जप काय दोन ।।
शांति आणि विरक्ति विरक्ति आणि शांति । समाधान आणि तृप्ति
काय दोन ।।
रोग आणि व्याधी व्याधी आणि रोग । देह आणि अंग काय दोन ।।
कान आणि श्रोत्र श्रोत्र आणि कान । यश आणि मान काय दोन ।।
देव आणि संत संत आणि देव । म्हणे जनी भाव एक ऐसा ।।

रघुनाथभटांनी विचारलेल्या प्रश्नांच्या उत्तरादाखल आपल्या बुद्धिवैभवाचं, भक्तिसामर्थ्याचं आणि शब्दकळेचं प्रत्यंतर घडवत, अद्वैताचं तत्त्वज्ञान अतिशय सोपं करून सांगत जनानं तिथल्या तिथं अभंग रचला आणि लगेच म्हणूनही दाखवला. या एका प्रसंगानं संतपदाचा सोपान चढण्याचा दरवाजा जनासाठी खुला झाला. या एका प्रसंगानं आणखी एक महत्त्वाची गोष्ट घडली. ती म्हणजे, लोकांची तिच्याकडं बघायची दृष्टी बदलली. नामयाची दासी असण्याची मिरासदारी जरी ती मिरवत असली, तरी तिचं दासी असणं हे केवळ तिच्या अस्तित्वाचं प्रतीक होतं. मात्र तिची खरी जागा विद्वजन असलेल्या संतांच्या मांदियाळीत होती, हे लोकांना समजलं.

आपण काहीतरी वेगळं करून दाखवलं आहे किंवा चमत्काराच्या जवळ जाणारा साक्षात्कार लोकांना घडवला आहे, लोकांनी आपल्याला भक्त जनाबाई म्हटलं म्हणजे आपण खरोखरच कुणीतरी मोठ्या आहोत, या सगळ्या सगळ्या भावनांपासून जना पूर्णत: अलिप्त होती. अर्थात या प्रसंगामुळं नामदेवाचं चारित्र्य आणि तिचं पावित्र्य उजळून निघालं आणि हे करण्यासाठी तिचा विठूराया धावला, या एकाच गोष्टीचा तिला आनंद झाला होता. आपण विठ्ठलाची भक्ती करतो म्हणजे काहीतरी विशेष करतो, आपण अभंगरचना करतो म्हणजे काहीतरी वेगळं करतो या भावनेचा पुसटसा स्पर्शही जनाच्या मनाला झाला नव्हता. जितक्या सहजतेनं फूल उमलावं आणि ते उमललेलं देठालाही कळू नये, जितक्या सहजतेनं फुलाचा गंध दरवळावा आणि तो पाकळीलाही कळू नये तितक्या सहजतेनं जनाची अभंगरचना घडायची आणि कधीकधी तर अभंग रचून झाल्यानंतर जनीला कळायचं. अपार बुद्धिवैभवाची साक्ष इतक्या निरागसपणे अभिव्यक्त होताना बघून लोक स्तिमित व्हायचे. कालपरवा दामाशेटींच्या घरी अनाथ म्हणून आश्रयाला आलेली एका शूद्राची पोर स्वत:ला नामयाची दासी म्हणवून घेत मिरवत असली, तरी ती विठ्ठलाची सखी होती, याचा साक्षात्कार लोकांना हळूहळू व्हायला लागला होता. अर्थात जनीच्या बुद्धिप्रामाण्याची ही आता कुठं सुरुवात होती, हे कुठं लोकांना माहीत होतं? अर्थात नामदेवाच्या घरातलं कामकाज करण्यात धन्यता मानणाऱ्या, विठ्ठलभक्तीत स्वत:ला झोकून देणाऱ्या जनीला तरी हे कुठं माहिती होतं. नामदेवाचं लग्न तोंडावर आलेलं असताना असल्या गोष्टींचा विचार करायला जनीला सवड नव्हती. तरीही मंदिरात घडलेला तो प्रसंग आताच म्हणजे नामदेवाच्या लग्नाआधीच घडून गेला होता, हे बरंच झालं होतं. नामदेवाच्या लग्नानंतर तो घडला असता, तर त्याचे परिणाम वेगळे झाले असते. जे प्रकरण मंदिरातल्या मंदिरातच मिटलं होतं, त्याचा अकारण बोभाटा झाला असता. तो कदाचित दामाशेटींच्या घरापर्यंतही गेला असता आणि झाल्या गोष्टीचं दामाशेटींनाही वाईट वाटलं असतं. आताही हा

प्रसंग दामाशेटींच्या कानावर जाणारच होता, पण जनाच्या उजळून निघालेल्या प्रतिमेसकट आणि त्यामुळं दामाशेटींना वाईट वाटण्याऐवजी जनाचा अभिमानच वाटला असता. आपल्या अभिजात निरागसतेनं आणि निरामय विठ्ठलभक्तीनं उजळलेली प्रतिमा घेऊन निश्चिन्त मनानं जना नामदेवाच्या, तिच्या लाडक्या नामयाच्या विवाहात सामील झाली. आपल्या अंगभूत कौशल्यानं, कामातल्या तत्परतेनं, लाघवी वागण्यानं आणि बोलण्यानं जनानं गोणाईला आलेलं नामदेवाच्या विवाहाचं दडपण आपल्या खांद्यावर घेतलं आणि नामदेवाचा विवाहसोहळा सुखेनैव पार पडला. नामदेवाचा आणि राजाईचा जोडा दृष्ट लागण्यासारखा दिसत होता. गोणाईच्या शेजारी उभं राहून गोणाईबरोबरच जनीनंही त्या दोघांची दृष्ट काढली. तिचा बालसखा नामदेव आता भक्तिधर्माबरोबरच गृहस्थधर्म सांभाळायला सिद्ध झाला होता.

# १८

नामदेवाचं लग्न झालं. लक्ष्मीच्या पावलानं, धान्याचं भरलेलं माप ओलांडून राजाई घरात आली. दोनच दिवसांनी नागरीचंही लग्न होतं. नामदेवाचं लग्न पार पडेपर्यंत जनाच्या डोक्यात दुसरा विचार नव्हता. पण नामदेवाचं लग्न पार पडलं, नागरीच्या लग्नाची वेळ जवळ आली तसा जनीच्या काळजाचा ठोका चुकायला लागला. दामाशेटींच्या घरातच लहानाची मोठी झालेली ही नागरी नामदेवाची लांबची पुतणी होती, पण त्याहीपेक्षा ती जनाची बालमैत्रीण होती. नामदेवाची थोरली बहीण आऊबाई ही या सर्वांपेक्षा चार-पाच वर्षानं मोठी होती. त्यामुळं जनाला तिचा आधार वाटत असला, तरी तिच्या अबोल स्वभावामुळं तिचा काहीसा धाकही वाटायचा. या उलट नागरी वयानं जवळपास जनाएवढीच. एखादं वर्ष मागेपुढे असेल, पण त्यामुळेच तिची आणि जनाची चांगली मैत्री होती. दोघी सतत बरोबर असत. नागरी जनीला कामातही मदत करत असे. काम संपवून उरलेल्या वेळात या दोघी चिमुकल्या मैत्रिणी छापापाणी, सागरगोटे, भातुकली, पट असं काहीबाही खेळायच्या. जनाचा तिरस्कार करणाऱ्या भागाबाईंनी कधीकधी जनावर खोटा आळ घेतला की, दामाशेटींना खरं काय ते सांगायला आणि जनाच्या बाजूने साक्ष द्यायला नागरी नेहमीच तत्पर असे. भागाबाईंच्या सगळ्या वर्तनप्रकारात नागरी जणू जनाची पाठराखीणच होती. दोघी जणी थोड्या मोठ्या झाल्यावर फुलं तोडताना, त्याचे हार-गजरे बनवताना, अंगण सारवून त्यावर रांगोळी काढताना, त्यात छानसे रंग भरताना, तुळशीदळं खुडून त्याचे हार करताना, गोवऱ्या लावायला रानात जाताना नागरी सतत जनाबरोबर राहत असे. विठ्ठलाची ग्वाही देताना, अभंगरचना करताना नागरीनं जनाला दोन-तीनदा पाहिलं, ऐकलंही होतं. जना इतर सर्वसामान्य मुलींपेक्षा वेगळी होती, एवढं तिला नक्की कळलं होतं; पण तरीही तिची आणि जनाची मैत्री कमी झाली नव्हती.

उद्या नागरीचं लग्न होतं. तिच्या हाताला मेंदी लावता लावता जनाच्या मनात

नागरीबद्दलचे असे असंख्य विचार आणि आठवणी जाग्या होत होत्या. नागरीचं लग्न झाल्यावर मात्र कदाचित जना एकटी पडणार होती. नामदेवाचं लग्न नुकतंच झालं होतं. त्याच्या वेळेवर राजाईचा अधिकार होता आणि उद्या नागरीही सासरी जाणार होती. आता मात्र खरोखर जनीला त्या सावळ्या विठ्ठलाशिवाय कुणीही नव्हतं. या विचारानं घायाळ झालेली जनी मनोमनी त्या सावळ्या विठ्ठलाजवळ—

ऐसा वर देई हरी । गाई नाम निरंतरी ॥
पुरवी आस माझी देवा । जेणे घडे तुझी सेवा ॥
हेचि आहे माझे मनी । कृपा करी चक्रपाणि ॥
रूप न्याहाळूनियां डोळा । मुखी नाम लागो चाळा ॥
उदाराच्या राया । दासी जनी लागे पाया ॥

असं मागणं मागत असे.

नागरीचंही लग्न झालं. दामाशेटींनी आपल्या या दूरच्या नातेवाइकाच्या मुलीचं लग्नही तितक्याच उत्साहाने आणि थाटाने करून दिलं. एक लेक सासरी गेली आणि राजाईच्या रूपानं दुसरी लेक घरी आली. नामदेवाचं लग्न झाल्यामुळे एक मात्र झालं, नामदेवाच्या तैनातीत राहण्याचं जनीचं काम कमी झालं. तिच्या हाताला थोडा विसावा मिळायला लागला. दामाशेटींनी या दोन्ही लग्नाच्या निमित्ताने अंगणात आणि परसदारी फरसबंदी बसवून घेतली. यामुळे जनीचं काम आणखीच कमी झालं. आता मागचीपुढची अंगणं सारवण्याचं कारण नव्हतं. साहजिकच जनीला पुष्कळ वेळ रिकामा मिळू लागला. गोणाईच्या हाताखाली काम करायला राजाई आली आणि जनी अगदी मोकळी मोकळी झाली. आता तिला फक्त धुणं-भांडी, शेणगोठा एवढंच काम होतं. जनाच्या कामाचा झपाटाही मोठा होता. तिचं हे सगळं काम कधीच उरकायचं. यामुळं विठ्ठलाची भक्ती करण्यासाठी, अभंग रचण्यासाठी जनीला पुष्कळ वेळ मिळायला लागला. दामाशेटी आणि गोणाईसुद्धा संसारातून थोडेसे मोकळे झाले होते. जनी विठ्ठलाच्या काही गोष्टी बोलायला लागली की, ती दोघंही तिथे येऊन बसत. राजाई सगळं सांभाळत असे. लग्न झालं तरीही नामदेवाची विठ्ठलभक्ती, त्याचं तीर्थाटनाला जाणं, संत मंडळींत रमणं हे काही कमी झालं नव्हतं. तरीपण तो जेव्हा जेव्हा पंढपुरात असायचा तेव्हा मात्र आपल्या संसाराकडे बऱ्यापैकी लक्ष द्यायचा. संसारात रमलेला असायचा. यशावकाश नामदेवाला पहिला पुत्र झाला. सगळ्यांना अतिशय आनंद झाला. जनानं मात्र अभंगातून आपला आनंद व्यक्त केला.

नामदेवा पुत्र जाला । विठो बारशासी आला ॥
आंगडे टोपडे पेहरण । शेला मुंडासा घेऊन ॥

माझ्या जीवीच्या जीवना । नाम ठेवी नारायणा ।।
जनी म्हणे पांडुरंगा । नाम काय ठेवू सांगा ।।

खरोखरच नामदेवाच्या पहिल्या मुलाचं नाव नारायण असं ठेवलं गेलं. नारायणापाठोपाठ नामदेवांना आणखी तीन मुलं झाली. गोविंदा, महादेव, विठ्ठल अशी त्यांची नावं ठेवली गेली. या चार मुलांच्या पाठीवर नामदेवांना एक कन्याही झाली. निंबाई असं तिचं नाव ठेवलं गेलं. दामाशेटी आणि गोणाई यांच्या घरात गोकुळ नांदू लागलं. या पाच नातवंडांत दिवस कसा सरायचा हे दोघांनाही कळत नव्हतं. कुटुंब वाढलं. घरात खाणाऱ्यांची तोंडं वाढली; पण तशी मिळकत वाढली नव्हती. नामदेवांचं सगळं लक्ष विठ्ठलभक्तीत, संतसमागमात आणि अभंगरचनेत होतं; पण याच विठ्ठलभक्तीमुळे, अभंगरचनेमुळे आणि भजन-कीर्तनामुळे पंढरपुरात नामदेवांच्या नावाचा चांगलाच बोलबाला झाला होता. लोकांची विठ्ठलावर भक्ती होती आणि नामदेवांवर श्रद्धा. त्यामुळं त्या श्रद्धेपोटी लोक नामदेवांच्या घरी काहीबाही आणून देत असत. त्यावर या कुटुंबाचा चरितार्थ चालत असे. या कारणावरून कधीकधी नामदेवाचं आणि राजाईचं भांडणही होत असे; पण राजाई नामदेवाची विठ्ठलभक्ती जाणून होती. त्यामुळंच ही भांडणं लगेच मिटतही असत. एकंदरीत पाहिलं, तर नामदेवाचा संसार भक्ती आणि प्रपंच या दोन्ही पातळ्यांवर बऱ्यापैकी समतोल राखून चालत होता.

सगळ्या कामातून थोडीफार मोकळी झालेली जना मात्र विठ्ठलाच्या अधिक अधिक जवळ जात होती. आतातर तिला विठ्ठलाशिवाय दुसरं ध्यान नव्हतं. दुसरं अवधान नव्हतं आणि व्यवधानही नव्हतं.

विठ्ठलाचा छंद । वाचे गोविंद गोविंद ।।
हाचि बोला हो सिद्धान्त । देव सांगे वो धादांत ।।
जनी म्हणे सांगेन आता । कृपे ऐका पंढरीनाथा ।।
चरण विठोबाचे देखिले । साही रिपू हारपले ।।
नाही नाही म्हणतो आम्ही । सांगसी त्या लागू कामी ।।
नाही तरी जाऊ देशी । जनी नामयाची दासी ।।

अशी जना अवघी विठ्ठल-विठ्ठलमय होऊन गेली होती. त्यातच एके दिवशी नामदेवांनी तिला सांगितलं, पंढरपुरात ज्ञानेश्वरादी भावंडं येणार आहेत. ज्ञानेश्वरांचं वय कोवळं होतं, पण ज्ञानसूर्य अशी त्यांची ख्याती होती. भगवद्गीतेवरची त्यांनी केलेली प्राकृत भाषेतली टीका म्हणजे त्यांच्यातल्या ज्ञानसूर्याचं साक्षात दर्शन होतं. त्यातच भागवत धर्माचा त्यांनी केलेला पुनरुद्धार, सगळ्या जाती-जमातीतल्या वारकऱ्यांना आणि भक्तांना त्या भागवत धर्मात दिलेला प्रवेश, भागवत धर्माच्या त्या झेंड्याखाली उभारलेलं भक्तिपीठाचं आंदोलन, गोरा कुंभार, सेना न्हावी,

सावता माळी, नरहरी सोनार, चोखा मेळा अशा अठरापगड जातीतल्या संतांनी भागवत धर्माची ही भक्तिपताका खांद्यावर घेऊन या भक्ती आंदोलनाचं केलेलं नेतृत्व या सगळ्याचे अध्वर्यू ज्ञानेश्वर होते. त्यामुळे सगळ्या विठ्ठल-भक्तांच्या हृदयात विठ्ठलाइतकंच ज्ञानेश्वरांनाही स्थान होतं. यामुळेच ज्ञानेश्वर आणि त्यांची भावंडं पंढरपुरात येणार म्हटल्यावर जनीच्या आनंदाला पारावार राहिला नाही. ज्ञानेश्वरांची महती ती जाणून होती. विठ्ठलाच्या दर्शनाइतकी तिला त्यांच्याही दर्शनाची आस होती. नामदेव ज्ञानेश्वरांचा सखा होता. त्यामुळे आपल्याला ज्ञानेश्वरांचं दर्शन नक्की होणार याची तिला खात्री होती. विश्वास होता. ज्ञानेश्वर भेटणार या कल्पनेनं ती आनंदली, मोहरली, रोमांचित झाली, उत्तेजित झाली. म्हणाली –

भाव अक्षराची गांठी । ब्रह्मज्ञानाने गोमटी ॥
ते हे माय ज्ञानेश्वरी । संत जना माहेश्वरी ॥
ज्ञानेश्वर मंगलमुनी । सेवा करी दासी जनी ॥
गीतेवरी आन टीका । त्यांनी वादियेली लोका ॥
रत्न कनक ताटा माजी । त्याने वोगरिले काजी ॥
एका ज्ञानेशावाचोनी । म्हणे नामयाची जनी ॥

त्या दिवशी जना विठ्ठलाच्या मंदिरात गेली. तेव्हा तिचा उमललेला चेहरा बघून विठ्ठलाला नवल वाटलं. त्यानं जनीला कारण विचारलं. तशी जना म्हणाली, "अरे विठ्ठला, साक्षात ज्ञानसूर्य असलेले ज्ञानेश्वर, ब्रह्मतेज असलेले निवृत्तीनाथ, भक्तितेज असलेले सोपानदेव आणि साक्षात आदिमाया असलेली मुक्ताई ही चौघं जण पंढरपुरात येणार आहेत. त्यांचा मुक्कामही पंढरपुरात बरेच दिवस आहे. विठूराया, माझी ज्ञानदेवांशी भेट होणार! साक्षात या ज्ञानसूर्याला मी भेटणार, त्याचं दर्शन घेणार. आईबापाविना पोरक्या आणि अति शूद्र जातीत जन्मलेल्या या जनीला या चारही वेदरूपांचं दर्शन होतंय! माझ्यासारखी भाग्यवान मीच! लोकांनी लाथाडावं आणि मातीत मिसळावं असं करंटं नशीब असलेल्या जातीत मी जन्माला आले; पण माझं नशीब मात्र असं करंटं आणि वांझोटं नाहीये. तुझ्या भक्तीनं माझ्या नशिबातला हा करंटेपणा कृतार्थतेत बदलला आहे. विठूराया,

संताचा तो संग नव्हे भल तैसा । पाहताही दशा तात्काळिक ॥
चंदनाचे संगे पालटती झाडे । दुर्बळ लाकडे देवा माथा ॥
हे का ऐसे व्हावे संगती स्वभावे । आणिके न पालटावे देहालागि ॥
तैसा निसंगाचा संग अग्रगणी । जनी ध्याय मनी ज्ञानेश्वरा ॥

जनीनं अभंग गायला आणि तिच्या मनात चाललेली घालमेल, उत्सुकता, आतुरता विठ्ठलाच्या लक्षात आली. पण जनी ज्ञानेश्वरांना भेटणार याचं त्याला एका

परीनं समाधान वाटलं. काही वेळ का होईना, ज्ञानेश्वरांच्या संगतीत राहिल्यानंतर जनाची अवघी दृष्टीच बदलणार होती. तिच्या विचारांना एक नवा अर्थ येणार होता. त्या अर्थामुळे तिच्या शब्दामध्ये आणखी सामर्थ्यही आलं असतं. साक्षात ज्ञानसूर्य असलेले ज्ञानेश्वर जनीला भेटणं ही घटना तिच्या दृष्टीनं, तिच्या उद्धाराच्या दृष्टीनं अत्यंत महत्त्वाची आणि आवश्यक होती. स्वत:ला नामयाची दासी म्हणवून घेणारी जनी लौकिकदृष्ट्या जरी संसारातून मुक्त झाली असली, तरी अजून जनसामान्यांमध्ये तिचं पारमार्थिक अस्तित्व सिद्ध व्हायचं होतं. तिच्या भक्तीचं सामर्थ्य, तिचा विठ्ठलावरचा अधिकार या सगळ्या गोष्टी लोकांपर्यंत पोहचण्यासाठी ज्ञानेश्वरांसारखा दुसरा उद्धारकर्ता कोण असता! नामदेवाच्या घरी काम करणारी मोलकरीण ही जनीची ओळख पुसली जाऊन तिची विठ्ठलभक्ती, तिचं विठ्ठलप्रेम आणि तिची अभंगरचना या त्रिवेणी संगमातून जनसामान्यांना जनीची 'संत जनाबाई' अशी ओळख करून देण्यासाठी ज्ञानसूर्य योगीराज ज्ञानेश्वरांशिवाय दुसरा सिद्धयोगी कोण असू शकणार होता? आयुष्याच्या एका नव्या वळणावर उभी असलेली जना या सगळ्या गोष्टींपासून अनभिज्ञ असली, तरी कुठल्यातरी एका आंतरिक ऊर्मीतून ती ज्ञानेश्वरांची प्रतीक्षा करत होती.

अखेर ज्ञानेश्वर आले. येणार-येणार असं म्हणत म्हणत ज्ञानेश्वर आलेसुद्धा! ज्ञानेश्वरांबरोबर त्यांचे मोठे बंधू आणि गुरू संत निवृत्तीनाथ, धाकटे बंधू सोपानदेव आणि लहान भगिनी मुक्ताई असा सगळा तेजोमय परिवार होता. ज्ञानेश्वरांना आणि त्यांच्या भावंडांना पाहण्यासाठी गर्दी झाली होती. कारण पैठणला शुद्धिपत्र आणायला गेले असताना त्यांची टवाळकी करणाऱ्या ब्राह्मणांना रेड्यामुखी वेद वदवून त्यांनी चपराक लावली होती. या चमत्कारामुळं ज्ञानेश्वरांच्या ज्ञानाचा आणि कीर्तीचा सुगंध सगळीकडे पसरला होता. साहजिकच त्यामुळे ज्ञानेश्वर पंढरपुरात आल्यानंतर त्यांना पाहण्यासाठी गर्दी जमली नसती, तरच नवल! जो तो त्यांच्या पायावर डोकं ठेवण्यासाठी धडपडत होता. ज्ञानेश्वर प्रसन्न मुद्रेने सर्वांशी बोलत होते. डोईवर पदर घेऊन जनी हा सगळा कौतुकसोहळा एका कोपऱ्यात उभी राहून न्याहाळत होती. ज्ञानेश्वरांचा चेहरा तेज:पुंज असला, तरी जनीला त्यावर एखाद्या लहान बालकाप्रमाणे निरागसता दिसली. त्यांचं भव्य कपाळ आणि त्यावर रेखलेलं उभं गंध बघून जनीला वाटलं, 'जवळ जावं, ज्ञानेश्वरांना जवळ घ्यावं आणि त्यांच्या त्या विशाल भालप्रदेशावर आपले ओठ टेकवून ज्ञानेश्वरांना 'दीर्घायू आरोग्य लाभो' असा आशीर्वाद द्यावा.' जनाने क्षणभर डोळे मिटले आणि त्या एका क्षणात ती ज्ञानेश्वरांची आई झाली. एकदम गलका झाला आणि तिने डोळे उघडले. तिला कुणीतरी हाक मारत होते. तेवढ्या एका क्षणात जनाच्या मनात उमटलेल्या वात्सल्याने एक अभंगही उद्गारला –

ज्ञानाचा सागर । सखा माझा ज्ञानेश्वर ॥
मरोनिया जावे । बा माझ्या पोटा यावे ॥
ऐसे करी माझ्या भावा । सख्या माझ्या ज्ञानदेवा ॥
जावे ओवाळुनी । जन्मोजन्मी दासी जनी ॥

ती प्रतिभेच्या या तंद्रीतून जना जागी झाली, ती नामदेवाची हाक ऐकून! जनीने पाहिलं, ज्ञानेश्वरांजवळ नामदेव उभे होते. तिथूनच ते ''जना, अगं ए जनी, ए जना!'' अशा हाका मारत होते. जनानं डोईवरचा पदर सारखा केला आणि ती लगबगीनं पुढं झाली.

नामदेवांनी ज्ञानेश्वरांना जनाबद्दल काही सांगितलं असावं. नामदेव जिकडे बघून जनाला हाका मारत होते त्या रोखाने ज्ञानेश्वर मोठ्या कुतूहलाने पाहत होते. त्यांनी पाहिलं, शिडशिडीत बांध्याची एक काळीसावळी स्त्री डोईवरचा पदर सारखा करत लगबगीने पुढे येत होती. तिला झालेला आनंद तिच्या चेहऱ्यावर मावत नव्हता. डोळ्यातलं कुतूहल ओथंबलेलं होतं. तरीही तिच्या निरागस चेहऱ्यावर अनावर उत्सुकतेचे भाव दाटून आले होते. नामदेवांच्या हाकेसरशी जना लगबगीनं पुढं झाली. अंग चोरत गर्दीतून वाट काढत ती नामदेवांजवळ आली. नामदेवांनी तिला हाताला धरून ज्ञानेश्वरांच्या पुढे आणली आणि म्हणाले, ''ज्ञानदेवा, ही जना, जनी. माझी बालमैत्रीण, सखी, बहीण, आई सर्वकाही! तीसुद्धा विठ्ठलाची परमभक्त आहे. हीसुद्धा अभंगरचना करते. ही आमच्या घरातली जाईची वेल आहे. आपल्या प्रेमाचा, स्नेहाचा, भक्तीचा आणि कार्यतत्परतेचा मंद सुगंध घेऊन ही आमच्या घरात दरवळत राहते.'' नामदेव जनीची ओळख करून देत होते आणि ज्ञानेश्वरांच्या नितळ डोळ्यांत ही ओळख अधिकाधिक दृढ होत होती. त्यांचा चेहरा आनंदानं उजळला होता. जनी मात्र संकोचून गेली होती. नामदेव बोलायचे थांबले, तशी जनीनं हात जोडले आणि म्हणाली ''नाही माऊली, मी एवढी मोठी नाही. या नामदेवाच्या घरची मी मोलकरीण! नामयाची दासी जनी. ही आणि एवढीच माझी खरी ओळख आहे.'' जनीनं पदर सावरला आणि ज्ञानेश्वरांच्या पायावर डोकं ठेवलं. डोळ मिटले. जनीचे हात ज्ञानेश्वरांच्या पावलावर होते. डोळ्यांतून अविरत वाहणारे अश्रू ज्ञानेश्वरांच्या चरणावर जणू कृतार्थतेचा अभिषेक करत होते! आपले डोळे मिटून घेऊन जनी धन्यतेचा तो क्षण अनुभवत होती. 'आपण ज्ञानेश्वरांच्या पावलावर डोकं टेकवलेलं नसून प्रत्यक्ष विठ्ठलाच्या चरणावर डोकं टेकवलं आहे.' असं तिला क्षणभर वाटलं. फक्त हा विठ्ठल गोरा होता. आपल्या पायावर मस्तक टेकवून डोळ्यांतून वाहणाऱ्या अश्रूंनी समर्पित भावनेनं चरणाभिषेक करणाऱ्या जनीला ज्ञानेश्वरांनी खांद्याला धरून उभं केलं. वादळात थरथरणाऱ्या नाजूक रोपट्याप्रमाणं जनीची काया थरथरत होती. हात जोडून ती ज्ञानेश्वरांसमोर उभी होती. नजर

ज्ञानेश्वरांच्या चेहऱ्यावर खिळली होती. काय नव्हतं त्या नजरेत! विठ्ठलाबद्दलची निरामय भक्ती, ज्ञानेश्वरांवरची सगुण श्रद्धा, आपण अति शूद्र असल्याची, अपराधीपणाबद्दलची भावना, ज्ञानेश्वरांच्या दर्शनाचं कुतूहल आणि धन्यता, त्या धन्यतेपोटी उमटलेली समर्पणाची भावना आणि आपल्या दासीपणाचा कसलाही बाऊ न करता नामदेवांनी आपल्याला मिळवून दिलेल्या या ज्ञानसूर्याच्या दर्शनाच्या संधीबद्दलची कृतार्थता हे सारं सारं जनीच्या टपोऱ्या डोळ्यांत एकवटलं होतं. ज्ञानेश्वरांनी ते सगळं सगळं वाचलं. त्यातला प्रत्येक भाव त्यांनी टिपला. जनीच्या खांद्यावरचे हात त्यांनी काढले आणि तिचे हात आपल्या हातात घेतले. खरंतर जनीचं वय फार नव्हतं. असेल तीस-बस्तीस वर्षाचं! पण तिचे तळहात रखरखीत होते; तिच्या नशिबासारखे! काम करून करून तिच्या तळहाताला भेगा पडल्या होत्या; तिच्या पोरकेपणासारख्या! ज्ञानेश्वरांना वाईट वाटलं. तोच मुक्ताई पुढं झाली. ज्ञानेश्वरांच्या हातातून सोडवून तिनं जनीचे हात आपल्या हातात घेतले. त्या हातांचं रखरखलेपण मुक्ताईलासुद्धा जाणवलं. अभावितपणे ती बोलून गेली, "दादा, बघितलंस का या जनाबाईंचे हात किती खरखरीत आहेत ते! त्यांच्या कष्टसाध्य जीवनाचं आणि खडतर तपश्चर्येचं हे द्योतक नव्हे काय!" ज्ञानेश्वर हसले. म्हणाले, "खरं आहे मुक्ते तुझं. त्यांच्या खडतर तपश्चर्येचं हे द्योतक आहेच, पण तू चंदनाचं झाड बघितलंस? किती खडबडीत असतं ते! पण तरीही साऱ्या जगाला सुगंध देतंच ना! जगाला आनंद देणाऱ्या या प्रवृत्तीवर त्याच्या खडबडीतपणाचा अजिबात परिणाम होत नाही. खरं ना! या जनाबाईंचंही तसंच आहे. आपल्या कष्टसाध्य आयुष्याचा परिणाम त्यांनी आपल्या विठ्ठलभक्तीवर होऊ दिला नाही किंवा अभंगरचनेवरही होऊ दिला नाही. जनाबाई, तुमचं मोठेपण मी जाणतो, पण अजून ते लोकांसमोर आलेलं नाही. नामदेवांनी तुम्हाला सखी, मैत्रीण म्हणून संबोधणं, यात तुमचं मोठेपण तर आहेच, पण त्याहीपेक्षा तुम्ही स्वत:ची ओळख नामदेवाची दासी अशी करून देता, नव्हे तशी नाममुद्रा तुम्ही तुमच्या अभंगामध्ये लिहिता यात तुमचं खरं मोठेपण आहे. आज आम्हाला अतिशय आनंद झाला आहे. चक्रधरशिष्या महदंबेनंतर प्रथमच एका स्त्रीने आपल्या भक्तीचा उन्मुक्त आविष्कार शब्दबद्ध केल्याचं आम्ही पाहतो आहोत. जनाबाई, तुम्ही आल्यामुळे या भक्तिवीणेला पूर्णत्व आलं आहे. नामदेव, गोरोबाकाका, नरहरी सोनार, चोखोबा, सेना आणि सावता माळी या भक्तिवीणेच्या सहा तारा होत्या. आपापल्या परीने त्या झंकारतही होत्या, पण स्वर सात असतात आणि सातही स्वर असल्याशिवाय स्वरमंडळ पूर्ण होत नाही. तुम्ही आलात. भक्तिवीणेला सातवी तार मिळाली आणि सात स्वरांचं स्वरमंडळ पूर्ण झालं. भक्तीच्या या स्वरगंगेत जनाबाई तुमचं स्वागत असो!" ज्ञानेश्वर बोलत होते आणि ते ऐकण्यासाठी जनीचे अवघे पंचप्राण एकवटले होते.

ज्ञानेश्वरांच्या प्रत्येक शब्दासरशी तिच्या प्रतिभेची तार झंकारत होती आणि त्यातून निघालेला एक-एक शब्द भक्तिवैभवाने मिरवत होता. जनी उत्स्फूर्तपणे म्हणाली,

"मायेहुनि माय मानी । करी जीवाची ओवाळणी ॥

परलोकींचे तारू । म्हणे माझा ज्ञानेश्वरू ॥

वित्त गोत चित्त पाहे । सत्य वंदी गुरूचे पाय ॥

पतिव्रते जैसा पती । जनी म्हणे सांगो किती ॥"

जनाच्या अभंगातली ज्ञानेश्वरांवरची भक्ती, शब्दरचनेतला ताजेपणा आणि ती उत्स्फूर्तता बघितल्यावर ज्ञानेश्वरांना धन्यता वाटली. तोच मुक्ताई पुढे म्हणाली, "हे हो काय जनाबाई, इथे तर आम्ही सगळीच आलो आहोत. निवृत्तीदादा आहे, सोपानदादा आहे, मी आहे आणि तुम्हाला फक्त ज्ञानादादाच दिसला होय? आम्हालापण बांधा ना अभंगामध्ये!" मुक्ताईचं बोलणं ऐकून सगळ्यांना गंमत वाटली. पण जना मात्र काहीशी खजील झाली. 'खरंच, या ज्ञानसूर्याचं वर्णन करता करता आपण या बाकीच्या तिघांना विसरलोच.' ती मुक्ताईला म्हणाली, "मुक्ताई, तसं नाही हो! मी पुढं सांगणारच आहे, पण आपण ऐकूनच घेतलं नाही." जनाचं बोलणं ऐकून सोपानदेव पुढं झाले. मुक्ताईचं नाक चिमटीत पकडून तिला म्हणाले, "मुक्ते, हे नाक जास्त लांब झाले आहे. उगीच मध्येमध्ये खुपसलं जातंय. अगं ऐक तरी पुढं जनाबाई काय म्हणतात ते!" सोपानदेवांचं बोलणं ऐकून निवृत्तीनाथांनी संमतीदर्शक मान डोलावली. प्रत्यक्ष चार वेदांप्रमाणे ज्यांची महानता आहे त्या चार भावंडांचं एकमेकांवरचं ते निरागस प्रेम बघून जनाला धन्यता वाटली. मुक्ताबाईकडं बघून ती म्हणाली, "ऐका मुक्ताई, ही वेडी जनी काय म्हणते,

सदाशिवाचा अवतार । स्वामी निवृत्ति दातार ॥

महाविष्णूचा अवतार । सखा माझा ज्ञानेश्वर ॥

ब्रह्मा सोपान तो जाला । भक्ता आनंद वर्तला ॥

आदि शक्ति मुक्ताबाई । दासी जनी लागे पायी ॥

अत्यंत समरसतेनं या चारही भावंडांचं मोठेपण उद्धृत करणारा, मोजक्या शब्दांत त्यांचं वर्णन करणारा हा अभंग जनीनं गायला आणि त्यातली तिची उत्स्फूर्तता, शब्दातलं नेमकेपण, शीघ्र कवित्व आणि निर्मळ मन यांच्या दर्शनानं सगळी अचंबित झाली. ज्ञानेश्वरादी भावंडांच्या चेहऱ्यावरचे आनंदाचे आणि विस्मयाचे भाव बघून नामदेवांना आपल्या सखीचा, प्रिय शिष्येचा अभिमान वाटला. तो त्यांच्या चेहऱ्यावरही उमटला. आपला उजवा हात वर करून अभावितपणे ज्ञानेश्वर बोलले. "धन्य जनाबाई! धन्य!" बाकीच्यांनी त्यांचीच री ओढली.

रामकृष्णहरीचा गजर सुरू झाला. थोडा वेळ गजर करून ज्ञानेश्वरांच्या दर्शनाला जमलेली मंडळी आपल्या घरी गेली. रात्री मंदिरात ज्ञानेश्वरांचं धर्मसंकीर्तन होतं.

भगवद्गीतेवर प्राकृतात त्यांनी जे भाष्य केलं होतं, त्यातला अद्वैत भाव ते समजावून सांगणार होते. ज्ञानेश्वरांचं संकीर्तन म्हणजे ज्ञानधारेचा चिंब भिजवणारा वर्षाव! लवकर आवरून लोकांना पुन्हा मंदिरात परतायचं होतं, त्यामुळे सगळी मंडळी पटापटा पांगली. नामदेव ज्ञानेश्वरादी भावंडांना घेऊन मंदिरासमोरच असलेल्या त्यांच्या घरात आले. पाठोपाठ जना आलीच आणि साक्षात निवृत्तीनाथ, ज्ञानेश्वर सोपानदेव आणि मुक्ताई हे चौघं जण आपल्या घरी आल्याचं पाहताच दामाशेटींच्या त्या भक्तिभरल्या घरात एकच धांदल उडाली. त्यांचं स्वागत कसं करावं? त्यासाठी काय काय करावं? काय द्यावं? काय काय बोलावं? कोणाला काहीच सुचेना. या सगळ्यातून सर्वप्रथम भानावर आली ती जनीच. ती लगबगीनं पुढं झाली. त्या सगळ्यांना बसण्यासाठी बैठक अंथरली. पळत पळत आत जाऊन तिनं राजाईकडून तांब्याभांडं मागून आणलं. तोच पाठोपाठ राजाई वाटीतून गुळाचे खडे घेऊन आली. सगळ्यांनी पुढं होऊन त्या चौघांना नमस्कार केला. आता सगळी काहीशी स्थिरस्थावर झाली. मग मात्र राजाई, गोणाई भराभरा कामाला लागल्या. त्यांनी स्वयंपाकाला हात घातले. जनाची मात्र सारखी आतबाहेर लगबग सुरू झाली. गोणाईनं आत हाक मारली की, ती पळत आत जात असे आणि काम झालं की, पुन्हा बाहेर येऊन ज्ञानेश्वरादी भावंडांना हवं-नको बघत असे. ज्ञानेश्वर आणि मुक्ताई जनाची ही लगबग आणि गडबड हसऱ्या नजरेनं पाहत होती. यथावकाश जेवणं झाली. मागची आवरासावर होईपर्यंत बाकी सगळी बोलत बसली. ज्ञानदेव मात्र त्यांच्यात सामील झाले नाहीत. ते उठून उभे राहिले आणि जनाला म्हणाले, "जनाबाई, आम्हास तुमची खोली दाखवा. आम्ही काही क्षण तिथे भावसमाधी लावून बसणार आहोत!" जना चमकली. 'या वाड्यात बाकीची एवढी ऐसपैस जागा असताना ज्ञानदेवांना माझ्याच खोलीत का बसायचंय?' जनाच्या मनात प्रश्न उद्भवला. त्याचं कारण तिला कळलं नाही. निवृत्तीनाथांना मात्र ते कळलं. अस्फुट हसून मान डोलवून त्यांनी ज्ञानदेवांना संमती दर्शविली. जना मुकाटपणे उठली. तिनं पडवीतली आपली खोली उघडली. मुळात नीटनेटकेपणा असलेल्या जनाची ती खोलीही तितकीच नीटनेटकी होती. अत्यंत समाधानाने ज्ञानेश्वर आत गेले. त्यांनी जनाला दार ओढून घ्यायला सांगितलं. त्याप्रमाणे करून जना पुन्हा आपल्या कामाकडं वळली. खरकटी भांडी घासत असतानाही 'ज्ञानेश्वरांनी भावसमाधी लावण्यासाठी आपलीच खोली का निवडली?' हा प्रश्न तिच्या मनात रुंजी घालत होता. ज्ञानेश्वरांच्या संकीर्तनातून तिला याचं उत्तर मिळणार होतं.

ज्ञानेश्वर जनाच्या खोलीत आले. सगळ्यात पहिल्यांदा तिथं आल्याबरोबर त्यांना जाणवलं, ते जनाच्या खोलीतलं विठ्ठलाचं अस्तित्व. आणि ते अस्तित्व दर्शविणारे काही पुरावे. जसा केशर-कस्तुरीचा गंध, तुळशीमाळेचा गंध! ते बघून

ज्ञानेश्वरांच्या चेहऱ्यावर प्रसन्नता उमटली. त्यांनी पद्मासन घातलं. डोळे मिटले आणि आज संकीर्तनातून काय सांगायचं, याचा विचार करत असताना आपली समाधी कधी लागली ते त्यांना समजलंही नाही. बाहेर जमलेली मंडळी मात्र गप्पागोष्टींमध्ये रंगली होती. मंदिराचा परिसर भरला, तसे गोरोबाकाका त्यांना बोलवायला आले. मंडळींनी जायची तयारी केली. निवृत्तीनाथांनी जनीच्या खोलीचा दरवाजा उघडला. जना कुतूहलानं बघत होती. ज्ञानेश्वरांच्या चेहऱ्याभोवती एक तेजोवलय होतं. त्यांचा चेहरा साक्षात सहस्त्ररश्मीप्रमाणे दिसत होता. निवृत्तीनाथांकडे बघून ज्ञानेश्वरांनी प्रसन्न हास्य केलं. तिथे जमलेल्या इतरांना ते हास्य सहज वाटलं असलं, तरी निवृत्तीनाथ, सोपानदेव, मुक्ताई या तिघांना मात्र ज्ञानेश्वरांच्या त्या हास्यातला गूढ अर्थ उमजला होता. ज्ञानेश्वर बाहेर आले, तशी सगळी मंडळी मंदिराकडे निघाली. जाण्यापूर्वी त्या चौघा भावंडांनी दामाशेटी आणि गोणाईला विनम्रपणे वाकून नमस्कार केला आणि सगळी जण मंदिराकडे निघाली.

मंदिराचं पटांगण तुडुंब भरलं होतं. लोक अत्यंत आतुरतेनं संकीर्तन कधी सुरू होतंय याची वाट बघत होते. रात्र अंधारी होती, तरीही असंख्य पलित्यांच्या आणि मशालींच्या उजेडामुळे मावळतीच्या वेळेचा भास होत होता. त्या पलित्यांचा आणि मशालींचा सोनेरी प्रकाश सगळीकडं पडला होता. या सोनेरी प्रकाशात अत्यंत शांतपणे मंदिराच्या गर्भागाराकडं जाणारी ज्ञानेश्वरांची तेजस्वी मूर्ती सुवर्णतेजानं अधिकच झळाळत होती. ज्ञानेश्वरांना पाहताच जमलेल्या लोकांनी उत्स्फूर्तपणे त्यांचा जयजयकार केला. त्या सगळ्यांना मान झुकवून, हात जोडून नम्रपणे अभिवादन करत, धीमी पावलं टाकत ज्ञानेश्वरांनी गर्भागार गाठले. गर्भागारात पायऱ्यांच्याच लगोलग विठ्ठलमूर्ती डाव्या हाताला ठेवून, आसन बनवून त्या लहानशा व्यासपीठावर ज्ञानेश्वरांची बसण्याची व्यवस्था केली होती. व्यासपीठाच्या दोन्ही बाजूला दोन हात उंचीच्या समया तेवत होत्या. समईच्या कमळाच्या सगळ्या पाकळ्यांमध्ये वाती घालून त्या प्रज्वलित करण्यात आल्या होत्या. मंदपणे तेवणाऱ्या त्या वातींच्या प्रकाशाने व्यासपीठाच्या सभोवतीचा अंधार हटवला होता. ज्ञानेश्वर पायऱ्या चढून वर आले. आत जाऊन त्यांनी विठ्ठलमूर्तीला भक्तिभावानं नमस्कार केला. पलित्यांच्या आणि समयांच्या उजेडात विठ्ठलाची सावळी मूर्तीसुद्धा सोनेरी प्रकाश अंगभर लेवून झळाळत होती. विठ्ठलमूर्तीला नमस्कार करून ज्ञानेश्वर व्यासपीठाकडे वळले. व्यासपीठालाही तितक्याच नम्रपणे नमस्कार करून त्यावर ते पद्मासन घालून बसले. समोर बसलेल्या श्रोत्यांना हात जोडून, मान झुकवून, नमस्कार करून त्यांनी एकवार सगळ्या श्रोत्यांवर नजर फिरवली. सगळ्यांच्या नजरेत अपेक्षा, कुतूहल आणि कौतुक बघून त्यांना भरून आलं. मनाच्या त्या गहिवरल्या अवस्थेत त्यांनी समोर नजर टाकली. समोर निवृत्तीनाथ, सोपानदेव,

मुक्ताई, नामदेव, गोरोबाकाका, सावता, सेना, चोखोबा आदी मंडळी बसली होती. ज्ञानेश्वरांची शोधक नजर सर्वत्र फिरून जनाला शोधत होती आणि त्यांना जना दिसली. नामदेवांच्या घराच्या बाहेर देवडीजवळ असलेल्या जोत्यावर जना बसली होती. ज्ञानेश्वरांनी पुन्हा समोर नजर टाकली. मुक्ताईला नजरेनेच खूण केली. ज्ञानेश्वरांच्या नजरेतला भाव मुक्ताईने लगेचच ओळखला. ती उठली. जना जिथे बसली होती तिथे गेली. जनाला हाताला धरून तिने उठवलं आणि ही सगळी ज्येष्ठ मंडळी बसली होती तिथे ती जनाला घेऊन आली. सोपानदेवांच्या शेजारी आपण बसून मुक्ताईने जनाईलाही आपल्या शेजारी बसवलं. ते बघून ज्ञानेश्वरांच्या चेहऱ्यावर प्रसन्नता उमटली. जना मात्र संकोचून गेली. या सगळ्या श्रेष्ठ लोकांबरोबर त्यांच्या पंक्तीमध्ये आपण बसलो आहोत यावर तिचा विश्वासच बसत नव्हता. असं काही घडेल हे तिच्या कधी स्वप्नातही आलं नव्हतं. क्षणभर तिला असं वाटलं की, ही आपली जागा नव्हे. आपण इथून उठावं, पण मुक्ताईनं तिचा हात धरून ठेवला होता आणि ज्ञानेश्वरांची नजर तिला तिथेच बसण्याची आज्ञा करत होती. या दोन्ही आज्ञा मोडण्याचं धाडस तिच्यामध्ये नव्हतं. ती तिथे मुकाट बसून राहिली. ज्ञानेश्वरांच्या व्यासपीठासमोर आणखी एक चौरंग ठेवलेला होता. त्या चौरंगावर लाल रंगाचं कापड अंथरलं होतं. त्यावर ग्रंथपीठ ठेवून श्रीमद्भगवद्गीता ठेवली होती. व्यासपीठावर पद्मासन घालून बसलेल्या ज्ञानेश्वरांनी ती भगवद्गीता उचलली. अत्यंत भक्तिभावानं कपाळाला लावली आणि पुन्हा तिथे ठेवली. पद्मासन घातलेल्या अवस्थेतच समोरच्या चौरंगावर माथा टेकवत त्यांनी पुनश्च एकवार त्या पवित्र ग्रंथाला अभिवादन केलं. नजर उचलून निवृत्तीनाथांकडे पाहत ज्ञानेश्वरांनी त्यांची परवानगी मागितली. मान झुकवून आशीर्वादासाठी हात उंचावून निवृत्तीनाथांनी संमती दिली. मग मात्र ज्ञानेश्वर थांबले नाहीत. विठूनामाचा उद्घोष करून त्यांनी निरूपणाला सुरुवात केली.

"मायबाप श्रोते हो, भक्त आणि भगवंत या दोन्हींमध्ये असलेलं साम्य मी आज तुम्हाला सांगणार आहे. पार्थाने भगवंताला विचारलं, हे देवाधिदेवा, मी तुझा भक्त आहे. तू माझा भगवंत आहेस. परमेश्वर चराचरात वसलेला आहे, असं जर तू सांगतोस, तर तुझ्या-माझ्यामध्ये साम्य कोणतं आणि भेद कोणता हे तू मला सांगशील काय? श्रोते हो, अर्जुनाचा तो प्रश्न ऐकून भगवंताने त्याला दिलेलं उत्तर म्हणजे भक्तीचं आणि भक्ताचं सार्थक आहे. भगवंताने अर्जुनाला सांगितलं, हे अर्जुना, चौऱ्यांशी लक्ष योनीतून गेल्यानंतर मनुष्यजन्म प्राप्त होतो. हा मनुष्यजन्म तेव्हाच सत्कारणी लागतो जेव्हा मोक्ष मिळतो आणि मोक्ष मिळण्याचा मार्ग भगवंताच्या भक्तीतून म्हणजे माझ्या भक्तीतून जातो. जो कोणी माझा भक्त असेल त्याच्यात मी वसलेला असतो. म्हणजेच तो भक्त जे-जे काही करतो त्या सगळ्यांचा कर्ताकरविता मीच असतो. या सगळ्या चराचर सृष्टीमध्ये जे काही

घडतं त्याचा कर्ताकरविताही मीच आहे. म्हणून हे धनंजया, या युद्धाचं आणि मनुष्यहानीचं पाप तुला लागेल, असं तू मुळीच समजू नकोस किंवा हे युद्ध आणि मनुष्यहानी टाळलीस, तर त्याचं पुण्य तुला लाभेल, असंही तू समजू नकोस. कारण मी तुझ्यातही आहे आणि माझ्यातही आहे. मी म्हणजे मीच आहे आणि तू म्हणजेही मीच आहे. मायबापहो, यालाच 'अद्वैत' असं म्हणतात. 'द्वैत' म्हणजे दोन असणं, भिन्न असणं आणि 'अद्वैत' म्हणजे एक असणं. या चराचर सृष्टीमध्ये जे काही आहे – सूर्य, चंद्र, हवा, पाणी, आकाश, झाडे, वेली, तेज हे सगळं मीच आहे असं भगवंत म्हणतात.

रसोऽहमप्सु कौंतेय प्रभास्मि शशिसूर्ययो:।
प्रणव: सर्ववेदेषु शब्द: रवे पौरूषं नृषु ॥८॥
पुण्योगंध: पृथिव्यांच तेजश्चास्मि विभावसौ ।
जीवनं सर्वभूतेषु तपश्चास्मि तपस्विषु ॥९॥

अवघी चराचर सृष्टी ईश्वराच्या अस्तित्वाने कशी व्यापली आहे हे या श्लोकात भगवान श्रीकृष्ण सांगताहेत आणि भक्त जर या चराचर सृष्टीचाच एक भाग आहे, तर तो ईश्वराहून भिन्न कसा?

म्हणोनि उदकी रसु । का पवनीं जो स्पर्शु ।
शशि सूर्यी जो प्रकाशु । तो मीचि जाण ॥
तैसाचि नैसर्गिकु शुद्धु । मी पृथ्विचां ठायी गंधु ।
गगनीं मि शब्दु । वेदी प्रणवु ॥
नराचां ठायी नरत्व । जें अहंभाविये सत्व ।
तें पौरूष मी हें तत्व । बोलिजत असे ॥
अग्नि ऐसे आहाच । तेजानामाचे आहे कवच ।
तें परौतें केलिया साच । निज तेज तें मी ॥
आणि नानाविध योनीं । जन्मोनि भूते त्रिभुवनीं ।
वर्तते आहाति जीवनीं । आपुलालां ॥
एकें पवनेचिं पिती । एकें तृणास्तव जिती ।
एकें अन्नाधारे राहती । जळें एकें ॥
ऐसें भूताप्रति आनान । जें प्रकृतीवशें दिसे जीवन ।
तें आगवाठायी अभिन्न । मीचि एक ॥

म्हणजेच श्रोते हो, भक्त आणि भगवंत, आत्मा आणि परमात्मा यांचं अद्वैत झालं, तर मनुष्यप्राणी मोक्ष प्राप्त करू शकतो. अर्जुनाला हे ज्ञान समजल्यानंतर त्याच्या मनातला अंधकार दूर झाला.

जे तया ज्ञानाचेनि प्रकाशें । फिटलें भेदाभेदांचे कवडसे ।

मग मीचि जाहला समरसे । आणि भक्तुही ते विंची ।।

म्हणून सांगतो श्रोते हो, भगवंतापासून भक्त वेगळा नाही. आत्म्यापासून परमात्मा वेगळा नाही. देहाचं वेगळेपण म्हणजे वेगळेपण नव्हे. कारण देह हा नश्वर आहे. प्रत्येक मनुष्यप्राण्याच्या देहात अविनाशी आत्मा आहे आणि त्या अविनाशी आत्म्यामध्ये परमेश्वर वसलेला आहे. म्हणून भगवंत म्हणतात –

"तैसें शरीर हनं कर्मे । तो भक्त ऐसा गमे ।
परि अंतरें प्रतीति धर्मे । मीचि जाहला ।।
आणि ज्ञानाचेनी उजिडिलेपणें । मी आत्मा ऐसे तो जाणे ।
म्हणऊनि मीहि तैसेंचि म्हणे । उचंबळला सांता ।।
हां गां जीवापैलिकडिलिये खुणे । जो पावोनि वावरों ही जाणे ।
तो देहाचेनि वेगळेपणें । काय वेगळा होय ।।

"असं आहे हे अद्वैत. म्हणूनच ईश्वराची भक्ती करताना अंतरात्म्याला त्या परमात्म्यामध्ये विलीन करा आणि तुम्ही तुमचं भक्तपण सार्थकी लावा, ईश्वराच्या ईश्वरपणाचं सार्थक करा. वारकरी संप्रदाय तर दुसरं काय सांगतो आणि दुसरं काय करतो? जेव्हा दोन वारकरी एकमेकांना भेटतात तेव्हा ते एकमेकांच्या पावलावर डोकं टेकवून वंदन करतात आणि मग एकमेकांना उराउरी भेटतात. श्रोते हो, याचाच अर्थ दोन वारकरी एकमेकांसमोर आले की, सर्वप्रथम ते एकमेकांच्या शरीरामध्ये, एकमेकांच्या आत्म्यामध्ये वसलेल्या परमात्म्याला वंदन करतात आणि नंतर उराउरी भेटून दोघांच्या देहात वसलेल्या परमात्म्याची एकमेकांशी भेट घडवतात. भक्त हाच भगवंत आहे असं 'अद्वैत' सांगणारा वारकरी संप्रदाय अद्वैताच्या भक्कम पायावर उभा राहिलेला जगातला एकमेव धर्म असेल. म्हणूनच तो विठ्ठल म्हणजे आपण आणि आपण म्हणजे विठ्ठल! म्हणजे मग आपण म्हणजे जर विठ्ठल असू, आपण म्हणजे जर प्रत्यक्ष परमेश्वर असू तर मग आपल्याला वाईट वागून चालणार नाही. कारण परमेश्वर कधीच वाईट वागत नाही. जात, पात, धर्म, पंथ, उच्च, नीच, गरीब, श्रीमंत असा कोणताही भेद आपण करता कामा नये. कारण परमेश्वर असा भेदभाव करत नाही. वारकरी धर्माची ही शिकवण प्रत्यक्ष परमेश्वरानं मानवाला घालून दिलेली आचारसंहिता आहे. त्याचा अवलंब करा. म्हणजे जगात सलोखा नांदेल आणि मोक्ष मिळण्यासाठी तुम्ही पात्र ठराल.

"विठ्ठल, विठ्ठल, विठ्ठल, विठ्ठल, विठ्ठल, विठ्ठल, विठ्ठल, विठ्ठल!"

विठ्ठलाचा गजर करत ज्ञानेश्वरांनी संकीर्तन संपवलं, पण श्रोते अजूनही बसूनच होते. कारण रामकृष्णहरीचा उद्घोष होत नाही, तोपर्यंत संकीर्तनाची सांगता होत नाही हे लोकांना माहीत होते. ज्या अर्थी केवळ विठ्ठलाचा उद्घोष करून ज्ञानेश्वर थांबले होते त्या अर्थी त्यांना अजूनही काही सांगायचं होतं; बोलायचं होतं आणि

तसंच झालं. अद्वैताचा मुद्दा संपवून, विठ्ठलाचा गजर करून क्षणभर ज्ञानेश्वर थांबले आणि मग त्यांनी नामदेवांकडं पाहिलं. नामदेवांच्या चेहऱ्यावरची उत्सुकता ज्ञानेश्वरांना स्पष्ट दिसली. ती वाचून ज्ञानेश्वर म्हणाले, ''नामदेवा, ज्यावर संपूर्ण वारकरी धर्म उभा राहिला आहे तो अद्वैताचा विषय तुम्हाला समजला का? नामदेवा, तुमचा लोकसंपर्क खूप आहे. लोकभाषा तुम्हाला चांगली ज्ञात आहे. जरी मी –

''माझिया मराठीचे बोल कवतुके ।
तरी अमृतातेही पैजा जिंके ।।
ऐसी अक्षरे रसिके मेळविन ।।

''असं म्हटलं असलं, तरी अमृतातेही पैजा जिंकणारी माझी मराठी ही तुमच्या लोकभाषेपेक्षा काहीशी दुर्बोधच आहे. तेव्हा हा अद्वैताचा विषय लोकांना नीट समजावा म्हणून तुम्ही एकवार लोकभाषेच्या माध्यमातून त्याचा सरळ अर्थ विशद करावा, अशी माझी आपणास विनंती आहे.'' ज्ञानेश्वरांचं बोलणं ऐकून नामदेव उठून उभे राहिले. ज्ञानेश्वरांनी आपल्याला त्यांच्या मुद्याचं आणखी विस्तारानं विवेचन करायला सांगितलं, हा आपला बहुमान आहे असा धन्यतेचा भाव स्पष्टपणे नामदेवांच्या चेहऱ्यावर दिसत होता. नामदेवाने तिथूनच नतमस्तक होऊन ज्ञानेश्वरांना नमस्कार केला आणि लोकांसमोर उभे राहून ते म्हणाले, ''ज्ञानेश्वर माऊलीने केलेल्या निरूपणाचा अर्थ लोकांपर्यंत पोहचवण्यासाठी त्यांनी माझी निवड केली. माझ्या दृष्टीनं हे माझे सौभाग्य आहे. माऊलींच्या समोर मी बोलायचं म्हणजे प्रत्यक्ष सूर्यासमोर काजव्याने प्रकाश देण्याबद्दल माहिती सांगण्यासारखं आहे; पण मला माऊलीने तशी आज्ञा केली आहे. म्हणूनच मी हे धाडस करतो आहे. माझं काही चुकलं, तर मला माऊलीने क्षमा करावी.'' असं सांगून नामदेवांनी पुन्हा एकवार ज्ञानेश्वरांना नमस्कार केला आणि जमलेल्या लोकांकडे तोंड करून बोलायला सुरुवात केली. ''लोक हो! आपण सगळे वारकरी. आपण वारकरी संप्रदाय स्वीकारला, पण वारकरी संप्रदाय स्वीकारल्यानंतरसुद्धा वारकरी संप्रदाय म्हणजे नक्की काय, हे आपल्याला जाणून घेणं आवश्यक आहे. या वारकरी संप्रदायात धर्मजातीचा भेद का मानला जात नाही, असा प्रश्न बऱ्याच जणांना पडतो. याचंच उत्तर माऊलीने दिलं आहे. कारण वारकरी संप्रदाय हा भक्तिवादी संप्रदाय आहे. हरीहराचे ऐक्य प्रतिपादन करणारा, वेदांना प्रमाण मानणारा, भक्तीचं आद्यपीठ जे पंढरपूर त्याची वारी करणाऱ्या वारकऱ्यांचा हा संप्रदाय आहे. रामकृष्णहरी हा या संप्रदायाचा षडाक्षरी मंत्र आहे. पंढरी हे वारकऱ्यांचं माहेर आहे. ''पंढरीचा वास चंद्रभागे स्नान आणिक दर्शन विठोबाचे'' ही त्याची आचारसंहिता आहे. कर्मठपणा, व्रतवैकल्यं, संन्यास या गोष्टींना वारकरी संप्रदायात स्थान नाही. दया, क्षमा, शांती, अहिंसा, समता आणि मानवता ही वारकरी संप्रदायाची सहा मूल्य आहेत. ही मूल्य

प्रत्येक मानवात असतात, पण त्याची त्याला जाण असत नाही. प्रत्येक मानवामध्ये परमेश्वराचा अंश सुस्थापित आहे. म्हणूनच प्रत्येक माणसाने ही सहा मूल्य जागती ठेवली पाहिजेत, असं वारकरी संप्रदाय सांगतो. ही मूल्य अबाधित राखण्यासाठी प्रत्येक व्यक्तीमध्ये परमेश्वर आहे हा संकेत दृढ व्हायला हवा. म्हणजेच आत्मा हाच परमात्मा, भक्त हाच भगवंत अशी भक्तीची उत्कटता साधली पाहिजे. त्या अनंत तत्त्वाशी प्रत्येक वारकऱ्याची एकरूपता झाली पाहिजे. म्हणजे वारकरी असण्याची सार्थकता होते.'' क्षणभर थांबून नामदेवांनी ज्ञानेश्वरांकडे एक कटाक्ष टाकला. आपण ते जे बोलत होते, ते ज्ञानेश्वरांना आवडलं होतं, हे ज्ञानेश्वरांच्या प्रसन्न चेहऱ्यावरून त्यांना समजलं. पुन्हा एकवार मस्तक झुकवून त्यांनी पुढे बोलायला सुरुवात केली. ''म्हणून जे जे विठ्ठलाची भक्ती करतात, जे जे वारकरी आहेत त्या प्रत्येकाने अंतरात्म्याचं आणि परमात्म्याचं हे अद्वैत मानले पाहिजे. भक्ताने भगवंताशी, आत्म्याने परमात्म्याशी –

तू अवकाश मी भूमिका । तू लिंग मी साळुंका ।
तू समुद्र मी द्वारका । स्वये दोन्ही ॥
तू वृंदावन मी चिरी । तू तुळशी मी मंजिरी ।
तू पावा मी मोहरी ॥ स्वये दोन्ही ॥
तू चांद मी चांदणी । तू नाग मी पद्मिनी ।
तू कृष्ण मी रुक्मिणी । स्वये दोन्ही ॥
तू नदी मी थडी । तू तारू मी सांगडी ।
तू धनुष्य मी भातोडी । स्वये दोन्ही ॥
तू वेद मी स्तविता । तू शास्त्र मी गीता ।
तू गंध मी अक्षदा । स्वये दोन्ही ॥
नामा म्हणे पुरुषोत्तमा । स्वये जडलो तुझिया प्रेमा ।
मी कुडी तू आत्मा । स्वये दोन्ही ॥

''असं एकरूप झाले पाहिजे. ज्ञानेश्वर माऊलीला हेच सांगायचं आहे.
''विठ्ठल, विठ्ठल, विठ्ठल, विठ्ठल, विठ्ठल, विठ्ठल, विठ्ठल!''

नामदेवांनी आपलं भाष्य संपवलं आणि ज्ञानेश्वरांना नतमस्तक होऊन, नमस्कार करून, त्यांची आज्ञा घेऊन ते खाली बसले. नामदेवांचं बोलणं ऐकून ज्ञानेश्वरांना अतिशय आनंद झाला. नामदेवांची प्रशंसा केल्याविना त्यांना राहवेना.

भक्त भागवत बहुसाल ऐकिले
बहु होऊनि गेले, होति पुढे
तरी नामयाचे बोलणे नव्हे, हे कवित्व
हा रस अद्भुत निरूपम असे ॥

असे गौरवौद्गार ज्ञानेश्वर माऊलींनी काढले आणि नामदेवांना धन्यता वाटली. सगळ्यांना वाटलं, आता बहुतेक संकीर्तन संपलं. अचानक ज्ञानेश्वर म्हणाले, "जनाबाई, तुम्हालाही कवित्व करताना आम्ही मघा ऐकलं आहे. नामदेवांसारखा सव्यसाची तुमचा बालसखा आहे म्हटल्यावर त्यात अवघड काहीच नाही. तेव्हा या अद्वैतासंबंधी तुमच्या अंतरात्म्याने जे जाणलं, ते तुम्ही विशद करा." ज्ञानेश्वरांचं बोलणं ऐकून जना चमकली, दचकली. 'छे, छे! भलतंच काय? माऊली हे काही भलतंच बोलत आहे. या एवढ्या सगळ्या लोकांसमोर आणि त्यातही ज्ञानेश्वर, निवृत्तीनाथ, सोपानदेव, मुक्ताबाई, नामदेव यांच्यासारखे दिग्गज समोर बसलेले असताना माझ्यासारख्या एका अडाणी आणि शूद्र आणि तेही स्त्री असलेल्या व्यक्तीनं अद्वैतावर बोलावं आणि तेही अभंगातून? कुठे ज्ञानेश्वर, नामदेवांसारखे शब्दप्रभू ईश्वर आणि कुठे मी एक अडाणी विठ्ठलभक्त!' जना घाबरली, संकोचली. तिच्या मनात उडालेला गोंधळ ज्ञानेश्वरांनी तिथूनही वाचला. आपण नुसतं सांगून जनाबाई ऐकणार नाही याची त्यांना खात्रीच होती. त्यांनी मोठ्या चातुर्याने ब्रह्मास्त्र काढलं. ते जनीला म्हणाले, "जनाबाई, तुम्ही विठ्ठलभक्त आहात आणि वारकरीही आहात. वारकरी संप्रदायामध्ये बहुतांश वारकरी हे अशा कष्टकरी वर्गातलेच आहेत. दिवसभर कष्ट करणाऱ्या, भाकरीला देव मानणाऱ्या आणि तरीही निष्काम विठ्ठलभक्ती करणाऱ्या या वर्गाच्या प्रतिनिधी म्हणून जनाबाई मी तुम्हाला विचारतो आहे. हा अद्वैत भाव तुम्हाला किती समजला हे तुम्ही आम्हा सगळ्यांना सांगावयाचं आहे. नाही, नाही कसलाही संकोच करू नका. नाही, नको म्हणू नका. जनाबाई, तुम्ही जोपर्यंत आम्हा सगळ्यांना ते विशद करून सांगत नाही तोपर्यंत हे संकीर्तन संपणार नाही. विठ्ठल तुमच्याशी बोलतो, तुमच्याबरोबर असतो असं आम्ही ऐकून आहोत. मग तर भक्त आणि भगवंताचं अद्वैत तुम्हाला चांगलंच समजलं असणार! बोला, जनाबाई, सांगा."

संकोचाने थरथरत जना उभी राहिली. घाबरत घाबरत तिनं एकवार नामदेवाकडे पाहिलं. त्याच्या नजरेत अपेक्षाही होती आणि आपल्या बालसखीला आज्ञाही होती. जनाचा नाइलाज झाला. तिनं डोईवरचा पदर सावरला. जमिनीवर डोकं टेकवून ज्ञानेश्वरादी मंडळींना अत्यंत भक्तिभावाने नमस्कार केला. हात जोडले, डोळे मिटले. विठ्ठलाची मूर्ती नजरेसमोर आणली आणि हात जोडून म्हणाली, "मायबाप हो, मी जना. नामदेवाच्या घरची दासी. मी अति शूद्र आहे. तरीही या विद्वजनांच्या सभेत, या संतांच्या मांदियाळीत मला बोलायला उभं करून ज्ञानेश्वर माऊलींनी माझं अवघं जीवन उजळून टाकलं आहे. मी धन्य आहे! कृतार्थ आहे! ऋणी आहे. ज्ञानेश्वर माऊली आणि नामदेवांनी जे काही सांगितलं, समजावलं ते सागराइतकं विशाल आहे. मला त्यातलं थेंबभर समजलं आहे, ते मी माऊलींच्या आज्ञेनं आणि

कृपेनं सांगण्याचा प्रयत्न आणि धाडस करते. काही चुकलंमाकलं, तर आईच्या मायेनं चूक पोटात घाला.'' अशी विनवणी करून जनानं आपल्या किनऱ्या आवाजात अभंग गायला सुरुवात केली.

देहभाव पूर्ण जाय । तेव्हा हे धैर्यसुख होय ।।
तयां निद्रेचे निजले । भाव जागृती नाही जाले ।।
ऐसी विश्रांती लाधली । आनंदकळा संचरलि ।।
तेथे सर्वांग सुखी जाले । लिंग देह विसरले ।।
त्या एकी एक होता । दासी जनी नाही आता ।।

हा एवढा अभंग गाऊन झाल्यावर जनीनं ज्ञानदेवांकडे पाहिले. त्यांच्या नजरेत कौतुक होतं, शाबासकी होती. तिनं एक कटाक्ष नामदेवाकडेही टाकला. त्याच्या नजरेतही अभिमान होता. जनीला हुरूप आला. तिनं पुन्हा पुढचा अभंग गायला.

जोड जाली रे शिवासी । भ्रांत फिटली रे जिवाची ।।
आनंदचि आनंदला । आनंद बोधचि बोधला ।।
आनंदाचि लहरी उठी । ब्रह्मानंदे गिळिला ओठी ।।
एकपण जेथे पाही । तेथे विज्ञप्ति उरिली नाही ।।
ऐसी सद्‌गरूची करणी । दासी जनी विठ्ठल चरणी ।।

जनीनं अभंग संपवला आणि मस्तक झुकवून, हात जोडून ती थरथरत उभी राहिली. तिची व्याकूळ अवस्था मुक्ताईने ओळखली. ती उठली. जनीचा हात धरून तिला पायऱ्या चढून ज्ञानेश्वर जिथे बसले होते तिथे घेऊन गेली. नामदेवानी जनीची अवस्था ओळखली होती. तेही पायऱ्या चढून तिथे आले. मुक्ताईच्या हातात जनीचा हात असला, तरी ती अजूनही थरथरत होती. तिची भीती घालवण्यासाठी कौतुकाच्या स्वरात नामदेव म्हणाले, ''शाब्बास, जने शाब्बास! अभंग सुंदर सांगितलास.'' नामदेवाचं बोलणं ऐकून मुक्ताई ज्ञानेश्वरांना म्हणाली, ''ज्ञानादादा, अद्वैताचा भाव ज्यांना इतका सखोल कळला आणि तो अभंगरचनेतून समजावून सांगण्याचं सामर्थ्य ज्यांच्या ठायी आहे ती विठ्ठलाची परमभक्त फक्त जनाच कशी राहील?'' मुक्ताईचं बोलणं ऐकून नामदेव आणि जना गोंधळले, तरी ज्ञानेश्वरांना समजलं. काहीसा कोलाहल करणाऱ्या श्रोत्यांना त्यांनी आपले हात उंचावून शांत राहायला सांगितलं आणि धीरगंभीर आवाजात पुन्हा बोलायला सुरुवात केली. ''मायबाप हो, मुक्ताई म्हणते ते बरोबर आहे. नामयाच्या घरचं दासीपण मिरवणारी ही तुमची जना आता जना राहिली नाही. तिची जाज्वल्य विठ्ठलभक्ती, तिचा विठ्ठलावरचा निस्सीम अधिकार, तिच्या ज्ञानाची सखोलता आणि उत्कट काव्यप्रतिभेतून ती करत असलेली काव्यरचना या सर्वांमुळे ही जना आता 'संत जनाबाई' झाली आहे. संतांच्या पंक्तीमध्ये जाऊन बसली आहे. संतांच्या मांदियाळीत तिचा प्रवेश

झाला आहे. संत जनाबाई या केवळ संत नामदेवांच्याच घराचं नव्हे, तर अवघ्या पंढरपुराचं भूषण झाल्या आहेत. त्यांच्यातल्या संतपणाला माझा त्रिवार नमस्कार!'' असं म्हणून ज्ञानेश्वरांनी किंचित मस्तक झुकवून जनाला नमस्कार केला. ज्ञानेश्वर बोलायचे थांबले आणि लोकांनी उस्फूर्तपणे उभा राहून टाळ्यांचा गजर केला. त्या गजराने अवघं गगनमंडळ दुमदुमलं! अवकाशाला व्यापत तो गजर चंद्रभागेच्या पाण्यावर आदळला. पाणी थरारलं. त्या गजराच्या तालात तरंग नाचू लागले. पाण्यावर पडलेले चंद्रकिरण त्या नाचात सामील झाले. लाटांनी वाहत तो गजर आपल्याबरोबर वाळवंटात आणला. वाळूचा कणन् कण रोमांचला; शहारला. तो शहारा सोबत घेऊन वारा फिरला. त्यानं त्या गजराचा प्रतिध्वनी आपल्याबरोबर मंदिरात नेला. विठ्ठलाचा चेहरा आनंदानं उजळला. त्या गजराचा ताल विठ्ठलाच्याही अंगात जणू भिनला. त्यानं आपले कमरेवरचे हात काढले आणि त्या टाळ्यांसोबत तोही टाळ्या वाजवायला लागला. त्या ठेक्यात त्याची पावलंही तालात पडायला लागली. आपण वाजवत असलेल्या टाळ्यांबरोबर मंदिरातूनही टाळ्यांचा आवाज कसा येतोय ते लोकांना कळेना. पण 'संत जनाबाई' अशी नाममुडा घेऊन तो टाळ्यांचा गजर मात्र आसमंतात दरवळला. ज्ञानेश्वरांनी केलेल्या नमस्काराने संकोचलेली, कौतुकाने भारावलेली, काहीशी भांबावलेली जना ज्ञानेश्वरांच्या पायावर कोसळली. तिच्या डोळ्यांतून वाहणारे अश्रू ज्ञानेश्वरांचे चरण भिजवत होते. मुक्ताईने तिला उठवलं. खरंतर जना मोठी आणि मुक्ताई लहान, बारा-चौदा वर्षांची! पण मुक्ताईच्या खांद्यावर डोकं ठेवून जना अश्रू ढाळू लागली. तिच्या मनाचं भरून आलेलं आभाळ रितं रितं होत होतं. तोच ज्ञानेश्वरांनी रामकृष्णहरीचा गजर सुरू केला. संकीर्तन संपल्याची ती खूण होती. त्या गजरालाही लोकांनी उत्स्फूर्तपणे साथ दिली. गजर करतच सगळी आपापल्या घरी जायला निघाली. गोरोबाकाका, सावता आदी संतमंडळी जनाभोवती जमली होती. जो-तो तिच्याशी कौतुकानं बोलत होता. तिच्या अभंगरचनेचं, सभाधीटपणाचं कौतुक करत होता. कुणी कुणी तिच्या भाग्याचा हेवा करत होतं. नामदेवांना तर आपल्या या बालसखीचं अत्यंत कौतुक वाटत होतं. तिच्या पाठीवर शाबासकीची थाप द्यायला त्यांचे हात शिवशिवत होते. सगळ्यांची ही उत्स्फूर्त प्रतिक्रिया ज्ञानेश्वर कौतुकाने बघत होते. त्यांच्या वारकरी संप्रदायाला आज एक खंदा अनुयायी मिळाला होता. संत म्हणून उल्लेखलं जाणं हे जनीचं विधिलिखित होतं. विठ्ठलाचा गजर अजून चालूच होता. रामकृष्णहरी या मंत्राचा उद्घोषही चालू होता. या सगळ्याबरोबरच मंदिरातली घंटाही जोरजोरात वाजत होती. एवढ्या सगळ्या प्रकारचा ध्वनी निनादत असतानाही, सभोवती जमून सगळे संत कौतुकाचे बोल बोलत असतानाही जनीला मात्र मंतरल्यासारखा एकच आवाज ऐकायला येत होता, 'संत जनाबाई! संत जनाबाई! संत जनाबाई!'

# १९

संकीर्तन संपलं. मध्यरात्र होत आली होती. विठूनामाचा गजर करत, ज्ञानेश्वरांची मूर्ती डोळ्यांत साठवत आणि जनाबाईचं कौतुक करत लोकं आपापल्या घरी गेली. ज्ञानेश्वरादी मंडळी त्या रात्री नामदेवांच्या घरी मुक्काम करून पहाटे उठून पुढच्या रस्त्याला लागली. त्या सगळ्यांना रात्री झोप लागेपर्यंत आणि पहाटे ते उठून आवरून रस्त्याला लागेपर्यंत जना त्यांच्या तैनातीत होती. त्यांच्या अवतीभवती होती. तेवढ्या वेळात ज्ञानेश्वरांनी आणि मुक्ताईनं जनीचा चार/पाच वेळा तरी संत जनाबाई, संत जनाबाई असा उल्लेख केला असेल. त्या प्रत्येक उद्‍गारासरशी जना रोमांचित होत होती. ज्ञानेश्वरादी भावंडं गेली आणि नामदेवाचं ते गोकुळासारखं भरलेलं घर जनाला एकदम रिकामं, रिकामं वाटायला लागलं. ओकंबोकं वाटायला लागलं. आपलं मन कामात गुंतवण्याचा तिनं खूप प्रयत्न करून पाहिला, पण तरीही तिचं त्यात लक्ष लागेना. असाच दिवस गेला. रात्रही झाली. निजानीज झाली. जनी आपल्या खोलीत गेली. खोलीत गेल्यावर मात्र तिचा चेहरा उजळला. विठ्ठल येऊन बसला होता. त्याच्या चेहऱ्यावर एक प्रसन्न मिस्कील हास्य होते. विठ्ठलाला समोर बघितल्यावर जनीला गदगदून आलं. त्याच्याशी किती बोलू किती नको, काय सांगू काय नको असं तिला झालं. तिला तर त्याला सगळं, अगदी सगळं सांगायचं होतं; पण तिच्या तोंडातून शब्द फुटेना. तोंडातून शब्द फुटण्याऐवजी तिच्या डोळ्यांतून अश्रूच वाहायला लागले. विठ्ठलानं तिची ही भावावस्था ओळखली. अर्थात ओळखली नसती तरच नवल! त्याच्या चेहऱ्यावर एक खट्याळ भाव उमटला. "काय संत जनाबाई, या काळ्यासावळ्या विठ्ठलाकडं बघणार ना?" असं म्हणून विठ्ठल हसायला लागला. मग मात्र जनी लटकेच रागावली. "छे बाई! काय हे! आता ह्याला काय सांगायचं! याला तर सगळंच माहिती!" या विचारानं जनी फुरंगटून बसली. तिच्या रुसण्याची विठ्ठलाला गंमत वाटली. जनी रुसली. आता मात्र कठीण होतं. तिची समजूत काढण्याचं मोठं अवघड काम विठ्ठलाला करावं

लागणार होतं, पण तोही गोपाळकृष्णच होता. द्वापारयुगात असंख्य गोपींची मनं वाचण्याचा त्याला छान सराव होता. त्यानं चटकन स्वत:ला सावरलं आणि म्हणाला, ''जने, काल काय काय झालं सांग की गं!'' जनीचा रुसवा अजून गेला नव्हता. ती फुरंगटून म्हणाली, ''मला काय इचारतोस! तुला माहितीच आहे की सगळं! तू सगळं ऐकलंच असणार.'' जनीच्या बोलण्याचा धागा पकडून विठ्ठल म्हणाला, ''नाही गं जने, मी सगळं नाही ऐकलं! अगं ज्ञानेश्वर बोलायला लागले आणि माझीही भावसमाधी लागली. माझंही देहभान हरपलं बघ! त्यामुळं सुरुवातीचं मला काहीच कळलं नाही. मला एकदम शेवटी भान आलं. सगळी जणं 'संत जनाबाई, संत जनाबाई.' म्हणत होते, म्हणून मीपण म्हटलं. सांग ना जना, काय काय झालं? सांग ना गं!'' विठ्ठलाचं आर्जव ऐकून जनीचा रुसवा कुठल्या कुठे पळाला. ती खुलली आणि तिनं ज्ञानेश्वरांच्या संकीर्तनाच्या वेळी घडलेला प्रसंग मोठ्या उत्साहाने सांगायला सुरुवात केली. तो प्रसंग सांगण्यात ती अगदी रंगून गेली. विठ्ठलाला तो सगळा प्रसंग पूर्ण माहीत होता. तरीही तो प्रसंग जनीच्या मुखातून ऐकताना त्याला एक वेगळाच आनंद होत होता. एखादा प्रसंग रंगवून सांगण्याची जनीची हातोटी मोठी विलक्षण होती. जनीचा आरसपानी चेहरा तिच्या मनातला प्रत्येक भाव स्पष्टपणे दाखवत होता. आधीच मोठे असलेले तिचे बोलके डोळे उत्साहानं आणि आनंदानं विलक्षण चमकत होते. जनीच्या सावळ्या चेहऱ्यावर अपूर्व तेज पसरलं होतं आणि या सगळ्यांचा एकत्रित परिणाम म्हणून की काय, जनी विलक्षण सुंदर दिसत होती. तिच्या चेहऱ्यावरचे झरझर बदलणारे भाव, टपोऱ्या डोळ्यांतला शब्दन् शब्द प्रतीत करणारा बोलका आविर्भाव विठ्ठल अनिमिष नेत्रानं पाहत होता. अशी जना त्यानं कधी पाहिलीच नव्हती. स्वत:चं सत्त्व सिद्ध होणं, आपल्याला वेगळं अस्तित्व मिळणं किती आनंददायी असतं, हेच जणू जनीच्या चेहऱ्यावरून दृग्गोचर होत होतं. असं सलग बोलून झाल्यावर जनी काही क्षण थांबली. तिला दम लागला असावा बहुतेक! तेवढ्यात विठ्ठलानं विचारलं, ''हे सगळं तू मला सांगितलंस तसं ज्ञानेश्वरांनाही सांगितलंस? आणि जसं सांगितलंस तसंच तुझ्या अभंगात लिहिलंस?'' विठ्ठलाचा हा प्रश्न ऐकून जनीनं उत्तर दिलं, पण ते अभंगातूनच –

जनीने बोलिले तैसेचि लिहिले । साध्य परिसिले तुम्ही संती ॥
अहो ज्ञानदेवा असावे तुम्हा ठावे । येणे काये लाहाणीव आणिली आम्हा ॥
माझी मज आण सांगते प्रमाण । सेविते चरण तुझे स्वामी ॥
जनीचे हे बोल, स्वानंदाचे डोल । स्वात्मसुखी बोल दुणावती ॥
शुद्ध सत्व कागद नित्य करी शाई । अखंडित लिहि जनीपाशी ॥
हांसोनि ज्ञानदेव पिटीयली टाळी । जयजयकार सकळी केला थोर ॥

असा एक चपखल अभंग सांगून जनीनं तो प्रसंग संपवला. विठ्ठल तिच्याकडं बघत होता, पण अभंग गाता गाता जनीची जणू भावसमाधी लागली आणि मिटलेल्या डोळ्यांनी जनी विठ्ठलाच्या नामस्मरणात रंगून गेली. विठ्ठल तिथून कधी निघून गेला हे तिला कळलंही नाही.

सकाळी नामदेवाच्या घरात रोजची गडबड सुरू झाली. नामदेवाचं लग्न होऊन बराच काळ लोटला होता. चार मुलं, एक मुलगी असा नामदेवाचा संसार सगळीकडून फुलला होता. घराचं अवघं गोकुळ झालं होतं. खरंतर अशा परिस्थितीत जनाची राबणूक आणखी वाढली असती; पण ज्ञानेश्वरांनी तिचा 'संत जनाबाई' असा उल्लेख करून तिला संतांच्या मांदियाळीत नेऊन बसवले आणि तिची योग्यता गोणाई, राजाईलासुद्धा समजली. साहजिकच जनीवरचा कामाचा भार थोडा कमी झाला. मात्र त्याचा उपयोग जनीनं विठ्ठलभक्ती आणि अभंगरचना याशिवाय दुसऱ्या कशासाठीही केला नाही. संतांच्या मांदियाळीमध्ये जरी जनाचा प्रवेश झाला असला, तरीसुद्धा नामयाचं दासीपण तिनं सोडलं नाही. उलट 'आपण त्याची दासी झालो म्हणूनच आपल्याला विठ्ठलाची ओळख पटली, स्वतःची ओळख पटली. आपल्या जगण्याला जसा अर्थ आला, तसाच आपल्या अस्तित्वालाही!' म्हणूनच संतपदाच्या जवळ जाऊन पोहचलेली जनी आजही स्वतःला नामयाची दासी म्हणूनच संबोधत होती. एवढंच नव्हे, तर आता तर ती तो दासीपणा नामदेवाच्या सावलीसारखा मिरवत होती. हे कितीही सत्य असलं, तरी जना नामदेवाच्या घरातली आपली जागा समजून होती. म्हणूनच एकदा प्रत्यक्ष देव नामदेवाच्या घरी आले असता सगळी संतमंडळी बोलत बसली होती. अशा वेळी आपली योग्यता ओळखून जनी मात्र बाहेरच होती, पण विठ्ठलाला आणि संतांना जनीची योग्यता माहीत होती. म्हणूनच नामदेवाच्या घरी आल्यानंतर जनी समोर दिसली नाही तेव्हा प्रत्यक्ष देवांनी तिची चौकशी केली. नामदेवाशी आणि नामदेवाच्या घराशी जना पराकोटीची तादात्म्य पावली होती. म्हणूनच नामदेवाबरोबर नामदेवाच्या घरी जना दिसली नाही तेव्हा देवाने जनाबद्दल विचारलं. प्रत्यक्ष देवांनी आपली चौकशी करावी हे कळल्यावर जनीला अतिशय आनंद झाला आणि त्या आनंदाने भारावून जाऊन जनीने अभंग रचला.

एके दिवशी वाडियात । देव आले अवचित ।
अवघी पायास लागली । देवे त्यावरी कृपा केली ।
बाहेर कामासी गुंतले । देवे मजला विचारिले ।
बाहेर आहेस वो बोलती । देव मजला हटकिती ।
हात धुवूनी जवळ गेले । कोठे गे जनी हासून बोले ।

जनीचा हा अभंग ऐकून, तिच्या शीघ्र कवित्वाची ओळख पटून देवांनाही मोठी

प्रसन्नता वाटली. त्याच प्रसन्नतेत देव परतलेसुद्धा!

पण एक दिवस मोठा विचित्र प्रसंग घडला. मनुष्य कितीही कीर्तिमान झाला, तरी तो समाजाची मानसिकता बदलू शकत नाही हेच खरं! प्रत्यक्ष ज्ञानेश्वरांनी आपला उल्लेख संत जनाबाई असा केला. ज्ञानेश्वरांचं संकीर्तन ऐकायला जमलेल्या सगळ्या गावकऱ्यांनीसुद्धा संत जनाबाई म्हणून तिचा जयजयकार केला. या आनंदात मश्गूल असलेली जना समाजाची मानसिकता विसरली. आपण कोण आहोत, समाजाच्या रहाटगाडग्यामध्ये आपलं स्थान काय असणार आहे हेही विसरली आणि त्या आनंदाच्या भरात ती मोरभटांच्या घरात त्यांच्या बायकोला निरोप सांगण्यासाठी आतपर्यंत गेली. ज्ञानेश्वरांच्या समोर गावकऱ्यांनी आपल्याला संत जनाबाई म्हणून उत्स्फूर्त पाठिंबा दिला होता, एवढंच त्या वेडीच्या लक्षात राहिलं होतं आणि आतापर्यंत जी सावधगिरी तिनं बाळगली होती, आपली पायरी, आपली जागा ओळखून राहण्याचा जो समंजस शहाणपणा तिनं दाखवला होता, जपला होता तोच शहाणपणा ती विसरली. अनवधानानं मोरभटांच्या घरात माजघरापर्यंत गेली. आपण कोण आहोत हे जनी जरी विसरली असली, तरी मोरभटांची बायको ते विसरली नव्हती. जनी माजघरापर्यंत आलेली बघून तिनं एकच आरडाओरडा केला. ती अशी का ओरडायला लागली, हे जनीला समजेना. तिला वाटलं, मोरभटांच्या बायकोला काहीतरी चावलं असावं. चटकन तिनं पुढं होऊन मोरभटांच्या बायकोला आधार दिला आणि 'काय झालं? काय झालं?' असं विचारायला लागली. मोरभटांच्या बायकोनं आणखीच दंगा केला. तिचा आरडाओरडा ऐकून ब्राम्हण आळीतले चार/पाच स्त्री-पुरुष धावून आले. आतलं दृश्य बघून हतबुद्ध झाले आणि मागचा-पुढचा काहीही विचार न करता त्यांनी जनीला मारहाण करून हाकलून दिलं. तिला ते अद्वातद्वा बोलत होते. शिव्या घालत होते. तिने ब्राम्हण आळी बाटवली असं म्हणत होते. भाबडी जनी या धक्क्यानं खाडकन भानावर आली. आपण कितीही मोठ्या झालो, ज्ञानेश्वरादी भावंडांनी आपल्याला कितीही गौरवलं, तरीही जातिभेदाच्या संकल्पनेने वेढला गेलेला हा समाज आपल्याला कधीही सामावून घेणार नाही, कधीही आपलं म्हणणार नाही, हे समजून तिचे डोळे खाडकन उघडले. ब्राम्हण आळीतून मारून-हाणून, अपमानित करून हाकलून दिली गेलेली जनी एखाद्या जखमी पाखरासारखी धावतच विठ्ठल मंदिरात पोहचली. भर दुपारची वेळ होती. मंदिरात तशी सामसूम होती. जना तिच्या नेहमीच्या जागेवर जाऊन बसली आणि रडायला लागली. विठ्ठलाच्या जिवाची कालवाकालव झाली. 'जनी? आणि एवढी ओक्साबोक्शी रडते? काय झालं असावं?' त्याला अंदाज आला; पण ते जनीनं सांगितल्याशिवाय जनी मोकळी होणार नव्हती. विठ्ठलानं कानोसा घेतला. मंदिरात कुणीच नव्हतं. विठ्ठलानं हाक मारली, "जने, काय

झालं? अशी ओक्साबोक्शी रडतेस का?'' विठ्ठलानं प्रेमान विचारलं आणि जनीला जास्तच भरून आलं. ती आणखीच हुंदके देऊन रडायला लागली. विठ्ठलाला समजेना, तिची समजूत कशी काढावी! पण समजूत काढणं तर भागच होतं. विठ्ठलानं पुन्हा विचारलं, ''जने, काय झालं ते मला नाही का सांगणार.'' मग मात्र जनी भडाभडा बोलायला लागली. तिने घडलेली इत्थंभूत घटना विठ्ठलाला सांगितली. विठ्ठलाला वाईट वाटलं. 'या भोळ्याभाबड्या, सरळ मनाच्या जनीला समाजमन कळलं नाही. यात तिचा काय दोष?' जनीची समजूत कशी काढावी ते विठ्ठलाला समजेना. तिला काय सांगावं हे देव असूनही त्याला उमगेना. पण पोटभर रडून झाल्यावर आणि विठ्ठलाला सगळं सांगितल्यावर जनी स्वत:च शांत झाली आणि मग मात्र —

शिणल्या बाह्या आता । येऊनिया लावी हाता ॥
तू माझे वो माहेर । काय पहातोसी अंतर ॥
वोवाळुनी पाया । जीवे भावे पंढरीराया ॥
धर्म ताता धर्म लेकी । म्हणे जनी हे विलोकी ॥
का गे निष्ठुर जालीसी । मुक्या बाळाते सांडिसी ॥
तुजवांचोनिया माये । जीव माझा जावो पाहे ॥
मी वत्स माझी माय । न ये आता करू काय ॥
प्राण धरियेला कंठी । जनी म्हणे देई भेटी ॥

जनाबाईच्या मनातलं दुःख, तिला झालेली वेदना, तिच्या सरळ मनावर झालेले आघात या सगळ्यांचं नेमकं प्रतिबिंब तिच्या या अभंगाच्या शब्दाशब्दातून उमटलं होतं. विद्ध हरिणीसारखी जना घायाळ झाली होती. जखमी पाखरासारखं तिचं मन तडफडत होतं आणि या सगळ्या जखमा तिच्या डोळ्यांतल्या अश्रूतून वाहत होत्या, गालावर ओघळत होत्या. ज्ञानेश्वरांनी संत जनाबाई म्हणून उल्लेख केल्यानंतर आनंदाने मोहरलेली, स्वत:च्या अस्तित्वाच्या जाणिवेने रोमांचलेली कालची जना आणि समाजानं लाथाडलेली, जखमी घायाळ झालेली आजची जना! केवढा विरोधाभास होता या दोन्हींमध्ये! विठ्ठलाला वाईट वाटलं. खूप वाईट वाटलं. या दुखावलेल्या मानसिक अवस्थेमधून जनाला बाहेर काढणं भाग होतं. ते काम नामदेवाशिवाय कुणीही करू शकणार नव्हतं.

विठ्ठल, नामदेव आणि जना यांच्या मनाच्या तारा अशा काही जुळल्या होत्या की, विठ्ठलाला नामदेवांची आठवण झाली अन् नामदेव आलेच. सकाळी बाहेर पडलेली जना दुपार उलटून गेली तरी अजून कशी आली नाही हे बघण्यासाठी नामदेव विठ्ठल मंदिरात आले होते. जनाला तिथं घायाळ अवस्थेत बसलेली पाहिल्यावर नामदेव चरकले. घडला प्रकार अजून त्यांना कळलेला नव्हता; पण

आता इथे मंदिरात जनीला काही विचारण्यात अर्थ नव्हता. मंदिरात गर्दी व्हायला लागली होती. नामदेवांनी एकदा विठ्ठलमूर्तीकडे नजर टाकली. मूर्तीच्या नजरेतही तोच भाव होता. नामदेवांनी जनीच्या हाताला धरलं आणि काही न बोलता, न विचारता ते तिला घरी घेऊन आले. घरी आल्यावर मात्र जनाला समोर बसवून नामदेवांनी रडण्याचं कारण विचारलं. जनीने कारण सांगितल्यावर मात्र आधी नामदेवांना हसू आलं आणि मग ते काहीसे गंभीर झाले. जनी काहीच न कळल्यासारखा चेहरा करून बसली होती. नामदेव म्हणाले, ''जने, अगं वेडी आहेस का तू? युगानुयुगे चालत आलेले समाजातले नीतिनियम तू बदलायला निघालीस आणि तेही एकटीने! जना, जात ही अशी गोष्ट आहे की, जी जन्मत: चिकटते आणि मरेपर्यंत साथ सोडत नाही. ज्ञानेश्वरांनी तुला काय, मला काय संत म्हटलं, तरी संतपदाच्या पदवीने आपली जात बदलणार नाही. कदापि बदलणार नाही. आपण स्वत: तर ती बदलू शकणार नाही, पण समाजाच्या मनातूनही आपली जात पुसली जाणार नाही. कधीच पुसली जाणार नाही. जातिभेद मानायचा नाही, हे वारकरी संप्रदाय सांगतो; पण म्हणून ते तत्त्व सगळ्या जगानं मानावं असं नाही. आपण त्यांना तशी जबरदस्ती करूही शकत नाही आणि त्यांच्याकडून तशी अपेक्षाही करू शकत नाही. जना, सगळ्यांत महत्त्वाचं म्हणजे कुणी एकटी व्यक्ती अख्ख्या समाजाचं मन बदलू शकत नाही. तेव्हा जने, पूस ते डोळे. तुझं मन कितीही निष्पाप, निरागस असलं, तरीही तुझ्या हातून घडलेलं हे कृत्य म्हणजे सामाजिक अपराधच आहे आणि कोणताही अपराध हा दंडनीयच असतो. तेव्हा तुला ब्राम्हण समाजाने केलेली शिक्षा म्हणजे तुझ्या अपराधाचं परिमार्जन आहे असे समज आणि कसलंही वाईट वाटून घेऊ नकोस. नेमून दिलेलं कामकाज करणं आणि विठ्ठलाची भक्ती करणं एवढंच आपल्या आयुष्याचं फलित आहे, हे मनाशी पक्कं समज. ऊठ जना, डोळे पूस. हे दोन घास खाऊन घे.''

नामदेवांनी जनाची समजूत घातली खरी, पण जनाच्या मनातल्या शंका अजूनही फिटल्या नव्हत्या. तिने नामदेवांना विचारलं, ''या समाजात अनेक जाती, प्रजाती आहेत; पण भक्तांची भक्त ही एकच जात असते ना रे? मग असं असताना विठ्ठलभक्तांना समाज त्यांच्या मूळ जातीवरून का ओळखतो? भक्त ही एकच जात समाजाला मान्य नाही? ही गोष्ट जर प्रत्यक्ष ईश्वराला मान्य आहे, तर मग ती समाजाला का मान्य नाही? नामया, माझ्या डोक्यात विचारांचा नुसता गोंधळ झालाय. तो गोंधळ दूर झाल्याशिवाय अभंगरचनाच काय, पण मी विठ्ठलाचं नामस्मरणही करू शकणार नाही.'' जनीच्या बोलण्यावरून तिच्या डोक्यातल्या विचारांचा गुंता स्पष्टपणे प्रतीत होत होता. नामदेव किंचित हसले अन् जनीला म्हणाले, ''जने, तुझं अगदी बरोबर आहे, पण एक गोष्ट तुझ्या लक्षात येत नाही.

विठ्ठलभक्तीची एकच जात आहे, हे तू आणि मी मानलंय. वारकरी संप्रदायानं मानलंय. प्रत्यक्ष परमेश्वरानं मानलंय; पण समाजानं मानलेलं नाही. जने, कोणताही बदल एका दिवसात घडत नाही. तो आपल्या मनात घडत नाही म्हटल्यावर समाजातही तो लगेच घडेल अशी अपेक्षा आपण का धरावी?'' नामदेवांच्या या बोलण्याने मात्र जनीच्या डोक्यातला गुंता कमी झाला. तरीही भक्ताची जात एकच असते आणि हे देवालाही मान्य असतं अशा अर्थाचा एक अभंग तिने तिथल्या तिथे रचला. भक्त, भक्ताची जात आणि परमेश्वर या सगळ्यांचा एकमेकांशी असणारा अन्योन्य संबंध सांगणारा तिचा अभंग म्हणजे जनीच्या मानसिक आंदोलनाचा आरसा होता.

भक्तीसाठी याति नाही । नाही तयासी ते सोई ।।
रोहिदास तो चांभार । त्याचा करी कारभार ।।
जो का भक्त यातिहीन । देव करी त्याचा मान ।।
त्यासी भक्ताचा आधार । वाट पाहे निरंतर ।।
जनी म्हणे भक्तासाठी । विठो सदा गोण्या लोटी ।।

नामदेवांनी जनीचा अभंग ऐकला. त्यांना बर वाटलं. जनी पूर्वपदावर आल्याची, तिची मन:स्थिती ताळ्यावर आल्याची ती खूण होती. नामदेवांचा प्रसन्न चेहरा बघितला आणि जनीला आपल्याला खूप भूक लागल्याचं लक्षात आलं. तिने नामदेवाला विचारलं, ''नामया, चल जेवू या. मला खूप भूक लागली आहे.'' पण जनीच्या या प्रश्नाकडे नामदेवाचं लक्षच नव्हतं. जनीने नामदेवाच्या चेहऱ्याकडे नजर टाकली. त्याचा चेहरा उतरलेला होता. तो उदास दिसत होता. जनीला त्याचं कारणही माहीत होतं. तिला वाईट वाटलं. 'आपला हा बालसखा गेले चार दिवस उदास आहे. त्याची समजूत काढायची सोडून आपण आपल्याच दु:खात बुडून राहिलो होतो. त्याची विचारपूस करण्याऐवजी आपण आपलं दु:ख कुरवाळत बसलो होतो.' नामदेवाच्या या उदासीनेतेचं कारण जनीला माहीत होतं, तरीपण त्याचा उतारा तिच्याकडे नव्हता. त्यावरचा उपाय तिच्याकडे नव्हता. झालं होतं असं,

ज्ञानेश्वरादी भावंडं पंढरपूर मुक्कामी असताना सगळ्या संत परिवाराची बैठक जमली होती, त्या वेळी खेळीमेळीत गप्पागोष्टी, चेष्टामस्करी चालली असताना अचानक मुक्ताई गोरोबाकाकांना म्हणाली, ''गोरोबाकाका, तुम्ही मातीची मडकी बनवता आणि ती बनवल्यानंतर भट्टीत भाजून काढता. जेव्हा ती भाजलेली मडकी बाहेर काढता तेव्हा कोणतं मडकं कच्चं आणि कोणतं मडकं पक्कं हे तुम्ही कसं ओळखता?'' ज्ञानेश्वर म्हणाले, ''मुक्ते, हा काय प्रश्न झाला? गोरोबाकाका किती ज्येष्ठ आहेत आणि तू त्यांना असा प्रश्न का विचारला आहेस?'' ज्ञानेश्वरांनी जणू

सगळ्यांच्याच मनातला प्रश्न विचारला होता. त्यावर मुक्ताई म्हणाली, ''ज्ञानादादा, गोरोबाकाका कुंभार आहेत. ओल्या मातीला आकार देऊन ते गाडगी-मडकी बनवतात. परमेश्वरसुद्धा ओल्या मातीला आकार देऊन माणूस बनवतो. म्हणजेच गोरोबाकाका परमेश्वराची कृती हुबेहूब करून दाखवतात. मग त्यांनासुद्धा कुणाच्या डोक्याचं मडकं कच्चं आहे आणि कुणाच्या डोक्याचं मडकं पक्कं आहे हे समजतच असणार! सांगा ना गोरोबाकाका, तुम्ही कच्चं आणि पक्कं मडकं कसं ओळखता?'' तिच्या या बोलण्यावर गोरोबाकाका हसले. तिला म्हणाले, ''मुक्ताई, आमचं थापटणं असतंया. तयार झालेल्या प्रत्येक मडक्यावर त्या थापटण्यानं थापटून बघायचं. कोणत्या प्रकारचा आवाज येतो त्यावरून ओळखायचं की मडकं कच्चं आहे का पक्कं!'' गोरोबांनी असं सांगितल्यावर मुक्ताई म्हणाली, ''मग गोरोबाकाका, तुमचं ते थापटणं घेऊन या आणि या इथं जमलेल्यांपैकी कुणाचं मडकं कच्चं आहे आणि कुणाचं पक्कं आहे ते शोधून काढा.'' सगळ्यांना कळेना हे काय चाललं होतं, तर गोरोबाकाकांना कळेना काय करावं? त्यांनी ज्ञानेश्वरांकडे पाहिलं. ज्ञानेश्वर म्हणाले, ''गोरोबाकाका, तुम्हाला ते थापटणं आता आणावंच लागणार. हा बालहट्ट आणि त्यातून स्त्रीहट्ट पुरवलाच पाहिजे. नाहीतर आमच्या मुक्ताईच्या नाकाच्या शेंड्यावरचा राग कितीतरी दिवस उतरायचाच नाही.'' गोरोबाकाका हसले. ''आलोच'' म्हणून बाहेर पडले. मंडळी पुन्हा गप्पागोष्टींत मग्न झाली. काही वेळातच गोरोबाकाका थापटणं घेऊन आले आणि प्रत्येकाच्या डोक्यावर थापटून बघू लागले. सुरुवात चोखोबापासून झाली. चोखोबा झाला, सेना झाला, सावता झाला, जना झाली, नरहरी सोनार झाला याबरोबर इतर आणखी काही मंडळी होती. गोरोबाकाका प्रत्येकाच्या डोक्यावर थापटणं मारत होते. थापटणं डोक्यावर पडल्यावर कुणी हुं की चु केलं नाही. थापटणं मारून झाल्यावर काही विरोध न करता ती व्यक्ती गप्प बसली की, गोरोबाकाका म्हणत, ''हे मडकं पक्कं आहे.'' असं करत ते नामदेवांपर्यंत आले. आधीच नामदेवाला चाललेला हा प्रकार फारसा रुचला नव्हता, परंतु मुक्ताई आणि ज्ञानेश्वर दोघांचीही या सगळ्या प्रकाराला संमती होती हे पाहून नामदेव गप्प बसला होता. थापटणं घेऊन गोरोबाकाका त्याच्याजवळ आले आणि त्यांनी ते थापटणं नामदेवाच्या डोक्यात मारलं. नामदेव एकदम ओरडला, ''गोरोबाकाका, काय हे? हे माझं डोकं आहे, तुमचं मातीचं मडकं नव्हे. लागलं की मला!'' नामदेवाचं हे बोलणं ऐकून गोरोबाकाका म्हणाले, ''मुक्ताई, हे मडकं कच्चं आहे.'' गोरोबाकाकाच्या या बोलण्यावर सगळी हसली. मात्र नामदेवाला राग अनावर झाला. तो उठून उभा राहिला. त्याच्या चेहऱ्यावर संताप स्पष्ट दिसत होता. ''गोरोबाकाका, माझं मडकं कच्चं आहे की पक्कं हे तुम्ही मला सांगायची गरज नाही. माझा मी ते स्वत: जाणून घ्यायला समर्थ आहे. न पेक्षा माझा विठ्ठलच मला

ते सांगेल. मी विठ्ठलाचा श्रेष्ठ भक्त आहे. त्याचा सखा आहे. सर्वथा उत्कृष्ट अशी अभंगरचना मी करू शकतो. असं असताना माझ्या डोक्याचं मडकं कच्चं आहे की पक्कं हे पाहण्याचा तुम्हाला अधिकार नाही. चोखोबा काय, जनाबाई काय, सेना काय ही सगळी मंडळी आपली पायरी ओळखून आहेत. तशातच साक्षात हे ज्ञानसूर्य त्यांच्यासमोर बसले आहेत. तुम्हीही वयानं ज्येष्ठ आहात. म्हणून ही सगळी मंडळी गप्प बसली असतील, पण तुम्ही केलेला हा प्रकार मला अजिबात आवडला नाही.'' नामदेवांच्या या बोलण्याने तिथलं खेळीमेळीचं वातावरण पार बदलून गेलं. एवढ्यात नामदेवांचं बोलणं ऐकून गंभीरपणे मुक्ताई म्हणाली, ''ज्ञानादादा, हे मडकं तर अगदीच कच्चं निघालं! मला असं वाटतं की, हे मडकं नीटसं भाजलं गेलेलं नाही. मडकं भट्टीमध्ये नीट भाजलं जावं म्हणून कुंभार काठीनं ते फिरवतो, त्याच्या चहूबाजूंनी जाळ लावतो. मला वाटतं या मडक्याला नीट फिरवून दिशा दाखवणारा, चहूबाजूंनी जाळ लावणारा आजपर्यंत कुणी भेटलेला नाही.'' मुक्ताई असं म्हणाली आणि निवृत्तीनाथांनी आणि ज्ञानदेवांनी संमतीदर्शक मान हलवली. नामदेव पुन्हा काही बोलणार तोच ज्ञानेश्वर म्हणाले, ''नामदेवा, तुम्ही विठ्ठलाचे परमप्रिय भक्त आहात, त्याचा जवळचा सखा आहात, हे आम्हाला सर्वांना मान्यच आहे; परंतु ही गोष्ट तुम्ही इतरांना सांगायची नाही, तर इतरांनी ती उत्स्फूर्तपणे म्हटली पाहिजे. समर्पण हे जर भक्तीचं अधिष्ठान असेल, तर नम्रता हा तिचा कळस आहे. नामया, तू भक्तीचं अधिष्ठान जाणलंस; परंतु तिच्या कळसाकडे दुर्लक्ष केलंस. हे समजण्यासाठी केवळ विठ्ठलाचं परमभक्त असणं, त्याचा सखा असणं किंवा यथार्थ अभंगरचना करणं एवढंच पुरेसं नाही, तर भक्त असणं म्हणजे काय आणि भक्ती असणं म्हणजे काय याचं नेमकं ज्ञान होणं गरजेचं आहे आणि कोणतंही ज्ञान गुरूशिवाय मिळत नाही. आपल्या भक्ताला, आपल्या श्रद्धेला आणि आपल्या शब्दवैभवाला योग्य दिशा मिळायची असेल, तर त्यासाठी गुरू असणं गरजेचं आहे; कारण कोणतंही ज्ञान गुरूविना अर्धं आहे. भक्ताच्या भक्तीला, ज्ञानवंताच्या ज्ञानाला, प्रतिभावंताच्या प्रतिभेला, श्रद्धावंताच्या श्रद्धेला आणि विद्यावंताच्या विद्येला गुरूशिवाय अस्तित्व नाही आणि अर्थही नाही.'' ज्ञानेश्वरांचं बोलणं ऐकून नामदेव काहीसा वरमला. तरीही तो ज्ञानेश्वरांना म्हणाला, ''माऊली, मी विठ्ठलाच्या सान्निध्यातच लहानाचा मोठा झालो. त्याची भक्ती करत करत जाणता झालो. त्याची भक्ती करत असतानाच सुचलेले शब्द गुंफून मी अभंगरचना करत गेलो. त्यामुळे मला जाणीवपूर्वक अशा गुरूची गरज भासली नाही. संतसमागमी आल्यावर तर मी आपल्या सान्निध्यात, सहवासात आलो. आपण मला मार्गदर्शन करत गेलात त्यामुळे तर मला गुरूची गरजच भासली नाही. मग माऊली, आता या घटकेला, जेव्हा हा नामदेव इतरांना गुरुपदेश करण्याच्या

योग्यतेचा झाल्यानंतर गुरूशिवाय ज्ञानाची परिपूर्ती नाही असं सांगण्याचं काय प्रयोजन?'' नामदेवाने असं विचारल्यावर ज्ञानेश्वर हसले. म्हणाले, ''नामदेवा, आपण इतरांना गुरुपदेश देण्याच्या योग्यतेचे झालो आहोत असं तुला वाटणं याचाच अर्थ तुला गुरुपदेशाची नितांत गरज आहे. गुरूच्या मार्गदर्शनाची गरज आहे. कारण –

जयां सद्‌गुरू तारू पुढे । जे अनुभवाचिये कासे गाढे ।
जयां आत्मनिवेदन तरांडे । आकळले ॥
जे अहंभावाचे वोझे सांडुनी ।
विकल्पाचिया झुळका चुकउनि ।
अनुरागाचा निरू ताडूनी । पाणिढाळु ॥

असा गुरूचा महिमा आहे.'' ज्ञानेश्वर पुढे काही बोलणार तोच मुक्ताई म्हणाली, ''नामया, ज्ञानाने एवढा परिपूर्ण असूनही माझ्या ज्ञानेश्वरदादाने निवृत्तीदादाला गुरुस्थानी बसवून गंडा बांधून घेतला. माझा ज्ञानादादा नुसता तोंडी उपदेश करत नाही, तर आपल्या आचरणातूनही तो लोकांना मार्गदर्शन करतो, असं नाही तुला वाटत?'' मुक्ताईचं बोलणं ऐकून मग मात्र नामदेवाच्या डोक्यात लख्ख प्रकाश पडला. प्रत्यक्ष ज्ञानसूर्य असूनही ज्ञानेश्वरांनी निवृत्तीनाथांना गुरू मानलं होतं. आपलं काय चुकत होतं, कुठं चुकत होतं याची नामदेवाला पूर्ण जाणीव झाली आणि त्यानं स्वत:ला ज्ञानेश्वरांच्या पायावर झोकून दिलं. त्याच्या डोळ्यांतल्या अश्रूंनी त्यांची पावलं भिजली. ज्ञानेश्वरांनी नामदेवाला खांद्याला धरून उठवलं आणि आपल्या मिठीत बद्ध केलं. काही क्षण गेल्यावर स्वत:ला ज्ञानेश्वरांच्या मिठीतून मोकळं करून नामदेवाने विचारलं, ''माऊली, आता तुम्हीच माझे मार्गदर्शक व्हा आणि गुरूचा शोध घेण्यात मला मदत करा.'' नामदेवाचं बोलणं ऐकून माऊलींनी निवृत्तीनाथांकडे पाहिलं. निवृत्तीनाथांनी संमती देताच ज्ञानेश्वर पुढे म्हणाले, ''नामदेवा, तिकडे मराठवाड्यात औंढ्या नागनाथ म्हणून महादेवाचं प्रसिद्ध क्षेत्र आहे. तिथे तुला तुझे गुरू भेटतील आणि तेच तुला योग्य मार्ग दाखवतील.'' ज्ञानेश्वर माऊलीचं ते बोलणं ऐकून नामदेवाच्या चेहऱ्यावर काहीसं समाधान पसरलं. ''नामदेवा, आता पुन्हा जेव्हा आपण भेटू तेव्हा तुझं हे मडकं चांगलं पक्कं, पूर्ण भाजलेलं असेल.'' असं मुक्ताई म्हणाली आणि वातावरणातला ताण हलका झाला. त्यानंतर गोरोबाकाकाच्या घरातून सगळ्यांसाठी आंबील आली. ती पितापिता मग पुन्हा गप्पागोष्टी सुरू झाल्या. वातावरण पूर्ण निवळलं.

जनाला तो सगळा प्रसंग आठवला आणि नामदेवाच्या उदास चेहऱ्यामागचं कारण तिला समजलं. तरीही 'औंढ्या नागनाथाला जा' असं ज्ञानेश्वर माऊलींनी सांगूनही नामदेव अजून इथंच का होता, याचं उत्तर तिला मिळालेलं नव्हतं. तिनं

नामदेवाला तसं विचारलंही; परंतु 'अजून विठ्ठलाचा मला तसा आदेश मिळाला नाही' असं उदास चेहऱ्यानं सांगून नामदेव तिथून निघून गेला. 'विठ्ठलाला याचं कारण विचारलं पाहिजे. किती दिवस हा असा चेहरा पाडून फिरणार? आधीच याचं घरात लक्ष नाही, संसारात लक्ष नाही आणि आताच्या या उदासीनतेमुळे याचं विठ्ठलभक्तीतही लक्ष लागणार नाही. यातून काहीतरी मार्ग काढला पाहिजे.' जनाच्या मनात आलं. मार्ग काढण्याचा निश्चय केल्यावर तिला बरं वाटलं आणि जना उत्साहानं कामाला लागली. जनीचं काम संपलं तेव्हा रात्र बरीच झाली होती. जनी निजायला खोलीत आली. डोळे मिटून तिनं विठ्ठलाची आठवण काढली. डोळे उघडले तेव्हा विठ्ठल समोर होता. "का गं जने, आज अगदी बोलावून घेतलंस मला? काही विशेष काम!" जनीला माहीतच होतं की, विठ्ठल असंच विचारणार. तिला त्याचा थोडासा रागच आला. तो तिच्या डोळ्यांत उमटला आणि नाकावर सांडला. "तुला जेव्हा माझी आठवण येते तेव्हा तू इकडे येतोस. त्या वेळी मी तुझ्या अवतीभवती नाचावं अशी तुझी अपेक्षा असते. मग आज मला काही प्रश्न पडला आहे, तर मी तुला बोलवायचं नाही का?" जनीनं फणकाऱ्यानं विचारलं. तिच्या नाकावरचा राग बघून विठ्ठलाला गंमत वाटली. "तसं नव्हे गं जने, उलट तू माझी नेहमी आठवण काढावीस, मला नेहमी बोलवावंस असं मला सतत वाटतं. म्हणून तर आठवण काढताक्षणी एवढ्या तातडीनं मी आलो. बोल, काय काम करायचं आहे? पाणी भरायचंय? की धुणं धुवायचंय की तुझ्याबरोबर कुठे यायचंय?" विठ्ठलाने अगदी प्रेमाने विचारलं. जनीबद्दलचा जिव्हाळा त्याच्या शब्दाशब्दात उमटला. मग मात्र जनी खुदकन हसली. त्या दीड खणाच्या खोलीत चांदणं पसरल्याचा विठ्ठलाला भास झाला. जनी म्हणाली, "विठ्ठला, भक्तावर एवढं प्रेम करतोस, त्यांची काळजी घेतोस, मग नामदेवाशी असा का वागलास? संत मंडळींच्या समोर बोल लावून घेण्याची वेळ त्याच्यावर का आणलीस? प्रश्नांच्या भोवऱ्यात अडकून तो फिरत राहिला. माऊलीने त्यातून बाहेर पडण्याचा मार्ग त्याला दाखवला, तर त्या मार्गावर जाण्यासाठी अजून तू त्याला आदेश दिला नाहीस. उदास चेहरा घेऊन माझा नामया सगळीकडे वावरतो आहे. त्याचा तो उतरलेला चेहरा मला बघवत नाही. तेव्हा सांग विठूराया, तू असं का केलंस? अरे नामदेव तर तुझा लाडका भक्त, मग असं असताना त्याच्यावर ही वेळ तू का आणलीस?" व्याकूळपणे जनी प्रश्न विचारत होती. नामदेवाविषयी तिला वाटणारी आपुलकी तिच्या गहिऱ्या शब्दांतून आणि अश्रूंनी भरलेल्या डोळ्यांतून व्यक्त होत होती. जनीचे प्रश्न टाळणं विठ्ठलाला शक्य नव्हतं. त्याची उत्तरं देणं भाग होतं. नाहीतर जनीनं पिच्छा पुरवला असता. विठ्ठल म्हणाला, "जने, माझ्या लाडक्या भक्ताला, नामदेवाला अशा पद्धतीनं अपमानित होताना बघून मलाही वाईट वाटलं गं, पण

काय करू? तो माझा सखा आहे, माझा प्रिय भक्त आहे या गोष्टीचा त्याला अहंकार व्हायला लागला होता आणि संताला अहंकार म्हणजे सूर्याला ग्रहणच! नामदेवाचं हे भक्तपण, श्रेष्ठ भक्ताची त्याची योग्यता, अभंगरचनेतली त्याची प्रतिभा हे सगळं बावनकशी शुद्ध सोन्यासारखं निखळ उजळायचं असेल, तर त्याला वाटणारा हा अहंकार, त्यापोटी येणारा राग या सगळ्याचा नाश व्हायला हवा आणि गुरूकृपेशिवाय ते शक्य नाही. बाकी कुणी सांगून नामदेवाने ऐकलं नसतं. कारण स्वत:ला सर्वश्रेष्ठ म्हणवण्यापर्यंत त्याची मजल गेली होती, पण साक्षात आदिशक्ती मुक्ताई आणि ज्ञानसूर्य ज्ञानेश्वर यांनीच उपदेश केल्यामुळे त्याला तो मानावाच लागला. आपल्या हातून काहीतरी चुकीचं घडलंय याची जाणीव त्याला झाली. या जाणिवेची तीव्रता कळसाला पोहचल्याशिवाय त्याला गुरुभेटीची आस लागणार नाही आणि गुरुभेटीची तळमळ लागल्याशिवाय त्याचा अहंकार लोप पावणार नाही. म्हणूनच अजून मी त्याला गुरूचा शोध घेण्यासाठी जाण्याचा आदेश दिला नाही. जने, भुकेमुळे आतड्याला पीळ पडला म्हणजेच भाकरीची किंमत समजते. तहानेने घसा कोरडा पडून श्वास अडकायला लागला म्हणजे मग पाण्याची किंमत समजते. तद्वतच आपण अज्ञानी आहोत ही भावना पराकोटीला गेल्याशिवाय ज्ञानाचं आणि ते देणाऱ्या गुरूचं महत्त्व कळत नाही. जने, तुझा नामया तुला सर्व दोषांपासून मुक्त असा, बावनकशी सोन्यासारखा शुद्ध आणि निखळ असा हवा आहे. मग गुरुभेटीची त्याची आस सगळ्या मर्यादांच्या पलीकडे जाऊ दे. मगच मी त्याला आदेश देईन.'' विठ्ठल बोलत होता आणि आपल्या मोठ्या डोळ्यांत कौतुक साठवून जनी त्याच्याकडे बघत होती. भक्तासाठी वेडा असणारा हा विठू भक्तावर नुसतं प्रेमच करत नाही, तर त्याच्या कल्याणाचीही पुरेपूर चिंता करतो याचं प्रत्यंतर विठ्ठलाच्या बोलण्यावरून तिला येत होतं. त्याच्या चेहऱ्यावरून दिसतही होतं आणि तो म्हणत होता तसंच झालं. नामदेवाला लागलेली गुरूदर्शनाची आस इतकी पराकोटीला गेली की, नामदेव जेवणखाण विसरला, त्याची तहानभूक हरपली, अभंगरचना विसरला. त्याची प्रतिभा रुसली. पाण्याबाहेर काढलेल्या मासोळीसारखा तो तळमळायला लागला आणि मग एक दिवस विठ्ठलानं त्याला जाण्याची परवानगी दिली. मग मात्र एक क्षणही न थांबता नामदेवाने औंढ्या नागनाथाची वाट धरली. त्या रात्री पुन्हा विठ्ठल जनीला भेटायला आला आणि जनीला म्हणाला, ''जने, आता झालं का तुझ्या मनासारखं! माझ्याबद्दल तुझ्या मनात असलेला संदेह गेला का?'' विठ्ठलाचा तो प्रश्न ऐकून जनी खुदकन हसली आणि त्याला म्हणाली, ''विठूराया, तुझ्यामुळे तुझे भक्त नेहमीच सोन्यासारखे शुद्ध आणि गंगेसारखे निर्मळ राहणार आहेत. तुझा निरोप घेऊन नामया गेला. तो आता गुरुपदेश घेऊनच येईल. विठूराया, तू आहेस म्हणून भक्त आहेत आणि ते भक्तही शब्दब्रम्हाचे दास आहेत.''

शब्दांचे ब्रम्ह लौकिक हो दिसे । जैसे ते फांसे मईदाचे ॥
ज्ञानी तो कोण विज्ञानी तो कोण । दोहींचा आपण साक्षभूत ॥
स्वये सुखे धाला आपणाते विसरला । तो योगि राहिला नाही येथे ॥
नामयाची जनी सागरी मिळाली । परतोनि मुळी केवी जाय ॥
वेदांती हे बोलिले । सिद्धांती हे नेमियेले ॥
लागा लागा भक्तिवाटा । धरा हेचि नेमनिष्ठा ॥
वेदबाह्य ते कर्म । सांठी न करी अधर्म ॥
तोचि एक होय ज्ञानी । देवनिष्ठ म्हणे जनी ॥

जनीनं गायिलेल्या अभंगानं विठ्ठल प्रसन्न झाला. आपण जिला आपली सखी मानलं ती अडाणी जनी अशी ज्ञानानं संपन्न होत असलेली बघून विठ्ठलाला अतिशय आनंद झाला. जनीच्या भक्तीचा सुगंध तर आता सगळीकडे पसरला होता, पण तिच्या या नवनवोन्मेष प्रतिभेचा दरवळ सगळीकडे पसरावा अशी इच्छा बाळगणारा विठ्ठल उत्स्फूर्त काव्यरचना करणाऱ्या जनीकडे बघत राहिला.

## २०

नामदेव औंढ्या नागनाथाला गेला आणि जनीला करमेना. अलीकडं, म्हणजे ज्ञानेश्वरांनी तिचा 'संत जनाबाई' असा उल्लेख केल्यापासून किंवा जनीला स्वत:ची ओळख पटल्यापासून तिला नामदेवांच्या बरोबर वावरणं, त्यांच्यासोबत राहणं, त्यांच्याबरोबर काही चर्चा करणं, त्यांना काही शंका विचारणं, काही शब्दांचे अर्थ विचारणं हे जास्तच आवडायला लागलं होतं. आधीच नामदेव तिचा बालसखा. अगदी बालपणापासून त्याचा आणि जनीचा जिव्हाळा होताच. दोघंही जसजशी मोठी होत गेली तशी दोघांना एकमेकांची योग्यता समजली. जनीला नामदेवाची योग्यता समजली, यात फारसं विशेष नव्हतं, पण नामदेवाला जनीची योग्यता समजली, हे फार मोलाचं होतं. तेव्हापासून जनीच्या शंकांचं निरसन करणं, तिच्या प्रश्नांना उत्तरं देणं, ज्ञानेश्वरादी संतांच्या गोष्टी तिला सांगणं, काही अर्थ समजावून सांगणं अशा प्रकारची विचारांची देवाणघेवाण दोघांमध्ये सतत चालायची. कामकाज करणाऱ्या जनीला अलीकडं कामाप्रमाणे याही गोष्टीची सवय झाली होती. नामदेव औंढ्या नागनाथला गेला आणि जनीला चुकल्याचुकल्यासारखं झालं. विठ्ठल, त्याची भक्ती, त्याचं सान्निध्य, त्याची भक्तवत्सलता या विषयी बोलायला कुणीच नव्हतं. काही दिवस असेच गेले आणि मग जनी वैतागली. आपण भावनिकदृष्ट्या नामदेवावर इतके अवलंबून आहोत या गोष्टीबद्दल तिला स्वत:चाच राग यायला लागला. नामदेवाची भक्ती, विठ्ठलाशी त्याची असलेली जवळीक तिला सतत आठवायला लागली. मग मात्र नामदेवाच्या आठवणीत बुडालेल्या जनीनं विठ्ठलाचे आणि नामदेवाचे काही प्रसंग आठवून त्यावर अभंगरचना करण्यात स्वत:ला गुंतवून घेतलं आणि मग त्यात –

मागे किती संत जाले । नामा ऐसे कोण बोले ।।
नामा जाता राऊळासी । देव बोले आधी त्यासी ।।
केवढे नवल सांगावे । दासी जनीचे पद लिहावे ।।

असं लिहून जात असे. त्यातच तिला तो प्रसंग आठवला.

पावसाळ्याचे दिवस होते. पाऊस धो धो कोसळत होता. आठ दिवस संततधार लागली होती. संतमंडळींचा मुक्काम आठ दिवस पंढरपुरातच होता, पण आता त्या सगळ्यांना पुढच्या प्रवासाला जायचं होतं. त्या दिवशी दिवसभर सगळी मंदिरात बसली होती. निवृत्तीनाथ हटयोगाबद्दल काही समजावून सांगत होते. कुंडलिनी जागृत करून ज्ञानेश्वरांनी पाठीवर मांडे कसे भाजले याची गोष्ट सांगत होते. संध्याकाळ होत आली, तसं निवृत्तीनाथांनी बोलणं आवरतं घेतलं आणि सगळी जायला निघाली. पाहतात तो काय! भिवरेचं पाणी मंदिराच्या पायऱ्यांवरून खेळत होते. 'पाऊस खूप झालाय! नदीला खूप पूर आलाय! पाणी गावात शिरलंय!' अशा सगळ्या गोष्टी कानावर आलेल्या होत्याच; पण भिवरेचं पाणी एवढं वाढलं असेल, अगदी मंदिराच्या पायरीपर्यंत आलं असेल याची कोणाला कल्पना नव्हती. निवृत्तीनाथांशी चर्चा करण्यात मग्न असलेली ती मंडळी भिवरेचा हा अवतार बघितल्यावर हबकलीच. त्यातल्या काही जणांना पुढच्या प्रवासाला जायचं होतं. काही जणांना नातेवाइकांकडे जायचं होतं, तर काही जणांच्या घरची मंडळी त्यांची वाट बघत खोळंबून राहिली होती. काय करावं कुणाला सुचेना. तोच सावता नामदेवाला म्हणाले, "नामदेवा, या नदीनं अशी कशी वाट अडवली? आता आम्ही कसं जायचं? माझ्या शेतीचं फार मोठं नुकसान होणार. शेतात गुडघ्याएवढं पाणी साठलं असेल. वाट करून दिली नाही, तर पिकं कुजून जातील. तुम्ही पंढरपूरचे. विठूराया तुमचा सखा. त्याला विनवणी केलीत, तर तो तुमचं ऐकेल आणि आम्हाला जायला रस्ता मिळेल." सावता माळींच्या या बोलण्यावर सगळ्यांनीच पाठिंबादर्शक मान हलवली. मग मात्र नामदेवाला आपण यांच्यासाठी काहीतरी केलं पाहिजे असं वाटायला लागलं. पण नक्की काय करावं हे त्यालाही सुचेना! एखाद्या नावाड्याला बोलवावं, तर एवढ्या प्रचंड पूर आलेल्या नदीमध्ये तो नाव घालायला तयार झाला असता की नाही अशी शंका! त्यातून तो तयार झाला असता, तर एवढ्या सगळ्या संतसज्जनांचे जीव धोक्यात घालायचे की नाही आणि त्यातून घातले आणि काही विपरीत घडलं, तर त्याचा जन्माचा बोल त्याच्यावर आला असता, या विचाराने नामदेवाला काय करावे सुचेना. नामदेव संभ्रमात उभे असलेले बघून ज्ञानेश्वर म्हणाले, "नामदेवा, अरे तू विठ्ठलाचा सखा ना? मग एवढा चिंतेत का पडला आहेस? विठ्ठलालाच यातून मार्ग काढून द्यायला सांग." ज्ञानेश्वरांचं हे म्हणणं ऐकल्यावर नामदेवांचे डोळे चमकले. त्याने हात जोडले, डोळे मिटले आणि विठूरायाला मनोमन विनवणी केली, "हे विठूराया, ही संतसज्जन मंडळी माझ्या आमंत्रणावरून इथे आली आहेत आणि भिवरेला आलेल्या या पुरामुळे ती इथेच अडकून पडली आहेत. त्यांना सुखरूप निरोप देणं हे माझं

कर्तव्य आहे. त्यांच्या घरची मंडळीही चिंतित आहेत. हे सगळे संतसज्जन घरी वेळेवर पोहचले नाहीत, तर त्यांच्या घरची मंडळी मला बोल लावतील. म्हणतील, नामदेवाने बोलावणं धाडलं आणि आमची माणसं तिथेच अडकून पडली. विठूराया, तू भक्तवत्सल आहेस. तुझ्या या लाडक्या भक्तावर आलेला बोल तुला चालणार आहे का? चालणार नसेल, तर या भिवरेतून मार्ग काढून दे.'' नामदेवांनी विठूरायाला असं गाऱ्हाणं सांगितलं आणि काय आश्चर्य! मंदिराच्या पायरीवर खेळणारं भिवरेचं पाणी सरसर उतरलं. पायऱ्या रिकाम्या झाल्या. मंदिरासमोरचा रस्ता रिकामा झाला. संतमंडळींचा जाण्याचा मार्गही मोकळा झाला.

जनीला हा प्रसंग आठवला. नामदेवाबद्दल वाटणारा जिव्हाळा उफाळून आला आणि तिनं अभंग लिहिला,

पूर आला भिवरेशी । पाणी लागे पायरीशी ॥
संतजन हो मिळाले । उठूनी नामया जवळी गेले ॥
नामा सांगे विठोबासी । उतार द्यावा भिवरेसी ॥
वोहटला पूर । जनी आनंदे निर्भर ॥

हा अभंग लिहिला आणि जनी मनाशीच हसली. नामदेवाचं मोठेपण त्याच्या घरात कोणालाच कळत नव्हतं. म्हणूनच नामदेव काही कामकाज करत नाहीत, काही मिळवून आणत नाहीत याबद्दल दामाशेटी, गोणाई, राजाई नामदेवाला बोल लावत असत. अर्थात तरीही नामदेवाच्या विठ्ठलभक्तीबद्दल त्याच्या घरच्यांच्या मनात कोणतीही शंका नव्हती. विठ्ठलाचं आणि नामदेवाचं सख्य तेही जाणून होते. म्हणूनच एका दिवाळीला नामदेवाला शब्द दिल्याप्रमाणे विठ्ठल नामदेवाच्या घरी आला. घरच्या मंडळींनी त्याचं चांगलं स्वागत केलं. देवघरात चंदनाच्या पाटावर बसवून त्याला स्नान घातलं. गोणाईनं आपल्या स्वतःच्या पदरानं त्याचं अंग पुसलं. राजाईनं हातात पंचारती घेऊन त्याला ओवाळलं. त्या सासू-सूनेनं मिळून साग्रसंगीत असा पक्वान्नाचा स्वयंपाक केला होता. अत्यंत मायेनं देवाला जेवायला वाढलं. ते सुग्रास भोजन जेवून देव तृप्त झाले. नामदेवाने त्यांच्या हातावर पाण्याची धार धरली आणि उपरण्याने हात पुसले. हा सगळा सोहळा चाललेला असताना जनी मात्र दरवाजाशी ओठंगून होती. 'आपण अति शूद्र नसतो, तर आज देवाला आपण आपल्या हाताने अंघोळ घातली असती. चोळून चोळून तेल आणि उटणं लावलं असतं. देवाचं सर्वांग आपल्या पदराने पुसून त्याला पंचारतीने ओवाळलं असतं. देवाच्या आवडीचा स्वयंपाक आपण राबराबून केला असता. तृप्त होईपर्यंत देवाला जेवायला वाढलं असतं. त्याला भरवलं असतं; पण हे सगळं करण्याऐवजी आपण आज दरवाजाजवळ हातात विडे घेऊन उभ्या आहोत.' क्षणभर, एक क्षणभर जनीच्या मनात अशी खंत येऊन गेली. तोच विठ्ठलानं विडा घेण्यासाठी हात पुढे

केला. विडा देताना जनीचा हात थरथरत होता. तिच्या डोळ्यांत उमटलेली वेदना विठ्ठलानं वाचली. काही न बोलता त्यानं नजरेनंच जनीला दिलासा दिला. तेवढ्यानं जनी आश्वस्त झाली. तिचा चेहरा खुलला. प्रसन्न मनानं तिनं विठूरायाला विडा दिला. हा सगळा प्रसंग आठवला आणि तो जनीच्या डोळ्यांसमोर जसाच्या तसा उभा राहिला आणि जनीनं अभंग लिहिला –

सण दिवाळीचा आला । नामा राऊळासी गेला ।।
हाती धरूनी देवाशी । चला आमुच्या घरासी ।।
देव घरासी आणिले । चंदन पाटी बसविले ।।
गोणाईने उटणे केले । दामाशेटीने न्हाणिले ।।
पदर काढिला माथ्याचा । बाळ पुशिला नंदाचा ।।
हाती घेऊनी पंचारती । चक्रपाणि ओवाळती ।।
देव जेवूनी तृप्त जाले । दासी जनीने विडे दिले ।।

हा अभंग लिहिताना जनीला अतिशय आनंद होत होता. गुरुपदेश घेऊन नामदेव कधी येईल आणि त्याच्याबद्दल लिहिलेले अभंग आपण त्याला कधी दाखवू असं तिला झालं. माध्यान्हीला सगळी जण वामकुक्षी घेत असताना जनीला हे सगळं आठवत होतं आणि सुचत होतं. एवढ्यात "नामदेव आहेत का घरात?" अशी खणखणीत आवाजात मारलेली हाक जनीला ऐकायला आली.

"कोण आलंय?" असं म्हणत जनी खोलीच्या बाहेर आली, तर बाहेर धनाजी गुरव उभा होता.

जनीला समोर बघितल्यावर तो म्हणाला, "जनाबाई, नामदेव कुठं हाईत?"

"नामदेव औंढ्या नागनाथाला गेलेत गुरुपदेश घ्यायला. काय काम होतं तुमचं?" जनीनं विचारलं.

"आता मात्र कमाल झाली! अहो ते स्वत: नामदेव महाराज असताना दुसऱ्याकडून गुरुपदेश घ्यायची त्यानला काय गरज? बरं असू दे. परतून कधी येनार हायेत?" धनाजीनं विचारलं.

"काही माहीत नाही बाबा. कदाचित महिना लागंल, कदाचित दोन महिने लागतील. काही सांगताच येत नाही. का रे बाबा, काय काम होतं?"

जनीनं असं सांगताच धनाजी जरासा गोंधळलाच. "अरे देवा! आता ही भलती पंचाईत झाली म्हणायची. आता वो काय करायचं?" कपाळावर हात मारून घेत त्यानं विचारलं.

जनीला कळेना काय झालं. ती म्हणाली, "अरे बाबा, काय झालंय सांगशील की नाही?"

तिचा प्रश्न ऐकून धनाजीनं उत्तर तर दिलं नाहीच, पण "दमा ही गोष्ट मी

महाराजांच्या कानावर घालून यितो.'' असं म्हणून जनीनं इतर काही म्हणायच्या आत तो गेलासुद्धा. जनीला काहीच कळेना. 'हा धनाजी असा का आला? आणि असा का गेला?' याचं उत्तर तिच्याजवळ नव्हतं. 'जाऊ दे.' असं म्हणत तिनं तो विषय झटकून टाकला आणि अंगणात पसरलेले पापड गोळा करायला लागली.

काही वेळ असाच गेला. आणखी दोन माणसांना घेऊन धनाजी परत आला. 'आता हा पुन्हा का परत आला' असं म्हणत त्याला विचारण्यासाठी जना काही बोलणार, तोच धनाजीबरोबर आलेला तो माणूस जनाला म्हणाला, ''काय? नामदेवबाबा गावाला गेले? लगोलग येणारही न्हाईत म्हणे! मग कसं वो करायचं? सगळंच गुंतांड होऊन बसलंय बघा! आता आणि दोन दिवसांनी भक्त पुंडलिक उत्सव आहे. त्या दिवशी जत्रापण भरणार आहे. मायंदाळ लोक जमतील त्या दिवशी. त्या दिवशी आम्ही नामदेव महाराजांचं कीर्तन ठेवलं आहे. त्यांनी येतो म्हणून सांगितल्यावर आम्ही तशी दवंडी पिटवली आहे. आता इतकी गर्दी झाल्यावर त्यांच्या हुजीर कीर्तन काय मी करू? आवो केवढा मोठा घोटाळा झाला हा! त्यो कुणी निस्तरायचा?'' त्यानं आपलं गाऱ्हाणं मांडलं. पण त्याच्या या समस्येचं उत्तर जनाकडं नव्हतं. तरीही त्यानं नामदेवाला बोल लावलेला तिला आवडलं नाही. तेव्हा नामदेवाची बाजू घेऊन ती म्हणाली, ''या गोष्टीत तुम्ही नामदेवाला बोल लावू नका. त्याला ज्ञानोबा माऊलीनं आज्ञा केली. विठोबानं आदेश दिला. म्हणून ते तातडीनं गेले. हे असं होणार, हे त्यांना आधीच माहीत असतं, तर ते असे टाकोटाक निघाले नसते. आता ते कधी परतणार माहीत नाही.'' जनीच्या या बोलण्याचा त्या लोकांना राग आला. ''आवो, पण आमची पंचाईत झाली ना! नामदेवांचं कीर्तन ऐकण्यासाठी आलेल्या लोकांना जेव्हा नामदेव नाहीत हे कळेल तेव्हा ते मला गावात राहू देणार नाहीत. आता हा घोळ निस्तरणार कोण? तुम्हीच निस्तरा चला. मगासपासून नामदेवांची बाजू घेऊन बोलताय, तर मग कीर्तनपण करा त्यांच्या जागी उभं राहून.'' तो माणूस जनीवर चिडून बोलला. ''करेल की ती कीर्तन! लोकांना समजावून सांगण्याचं चांगलं जमतं तिला.'' कोण आलंय हे बघायला बाहेर आलेली गोणाई म्हणाली. ''तुम्ही खरंच या जनीला कीर्तन करायला घेऊन जा. छान करेल ही कीर्तन!'' गोणाईचं बोलणं ऐकून तो माणूस बुचकळ्यात पडला. ''कायतरी काय बोलताय आईसाहेब! आवो, या बाईमाणूस, या कसं कीर्तन करणार?'' त्याच्या या प्रश्नाला उत्तर देताना गोणाई म्हणाली, ''कीर्तन म्हणजे काय रे बाबा! देवाच्या गोष्टी सांगायच्या ना! मग देवाच्या गोष्टी सांगायला कसलं आलंय बाईमाणूस आणि बापईमाणूस! जनी विठ्ठलाची भक्त आहे, हे सगळ्यांना माहीत आहे. ती अभंगरचना करते, हेही सगळ्यांना माहीती आहे. मग तिनं कीर्तन केलं तर बिघडलं कुठं? आणि लोक का म्हणून

ऐकणार नाहीत. नक्की ऐकतील.'' गोणाईच्या या बोलण्याने तो माणूस बुचकळ्यात पडला. नामदेवांच्या ठिकाणी जनाबाईला कीर्तनासाठी उभं करण्याचा विचार त्याला तितकासा पटला नसावा. पण अचानक त्याच्या मनात आलं, 'नामदेव नाहीत. त्यांच्या जागी कीर्तनाला ही बाई उभी राहणार! काही कमीजास्त झालं, तर लोक हिला दगड मारतील. नामदेवांच्या आईनेच सांगितलं असं सांगून आपण हात वर करू.' आपण असं करू शकतो हे त्याच्या लक्षात आल्यावर त्याला सुटल्यासारखं झालं. जनीनं कीर्तन करण्याच्या प्रस्तावाला त्यानं होकार दिला आणि जनी बुचकळ्यात पडली. 'आपण आणि कीर्तन? हे काय भलतंच! आपल्याला कीर्तन कसं करता येईल?' हे मोठंच कोडं पडलं. इकडं तर गोणाईने मोठ्या आत्मविश्वासाने त्या माणसाला सांगितलं होतं की, जना कीर्तन करेल. आता तिचा शब्द राखण्यासाठी होय म्हणावं तर कीर्तन करणे भाग होतं. नाही म्हणावं, तर गोणाईचा अपमान झाला असता आणि मग गोणाईला वाईट वाटलं असतं. जनीची अवस्था मोठी कठीण झाली. धरलं तर चावतंय आणि सोडलं तर पळतंय, असं तिचं होऊन गेलं. काय करावं ते तिला कळेना. 'जनाबाई कीर्तन करणार' असं गृहीत धरून तो माणूस निघूनही गेला होता. म्हणजे आता नाही म्हणून सांगणंही शक्य नव्हतं. गोणाईचा मान राखायचा असेल, तर कीर्तन करणंच भाग होतं. जनी विचारात पडली. गोणाईचं जनीवर अतिशय प्रेम होतं. गोणाईला जनीचा अतिशय अभिमान वाटत असे. जनीवर माया करताना गोणाईने आऊबाईत आणि जनीत कधीच भेदभाव केला नव्हता. बऱ्याचदा भागाबाईच्या संतापाच्या वणव्यातून गोणाईनेच जनीला वाचवलं होतं. जनीला लहानाची मोठी करताना तिने काहीही हातचं राखलं नव्हतं. आज जनीला तिच्या या प्रचंड उपकारातून काही प्रमाणात का होईना, पण उतराईची संधी मिळत होती. जनीनं ती संधी घ्यायची ठरविली. खरंतर यात खूप मोठा धोका होता. नामदेवाच्या कीर्तनाची गोडी लोकांना लागली होती. आज त्याच्या जागी जनी कीर्तन करणार होती, हे लोकांच्या पचनी पडणं अवघड होतं. कदाचित लोक संतापले असते. त्यांनी जनीला दगड मारले असते. दंगा केला असता. कीर्तन उधळून लावलं असतं. असं जर झालं असतं, तर ते फारच वाईट झालं असतं. नामदेवाच्या कीर्तन-परंपरेला बट्टा लागला असता. गोणाईच्या आत्मविश्वासाला, जनीविषयी वाटणाऱ्या अभिमानाला तडा गेला असता. जनीची बदनामी झाली असती ती वेगळीच! शिवाय नामदेव आल्यावर त्याची बोलणीही खावी लागली असती. 'तुला हा नसता उद्योग कुणी सांगितला?' असंही तो म्हणाला असता; पण आता हातातून वेळ गेली होती. भात्यातून बाण सुटला होता. तोंडातून शब्द गेला होता. त्यातलं काहीच परत येणार नव्हतं. तेव्हा आता कीर्तन करणं एवढंच जनीच्या हातात होतं. मग ते कीर्तन नामदेवाच्या कीर्तन-परंपरेला शोभेल असंच

व्हायला हवं होतं. गोणाईचा आत्मविश्वास सार्थ ठरला असता, असंच व्हायला हवं होतं. जनीविषयी तिला वाटणारा अभिमान व्यर्थ गेला नसता, असंच व्हायला हवं होतं. मुळात कीर्तन सुरू केल्याबरोबर पहिल्या काही क्षणांत लोकांना ते आवडलं पाहिजे अशा पद्धतीने सुरुवात व्हायला हवी होती. लोकांचा कल, त्यांची अभिरुची, त्यांची आवड ओळखून, त्यांना रंगतदार वाटेल असं कथानक कीर्तनातून मांडायला हवं होतं. त्या आख्यानाची गोडी लोकांना लगेच लागायला हवी होती. जनी एक बाईमाणूस. त्यातच अति शूद्र आणि त्यातच नामदेवाच्या घरची मोलकरीण! या तीनही भूमिकांच्या पलीकडं जाऊन, कीर्तनकारांच्या भूमिकेत शिरून लोकांच्या मनापर्यंत उतरायला हवं होतं. 'हे सगळं कसं जमायचं?' जनी विचारात बुडून गेली. सुरुवातीला विचार करताना तिला थोडीशी भीती वाटली, पण दुसऱ्या क्षणाला 'विठ्ठल आपल्या पाठीशी असताना कशाला भ्यायचं?' अशी तिच्या मनाने ग्वाही दिली. तिला चंद्रभागेच्या वाळवंटात झालेलं नामदेवाचं कीर्तन आठवलं.

सुंभाचा करदोटा रकट्याची लंगोटी ॥
नामा वाळवंटी कथा करी ॥
ब्रह्मादिक देव येवोनि पाहाति ॥
आनंदे गर्जति जयजयकार ॥
जनी म्हणे त्याचे काय वर्णू सुख ॥
पाहति जे मुख विठोबाचे ॥

नामदेवाला अशा पद्धतीने कीर्तन करताना पाहणं म्हणजे एक आनंद सोहळा असायचा. कित्येकदा जनी त्याच्यामागे टाळ घेऊन उभी राहायची. त्या दृष्टीने जनी लोकांना परिचित होती खरी, पण आज प्रत्यक्ष कीर्तनकाराच्या जागेवर उभं राहून ती कीर्तन करणार होती. लोकांच्या ते कितपत पचनी पडलं असतं, याबद्दल जनीच्या मनात थोडीशी धाकधूक असली, तरी कीर्तनाला उभं राहण्यासाठी हळूहळू तिचं मन तयार होत होतं. दोन दिवस दोन रात्र जनीच्या मनात कीर्तन रुंजी घालत होतं. तिनं अनेक कीर्तनं ऐकली होती. ज्ञानदेवांचं संकीर्तनही ऐकलं होतं, पण ज्ञानदेवांचं संकीर्तन म्हणजे ज्ञानाचा महासागर आणि भाषेचा वसंत ऋतू! त्यातल्या त्यात जनीला नामदेवाची कीर्तन करण्याची पद्धत जवळची, माहितीतली आणि तिच्या क्षमतेला शोभेल अशी वाटायला लागली. एकीकडं जनी कीर्तनात काय सांगायचं? कसं सांगायचं? कीर्तनाची रूपरेषा कशी आखायची? याचा विचार करत होती, तर एकीकडं तिचं मन विठ्ठलाचा धावा करत होतं. आपल्या इतर कामकाजाप्रमाणं याही वेळी तो आपल्या मदतीला धावून येईल याची तिला खात्री होती. बघता बघता दोन दिवस, दोन रात्री सरल्या. जनीचं कीर्तन हाच मुळी नामदेवाच्या घरात उत्सुकतेचा विषय होता. त्यामुळे सगळ्यांनीच घरातली कामं

पटापटा आवरली. जनी त्यांना कामकाजात मदत करत होती खरं, पण आज तिचं लक्ष नव्हतं. भक्त पुंडलिकाच्या उत्सवाचा गावात अमाप उत्साह होता. जत्राही भरली होती. पंढरपूर परिसरातले बरेच लोक उत्सव, जत्रा आणि देवदर्शन या तीनही गोष्टी एकाच खेपेत साधतात म्हणून मोठ्या उत्साहाने आले होते. तिथे आल्यावर त्यांना समजत होतं की, नामदेवांच्या ऐवजी जनाबाई कीर्तन करणार होती. ते ऐकल्यावर सगळ्यांच्या भुवया उंचावल्या गेल्या होत्या. 'जनाबाई आणि कीर्तन?' ज्यांना जनाबाई माहीत होती त्यांनी हा प्रश्न केला. ज्यांना ती माहीत नव्हती त्यांनी 'एक बाई आणि कीर्तन?' असा प्रश्न केला. पण काही असो, जनाबाईचं कीर्तन ऐकायला लोकांनी वाळवंटात गर्दी केली. त्यातले काही तिच्यावर विश्वास ठेवून आले होते. काही गंमत बघायला आले होते. काही जण उत्सुकता म्हणून आले होते. काही फजिती करायला आले होते. काही तिच्या धाडसाचं कौतुक करायला आले होते, तर काही टर उडवायला आले होते. इतरही हवसे-नवसे-गवसे त्यात होतेच. वाळवंटात एक चबुतरा होता. त्यालाच नारदपीठ समजून, त्यावर उभं राहून सगळी जण कीर्तन करत असत. माघ महिना, रात्रीची वेळ. दिवसभर तळपून सूर्य अस्ताला गेल्यानंतर थंडगार वाऱ्याने आपलं अस्तित्व दाखवायला सुरुवात केली होती. चार दिवसांनंतर पौर्णिमा होती. त्यामुळे चंद्रही आकाशात ठळकपणे प्रगटला होता. चंद्रभागेचं पाणी शांत होतं. भक्त पुंडलिकाचा उत्सव पुढाकार घेऊन साजरा करणाऱ्या विश्वस्तांपैकी एक जण त्या चबुतऱ्यावर चढला. त्यानं लोकांना शांत राहण्याचं आवाहन करत 'आता जनाबाई कीर्तन करतील' असं जाहीर केलं. जनीच्या नामामागं संत लावायला तो विसरला नव्हता. लोकांनी हुल्लड करू नये हा त्यामागचा हेतू असावा; पण तेवढ्यानं जनीला दिलासा मिळाला. तो माणूस चबुतऱ्यावरून खाली उतरला आणि त्यानं जनीला नारदपीठावर जाऊन उभं राहायला सांगितलं.

केशरी काठाचं पांढरं स्वच्छ लुगडं नेसलेली, डोईवर पदर घेतलेली, कपाळी गंधाचा टिळा लावलेली जनी पुढे झाली. नारदपीठावर चढण्यापूर्वी त्यावर मस्तक टेकवून तिनं नारदपीठाला नमस्कार केला आणि मोठ्या आत्मविश्वासानं हातात चिपळ्या घेऊन जनी जमलेल्या लोकांना सामोरी झाली. तिनं समोर नजर टाकली. त्या गर्दीत समोरच तिला गोणाई, राजाई दिसल्या. जनीनं त्यांच्याकडं बघून मान झुकवली. तशी गोणाईनं दोन्ही हात उचलून तिला आशीर्वाद दिला. जनीनं पुरुषांच्या बाजूला नजर टाकली, तर गोरोबाकाका, सावता, चोखोबा अगदी दाटीवाटीनं बसलेले तिला दिसले. तिनं त्यांनाही मान झुकवून नमस्कार केला. गोरोबाकाकांनी हात उंचावत तिला आशीर्वाद दिला, तर चोखोबा, सावता यांनी प्रतिनमस्कार करून तिला शुभेच्छा व्यक्त केल्या. जनीनं डोळे मिटले. क्षणभर

विठ्ठलाची मूर्ती नजरेसमोर आणली. तोच तिच्या कानाशी आवाज आला, "जने, मी आलोय गं आणि बरोबर येताना पुंडलिकालाही घेऊन आलोय. माझी जनी कीर्तन कसं करते, ते त्यालाही ऐकायचं होतं." जनी चमकली. 'हा इथं आलाय? एवढ्या गर्दीत? कुणी याला पाहिलं आणि ओळखलं तर! भलतंच कसलं धाडस आणि आहे तरी कुठं हा?' जनीनं नजर फिरवली. तेजाळत्या चंद्राचं प्रतिबिंब चंद्रभागेत पडलं होतं. चंद्रभागेचं पाणी प्रकाशमान झालं होतं आणि ते प्रतिबिंब, तो प्रकाश पाण्याबाहेर फेकत होतं. त्या प्रकाशात चंद्रभागेच्या पाण्यावर उठणाऱ्या मंद तरंगावर अलगद डोलणारा, आपले हात कमरेवर ठेवून प्रसन्नपणे उभा असलेला विठ्ठल जनीला दिसला. त्याच्याबरोबर कुणीतरी होतं. विठ्ठलानं सांगितल्याप्रमाणं तो भक्त पुंडलिक असावा. जनीचे डोळे भरून आले. काय म्हणावं याला! जनीनं डोळे मिटून घेतले. तिच्या मिटल्या डोळ्यांतून अश्रू वाहायला लागले. तिनं दीर्घ श्वास घेतला आणि आपल्या गोड आवाजात अभंग गायला सुरुवात केली.

ये गं ये गं विठाबाई । माझे पंढरीचे आई ।।
भीमा आणि चंद्रभागा । तुझे चरणिंच्या गंगा ।।
इतुक्यासहित त्वा बा यावे । माझे अंगणी नाचावे ।।
माझा रंग तुझिया गुणी । म्हणे नामयाची जनी ।।

तिचा गोड, पण खडा आवाज, आवाहनातली उत्कटता, आमंत्रणातलं अगत्य, शब्दसामर्थ्यशाली रचना, सुंदर उपमा, प्रांजळ कबुली आणि या सगळ्याला एकत्र बांधणारी अवीट माधुरी! जनीच्या या पहिल्याच अभंगानं लोकांची मनं जिंकली. नामदेव नाहीत, पण नामदेवाइतकंच सुंदर कीर्तन ही जनाबाई करू शकेल असा विश्वास या पहिल्याच अभंगानं लोकांना दिला. लोक सरसावून बसले. जनीचे शब्द ऐकायला त्यांचे कान आतुर झाले, तोच जनीने पुढचा अभंग म्हटला.

पुंडलिक भक्त बळी । विठो आणिला भूतळी ।।
अनंत अवतार केवळ । उभा विटेवरि सकळ ।।
भक्त भला पुंडलिका । तुझ्या भावार्थाचा शिक्का ।।
भले घालूनिया कोडे । परब्रह्म दारापुढे ।।
घाव घातला निशाणी । ख्याती केली त्रिभुवनी ।।
जनी म्हणे पुंडलिका । धन्य तूची तिही लोका ।।

जनाबाईनं हा पुढचा अभंग म्हटला आणि लोकांना तिचं कौतुक वाटलं. आज भक्त पुंडलिक उत्सव होता आणि त्याचं तारतम्य बाळगून जनीने पुंडलिकावर अभंग रचून गाऊनही दाखवला होता. लोकांनी टाळ्या वाजवल्या. जनीचं कवतिक केलं. एवढ्यात जनीचं लक्ष समोरच बसलेल्या एका म्हातारबाबाकडे गेलं. त्याला झोप आली असावी. तो पेंगत होता. ते बघून जनीनं त्यावरही अभंग रचला.

व्हावे कथेसि सादर । मन करूनिया स्थिर ॥
बाबा काय झोपी जाता । झुके चौरासिचे खाता ॥
नरदेह कैसा रे मागुता । भेटी नव्हे त्या सीताकांता ॥
आळस निद्रा उठाउठी । त्यजा स्वरूपी घाला मिठी ॥
जनी म्हणे हरीचे नाम । मुखी म्हणा धरूनी प्रेम ॥

समोर बसून झोपणाऱ्या त्या म्हातारबांवर आणि त्याचबरोबर देवाची भक्ती करताना आळस करणाऱ्यांवर जनीनं तिथल्या तिथं अभंग रचला आणि गाऊनही दाखवला. लोकांना गंमत वाटायला लागली. 'आहे, आहे. हे चंद्रभागेचं पाणी चांगलंच तेज आहे. ते नुसतं भक्तीनंच उसळत नाही, तर विचारांचा गहिरेपणा आणि शब्दसामर्थ्याची खोली त्यात आहे.' लोकांना आता जनी पुढं काय सांगते याची अनावर उत्सुकता वाटायला लागली. तोच जनीने बोलायला सुरुवात केली. म्हणाली, "माझ्या मायबाप हो, तुमच्या डोळ्यांसमोर लहानाची मोठी झालेली, नामदेवाच्या घरी मोलकरीण म्हणून काम करत असलेली ही जनी आज विठ्ठलाच्या भक्तीमुळे आणि संतसज्जनांनी दिलेल्या सामर्थ्यामुळे तुमच्यासमोर उभी आहे. विठ्ठल म्हणजे देव एवढंच आपल्याला माहीत होतं, पण त्या विठ्ठलाची आणि आपली ओळख पक्की झाली ती या सगळ्या संतांमुळं. तेव्हा प्रथम संत म्हणजे कोण? हे आधी तुम्हाला सांगते आणि मग माझ्या मूळ आख्यान विषयाकडे वळते. या पंढरपूरला वैकुंठपूर बनवण्यात, त्या विठ्ठलाला विठूमाऊली बनवण्यात संतांचं फार मोठं योगदान आहे. कारण –

संत हे कोण तरी देवाचे हे डोळे । पुजेविण आंधळे देवाचिये ॥
कोण्या नेत्रे देव पाहे तुजकडे । यासाठी आवडे संत करी ॥
संत ऐसे करी देवाचे काम । सांडियल्या ध्यान कोण ऐके ॥
संत पुससी तरी देवाचे ते पाय । आगमा नगमे सोय मागाडिये ॥
संत पुससी तरी देवाचे ते पोट । धरूनिया पोट दावतो हरी ॥
संत म्हणसी तरी देवाचा हा गळा । जेणे रस आगळा वेदादिका ॥
संत जरी पुससी तरी देवाचे वदन । माझे ते वचन संत जाले ॥
पराविया चारी सांडूनी मी पणी । संत बोले वाणी विठोबाची ॥
परेचिया चारी आनंदा माझारी । संत जाले अंतरी पडजीब देवा ॥
क्षर जे नासिले अक्षर ते काढिले । नि:शब्दाचे जाले बोले संत ॥
शब्द तो उडाला, नाद तो बुडाला । भेद तो आटला मायाभावी ॥
विठो वटावरी पारंबिया जाले । केश ते वाढले माय संत ॥
कुरळ होऊनिया देती ते सुढाळ । म्हणे जनी ओवाळ जीवेभावे ॥

जनीनं संताचं केलेलं वर्णन लोकांना इतकं आवडलं की, त्यांनी उभं राहून

टाळ्या वाजवल्या. गोरोबाकाका, सावता माळी 'वा छान! शाब्बास जनाबाई!' असं म्हणत जनीला शाबासकी देत होते. लोकांच्या टाळ्या थांबल्या आणि जनी पुढं म्हणाली, ''संत म्हणजे काय हे आपण ऐकलं. आता वैष्णव कोणाला म्हणावं ते ऐकावं. जनीच्या या मुद्याला गोरोबाकाकांनी 'भले शाब्बास!' अशी दाद दिली आणि जनीनं अभंग सुरू केला.

वैष्णव तो एक इतर ती सोंगे । ठसे देऊनि अंगे चितारी ।।
जिचे योनी जन्मला तिसी तंडू लागला । तीर्थरूप केला देशधडी ।।
नायकोनी ब्रह्मज्ञान लोका दुराचारी । अखंड द्वेष करी सज्जनांचा ।।
विद्येच्या अभिमाने नायके कीर्तन । पाखंडी हे म्हणे करिती काई ।।
पंचरस पात्रा काता हे बुडविती । उद्धरलो म्हणती आम्ही संत ।।
कीर्तनाचा द्वेष करितो चांडाळ । तयाचा विटाळ मातंगिसी ।।

वैष्णव कोणाला म्हणावं, हे जनीने इतक्या नेमकेपणाने सांगितलं आणि तितक्याच चपखलपणे ते शब्दात बांधलं, हे बघितल्यावर श्रोतृवर्गातून 'वाहवा, वाहवा'चा उद्‌गार उमटला. जनीच्या प्रतिभेची, बुद्धीची, शब्दसामर्थ्याची ग्वाहीच जणू या अभंगाने लोकांना दिली. यापुढे जनी काय सांगते याची लोकांना उत्सुकता लागून राहिली. जे निवांत बसले होते ते सरसावून बसले. जे पेंगत होते ते जागे झाले. आपल्याला काहीतरी नवीन आणि चांगलं ऐकायला मिळणार आहे याची जणू त्यांना खात्रीच पटली. तोच जनीने आपल्या खड्या आवाजात लोकांना साद घातली. ''मायबाप हो, आता ही नामयाची दासी जनी तुमच्यासाठी श्रीकृष्णाचं एक कथाआख्यान घेऊन आली आहे. आपला विठूराया द्वापारयुगात असताना श्रीकृष्ण होता. त्यानं केलेल्या अनेक लीलांपैकी ही एक लीला द्रौपदीच्या थाळीची. म्हणून मी या आख्यानाला 'थालीपाक आख्यान' असं नाव दिलंय. पांडव वनवासात असतानाची ही गोष्ट आहे. दुर्योधनाला दुर्वास ऋषी भेटायला आले असताना त्याने मुद्दामच त्यांना पांडवांचा पाहुणचार घेण्यासाठी वनवासात धाडलं. मध्यान्ह रात्री अवेळी दुर्वास ऋषी आपल्या शिष्यगणांसह पांडवांच्या झोपडीत आले आणि 'आम्ही नदीवरून स्नान करून येतो तोवर भोजनाची सिद्धता करून ठेव.' असं त्यांनी द्रौपदीला सांगितलं. भोजन मिळालं नाही, तर सर्वांना जाळून टाकीन अशी धमकीही दिली. मायबाप हो –

मध्यरात्री ऋषीसहित आला दुर्वास वनात ।।
पंडुसुत जागे झाले ऋषी समस्त वंदिले ।।
धर्म भीमाकडे पाहे सत्त्वहानी होत आहे ।।
द्रौपदीने धावा केला निजला देव जागा झाला ।।
धावा ऐकता श्रवणी ताट लोटी चक्रपाणी ।।
मार्गी चालता तातडी क्षुधा लागलीसे गांठी ।।

द्रौपदीचा धावा ऐकून बहिणीचं रक्षण करण्यासाठी श्रीकृष्ण जेवणाचं ताट सरकवून तिथे आला. द्रौपदीने त्याला झालेली सगळी घटना सांगितली. तेव्हा दुर्योधनाचा कावा श्रीकृष्णाच्या लक्षात आला आणि दुर्योधनाच्या बोलण्यात आलेल्या दुर्वासांचाही त्याला राग आला. त्याने एक खेळी खेळली. तो द्रौपदीला म्हणाला,

त्यांचे असो बळ तैसे । काही वोपावे आम्हास ॥

स्वस्थ नव्हे माझे मन । क्षुधा लागली दारुण ॥

ताटी विस्तारिला मेवा । तुझा ऐकोनिया धावा ॥

न जेविता आलो येथ । बहु जालो क्षुधाकांत ॥

सत्वर मेळवी भोजनी । म्हणे नामयाची जनी ॥

जनीनं द्रौपदीवर आलेली कसोटीची वेळ वर्णन करून सांगायला सुरुवात केली आणि लोक त्यात अगदी गुंगून गेले. आधीच श्रीकृष्ण-कथेची गोडी अपूर्व. त्यातच द्रौपदीची थाळी हे आकर्षक कथानक. जनाबाईचा काहीसा खडा, पण गोड आवाज. प्रसंग रंगवून सांगण्याची तिची हातोटी. मध्येमध्ये चपखल अभंगांची पेरणी आणि श्रोत्यांना साद घालत, त्यांच्याशी संवाद साधत आख्यान सांगण्याची शैली यामुळं जनीचं कीर्तन-आख्यान उत्तरोत्तर रंगत गेलं. श्रीकृष्णाने भूक लागली असं सांगितल्यावर द्रौपदी काय उत्तर देते याकडे आता सगळ्यांचं लक्ष लागून राहिलं. तोच जनीने पुढचा प्रसंग पुन्हा अभंगात बांधला.

थाळी माझी पाहता अन्न । होय क्षुधेचे हरण ॥

थाळी दाखवी देवासी । कैचा विश्वास तुजसी ॥

धांडोळिता कष्टे बहुते । किंचित शाखापत्र तेथे ॥

निर्मी कैवल्याचा दानी । म्हणे नामयाची जनी ॥

कर पसरिला भगवंते । घाली द्रौपदी देठाते ॥

म्हणे पाहो विश्वंभर । बोले द्रौपदी सुंदर ॥

देता तृप्तीचा ढेकर । धाले त्रैलोक्य अपार ॥

द्रौपदीच्या थाळीत असलेलं एक तुळशीचं पान श्रीकृष्णाने खाल्लं आणि त्याने तृप्तीचा ढेकर दिला. त्या क्षणी त्या हरीची माया सगळ्या परिसरावर पसरली. रत्नखचित मंडपात ऋषिगणांच्या पंगती बसल्या. पंचपक्वान्नाचं जेवण द्रौपदी त्यांना वाढू लागली आणि सगळे ऋषिगण तृप्त होऊन गेले. ऋषिगणांची पोटं भरल्यानंतरची त्यांची गमतीशीर अवस्था जनीनं सांगायला सुरुवात केली. आपल्या अंगभूत उपहासगर्भ निरीक्षणातून आलेलं विनोदनिर्मितीचं एक-एक अभंग ती सांगायला लागली आणि लोकांचं हसून हसून पोट दुखायला लागलं. जनीच्या शब्दरचनेतलं एक वेगळंच कौशल्य लोकांच्या नजरेसमोर आलं. ऋषिवरांच्या फजितीचं वर्णन जनीनं असे काही नेमके शब्द वापरून केलं की, तिच्या बुद्धिवैभवानं

आणि शब्दवैभवानं श्रोतृगण अवाक झाला.

म्हणती माथा असते तोंड । अन्ने भक्षितो उदंड ।।
कैची पोटे आमुची लहान । गोड धर्माघरचे अन्न ।।
उदरे सागराच्या ऐशी । करूनी यावे धर्मापाशी ।।
तृप्ती द्रौपदीच्या हाती । नित्य भक्षाया अन्नाते ।।
वदन करवेना तळी । वरुती चंद्राची मंडळी ।।
तंद्री लागतसे नेत्रा । कोण सांभाळिले धोत्रा ।।
तरी आवडी भोजनी । म्हणे नामयाची जनी ।।

जनीनं केलेलं हे वर्णन ऐकून सगळ्यांची हसता-हसता पुरेवाट झाली. पुढे जनी म्हणते, अशा प्रकारे आपल्या अगाध लीलेने श्रीकृष्णाने पांडवांची लाज राखली. पसरलेली माया त्याने काढून घेतली आणि तिकडे नदीकाठी सगळ्या ऋषिगणांची पोटं भरली. सहदेव त्यांना बोलवायला आले, तर ऋषिवरांनी –

म्हणती बापा ऐसे नव्हे । पोट आहे किंवा काय ।।
आता स्वस्थ प्रसादे । तृप्त झाली ऋषीवृंदे ।।
माझा आशीर्वाद धर्मा । नित्य कल्याणची तुम्हा ।।
ऋषी निघाले तेथूनी । म्हणे नामयाची जनी ।।

तृप्त मनाने ऋषींनी पांडवांना आशीर्वाद दिला आणि ते तिथून निघाले. दुर्वासांच्या शापातून देवाने पांडवांना वाचवलं.

जनीनं आख्यानकथा संपवली आणि त्याचा शेवट तिनं असा केला –

ऐशापरी पांडवाते रक्षियेले दीनानाथे ।।
शंख चक्र आयुधे करी छाया पितांबर करी ।।
हस्त ठेवुनिया माथा सुखी असा निर्भय चित्ता ।।
आज्ञा घेऊनि सर्वांची देव गेले द्वारकेसी ।।
सरला थालीपाक आता पुढे सावधान श्रोता ।।
कथा पुढील गहन घोष यात्रा निरूपण ।।
येथून अध्याय कळस । जनी म्हणे जाला रस ।।

जनीनं थालीपाक आख्यान संपवलं. निरूपण करून तेही संपवलं. विठ्ठलनामाचा गजर केला. लोकांनी अत्यंत उत्स्फूर्तपणे त्याला प्रतिसाद दिला. आपण सुस्थापित केलेल्या भागवत धर्माला आलेलं हे गोमटं रूप बघून भक्तश्रेष्ठ पुंडलिकाच्या डोळ्यांत आसवं उभी राहिली. जनीसारख्या एखाद्या अति शूद्र आणि त्यातून स्त्री असलेल्या विठ्ठलभक्ताच्या तोंडातून उमटणारी ती प्रासादिक वाणी, ती सुरेख अभंगरचना आणि तो विठ्ठलनामाचा गजर ऐकल्यावर कृतकृत्य झाल्याचं समाधान पुंडलिकाच्या चेहऱ्यावर उमटलं. चंद्रभागेच्या त्या वाळवंटात चंद्राच्या साक्षीनं

आपल्या नामाचा होणारा उद्घोष ऐकून चंद्रभागासुद्धा थरारली, हे विठ्ठलानं चंद्रभागेच्या पाण्याच्या स्पर्शानं अनुभवलं आणि असे एकापेक्षा एक असलेले सरस्वतीचे वारस आपले भक्तगण आहेत या विचाराने तो प्रत्यक्ष परमेश्वर असूनसुद्धा धन्य झाला!

जनीनं कीर्तन संपवलं. तिच्या कीर्तनाचे गोडवे गात, तिच्या बुद्धिवैभवाचं कौतुक करत, तिच्या शब्दवैभवाबद्दल आश्चर्य व्यक्त करत लोकं आपापल्या घरी गेली. जनीचं कीर्तन ही त्या परिसरातली एक अभूतपूर्व घटना होती आणि या घटनेचे साक्षीदार होता, चंद्रभागेच्या वाळवंटातला प्रत्येक कण आणि कण, चंद्रभागेच्या पाण्यातला थेंबन् थेंब, मंद वाऱ्याची प्रत्येक झुळूक, त्या झुळकेने उठवलेला पाण्यावरचा प्रत्येक तरंग, त्या शीतल वातावरणात दरवळून राहणारा अबी-बुक्क्याचा गंध, चंद्र आणि त्याची प्रत्येक चांदणी, या क्षितिजापासून त्या क्षितिजापर्यंतचा प्रत्येक बिंदू, ज्याचा उत्सव साजरा केला जात होता तो भक्त पुंडलिक, त्याच्या डोळ्यातला प्रत्येक अश्रू आणि त्याहीपेक्षा महत्त्वाचा साक्षीदार होता, तो म्हणजे साक्षात विठ्ठल! जनीला मिळालेल्या स्वत:च्या अस्तित्वाची, स्वत:च्या ओळखीची आणि तिच्या भक्तिप्रामाण्याची ही निखालस प्रचिती होती आणि कीर्तन ऐकायला आलेल्या प्रत्येकाच्या नजरेतून आणि चेहऱ्यावरून हेच आणि फक्त हेच प्रतीत होत होतं. कीर्तन ऐकून परत जाताना सगळ्या लोकांनी जनीच्या नावाचा 'संत जनाबाई' असा केलेला उद्घोष आणि 'धन्य तो विठ्ठल, धन्य तो नामदेव आणि धन्य त्या नामयाची दासी जनी' असे काढलेले उद्गार हे याचंच द्योतक होतं. कीर्तन संपलं. लोक पांगले. नारदपीठावरून जनी खाली उतरली. उतरल्यावर तिने पुन्हा नारदपीठाला वाकून नमस्कार केला आणि तिची नजर गोणाईकडं वळली. एकटक नजरेनं गोणाई जनीकडं बघत होती. काय नव्हतं त्यात! उत्तम कीर्तन ऐकल्याचा आनंद, जनीबद्दलचा गाढ विश्वास, अपेक्षापूर्तीचं समाधान, जनीबद्दल वाटणारा प्रचंड अभिमान आणि ऊतू जाणारी माया! अशा सगळ्या भावना ओसंडून वाहणारी गोणाईची ती नजर जनीनं पाहिली आणि आपण कीर्तन केल्याचं सार्थक झालं असं तिला वाटलं. 'संत जनाबाई' या उल्लेखापेक्षा, लोकांनी केलेल्या उद्घोषापेक्षा, सगळ्यांनी दिलेल्या शाबासकीपेक्षा जनीला गोणाईच्या नजरेतली ही पोच महत्त्वाची होती. आपल्याला हवी तशी पोच मिळाल्याचा आनंद जनीच्या मुखावर उमटला. ती घरी गेली, निजली, गाढ निजली; तरी तो आनंद तसाच तिच्या चेहऱ्यावरून ओसंडून वाहत होता.

# २१

पुंडलिक उत्सवात जनाबाईचं कीर्तन झालं आणि त्यानंतर कित्येक दिवस लोकांना चर्चेला विषय मिळाला. 'एका अति शूद्र जातीतली, नामदेवाच्या घरी मोलकरीण म्हणून वावरणारी एक अडाणी स्त्री इतकं उत्तम कीर्तन करू शकते! संतांबद्दल, वैष्णवांबद्दल इतकं साक्षेपाने बोलू शकते आणि महाभारतातल्या एका कथेवर इतकं सुंदर आणि डोळ्यांसमोर हुबेहूब प्रसंग उभं करणारं भावोत्कट कीर्तन करू शकते!' सर्वसामान्य लोकांच्या दृष्टीनं ही गोष्ट बुचकळ्यात टाकणारी होती. प्रत्यक्ष पाहिलं, ऐकलं होतं म्हणूनच, नाहीतर सांगोवांगी कुणाचा विश्वासच बसला नसता; पण आपल्या हातून काहीतरी अभूतपूर्व कार्य घडलंय याची जाणीव नसलेली जना मात्र आपल्या रोजच्या कामकाजात मग्न होती. तरीही गोणाईची कौतुकाने भरलेली नजर तिच्या मनावर मोरपिसं फिरवत होती. गोणाईप्रमाणं तीसुद्धा नामदेवाची वाट बघत होती. नामदेव कधी येतो आणि आपण त्याला सगळं कधी सांगतो असं तिला झालं होतं. नामदेवाकडून शाबासकी घेतली म्हणजे तिला बरं वाटणार होतं. अर्थात तिचंही बरोबरच होतं म्हणा! नामदेव तिचा बालसखा! या भक्तिमार्गाची ओळख त्यानंच तिला करून दिली होती. अभंगरचनेचा श्रीगणेशाही त्याच्यामुळेच झालेला आणि कीर्तन करण्यात तर नामदेव स्वतःच प्रसिद्ध होता. त्याच्या कीर्तनाची अवीट गोडी इतर श्रोत्यांबरोबर जनीनेही चाखली होती आणि या प्रसंगात नामदेव हजर नसताना उत्तम कीर्तन करून, त्याची जागा भरून काढण्यात जनी कुठेच कमी पडलेली नव्हती. त्यामुळे आपण कीर्तन केलं आणि ते चांगलं केलं असं लोक म्हणताहेत हे नामदेवाला कधी सांगीन असं जनीला झालं होतं, तर त्यात नवल ते काय!

आणि नामदेव आले. ते आले तेव्हा त्यांचा चेहरा अतिशय प्रसन्न होता. जाताना गोरोबाकाकांनी कच्चं मडकं आहे असं म्हटल्याबरोबर काहीसे दुखावलेले, ज्ञानेश्वर माऊलींनी समजूत काढल्यावर काहीसे सावरलेले, तरीही गुरुशोधार्थ

जायला विठ्ठलाने आदेश दिला नाही म्हणून उतरलेल्या चेहऱ्याने वावरणारे नामदेव आणि आता परत आल्यानंतर उत्फुल्ल चेहऱ्याने वावरणारे, काहीतरी गवसल्याचा आनंद झालेले नामदेव यामध्ये जमीनअस्मानाचा फरक होता. जनीला तर तो जाणवलाच, पण घरातल्या इतर मंडळींनाही जाणवू लागला. त्यातच जनीने उत्तम कीर्तन करून वारकरी संप्रदायाची परंपरा अबाधित राखली, पण त्याचबरोबर परमार्थाचा अधिकार, भक्तीचा अधिकार समाजातल्या स्त्रीशूद्रादी सगळ्यांना आहे हे वारकरी संप्रदायाचं तत्त्व या कीर्तनाच्या माध्यमातून जनीने सर्वतोपरी सिद्ध केलं. कारण जनी स्त्रीही होती आणि शूद्रही होती. विठ्ठलभक्तीच्या अधिष्ठानामुळे एक स्त्रीदेखील उत्तम कीर्तन करू शकते हा एक नवा पायंडा जनीने या संप्रदायात आणला. आपण फक्त चांगलं कीर्तन केलं एवढ्याच माहितीवर खूश झालेली जनी नामदेवाने त्याचं महत्त्व समजावून आणि उलगडून सांगितल्यावर 'खरंच आपण हे सगळं केलं!' या शंकेनं भांबावून गेली. तिच्या मनातलं काहूर तिच्या चेहऱ्यावर उमटलं आणि ते बघून नामदेवाला हसू आलं.

नामदेव घरी आले आणि मग मात्र घरच्यांनी त्याच्या पाठीशी धोसरा लावला. आता मुलं मोठी झालीत, त्यांच्या लग्नाचं पाहायला हवं, असं म्हणत राजाईनंही नामदेवामागे भुणभुण लावला; पण भौतिक संसारात पडेल तो नामदेव कसला! त्यानं राजाईच्या भुणभुणीकडे अजिबात लक्ष दिलं नाही. तशी राजाईने गोणाईजवळ तक्रार केली. गोणाईनेही नानापरीने नामदेवाला समजावून सांगितलं. तिच्या तोंडापुरतं नामदेवाने हो-हो केलं आणि तो मंदिरात निघून गेला. आठ दिवस असेच गेले. नामदेवाची काहीच हालचाल दिसेना. मग मात्र गोणाई चिडली. ती विठ्ठलाला शिव्या द्यायला लागली. आपल्या नामदेवाला त्याने नादाला लावलं असं म्हणायला लागली. त्याच रागात ती जनीजवळ आली. जनी तेव्हा जोंधळे दळत बसली होती. जात्यातून भुरभुर पीठ पडत होतं आणि जनीच्या मुखातून ओवी स्रवत होती. प्रत्येक ओवीसरशी जनी विठ्ठलाला साद घालत होती.

दळिता कांडिता । तुज गाईन अनंता ।।
न विसंबे क्षणभरी । तुझे नाम गा मुरारी ।।
नित्य हाचि कारभार । मुखी हरी निरंतर ।।
माय बाप बंधु बहिणी । तू बा सखा चक्रपाणी ।।
लक्ष लागले चरणासी । म्हणे नामयाची दासी ।।

आपल्या गोड आवाजात जनी गात होती. जात्याच्या घरघरीचं मधुर संगीत तिच्या ओवीला साथ करत होतं. जनीच्या देहाला एक लय आली होती. जात्यातून पडणारं पीठ, त्या ताज्या पिठाचा दरवळणारा सुगंध, जनी गात असलेली ओवी, फिरणाऱ्या जात्याची घरघर आणि जनीच्या देहाला मिळालेली लय या सगळ्यांचा

एक सुंदर समन्वय होऊन शब्द, स्पर्श, रूप, रस, गंधाचा एक अनोखा आविष्कार तिथं उमटत होता. नामदेव ऐकत नाही हे बघून चिडलेली गोणाई रागारागात तिथं आली आणि या अनोख्या आविष्काराकडं काही क्षण पाहतच राहिली. तिचा राग विरघळला. जनीच्या गोड आवाजानं, तिच्या शब्दकळेनं की तिच्या कामसूपणामुळे हे गोणाईला कळलं नाही, पण तिचा राग निवळला हे खरं! प्रसन्न चेहऱ्यानं ती जनीजवळ गेली आणि तिच्याबरोबर दळायला बसली. गोणाई मदतीला आलेली बघून साहजिकच जनीला आनंद झाला. आतातर तिच्या हाताला गती आली, ओवीलाही सौंदर्य आलं आणि जनी गायला लागली. आता तिची ओवी अधिक सुस्पष्ट, अधिक सुंदर आणि अधिक जिव्हाळ्याने विठ्ठलाला साद घालणारी अशी उमटायला लागली. जनी गात होती आणि प्रत्येक ध्रुवपदाच्या वेळी तिच्या सुरात सूर मिळवून गोणाई तिला साथ करत होती.

सुंदर माझे जाते गे फिर भंवते । ओव्या गाऊ कौतुके ।
तू ये रे बा विठ्ठला ॥
जीवशिव दोनी खुंटे गे प्रपंचाचे नेटे गे । लावुनी पाची बोटे गे ।
तू ये रे बा विठ्ठला ॥
सासू आणि सासरा दीर तो तिसरा । ओव्या गाऊ भ्रतारा ।
तू ये रे बा विठ्ठला ॥
बारा सोळा गडणी अवघ्या कामिनी । ओव्या गाऊ बसुनि
तू ये रे बा विठ्ठला ॥
प्रपंच दळण दळिले पीठ भरिले । सासूपुढे ठेविले ।
तू ये रे बा विठ्ठला ॥
सत्त्वाचे आधण ठेविले पुण्य वैरिले । पाप ते उतू गेले ।
तू ये रे बा विठ्ठला ॥
जनी जाते गाइल कीर्त राहिल । थोडासा लाभ होईल ।
तू ये रे बा विठ्ठला ॥

अभंगाच्या प्रत्येक चरणानंतर जनी 'तू ये रे बा विठ्ठला' म्हणत असे. गोणाईदेखील त्या अभंगाचं ध्रुवपद तिच्याबरोबर म्हणू लागली आणि अन्नब्रम्हाची निर्मिती करणाऱ्या त्या सुदर्शन चक्राभोवती विठ्ठलभक्तीची, त्याला साद घालण्याची एक वेगळी प्रभावळ जणू तयार झाली. दोघींचे हात, दोघींची ताकद, दोघींची एकतानता, दोघींची एकचित्तता याचा असा काही झकास समन्वय साधला गेला की, अगदी कमी ताकद लावूनसुद्धा जातं भराभरा फिरायला लागलं. जात्याला गती आली, तसं पीठ पडण्याचं प्रमाणही वाढलं. हे सगळं बघून जनीची खात्रीच पटली की, विठ्ठल आपल्या मदतीला आला आहे आणि म्हणूनच जातं इतकं हलकं

लागतंय. या सगळ्या भास-आभासात दोन पायल्या ज्वारी कधी दळून झाली ते ना जनाईला कळलं ना गोणाईला! पण सतत आपल्या मागे मागे राहणारा, आपली काळजी घेणारा विठ्ठल दळण दळण्यात आपल्याला मदत करावी या मिषाने इथे नक्की आला असावा याबद्दल मात्र जनीची खात्री पटली.

दळण्याच्या मिषी विठ्ठल सावकाशी ।
देह बुद्धीचे वैरण द्वैत खडा रे निसून ।
एकलीच गाता दुज्या साद उमटता ।
कोण तुझे बरोबरी ।
साद देतो निरंतरी ।
खूण कळली नामदेवा ।
विठ्ठल श्रोता जनीच्या भावा ॥

अर्थात जनीला वाटलं ते शंभर टक्के खरंही होतं. जनीच्या मनातल्या साऱ्या भावभावना ऐकणारा विठ्ठलाशिवाय दुसरा श्रोता नव्हता हेही खरं होतं. अशा विचारात जनी असताना गोणाई तिला म्हणाली, ''जने, तो विठ्ठल तुझं सगळं ऐकतो, तुझ्या कामात तुला मदत करतो, तुझ्यासाठी कष्ट उपसतो. तू त्याची इतकी लाडकी आहेस, तर मग माझं एक काम कर की बये!'' गोणाईचं बोलणं ऐकून जनीने प्रश्नार्थक मुद्रा केली. तशी गोणाई पुढे म्हणाली, ''अगं बाई, या नामदेवाचं काही संसारात लक्ष नाही बघ. त्या विठ्ठलापायी तो अगदी वेडा झाला आहे. विठ्ठलाशिवाय त्याला काही सुचत नाही. सोन्यासारखी बायको आहे, पोटाला चार पोरं आहेत. बायकोचं काही दुखलं-खुपलं बघावं, पोरांच्या कामकाजाचा, लग्नकार्याचा काही विचार करावा; ते काही नाहीच. हा आपला सारखा त्या विठ्ठलाला वाहिलेला. नामदेवाला समजावून सांगून मी दमले गं! सगळ्या पद्धतीनं त्याला समजावून सांगितलं; पण त्याला ते पटतही नाही आणि त्याच्या वागण्यात काही फरकही पडत नाही. तेव्हा जने, माझं एक काम करशील का? आता माझ्यासाठी तू त्या विठ्ठलाला सांकडं घाल. त्याला म्हणावं नामदेवाला तुझ्या भक्तीतून मोकळा कर. त्याला जरा संसाराकडे पाहू दे. लेकराबाळांची लग्नं करू दे. त्यांची आयुष्य मार्गी लावू दे आणि मग खुशाल तुझी भक्ती करू दे म्हणावं! जने, माझ्या लेकी, माझा एवढा निरोप विठ्ठलाला सांगशील ना गं! आमची आता हाडं थकली. त्याचा संसार आम्ही किती दिवस सांभाळायचा? आता त्याला त्याच्या संसाराकडं जरा बघू दे. जने, त्या विठ्ठलाला सांग. माझा नामदेव मला परत दे म्हणावं. नामदेवानं माझं ऐकलं नाही, निदान विठ्ठल तरी तुझं ऐकेल. सांगशील ना गं एवढं?'' गोणाईनं डोळ्यांत पाणी आणून विचारलं तशी जनी गहिवरली. 'नामदेव श्रेष्ठ विठ्ठलभक्त आहे. तो उत्तम अभंग रचतो. उत्तम कीर्तन करतो. तो विठ्ठलाचा सखा आहे.

नामदेवांच्या बाबतीतल्या या विचारांच्या पलीकडे जाऊन आपण त्याच्या बाबतीत दुसरा विचारच केला नाही. आपण फक्त नामदेवाच्या विठ्ठलभक्तीचा विचार करत राहिलो. पण त्याची आई असलेल्या गोणाईला, त्याची पत्नी असलेल्या राजाईला त्याच्या या भक्तीबद्दल काय वाटतं, याचा आपण कधी विचारच केला नाही. नामदेवाला संसारात मुलंबाळं आहेत. त्यांची लग्नकार्यं व्हायची आहेत. त्या संसारासाठी आपल्या मुला-लेकरांचं पोट भरण्यासाठी नामदेव काहीही कामधंदा करत नाही. मग त्याचा प्रपंच कसा चालणार? ही गोष्ट आतापर्यंत कधीच आपल्या लक्षात आली नाही.' याची जनीला खंत वाटली. गोणाई, राजाईबद्दल तिला वाईट वाटलं. 'काहीही झालं तरी आज रात्री विठ्ठलाला बोलवून घ्यायचं आणि गोणाईची ही खंत, राजाईचं मूक रुदन, नामदेवाचं संसाराकडं होणारं दुर्लक्ष हे सगळं सगळं विठ्ठलाच्या कानावर घालायचं.' असं जनीनं ठरवलं आणि तिनं गोणाईला तसा शब्दही दिला. त्यानंतर गोणाई निश्चिन्त झाली. जनी आपलं काम करणार याची तिला खात्री होती; पण जनी मात्र दिवसभर अगदी रात्र होईपर्यंत अस्वस्थ होती.

रात्रीची जेवणं झाली. आवरासावर झाली. जनी खोलीत निजायला गेली आणि विठ्ठल आला. त्याचा चेहरा आनंदानं फुलला होता. डोळ्यांत कौतुक मावत नव्हतं. जनीनं केलेल्या सुंदर कीर्तनाबद्दल तिला शाबासकी देण्यासाठी त्याचे हात आसुसले होते. शब्द तोंडातून बाहेर पडण्यासाठी धडपडत होते. जनी आलेली पाहताच विठ्ठल पुढे झाला. तिला हाताला धरून त्यानं आपल्या शेजारी बसवलं आणि म्हणाला, ''जने! काय विलक्षण सुंदर कीर्तन केलंस गं तू! क्षणभर मला वाटलं की, नामदेवच तुझ्या पाठीशी उभं राहून तुला सांगतोय की काय? शोभतेस खरी नामदेवाची सखी, शिष्या आणि दासीसुद्धा! अगं मीच नव्हे, तर भक्तश्रेष्ठ पुंडलिकही भारावून गेला होता. जने, तू धन्य आहेस. खरोखरच धन्य आहेस!''
खरंतर आपण केलेल्या कीर्तनाचं कौतुक विठ्ठलाच्या तोंडून ऐकायला जनी उत्सुक होती, आतुर होती, आसुसलेली होती. एरवीची जनी असती, तर तिनं विठ्ठलाकडून आणखी पुष्कळ लाड आणि कौतुक करून घेतलं असतं. आजही तिला विठ्ठलानं केलेल्या कौतुकाचा आनंद झाला होता; पण त्या कौतुकानं आणि आनंदानं हुरळून जाण्याच्या मन:स्थितीत ती नव्हती. त्यामुळे किंचितसं हसून विठ्ठलाला प्रतिसाद देण्यापलीकडं तिनं काहीही केलं नाही. दुसरी कोणतीच प्रतिक्रिया दिली नाही. विठ्ठलाला नवल वाटलं. आईबापाविना वाढलेली, मोलकरीण म्हणून राबणारी ही जनी कौतुकाला, शाबासकीला आतुरलेली असायची. विशेषत: ते कौतुक विठ्ठलानं केलं की, तिला जास्त आनंद व्हायचा. कारण विठ्ठलच तिचा मायबाप, बंधू, सखा होता; पण आजची गोष्ट वेगळी असावी. कारण विठ्ठलानं इतकी स्तुती केली तरी, इतकं कौतुक केलं तरी जनी भुलली नव्हती की खुलली नव्हती. क्षणभर तिच्या

ओठांवर हास्य उमटलं आणि चेहऱ्यावरच्या रागात लगेचच लुप्त झालं. काहीतरी बिनसलं होतं खास. आता मात्र विठ्ठलावर अवघड जबाबदारी होती. जनी का रागावली होती, हे शोधून काढावं लागणार होतं. जनी गप्प बसली होती. विठ्ठलानं हळूच विचारलं, "जने, काय झालं गं? तू अशी गप्प गप्प का? मी कीर्तन संपल्यावर लगेच तुला शाबासकी दिली नाही म्हणून माझ्यावर रागावलीस का? काय झालं सांग मला." विठ्ठलाच्या या आश्वासक प्रश्नानं जनीला भान आलं. ती विठ्ठलाला म्हणाली, "विठ्ठला, आज माझे डोळे उघडले बघ! तुझी भक्ती करून जगत राहणारे हटयोगी पुष्कळ असतील. पण त्यांच्या भक्तीनं त्यांचा प्रपंच तर चालत नाही ना? त्यांच्या आई-वडलांचं, त्यांच्या बायकोमुलांचं पोट भरेल का? आणि ते जर नाही भरलं, तर ते तुझ्यामुळं नाही भरलं असा बोल तुला लागेल. त्यांच्या शिव्याशापांचा, उपासमारीच्या पापाचा तू धनी होशील. विठ्ठला, तुला कसं समजावून सांगू. नामदेव तुझा परमभक्त आहे, पण म्हणून त्याच्या पत्नीच्या सुखस्वप्नांशी, त्यांच्या आईवडलांच्या आशाआकांक्षांशी आणि त्याच्या मुला-लेकरांच्या भविष्याशी खेळण्याचा तुला काहीही अधिकार नाही." जनी बोलत होती. पण ती कशाबद्दल बोलत होती, हेच विठ्ठलाला कळेना. न राहवून त्यानं विचारलं, "तू बोलते आहेस ते खरं आहे जने, पण असं काय घडलंय की, तू मला एवढं मोठ्ठं भाषण देते आहेस?" विठ्ठलाचा हा प्रश्न ऐकून मग मात्र जनी म्हणाली, "विठ्ठला, आता तुला स्पष्टच सांगते. मी नामदेवाबद्दल बोलते आहे. अरे, तो तुझ्या भक्तीपायी वेडा झाला आहे आणि आधीच संसाराच्या बाबतीत उदासीन असलेला तो आतातर संसाराकडे पूर्ण दुर्लक्ष करतो आहे. आज गोणाई माझ्याजवळ डोळ्यात पाणी आणून सांगत होती. तिचं असं म्हणणं आहे की, तुझ्या भक्तीसाठी तू तिचा नामदेव पळवलास. तो संसारात लक्ष घालत नाही. बायको-मुलांकडं बघत नाही. विठ्ठला, गोणाईनं तुला देण्यासाठी माझ्याजवळ निरोप दिला आहे. तिने सांगितलं आहे,

माझा नामा मज देई । जीव देईन तुझेपायी ॥
पुंडलिका भुलविले । तैसे माझिया बाळा केले ॥
ते गा न चले मजपाशी । दे गा माझ्या नामयाशी ॥
तुजसंगे जे जे गेले । ते त्वां जीवेची मारिले ॥

"असं तिचं म्हणणं आहे." जनीने गोणाईचा निरोप विठ्ठलाला सांगितला, तसा विठ्ठल अस्वस्थ झाला. नामदेव त्याचा सखा होता. प्रिय भक्त होता. चार माणसांसारखा संसार करत राहण्यात त्याचं कल्याण नव्हतं, हे विठ्ठल जाणून होता; पण नामदेवाच्या आईने, गोणाईने त्याच्यावर हा भलता आरोप केला. तेव्हा मात्र तिला काहीतरी उत्तर देणं भाग आहे, असं विठ्ठलाला वाटलं. अर्थात गोणाईच्या

या तक्रारीवर विठ्ठलाकडे कायमचा उपाय नव्हताच. तरीही आता या घटकेला तिला काहीतरी थातुरमातुर सांगून तिची समजूत काढणं भाग होतं. म्हणूनच त्यानं जनीजवळ गोणाईला द्यायसाठी निरोप दिला. तो निरोप ऐकून जनीला अतिशय आनंद झाला. तोच पुढे विठ्ठल म्हणाला, ''जने, माझा आणखी एक निरोप गोणाईला, राजाईला सांग. त्यांना म्हणावं तुमच्या संसाराला, मुलाबाळांना हा विठ्ठल काहीही कमी पडू देणार नाही. या गोष्टीसाठी तुम्ही माझ्या नामदेवाला छळू नका. कमी पडेल, तर माझ्याकडून मागून घ्या; पण नामदेवाला निर्विश भक्ती करू द्या.'' विठ्ठलाचे हे बोलणं ऐकून तर जनीचा आनंद गगनात मावेना. एकीकडे तिला असं वाटत होतं की, नामदेवाने नीटनेटका संसार करावा. काही कमवून आणावं. बायकोकडे, पोराबाळांकडे लक्ष द्यावं, तर एकीकडे तिला असं वाटे की, असा चारचौघांसारखा नुसता संसार करण्यासाठी नामदेवाचा जन्म नाही. त्याच्या हातून काहीतरी लोकोत्तर कार्य घडणार आहे. त्यामुळे नामदेवाने नक्की काय करावं, याबद्दल जनीच्या मनात गोंधळ उडायचा; पण आता विठ्ठलाने निर्वाळा दिला होता, त्यामुळं काहीच प्रश्न उरला नव्हता. आता नामदेवाचा संसारही नेटका होणार होता आणि तो करत असलेली विठ्ठलभक्तीही! आनंदाने जनीचा चेहरा खुलला. जनी आनंदली, तसा विठ्ठलही आनंदला. म्हणाला, ''जने, तुझ्या मनातलं किल्मिष आता गेलं ना? मग मला आतातरी तुझ्या कीर्तनाचा सविस्तर वृत्तान्त सांग!'' आता तर जनी आणखीच खुलली. तिच्या आयुष्यातलं ते पहिलंवहिलं कीर्तन. एखाद्या जाणत्या आणि सराईत कीर्तनकारांप्रमाणे तिनं ते सादर केलं होतं. तिला तो सगळा वृत्तान्त कुणालातरी सविस्तर सांगायचाच होता आणि विठ्ठलासारखा श्रोता भेटला होता. जनीनं मोठ्या उत्साहानं सांगायला सुरुवात केली आणि विठ्ठल तन्मयतेने ऐकायला लागला. आपल्या आयुष्यातली ती अभूतपूर्व घटना जनी उत्साहानं सांगायला लागली. सांगता-सांगता, ऐकता-ऐकता रात्रीचा तिसरा प्रहर कधी उलटला ते दोघांनाही कळलं नाही. जनीनं अंथरलेल्या वाकळेवर आरामात पहुडलेला तो सावळा विठ्ठल जनीच्या कीर्तनाचा पराक्रम ऐकण्यात गुंग झाला होता. ऐकता ऐकता त्यानं आपला रेशमी जरीकाठी शेला खांद्यावरून काढून बाजूला ठेवला. हवेतला उष्मा आणखी थोडा वाढला तेव्हा विठ्ठलाने गळ्यातला रत्नहार काढला आणि तोही उशाशी ठेवला. विठ्ठल असा मोकळेपणानं विसावलेला बघून जनीपण आणखी उत्साहाने बोलायला लागली. पक्ष्यांची किलबिल ऐकायला यायला लागली तसा विठ्ठल सावध झाला. झुंजुमुंजू झालं होतं. काही क्षणातच काकड्याला सुरुवात झाली असती. त्या क्षणी विठ्ठलाला मंदिरात हजर राहणं भाग होतं. हे जनीला सांगावं म्हणून त्याने जनीकडे नजर टाकली, तर जनीला झोप लागली होती. त्या झोपेतही तिचा चेहरा शांत आणि प्रसन्न दिसत होता. तिला जागं करणं विठ्ठलाच्या

जिवावर आलं. ती जागी होण्याची वाट बघण्याइतकाही त्याच्याकडं वेळ नव्हता. तो झटकन उठला. हाताला लागलं ते वस्त्र त्यानं खांद्यावर घेतलं आणि तो मंदिरात जाऊन पोहचलासुद्धा! मंदिरात अजून सामसूम होती. अजून सदा गुरव, नागेश बडवा मंदिरात आले नव्हते. जनीच्या कौतुकाच्या विचारात विठ्ठल गढून गेला.

नामदेव हजर नसल्यामुळं भक्त पुंडलिक उत्सवात जनी कीर्तन करणार ही बातमी कर्णोपकर्णी जात जात पंढरपुरातल्या ब्रम्हवृंदांच्या कानापर्यंत पोहचली आणि त्यांना धक्का बसला. इतके दिवस नामदेव कीर्तन करत होता, तेव्हा त्यांनी दुर्लक्ष केलं. त्यांच्यासारखेच चार टाळकुटे जमवून मंदिराच्या बाहेर तो काय करतोय याबद्दल त्यांना काहीच देणंघेणं नव्हतं. ज्ञानेश्वरांनी भागवत धर्माचं पुनरुत्थान केल्यापासून तिसऱ्या आणि चौथ्या वर्णातली ही मंडळी बेताल झालीत असं ब्रह्मवृंदांचं स्पष्ट म्हणणं होतं; परंतु जोपर्यंत ती चातुर्वर्ण्याच्या परंपरेत ढवळाढवळ करत नव्हती, ब्राह्मण धर्मात हस्तक्षेप करत नव्हती तोपर्यंत ती त्यांचं काय वाट्टेल ते करू देत, असं ब्रह्मवृंदांचं मत होतं; पण जनी कीर्तन करणार हे ऐकल्यावर मात्र सारा ब्रह्मवृंद अस्वस्थ झाला. पंढरपुरात खरंतर चातुर्वर्ण्य व्यवस्था काटेकोरपणे पाळली जात होती. चौथ्या वर्णातल्या लोकांना, स्त्रीशूद्रादींना ज्ञानसाधनेचा आणि देवभक्तीचा अधिकार दिला गेला नव्हता. ज्ञानेश्वरांनी भागवत धर्माच्या आधारे तो त्यांना दिला असला, तरी ज्ञानेश्वरादी भावंडं ही संन्याशाचीच पोरं असल्यामुळे कर्मठ ब्राह्मण समाज त्यांना ब्राह्मण मानतच नव्हता. त्यामुळे ज्ञानेश्वरांच्या भागवतधर्माविषयीच्या कार्याला ब्रह्मवृंदांच्या दृष्टीने फारसं महत्त्व नव्हतं. समाजाची घडी नीट चालावी यासाठी चातुर्वर्ण्य व्यवस्था हीच योग्य आहे, असा त्यांचा ठाम विश्वास होता आणि म्हणून शूद्र जातीतली एक स्त्री शेकडो लोकांसमोर उभी राहून कीर्तन करणार आहे हे कळल्यावर ब्रह्मवृंदांचा थयथयाट झाला. शंकर भट, काशीनाथ भट, श्रीधरपंत कुलकर्णी, गोविंद भट, नागेश बडवा, मोरेश्वर बडवा, माधव भट या सगळ्या ब्रह्मवृंदांची बैठक बसली. विषय होता जनीचं कीर्तन! एका शूद्र जातीत जन्मलेल्या आणि त्यातही स्त्री असलेल्या जनीनं कीर्तन करावं, देवाच्या आख्यान कथा सांगाव्यात हे महापाप होतं. त्यात ती नामदेवाच्या घरची मोलकरीण होती. ती आपली सखी, मैत्रीण असल्याचं नामदेव उघडपणे सांगत फिरायचा. अशा स्त्रीनं कीर्तन करावं! म्हणजे महापापाचा कहर होता. जनी मंदिरात यायची. दरवाजाशी खांबाजवळ बसायची. ज्ञानेश्वर, नामदेवांच्या नादाला लागून अभंगरचना करायची. इथपर्यंत सगळं ठीक होतं. ब्रह्मवृंदानं ते इतकी वर्षं चालवून घेतलं होतं; पण आता मात्र कळस झाला होता. जनीच्या कीर्तन करण्यामुळं वर्णाश्रम परंपरेला बाधा आली असती. चाकोरीतून जाणारा समाज विस्कटला असता. समाजातली नैतिकता नासली असती. काशीनाथ भट हेच तावातावाने

सांगत होते. ''ते काही नाही, आजकाल ब्राह्मो धर्माचा काही दराराच नाही या लोकांवर. कोणीही उठतो आणि टाळ कुटतो. रीतपरंपरा काही आहे की नाही? या निर्लज्ज लोकांनी कमरेचे सोडून डोक्याला गुंडाळले. म्हणून आपणही ते दिगंबर ध्यान पाहत बसावयाचे काय? याला कुठेतरी धरबंध घातलाच पाहिजे. नाहीतर सारा समाज नासून जाईल.'' काशीनाथ भटांचं बोलणं सगळ्यांनाच पटत होतं. त्यांची री ओढत शंकर भट म्हणाले, ''नाही तर काय? त्या ज्ञानेश्वरानं यांना उठवून ठेवलं आणि ही लागली सगळी आपल्या डोक्यावर नाचायला! त्यात ही जनी. ही तर स्त्री. शालीनतेनं राहायचं सोडून कीर्तन करते. त्या शिंच्या नामदेवाची दासी म्हणून सगळीकडे मिरवते. हिच्या निर्लज्जपणाला काही सीमा? हे टाळकुटे हिला 'संत जनाबाई' म्हणतात, हा आणखी एक मूर्खपणा! देवाच्या नावाखाली टवाळक्या करायच्या. कीर्तनाच्या नावाखाली कुटाळक्या करायच्या, हे यांचे उद्योग. काशीनाथपंत, यांना वेळीच आवर घातला नाही, तर चातुर्वर्ण्याचं आंबोण होईल आणि समाजाची नासकवणी. आपण स्त्री आहोत म्हणून आपल्याला कोणी काही म्हणणार नाही असं त्या जनीला वाटत असेल, तर त्याचं वेळीच खंडण केलेलं बरं. तेव्हा शूद्रांच्या या अगोचरपणाला आवर घालण्यासाठी काहीतरी ठोस उपाय करायला हवा.'' शंकरभटांनी स्पष्टपणे सुनावलं आणि त्याबाबत सगळ्यांचं एकमत झालं. तोच नागेश बडव्याने आठवण करून दिली. म्हणाला, ''काशीनाथभट, शंकर भट, आपण त्या चोख्या महाराचं काय केलं, हे तुम्हास आठवत असेलच. त्यानं विठ्ठलाच्या गळ्यातला रत्नहार चोरला तेव्हा आपण त्याला बैलाच्या पायी जुंपण्याची शिक्षा फर्मावली होती. दोन गोण्यांएवढा जड तो चोख्या म्हणून बैलं जागची हलली नाहीत. तेव्हा आसूडाचे फटके मारत मी आणि शंकर भटाने त्याची चामडी अक्षरशः सोलून त्याला अर्धमेला केला होता. नंतर त्याला आपण हद्दपारही करवला. त्या वेळी ही जनी तिथं होतीच की! समाजाच्या परंपरेच्या विरुद्ध वागलं की काय होतं, हे तिने प्रत्यक्ष डोळ्यांनी पाहिलं आहे. असं असूनसुद्धा चातुर्वर्ण्याच्या चौकटीच्या बाहेर जाऊन वागण्याचं धाडस ही जनी करते! म्हणजे ती चांगलीच माजली आहे. तेव्हा आता स्त्री म्हणून तिची कोणतीही गय न करता आपण तिला सजा फर्मावली पाहिजे. चातुर्वर्ण्याची परंपरा निष्कलंक आणि अबाधित राखणं, समाजात परंपरा प्रस्थापित करून त्याचं पालन होतं की नाही हे पाहणं आणि समाजाला नैतिक आचरण करण्यास भाग पाडणं हे चातुर्वर्ण्यातल्या पहिल्या वर्णाचं म्हणजे आपलं, ब्राह्मण समाजाचं काम आहे. ते आपण निष्ठापूर्वक केल्यास सामाजिक उन्नती होत राहील असा माझा विश्वास आहे. तेव्हा या सगळ्या गोष्टींचा विचार करूनच एकमताने आपण काय तो निर्णय घेऊ.'' नागेश बडव्याने समारोप केला आणि ब्रह्मवृंदांची बैठक संपली. या गोष्टीची काहीही कल्पना नसलेली जना

त्या वेळी चंद्रभागेच्या वाळवंटात कीर्तन करण्यात दंग होती.

विठ्ठल गडबडीनं निघून गेला आणि काही वेळानं जनाला जाग आली. ती आज अतिशय प्रफुल्लित दिसत होती. एकतर जवळपास रात्रभर विठ्ठलाचा सहवास तिला मिळाला होता. त्यानं तिचा कीर्तनाचा पराक्रम सविस्तर ऐकून तिचं अतिशय कौतुक केलं होतं आणि नामदेव, गोणाई आणि राजाई यांच्यामध्ये असलेलं भांडणाचं कारणही त्यानं कायमचं मिटवलं होतं. हे सगळं गोणाईला कधी सांगते असं तिला झालं होतं. पण गोणाई अजून उठली नव्हती. जनीचं सडासंमार्जन झालं. पाणी शेंदून झालं. डोणी भरून झाल्या. रांगोळी रेखाटून झाली. उल्हसित असलेल्या जनीनं ही सगळी कामं चुटकीसरशी उरकली. तोवर गोणाई उठलीच. तिला बघून जना प्रसन्न हसली आणि गोणाईला म्हणाली, ''आता काळजी करू नकोस. काल रात्रीच तुझं गाऱ्हाणं मी विठ्ठलाजवळ सांगितलं.'' गोणाईला आनंद झाला. जनीचं विठ्ठलाशी गूळपीठ होतं, हे तिला माहीत होतं. जनीनं आपली तक्रार विठ्ठलाजवळ नक्की सांगितली असणार याची तिला खात्री होती. तिनं उत्सुकतेनं विचारलं, ''विठ्ठल काय म्हणाला गं जने?'' तशी जनी म्हणाली, ''गोणाई, विठ्ठलानं माझ्याकरवी तुला निरोप दिलाय. विठ्ठल म्हणाला,

विठ्ठल म्हणे गोणाबाई । नामा तुझा घेवोनिया जाई ॥

हाती धरोनिया आली । दासी जनी आनंदली ॥

आणि बरं का गं गोणाई, विठ्ठलानं असंही सांगितलंय,

शेट्या झाला हरी । द्रव्य गोणी लोटी द्वारी ॥

बुद्धी सांगे राजाईसी । तुम्ही न छळावे नाम्यासी ॥

अवघ्या वित्तासी वेचावे । सरल्या मजपाशी मागावे ॥

विठ्ठल शेट्या नाम माझे । नामदेवा सांगा वो जे ॥

आता उचित दासासी । ऐसे बोले राजाईशी ॥

ऐसा बोलोनिया गेला । जनी म्हणे नामा आला ॥

जनीनं विठ्ठलाचा सगळा निरोप गोणाईला असा अभंगातून सांगितला आणि गोणाई आनंदून गेली. आता ती निश्चिन्त झाली होती. तिच्या नामदेवाचा संसार आता विठ्ठल सांभाळणार होता. त्यानं तसा शब्दही दिला होता. गोणाईचा आनंदी चेहरा बघून जनीलाही बरं वाटलं आणि तिला विठ्ठलाचंही कौतुक वाटलं. त्यानं छान युगत काढली होती. आता नामदेवाचा संसारही नीट मार्गी लागणार होता आणि त्याला निश्चिन्तपणे विठ्ठलाची भक्तीही करता येणार होती. भक्तीसंप्रदायात काही लोकोत्तर कार्य करण्यात आता नामदेवाला कोणताच अडथळा येणार नव्हता. आज सगळ्याच चांगल्या गोष्टी घडत होत्या. जनी विलक्षण आनंदात होती. त्याच आनंदात ती भांडी घासायला बसली.

काकड्याची तयारी करायची म्हणून सदा गुरव आणि नागेश बडवा दोघं पाठोपाठ मंदिरात गेले. अजून पुरतं उजाडलंही नव्हतं. गर्भागारात एकच समई तेवत होती. सदा गुरवाने मंदिरात येऊन सगळी शमादानं लावली. दोघांनी मिळून काकड आरतीची तयारी केली. मोठ्या पंचारतीमध्ये वाती घातल्या. त्यात तूप घातलं. सदा गुरवानं मग घंटानाद केला. तशी नेहमीची मंडळी काकड्याला जमली. त्यात नामदेवसुद्धा होते. काकडा लावला. नागेश बडव्याने खड्या आवाजात भूपाळी म्हणायला सुरुवात केली. देवाला उठवून झालं. आरती झाली. एकदा सगळ्यांना मुखदर्शन व्हावं म्हणून सदा गुरवाने तो काकडा विठ्ठलाच्या मूर्तीजवळ नेला. काकड्याच्या त्या सोनेरी प्रकाशात विठ्ठलाची ती सावळी मूर्ती झळाळून निघाली. सगळ्यांनी त्या विठूरायाचे दर्शन घेतलं. त्याच्या नामाचा गजर केला. पूर्ण प्रज्वलित झालेला तो काकडा सदा गुरव मूर्तीच्या पायापासून मस्तकाकडे हळूहळू चढवत नेऊ लागला, ज्या योगे विठ्ठलाच्या मूर्तीचं नखशिखान्त दर्शन भक्तांना होईल. काकड्याचा तो उजेड सगळ्या मूर्तीवर पडला आणि अचानक नागेश बडव्याचं लक्ष गेलं. विठ्ठलाच्या पाठीवर शेला नव्हताच. तिथं दुसरचं काहीतरी पांघरलेलं होतं. नागेश बडवा गाभाऱ्यात गेला. मशाल घेऊन आत त्यानं सगळीकडं शोधलं. शेला कुठंच नव्हता. त्यानं सदा गुरवाला ओरडून विचारलं, "सदा, विठ्ठलाचा शेला कुठं गेला? विठ्ठलाच्या पाठीवर तर नाहीच. गाभाऱ्यातही नाहीच." सदा गुरवाला नवल वाटलं. "आता विठ्ठलाचा शेला कुठं जाईल? असेल की इथंच आणि मग पाठीवर त्ये काय हाय?" सदा गुरवानं विचारलं. गुरवाचं बोलणं ऐकल्यावर नागेश बडव्याच्या लक्षात आलं. त्यानं विठ्ठलाच्या पाठीवरचं ते वस्त्र काढलं. मशालीच्या उजेडात बघितलं. ती एक जुनीपानी गोधडी होती; सतरा ठिकाणी फाटलेली, ठिगळ लावलेली. ती गोधडी घेऊन नागेश बडवा बाहेर आला आणि जमलेल्या मंडळींना म्हणाला, "भक्तगणहो, विठ्ठलाच्या मूर्तीच्या पाठीवरचा शेला नाहीसा झाला आणि त्या ठिकाणी कुणीतरी ही जुनी गोधडी मूर्तीच्या पाठीवर टाकली आहे. ही पाहा." असं म्हणत नागेश बडव्याने तिथे जमलेल्या लोकांना मशालीच्या उजेडात ती गोधडी दाखवली. लोकांत कुजबुज सुरू झाली. सगळ्यांचं लक्ष त्या गोधडीकडे गेलं. अचानक मागे उभ्या असलेल्या नामदेवांच्या तोंडचे उद्‌गार लोकांना ऐकायला आले, "अरे, ही तर जनीची गोधडी! होय, होय. नक्कीच जनीची गोधडी. ही इथं कशी आली?" नामदेवांचे उद्‌गार ऐकून मंदिरात एकच हलकल्लोळ माजला. नागेश बडवा संतापानं थरथरायला लागला. रागाने त्याच्या तोंडून शब्द फुटेना. नामदेव मात्र जनीची गोधडी विठ्ठलाच्या पाठीवर कशी आली, या विचारात बुडून गेला.

# २२

ती गोधडी जनीची होती, हे लोकांना समजल्यावर मंदिरात एकच गोंधळ माजला. जो-तो हातवारे करून आरडाओरडा करायला लागला. काही लोकं संतापानं थरथरणाऱ्या नागेश बडव्याभोवती जमून त्याच्या संतापात भर घालायला लागली, तर काही लोकं भांबावलेल्या सदा गुरवाभोवती जमली. सदा गुरव भांबावला होता, कारण महाद्वाराच्या कुलपाच्या किल्ल्या त्याच्याकडे होत्या. शेजारतीनंतर आपण मंदिराचे सगळे दरवाजे नीट बंद करून, कडीकोयंडे लावून, सगळी कुलपं व्यवस्थित लागल्याची खात्री करून घेऊन मगच घरी गेलो होतो, हे त्याला पक्कं आठवत होतं. असं असतानाही ही जनी मंदिरात कशी घुसली? आणि तिची गोधडी इथंच गाभाऱ्यात विसरून, विठ्ठलाच्या खांद्यावर टाकून सगळी कुलपं असतानाच ती बाहेर कशी आणि कुठून गेली? हा मोठ्ठा प्रश्न सदाला पडला होता. त्यातच जनीबद्दल त्याला वाटणारी माया नागेश बडव्याला माहीत होती. त्यामुळे एकतर सदाने त्या आंधळ्या मायेपोटी जनीला आत घेतलं असावं किंवा हलगर्जीपणाने मंदिराचे दरवाजे उघडे टाकले असावेत, असा सदा गुरवावर आरोप करून नागेश बडवा थयथयाट करत होता, तर काही मंडळी जनीची गोधडी विठ्ठलाच्या अंगावर कशी आली या विचाराने संभ्रमात पडलेल्या नामदेवाभोवती जमली. एकंदरीतच मंदिरात अभूतपूर्व गोंधळ माजला होता. या सगळ्या गडबडीत कुणीतरी जाऊन काशीनाथभट आणि शंकरभटांना बोलावून आणलं. मंदिरातला प्रकार कळताच दोघंही धावतच मंदिराकडे आले. ती दोघं मंदिरात आल्याबरोबर टीका करणारी सगळी मंडळी शांत झाली. नागेश बडव्याने घडलेला सगळा वृत्तान्त त्या दोघांना सांगितला आणि पुरावा म्हणून गोधडीही दाखवली. त्याचबरोबर 'ही गोधडी जनीची असल्याची' नामदेवाची साक्षही काढली. एवढं सगळं झाल्यावर या प्रकरणात जनी अपराधी असल्याचा निर्वाळा देऊन तिने मंदिर आणि देव बाटवल्याचा आरोप शंकरभटांनी जाहीर केला. तोच काशीनाथभटांनी आणखी एक शंका काढली.

म्हणाले, "ती अति शूद्र जनी मंदिरात आली. गाभाऱ्यात गेली. तिने मंदिरही बाटवलं, देवही बाटवला हे तर खरंच; परंतु एकदा पुन्हा नीट शोध घेऊन तिने आणखी काही तर केलं नाही ना, याचा तपास करा. देवाची चादीची भांडी, देवाचे दागिने सगळं जागच्या जागी आहे की नाही ते नीट पाहून घ्या." असा आदेश काशीनाथभटांनी दिला. नागेश बडवा आणि सदा गुरव यांनी सगळं तपासायला सुरुवात केली. देवाची सगळी चांदीची भांडी जागेवर होती. नंतर दोघं जण मूर्तीजवळ गेले. एक-एक करून मूर्तीच्या अंगावरचे दागिने तपासायला लागले. किरीट, कर्णकुंडलं जागेवर होते. कमरपट्टा, बाजूबंद, कडीतोडे, पोची, सलकड्या, अंगठ्या, पायातले तोडे हे सगळं जिथल्या तिथे होतं. मग सदा गुरवाने विठ्ठल मूर्तीच्या गळ्यातला फुलापानांचा एक-एक हार काढायला सुरुवात केली. शेवंती, निशिगंधाचे हार काढून झाले. गुलाबाचा घसघशीत मोठा हारही काढून झाला. दोन्ही हारांतली फुलं सुकली होती. खरं म्हणजे सकाळच्या दुसऱ्या प्रहरात जेव्हा विठोबाला पंचामृतस्नान घातलं जायचं आणि त्याची नवीन पूजा बांधली जायची, त्या आधी पहिली शिळी पूजा उतरविण्याचा रिवाज होता. या रिवाजालाही आजच्या या घटनेने तडा गेला होता. पंचामृतस्नानाची कोणतीच तयारी नव्हती. अभ्यंगस्नानाची कोणतीही सिद्धता नव्हती. दह्यादुधाचे हंडे नव्हते. तूपमधाच्या कळशा नव्हत्या. साखरेची गोणी नव्हती. गरम पाण्याची घंगाळी तयार नव्हती. सुगंधी उटणं, चंदन यांचीही सिद्धता नव्हती. यातलं काहीच नव्हतं. तरीही आज विठ्ठलाच्या मूर्तीच्या अंगावरच्या माळा काढल्या जात होत्या. फुलांच्या माळा काढून झाल्या. दवणा-मरव्याच्या जुड्या काढून झाल्या. आता मूर्तीच्या गळ्यात एक घसघशीत अशी तुळशीची माळ तेवढी होती. सदा गुरवानं तीही माळ काढली आणि भीतीनं त्याचे डोळे विस्फारले. त्याच्या तोंडातून किंकाळी बाहेर पडली आणि त्यापाठोपाठ नागेश बडवा ओरडला, "हार, हार, देवाच्या गळ्यातला रत्नहार कुठाय? मूर्तीच्या गळ्यात रत्नहार नाहीय? देवाचा रत्नहार ऽऽ रत्नहार चोरीला गेलाय!" नागेश बडव्याचं ओरडणं ऐकून सगळ्यांचं लक्ष मूर्तीच्या गळ्याकडे गेलं. विठ्ठलाच्या मूर्तीच्या गळ्यात भारदस्तपणे रुळत असलेला, हिरे-माणिक-पाचू या रत्नांनी लकाकणारा, सूर्याचे किरण हारावर पडल्यानंतर या रत्नावरून किरण परावर्तित होऊन, विठ्ठलाच्या मूर्तीच्या चेहऱ्यावर त्याचं तेज पसरल्यावर विठ्ठलाच्या सावळ्या मूर्तीची आभा आणखी वाढवणारा, अनेक रत्नं जडवलेला तो हार आता या क्षणी मूर्तीच्या गळ्यात नव्हता. "हा हन्त! हन्त!" काशीनाथभट आणि शंकरभट ओरडले. शांत झालेल्या मंडळींमध्ये पुन्हा गोंधळ माजला. जो-तो हातवारे करून, ओरडून काहीबाही सांगू लागला. कोण काय बोलतंय कुणालाच कळेना. शेवटी नागेश बडव्याने ओरडून सगळ्यांना शांत राहायला सांगितलं. मंडळी पुन्हा शांत

झाली. आता काशीनाथभट काय सांगतात, इकडे सर्वांचं लक्ष लागलं. जमलेल्या सगळ्या लोकांची नजर आपल्यावर खिळली आहे याची खात्री करून काशीनाथभटांनी बोलायला सुरुवात केली. "मंडळी, काय घडलं आहे, ते तुम्ही सर्वांनी प्रत्यक्ष डोळ्यांनी पाहिलं आहेच. जनीची गोधडी गाभाऱ्यात मिळणं आणि विठ्ठलाचा रत्नहार नाहीसा होणं या दोन्ही घटना परस्परांशी संबंधित आहेत. या सगळ्या घटनांचा एकत्रितपणे विचार केला, तर जनी रात्री मंदिरात शिरली होती. तिनं देवाच्या गळ्यातला रत्नहार चोरला आणि कुणाचीतरी चाहूल लागल्यामुळं रत्नहार घेऊन घाईघाईने जाताना ती गोधडी इथेच विसरून गेली, असा निष्कर्ष निघतो. लोकहो, जनीची गोधडी गाभाऱ्यात सापडली, हा सज्जड पुरावा तिनंच रत्नहार चोरला या विधानाला पुष्टी देतो. देवळात शिरणं, देव विटाळणं आणि देवाचा रत्नहार चोरणं असे तीन गंभीर आरोप आम्ही जनीवर ठेवतो आहोत. सबळ पुराव्यावरून हे आरोप सिद्धही झाले आहेत. त्यामुळे जनीला शिक्षा सुनावण्याचा पूर्ण अधिकार धर्मपीठाला आहे. एवढंच नव्हे, तर अति शूद्र असूनही आणि एक स्त्री असूनही असले महान पातक या रांडेने केलं असल्यामुळे तिला मृत्युदंडाचीही शिक्षा फर्मावण्याचा अधिकार धर्मपीठाला आहे. तेव्हा धर्मपीठ आणि पंच यांच्यासमोर त्या रांडेने, जनीने हजर व्हावं असा हुकूम धर्मपीठाचा प्रमुख या नात्याने हा काशीनाथभट देत आहे. शिवाय ही जनी नामदेव शिंप्याच्या घरात राहत असल्यामुळे तिला धर्मसभेसमोर आणून उभी करण्याची जबाबदारी नाम्यावर राहील." काशीनाथभटांनी आपलं बोलणं संपवलं. मंदिरात चिडीचूप शांतता होती. त्यांचं बोलणं संपलं आणि लोकांत कुजबुज सुरू झाली. तोच नामदेवांचं बोलणं लोकांना ऐकायला गेलं, तसे ते पुन्हा शांत झाले. नामदेव म्हणाला, "भूदेव, विठ्ठलमूर्तीच्या अंगावर सापडलेली गोधडी जनीची आहे हे खरं आहे, पण म्हणून तिनेच रत्नहार चोरला हे कशावरून?" नामदेवाने असं विचारताच काशीनाथभटांच्या संतापाला पारावार राहिला नाही. संतापाने चिरकलेल्या आवाजात ते म्हणाले, "शिंदळींच्या, तू शिंपी! एकतर धर्मसभेत बोलायचा तुला अधिकार नाही; पण त्या ज्ञानेश्वराच्या नादाला लागून तुम्हा सगळ्या मंडळींना शिंगं फुटली आहेत. ब्रह्मवृंदांच्या मांडीला मांडी लावून बसण्याची स्वप्नं तुम्हाला पडू लागली आहेत. पण शिंप्यांनो, तुम्हाला ते कालत्रयीही शक्य नाही. त्या रांडेनेच रत्नहार चोरला आहे! हे कशावरून असं तू विचारतोस ना? ठीक आहे. आता तिच्या राहत्या घराची झडती घेऊ!" असं म्हणून काशीनाथभटांनी विषय संपवला. सदा गुरवाचा चेहरा दुःखी झाला होता. त्या साध्यासुध्या जनीवर हा भयानक आरोप आला होता. शंकरभट आणि नागेश बडव्याच्या चेहऱ्यावर मात्र क्रूर हास्य होतं. मनातून त्यांना आनंदाच्या उकळ्या फुटत होत्या. काशीनाथभट तर 'आता जनी संपली' या आविर्भावात चालला होता. ते बघून नामदेवाच्या मनात

धडकी भरली. समाजात असलेलं ब्रह्मसभेचं वर्चस्व त्याला माहीत होतं. ब्रह्मसभेचा निर्णय कोणी बदलू तर शकत नव्हतच; पण त्याला कुणी आव्हानही देऊ शकत नव्हतं, हे नामदेव जाणून होता. आता जनीचं कठीण होतं. नामदेव अस्वस्थ झाला. जनीच्या खोलीची झडती घ्यायला, ती झडती बघायला, त्यातली मजा घ्यायला, जनीची फजिती बघायला, पुढे काय होणार ते समजून घ्यायला मोठ्या आवेशानं सगळी मंदिराबाहेर पडली. मग मात्र नामदेवाला राहवेना. त्या माणसांच्या पाठोपाठ जाणं तर त्याला भाग होतं. तरीही जाता जाता त्यानं विठ्ठलाकडं एक कटाक्ष टाकला. विठ्ठलाच्या चेहऱ्यावर खोडकर हसू होतं. नजरेत खट्याळ भाव होते. त्याकडं दुर्लक्ष करून नामदेवानं त्याला साकडं घातलं. "विठूराया, माझ्या जनीला वाचव रे!" एवढं म्हणून नामदेव झपाट्यानं त्या माणसांच्या मागे गेला.

जनीचं सगळं काम आवरलं होतं. झाडलोट, सारवणं, सडा, रांगोळी झाली होती. भांडी घासून झाली होती. विहिरीचं पाणी शेंदून घेऊन जनी कपडे धुवायला बसली होती. परसदारी कपडे धुता धुता जनी विठ्ठलाचे अभंगही गात होती.

नाम विठोबाचे घ्यावे । मग पाऊल टाकावे ॥
नाम तारक हे थोर । नामे तारिले अपार ॥
अजा मेळ उद्धरिला । चोखामेळा मुक्तीस नेला ॥
नाम दळणी, कांडणी । म्हणे नामयाची जनी ॥
माझा शीण भाग गेला । तुज पाहता विठ्ठला ॥
पाप ताप याती । तुझे नाम ज्याचे चित्ती ॥
अखंडित नामस्मरण । बांधू न शके तया विघ्न ॥
जनी म्हणे हरी हरी । भजता वैकुंठी त्या घर ॥

जनी अभंग गात होती आणि या तालात कपडेही धूत होती. बाहेर काय गदारोळ चालला होता, काय हलकल्लोळ माजला होता, याची तिला काहीच कल्पना नव्हती. आदल्या रात्रीच्या विठ्ठलाच्या आणि तिच्या गुजगोष्टी तिला कोणत्या संकटात टाकणार होत्या याबद्दल ती पूर्णपणे अनभिज्ञ होती. तिची विठ्ठलावरची निखालस भक्ती आणि विठ्ठलाची तिच्यावरची माया यांचा मेळ म्हणजे तिच्या जिवाशी खेळ होणार होता, याची तिला तरी काय कल्पना! विठ्ठलाच्या या भक्तीपायी तिच्यावर कोणतं महान संकट कोसळणार होतं, याचा तिला अंदाजच नव्हता; पण नामदेवाच्या जिवाचा मात्र थरकाप उडाला होता. एकीकडं विठ्ठल यातून जनीला नक्की वाचवेल असा विश्वास त्याला वाटत होता, तर दुसरीकडं त्यातून जनी सुटेल की नाही अशी शंका त्याला भेडसावत होती. मनाच्या अशा द्विधा अवस्थेतच मंदिरातून बाहेर पडलेल्या माणसांचा सगळा घोळका त्याच्या घराबाहेर जमला होता. झालेली घटना षट्कर्णी होऊन गर्दी

वाढतच होती. काशीनाथभट, शंकरभट, नागेश बडवा आणि आता त्यांना येऊन मिळालेले माधवभट, गोविंदभट, मोरेश्वर बडवा ही सगळी जणं या घोळक्याचं नेतृत्व करत होती. जनीला शिव्याशाप देत, तिचा धिक्कार करत, तिची टिंगलटवाळी करत सगळी जणं नामदेवाच्या घराबाहेर जमली. तेव्हा 'हा काय आरडा-ओरडा चाललाय' हे बघण्यासाठी गोणाई, राजाई बाहेर आली. आपल्या घरासमोर गर्दी जमली आहे, ती सगळी गर्दी जनीचा धिक्कार करते आहे आणि पाणावल्या डोळ्यांनी तो धिक्कार ऐकत हात बांधून नामदेव एका बाजूला उभा आहे हे दृश्य बघून त्या दोघी घाबरल्या. गावात काहीतरी भयंकर घडलं होतं खास! 'जनीनं कीर्तन केलं म्हणून तर ही मंडळी संतापली नसतील? पण तिला तर कीर्तन करायला आपणच उद्युक्त केलं होतं!'' गोणाईच्या मनात आलं आणि ती आणखीनच घाबरली. दामाशेटीही गावात नव्हते. नामदेव हात बांधून उभा होता. 'काय करावं?' गोणाईला सुचेना. एवढ्यात काशीनाथ भट गोणाईला म्हणाले, ''गोणाई, त्या जनीला आमच्यासमोर हजर करा. आम्हाला तिच्या खोलीची झडती घ्यायची आहे.'' काशीनाथ भटाचं जरबेचं बोलणं ऐकून काही न सुचून राजाई परसदारी गेली आणि जनीला बोलावून घेऊन आली. निष्पाप चेहऱ्यानं जनी बाहेर आली. तिला बघताच शंकर भट ओरडला, ''बघा बघा शिंची कशी साळसूदासारखी आली आहे. सदोबा पुढे व्हा आणि हिच्या खोलीची झडती घ्या.'' हे काय चाललं होतं, ते जनीला कळेना! शंभरएक माणसांचा जमाव जमलेला होता. एरवी तिची बाजू घेऊन घरादाराशी भांडणारा तिचा सखा नामदेव डोळ्यांत पाणी भरून, खाली मान घालून उभा असलेला! जनी काही विचारणार तोच नामदेवाने तिला गप्प राहण्याची खूण केली. तोच गोविंदभट पुढे म्हणाले, ''सद्या, बघत काय उभा राहिला आहेस. चल, तिच्या खोलीत जा आणि धांडळ सगळी खोली. रत्नहार तिथेच सापडेल.'' सदा गुरव मुकाट्याने पुढे झाला आणि जनीच्या खोलीचं दार उघडून तो आत गेला. एव्हाना माध्यान्ह होत आली होती. कौलांच्या झरोक्यातून सूर्यप्रकाश खोलीभर पसरला होता. सदा इकडेतिकडे पाहू लागला आणि त्याला दिसलं! सूर्यकिरणांच्या कवडशात लखलखणारा विठोबाचा रत्नहार तिथेच पडला होता आणि विठोबाचा शेलाही तिथंच पडला होता. त्या दोन्ही वस्तू बघितल्या आणि सदा गुरवाच्या डोळ्यांत पाणी आलं. 'काय म्हणावं या जनीला? हिला असा कसा मोह पडला? आता जनी काही वाचत नाही. विठ्ठलाची एवढी भक्ती करूनही तिच्या वाट्याला असले भोग यावेत?' सदा गुरवाच्या डोळ्यांत पाणी साचलं. तोच बाहेरून काशीनाथ भटांचा आवाज आला. ''सदोबा, सगळा ऐवज तिथंच मिळाला ना? मग बाहेर घेऊन या.'' सदानं काही प्रत्युत्तर दिलं नाही. शेला आणि रत्नहार घेऊन तो बाहेर आला. नागेश बडव्याचे डोळे असुरी आनंदानं चमकले. सदाच्या हातून तो

रत्नहार आणि शेला हिसकावून घेऊन सगळ्या लोकांना दिसेल असा उंच करून नागेश बडवा ओरडला, "बघा, बघा, या रांडेचा चोरटेपणाचा पुरावा बघा! हिची गोधडी सापडली मंदिराच्या गाभाऱ्यात आणि विठ्ठलाचा शेला आणि रत्नहार सापडतो तिच्या खोलीत. याचा अर्थ काय मंडळी? काय होतो याचा अर्थ?"

"मी सांगतो याचा अर्थ!" मोरेश्वर बडव्यानं इकडे येताना बोलवून आणलेले सुभानजी पाटील, गावातल्या पंचप्रमुखांपैकी एक म्हणाले, "त्याचा अर्थ असा की, ही गावभवानी रात्रीच्या वेळी गुपचूप विठ्ठलाच्या मंदिरात शिरली. आपल्याला कोणी ओळखू नये म्हणून अंगावर गोधडी पांघरून गेली. गाभाऱ्यात जाऊन विठ्ठलाचा शेला आणि त्याच्या गळ्यातला रत्नहार काढून घेतला. आणखीही काहीतरी चोरण्याचा तिचा मनसुबा असेल, पण कुणाचीतरी चाहूल लागली म्हणून या दोन वस्तू घेऊन ही बया गडबडीत तिथनं पळाली आणि पळण्याच्या गडबडीत हिची गोधडी तिथंच राहिली. लोक हो, या सटवीची गोधडी गाभाऱ्यात सापडणं आणि विठ्ठलमूर्तीचा रत्नहार आणि शेला हिच्या खोलीत सापडणं या गोष्टींचा फक्त हा आणि हाच अर्थ आहे." सुभान पाटलांनी ठासून सांगितलं आणि जमलेल्या सगळ्या लोकांनी 'होय, होय. बरोबर आहे, बरोबर आहे.' असं म्हणत त्यांच्या म्हणण्याला पाठिंबा दिला. "म्हणजे चेहऱ्यावर निष्पाप भाव दाखवणारी, गावाकडून संत म्हणवून घेणारी, स्वतःला विठ्ठलाची परमभक्त मानणारी ही जनी चोर आहे, चोरटी आहे, खोटारडी आहे. तेव्हा लोकहो हिला शिक्षा झालीच पाहिजे." मोरेश्वर बडव्याने जणू निर्वाळा दिला. 'बरोबर आहे! हिला शिक्षा झालीच पाहिजे. हिला शिक्षा झालीच पाहिजे.' असं म्हणत लोकांनी त्याला दुजोरा दिला. काशीनाथभट पुढे झाले. त्यांनी सगळ्यांना शांत राहायला सांगितलं आणि म्हणाले, "नाम्या, बघितलंस, तुझ्या बापानं ही शूद्राची पोर लहानाची मोठी केली; पण या टवळीनं आपले गुण दाखवलेच. वळचणीचं पाणी शेवटी वळचणीलाच जाणार! सगळ्या गावकऱ्यांच्या समक्ष, तुझ्या आणि तुझ्या घरातल्या मंडळींच्या समक्ष पुराव्यानिशी ती पकडली गेली आहे. यावर तुला काही म्हणायचंय?" नामदेवाच्या डोळ्यांतून घळाघळा पाणी वाहू लागलं. डोळ्यांना जे प्रत्यक्ष दिसत होतं, ते बुद्धीला आणि मनाला पटत नव्हतं; पण त्या क्षणी लोकक्षोभ एवढा प्रचंड होता की, त्यांच्या विरोधात काहीही ठासून बोलणं योग्य नव्हतं. जमाव प्रक्षुब्ध झाला असता, तर त्यानं जनीला इजा केली असती. नामदेवानं एक वार काशीनाथभटांकडे पाहिलं, हात जोडले आणि गहिवरल्या आवाजात एवढंच म्हणाला, "भूदेव, डोळ्यांसमोर जे घडलंय ते दिसत असूनही मी एवढंच म्हणेन की, माझी जनी निर्दोष आहे. ती चोरी करणं शक्य नाही. इतःपर त्या विठूरायाच्या मनात असेल तसं होईल." नामदेवाचं बोलणं ऐकून काशीनाथभटांनी कपाळाला आठ्या घातल्या. तोच पाठीमागून

शंकर भट म्हणाला, ''काशीनाथपंत, या शिंच्याचे काय ऐकताय? चोरास मोर साक्षी दुसरे काय! पुढची आज्ञा द्या.'' तसे काशीनाथभट म्हणाले, ''जने, तुझ्यावरचा आरोप असा पुराव्यानिशी सिद्ध झाला आहे. आता याचा निवाडा पंचांच्या समोरच होईल. तेव्हा पंचांच्या सभेत ये. न आलीस, पळून गेलीस तर काढण्या घालून घेऊन जाऊ.'' एवढं बोलून काशीनाथभटांनी ''चला रे!'' असा जमावाला आदेश दिला.

'हे काय चाललंय? हे काय घडतंय? विठोबाचा रत्नहार आपल्या खोलीत कसा आला? शेला आपल्या खोलीत कसा सापडला.' यातल्या एकाही प्रश्नाचं उत्तर न सापडलेली जनी गोणाईजवळ थरथरत उभी होती. तिच्या डोक्यात नुसता प्रश्नांचा गुंता झाला होता. रत्नहार आणि शेला विठ्ठल इथं विसरून गेला होता, असं तिला सांगताही येत नव्हतं. कारण यावर कुणी विश्वासही ठेवला नसता. उलट शिक्षा टाळण्यासाठी ती काहीतरी बहाणे करते आहे असं लोकांनी म्हटलं असतं 'आपण जर मंदिरात गेलोच नाही, तर आपली गोधडी तिथं कशी गेली?' हा प्रश्न तिला राहून राहून सतावत होता. 'विठ्ठलाच्या भक्तीशिवाय आपण दुसरी कसली आस धरली नाही. पैका-अडका, दाग-दागिने, कपडालत्ता याचा कधी मोह केला नाही. विठ्ठलाच्या नामाशिवाय आपण दुसऱ्या कशाचा ध्यास घेतला नाही. असं असताना विठ्ठलाचा रत्नहार आणि शेला आपण कसा चोरू? आपल्यामुळं आज दामाशेटींच्या घरावर अरिष्ट ओढवलंय. आता यातून फक्त विठ्ठलच सोडवू शकेल.' जनीचं मन टाहो फोडत होतं. बुद्धी आक्रंदत होती. हृदय फुटून विदीर्ण झालं होतं. डोळ्यांतून अविरत अश्रू वाहत होते. हुंदका तिच्या छातीत मावत नव्हता. तिच्या शरीराला कंप सुटला होता. सगळं अंग थरथरत होतं. हुंदक्यानं गदगदत होतं. निष्पाप जनीवर केलेला आरोप इतका भयंकर होता की, ती टाहो फोडून रडूही शकत नव्हती. जनीच्या वाणीच्या सगळ्या संवेदना बधिर झाल्या होत्या. सगळ्या शरीरभर एकच वेदना वाहत होती. सगळ्या जमावापुढं जनी चोर ठरली होती. 'का... का... का... असे भोग माझ्या वाटणीला आणलेस? काय चुकलं होतं माझं ! तुझी भक्ती केली हे चुकलं होतं? तुझ्यावर श्रद्धा ठेवली हे चुकलं होतं? तुला जिवलग मानलं हे चुकलं होतं? तुझ्यावर अभंग रचले होते हे चुकलं होतं? का... का म्हणून तू असा वागलास? असंच लाजिरवाणं जिणं नशिबाला यायचं होतं, तर हे संतपण माझ्या पदरात कशाला घातलंस? भक्तवत्सल म्हणून मिरवतोस ना तू? मग आपल्या भक्तांचा असा छळ करण्यात तुला कसला असुरी आनंद मिळतो? माझे आई-बाप, बहीण-भाऊ, सखा, मित्र, सगळा तूच आहेस ना? मग तू इतका शांत कसा राहू शकतोस!' हृदयातलं दुःख उफाळून जनीच्या डोळ्यांतून वाहत होतं आणि हृदयात कोंडली गेलेली वेदना मात्र शब्दातून

व्यक्त होत होती.

हात निढळावरी ठेवोनी । वाट पाहे चक्रपाणी ॥
धाव धाव पांडुरंगे । सखे जीवलगे अंतरंगे ॥
तुजवाचूनी दाही दिशा । ओस मज जगदीशा ॥
हासे करू नको जनासी । म्हणे नामयाची दासी ॥
सख्या घेतले पदरी । आता न टाकावे दुरी ॥
तुम्हा थोरांचे उचित । ऐसे नव्हे विपरीत ॥
ब्रह्मीयाच्या ताता । सज्जना लक्ष्मीच्या कांता ॥
आपुली म्हणवुनी । अपंगावी दासी जनी ॥

जनीची ही घायाळ अवस्था, तिचं व्याकुळलेलं हृदय, डोळ्यांतून घळाघळा वाहणारं पाणी आणि शब्दातून ओसंडणारं कारुण्य हे सगळं बघून गोणाई, राजाईचेही डोळे भरून आले. जनी चोरी करणार नाही याची त्यांना खात्री होती, पण विठ्ठलाचा रत्नहार आणि शेला तिच्या खोलीत कसा आला होता, या प्रश्नाचं उत्तर त्यांच्याजवळही नव्हतं. कोणालाच काय बोलावं, काय सांगावं, जनीची समजूत कशी घालावी हे समजत नव्हतं. एक करुण शांतता त्या ठिकाणी पसरून राहिली होती. एवढ्यात चावडीवरचा शिपाई 'पंचांची बैठक बसलीया, तुमास्नी बुलवलंय!' असं सांगत आला. 'त्याचं बोलावणं आलं' क्षणभर जनीच्या मनात आले. तिनं भिजल्या नजरेनं नामदेवाकडे पाहिलं. जनीचा निवाडा होणार आहे यापेक्षाही आपण तिला वाचवू शकत नाही, या विचारानंच तो घायाळ झाला होता. शिपाई दारातच थांबला होता. तसा नामदेव उठला. जनीकडे एक करुण दृष्टिक्षेप टाकून त्यानं तिला चलण्याची खूण केली. जनी उठून उभी राहिली खरं, पण तिचे पाय दगडाचे बनले होते. मृत्युदंडाची शिक्षा होणार, हे नक्कीच होतं. भय मृत्यूचं नव्हतंच. जो सगळ्या दुःखाचा अंत करतो त्याला कशाला भ्यायचं! आयुष्य संपणार याबद्दलही तक्रार नव्हती. तक्रार होती ती वेगळीच. मृत्यू येणारच होता. त्याचं स्वागतच होतं, पण आज तो आरोप घेऊन आला होता. न केलेल्या अपराधाचा दंड म्हणून आला होता. चोरटेपणाचा शिक्का बनून आला होता. न केलेल्या गुन्ह्याचं शासन म्हणून आला होता आणि तक्रार होती ती इथंच. पण नाइलाज होता. जावं तर लागणारच होतं. गुन्हा कबूल-नाकबूल करण्याचा प्रश्नच नव्हता. न्यायदानाला आव्हान नव्हतं. कारण सत्ता निष्पाप नव्हती. जनी निघाली. गोणाईच्या पायावर डोकं ठेवून ढसाढसा रडली. राजाईच्या गळ्यात पडून अश्रूंना वाट मोकळी करून दिली. नामदेवाच्या मुला-लेकरांचा निरोप घेतला. कोनाड्यातल्या विठ्ठलाच्या मूर्तीकडं एक कटाक्ष टाकला. काय नव्हतं त्यात? विठ्ठलाविषयीचा राग, संताप, तक्रार, हट्ट, याचना, आर्त धावा! इतक्या सगळ्या भावना एकवटून जाब विचारणारी जनीची ती नजर

विठ्ठलाला सोसली नसावी. वाऱ्याची जोरदार झुळूक आली आणि ती मूर्ती कोनाड्यातच आडवी झाली. जनीच्या चेहऱ्यावर एक अस्फुट स्मित उमटलं. जनीला विठ्ठलाच्या चेहऱ्यावरची अपराधीपणाची भावना समजली. ती समजल्याचा कटाक्ष त्याच्याकडे टाकून जनी बाहेर पडली. नामदेव कधीच बाहेर जाऊन थांबला होता. सगळ्या घरादाराचा निरोप घेणारी, हुंदके देऊन रडणारी त्याची बालसखी जनी त्याला बघवली नसती. जनी बाहेर पडल्यावर मात्र नामदेवानं तिचा हात घट्ट धरला. जणू आपल्या या निष्पाप सखीला आपल्या हातातून सोडवून कुणी नेऊ नये; अगदी मृत्यूनंसुद्धा! पण जनीच्या मनाचा मात्र काही निर्धार झाला असावा. तिनं दाराच्या बाहेर पाऊल टाकलं तेव्हाच आपले डोळे पुसले. कोरडे केले. कदाचित विठ्ठलमूर्तीच्या चेहऱ्यावरची अपराधीपणाची भावना तिला बळ देऊन गेली असावी. आता तिचे पाय लटपटत नव्हते. अंग थरथरत नव्हतं. पावलं ठामपणे पडत होती. जनी निघाली होती; न केलेल्या गुन्ह्याची शिक्षा भोगायला!

जनी आणि नामदेव चावडीजवळ आले आणि समोरचं दृश्य बघून नामदेवाच्या काळजाचं पाणी-पाणी झालं. पंचप्रमुख आणि ब्रह्मवृंद एकीकडे बसला होता. दुसऱ्या बाजूला गावातली इतर प्रतिष्ठित मंडळी बसली होती. तिसऱ्या बाजूला बाकीचे गावकरी जमा झाले होते. काही हळहळत होते. काही कुत्सित हसत होते. काही तमाशा बघायला आले होते आणि चौथ्या रिकाम्या बाजूला मधोमध एक सूळ ठेवला होता. तो सूळ बघून नामदेवाच्या मनाचा थरकाप उडाला. अत्यंत मायेनं त्यानं जनीकडं बघितलं, पण जनी स्थिर होती. अविचल होती. जनी इथं आलेली बघून लोकांनी शिव्याशाप द्यायला सुरुवात केली. पंचप्रमुखांनी लोकांना हात वर करून शांत राहायला सांगितलं आणि त्यांनी बोलायला सुरुवात केली. "जने, विठ्ठलमूर्तीच्या गळ्यातला रत्नहार आणि त्याचा शेला तू चोरलास असा तुझ्यावर आरोप आहे आणि तो शाबीतही झाला आहे. देवाच्या या दोन्ही वस्तू नामदेव शिंपी यांच्या घरात तुझ्या खोलीत सापडल्या आहेत. याचाच अर्थ सबळ पुराव्यानिशी तुझ्यावरचा आरोप सिद्ध झाला आहे. त्यामुळे ही पंचायत तुला मृत्युदंडाची शिक्षा सुनावत असून तुला सुळावर चढवण्यात यावं असा निर्णय मी देत आहे. सर्वांच्या समक्ष तुला सुळावर चढवण्यात यावं, म्हणजे असला गुन्हा करायला पुन्हा कुणी धजावणार नाही." पंचप्रमुखांनी न्यायनिवाडा केला. ब्रह्मवृंदांनी 'योग्य निर्णय' असं एका सुरात म्हणून आपला आनंद व्यक्त केला. जमलेल्या सगळ्या लोकांनीसुद्धा टाळ्या वाजवून या निर्णयाचं स्वागत केलं. त्या समूहापासून दूर एका बाजूला उभे असलेले गोरोबाकाका, सावता आदी संतमंडळी डोळ्यांतलं पाणी पुसत उभी होती. सज्जन असलेल्या जनीवर हे बालंट आलं होतं, याची त्यांना खात्री होती. पण खात्री असून काय कामाची? जो जनीचा रक्षणकर्ता होता तो विठ्ठलच आता तिच्यावर

उलटला होता, तर बाकी कोण हिंमत करू शकणार होतं? समोर जे घडत होतं, ते पाहत राहण्याखेरीज कुणाच्याच हातात काही नव्हतं आणि याच गोष्टीचा संताप नामदेवाला येत होता. 'जी गोष्ट आपल्याला माहीत आहे, पुरेपूर माहीत आहे ती गोष्ट आपण सिद्ध करू शकत नाही, इतरांना पटवून देऊ शकत नाही; मग फुकट आहे आपलं ज्ञान, आपलं शब्दभांडार, आपलं भाषावैभव, आपलं संतपद, आपली विठ्ठलभक्ती! जिनं आपले पंचप्राण आपल्यासाठी, आपल्या घरासाठी वेचले त्या आपल्या बालसखीला आपण वाचवू शकत नाही. तिच्यावर होणारा अन्याय थांबवू शकत नाही.' नामदेवाला स्वतःचीच चीड आली. स्वतःच्या असहायतेचा संताप आला. तो रागाच्या भरात काहीतरी बोलणार तोच जनीनं त्याला थांबवलं, म्हणाली, "नामया, तुझी दासी म्हणून वावरत असले, तरी माझ्यातल्या जनाबाईची ओळख तूच मला करून दिलीस. तेव्हा आता मला बोलू दे." स्थिर शांत असलेल्या जनीकडं नामदेव बघतच राहिला. 'एवढं असामान्य धैर्य, एवढी अविचलता, एवढी मनाची शक्ती हिनं कुठून आणली?' असा प्रश्न त्याला पडला. समोर सूळ उभा केलेला होता. त्या सुळावर तिला चढवलं जाणार होतं, हे जनीला समजलं होतं. तरी ती तसूभरही विचलित झाली नव्हती. तिच्या मनाची शांती यत्किंचितही ढळली नव्हती. स्वस्थ चित्तानं पावलं टाकत जनी चार पावलं पुढं गेली. समोर बसलेल्या पंचप्रमुखांना, ब्रह्मवृंदांना तिनं जमिनीवर डोकं टेकून दंडवत घातला. पुन्हा ती उठून उभी राहिली. डोईवरचा पदर सावरला आणि शांतपणे जनीनं बोलायला सुरुवात केली. "मायबाप महाराज हो, राजे हो, तुमच्या गावात, नामदेवाच्या घरात लहानाची मोठी झालेली ही भिक्कारडी जनी तुम्ही अपराधी ठरवलीत. इतके दिवस ज्या जनीला विठ्ठलभक्तीशिवाय दुसरा मोह नव्हता, तिनं देवाचा रत्नहार आणि शेला चोरला, असा आळ घालून तुम्ही तो सिद्ध केला. माझी तुमच्याबद्दल काहीच तक्रार नाही. कारण आपण जे डोळ्यांनी बघतो आणि कानांनी ऐकतो त्यावरच विश्वास ठेवतो. देवाचा रत्नहार आणि शेला माझ्या खोलीत सापडला त्यामुळं तो मीच चोरला या गोष्टीवर तुम्ही विश्वास ठेवलात आणि मला शिक्षा ठोठावलीत. मला त्याबद्दल काही म्हणायचंही नाही आणि त्याबद्दल तक्रार करायचीही नाही. मला तक्रार करायची त्याच्याजवळ, ज्यानं हे सगळं केलंय. मला हाक मारायची आहे त्याला, जो याला जबाबदार आहे. नामदेवादी संतमंडळी मनात असूनही मला मदत करू शकत नाहीत. मी मदतीला त्यालाच बोलवणार आहे, ज्यानं ही वेळ माझ्यावर आणली.

येई वो विठ्ठले येई वो विठ्ठले । हृदय फुटले आळविता ॥
किती करू धावा येई बोळवण करी । धावा वो श्रीहरी नारायणा ॥

"मायबाप हो, मी माझ्या विठ्ठलाला हाक मारते आहे, त्याचा धावा करते आहे.

मी निर्दोष आहे हे मला माहीत आहे. मी चोरी केली नाही, मी पाप केलं नाही याची मला खात्री आहे; पण आता माझ्याबद्दल त्याला किती खात्री आहे हे मला पाहायचं आहे. म्हणूनच मी त्याला हाका मारते आहे.

का गा न येसी विठ्ठला । ऐसा कोण दोष मला ॥
मायबाप तूचि धनी । मला सांभाळी निर्वाणी ॥
त्वा बा उद्धरिले थोर । तेथे किती मी पामर ॥
दीनानाथा दीनबंधू । जनी म्हणे कृपासिंधू ॥
अगा रुक्मिणीनायका । सुरा असुरा प्रिय लोका ॥
ते तू धावे माझे आई । सखे साजणी विठाबाई ॥
अगा शिवाचिया जपा । आपुली म्हणवुनी अपंगावी दासी जनी ॥''

जनीचं बोलणं, तिचं स्वत:ला निर्दोष म्हणणं, विठ्ठलाचा धावा करणं हे बघून अनेकांच्या हृदयाला पाझर फुटला. त्यांच्याही डोळ्यांत पाणी उभं राहिलं. जनीची निष्पापता तिच्या चेहऱ्यावर ओसंडत होती. तिचं निर्दोषत्व तिच्या ठाम शब्दातून प्रतीत होत होतं. पण पंचप्रमुखावर, ब्रह्मवृंदावर मात्र जनीच्या या करुण संभाषणाचा काहीही परिणाम झाला नाही. उलट शिक्षेच्या अंमलबजावणीला उगीचच वेळ होतोय असं त्यांना वाटायला लागलं. शंकरभट ओरडला, ''बंद कर तुझी वटवट! स्वत: चोरटी ते चोरटी आणि तोंड वर करून विठ्ठलाचा धावा करते. तुझ्यासारख्या पातकी स्त्रीच्या मदतीला तो मुळीच धावून येणार नाही. आता तुला सुळावर चढण्यापासून कोणीही वाचवू शकत नाही, तेव्हा ही नाटकं बंद कर. पतिव्रतेचं ढोंग पुरे कर आणि मरणाला तयार हो!'' शंकरभटांनी असं म्हणताच सुभान पाटलाने डोंबांना आज्ञा केली. ''चढवा रे हिला सुळावर!''

ते ऐकलं आणि नामदेवाच्या काळजाचा ठोका चुकला. गोरोबाकाका आदी मंडळी घाबरून उठून उभी राहिली. 'आता जनी वाचत नाही.' त्यांच्या मनानं ठाव सोडला. सुभान पाटलाचं ते बोलणं ऐकून जनीचाही संयम संपला. आपल्याला मृत्यू येणार याचं तिला दु:ख नव्हतंच, पण तो अशा पद्धतीनं येणार आणि आपण ज्याच्यावर अवघा जीव ओवाळून टाकला तो विठ्ठल आपल्या मदतीला येत नाही या गोष्टीचं तिला दु:ख झालं. आता तिनं देवालाच कारण विचारायला सुरुवात केली.

अहो नारायणा । कृपा का करा ना ॥
मी तो अज्ञानाची राशी । म्हणोनि आले पायापाशि ॥
जनी म्हणे आता । सोडवी कृपावंता ॥
तुजविण देवराया । कोणी नाही रे सखया ॥
कमळापती कमळपाणी । दासी जनी लागे चरणी ॥

मी वत्स माझे गायी । न ये आता करू काय ।।
तुम्ही तरी सांगा कायी । रोखी विनवा विठाबाई ।।
येई माझिये हरिणी । चुकले पाडस दासी जनी ।।
का या उशीर लावला । माझा विसर पडिला ।।
तुज वेरी संसार । बोळविले घर दार ।।
तो तू आपल्या दासासी । म्हणे जनी विसंबसी ।।

करुण स्वरात जनी गात होती. विठ्ठलाला आर्त हाका मारत होती. त्याचा धावा करत होती. तरी अजूनही विठ्ठलाला तिची दया येत नसावी. 'काहीतरी चमत्कार होईल आणि विठ्ठल जनीला सोडवेल.' अशी आस धरून बसलेल्या नामदेवादी मंडळींनी आता आशा सोडली. दैत्यासारखे दिसणारे ते दोघे डोंब पुढे आले. त्यांनी जनीचे दोन्ही हात एकत्र बांधले. दोन्ही पायही एकत्र बांधले आणि जनीला फरफटत सुळाकडे नेऊ लागले. जमलेल्या सगळ्या लोकांच्या हृदयाची धडधड वाढली. त्यांचे डोळे विस्फारले. नागेश बडवा, शंकरभट आदी मंडळींना असुरी आनंदाच्या उकळ्या फुटायला लागल्या. नागेश भटाला तर कधी तो क्षण येतो आणि जनीला सुळावर चढवलं जातंय, असं झालं होतं. कारण चोखोबाला शिक्षा सुनावताना नागेश बडव्याची झालेली फजिती आणि त्यानंतर चोखोबाचं भलेपण सांगणारा जनीनं गायलेला अभंग, हा अपमान तो विसरला नव्हता. डोंबांनी जनीला सुळाजवळ आणलं. जनीच्या डोळ्यांतून घळाघळा पाणी वाहत होतं खरं, पण तिच्या डोळ्यांत न मावणारा संताप घेऊनच ते पाणी गालावर ओघळत होतं.

सूळ! दीड-दोन फूट उंचीचा, पैलवानाच्या दंडाएवढ्या जाडीचा तो गोलसर लोखंडी खांब! एक दुधारी धारदार पातं आपल्या पोटात लपवून बसलेला तो सूळ! त्याच्या खालच्या बाजूला निम्म्या अंतरावर एक लोखंडी पट्टी बसवलेली होती. त्या लोखंडी पट्टीला लाकडी मूठ होती. ते धारदार लोखंडी पातं बाहेर काढण्याचा तो खटका होता. डोंबांनी जनाबाईला उचलली आणि तिला सुळावर ठेवण्यासाठी घेऊन निघाले. नामदेवादी मंडळींचे श्वास रोखले गेले. त्या सगळ्यांनी डोळे मिटून घेतले. हे दृश्य त्यांना बघवणारं नव्हतं. त्या सगळ्यांची लाडकी जनी, संत जनाबाई म्हणून प्रत्यक्ष ज्ञानेश्वरांनी जिचा उल्लेख केला ती जनी, आपल्या भक्तीनं विठ्ठलाला जिंकणारी जनी, नामयाची दासी म्हणून अभिमानानं मिरवणारी जनी, नामदेवाची लाडकी बालसखी जनी या क्षणी मृत्यूला सामोरी जात होती. डोंबांनी सुळाकडे तिला घेऊन चालायला सुरुवात केली तसा जनीचा धीर संपला. हे असं अपमानास्पद आणि अपराधी म्हणून येणारं मरण विठ्ठलभक्त जनीला, संत असलेल्या जनीला कदापि मान्य नव्हतं. आपलं असलं गुन्हेगाराचं मरण विठ्ठलालाही मान्य होणार नाही असा तिचा ठाम विश्वास होता; पण विठ्ठल आला नव्हता, तसा जनीचा संताप

झाला. हाका मारून, धावा करून, टाहो फोडूनही तो आला नाही म्हटल्यावर जनीचा मूळचा तेज स्वभाव उफाळून वर आला आणि तिनं विठ्ठलाला शिव्या द्यायला सुरुवात केली.

अरे विठ्या, अरे विठ्या । मूळ मायेच्या कारट्या ।।
तुझी रांड रंडकी झाली । जन्म सावित्री चुडा ल्याली ।।
तुझे गेले मढे । तुला पाहून काळ रडे ।।
तुझ्या दारी लागो पेटा । कधी जाशिल वैकुंठा ।।
उभी राहून अंगणी । शिव्या देत दासी जनी ।।

मोठ्या आवाजात जनीनं विठ्ठलाला शिव्या दिल्या. एकाएकी मंदिरात जोरजोरात घंटा वाजू लागल्या. आभाळ झाकोळून आलं. सोसाट्याचा वारा सुटला. उन्हानं तापलेला फुफाटा वाऱ्यानं उडायला लागला. ती धूळ लोकांच्या डोळ्यांत जायला लागली. या वाऱ्यानं चंद्रभागेला हूल दिली. तिचंही पाणी हेलकावयाला लागलं. उंच उंच लाटा निर्माण झाल्या. अंधारून आलं. उडणाऱ्या धुळीपासून आणि पाचोळ्यापासून तोंड चुकवत त्या दोन्ही डोंबांनी जनीला सुळाच्या खांबावर ठेवलं. जनीनं आपले डोळे मिटून घेतले. तिला खांबावर ठेवून दोघं मागे सरकले. त्यातला एक खटक्याजवळ जाऊन उभा राहिला. एकवार त्याने काशीनाथभटाकडे पाहिलं. काशीनाथभटांनी डोंबाला खूण केली. अचानक वारा वाहायचा थांबला. सारी धूळ खाली बसली. आभाळ जास्तच झाकोळून आलं. अंधारून आलं. डोंबानं खटक्याला हात घातला आणि त्यानं खटका वर उचलला. पण छे! खटका वर उचलला जाईना. राक्षसी ताकदीचा तो डोंब आपल्या सर्वशक्तीनिशी तो खटका वर उचलायचा प्रयत्न करत होता. आकाशात विजा चमकायला लागल्या. वादळी पावसाचं चिन्ह दिसत होतं. कधी एकदा जनी मरते आणि आपण घरी जातो असं पंचांना आणि ब्रह्मवृंदांना झालं होतं. एका निष्पाप जिवाला बळी देण्याची मोठी घाई त्या धर्ममार्तंडांना झाली होती. खटका वर ओढण्यासाठी शंकरभट डोंबाला उत्तेजन देऊ लागला. पण छे, खटका एक तसूभरही वर सरकेना आणि खांबाच्या ज्या टोकावर जनीला आडवं निजवलं होतं तिथून खांबाच्या पोटात लपलेलं ते धारदार पातं काही बाहेर येईना. कदाचित निष्पाप जनीच्या पोटात घुसण्याची त्याला भीती वाटली असावी. तो खटका कुठं अडकला होता हे बघण्याची आता गरज होती. डोंबांनी पुन्हा जनीला उचलून खाली घेतलं. बाजूला उभं केलं आणि दुसऱ्याच क्षणी आकाशातून विजेचा लोळ सळसळत खाली आला. आकाशातून कुणीतरी बाण सोडावा अशी बाणासारखी एक लकाकती रेषा बाणाच्याच वेगानं खाली आली. सुळाच्या खांबात घुसली आणि अग्नीवर पडून बर्फ वितळावा तसं दुसऱ्या क्षणाला तो जाड लोखंडी खांब वितळला. लोखंडाचा तो लाव्हा काही क्षण पाण्यासारखा

वाहिला आणि पुन्हा घट्ट झाला.

देवळातला थांबलेला घंटानाद पुन्हा सुरू झाला. उसळून वाहणारी चंद्रभागा पुन्हा शांत झाली. तो विजेचा लोळ खाली येऊन सुळाचं पाणी करून गेला आणि झाकोळलेलं आकाश पुन्हा निरभ्र आणि प्रकाशमान झालं. सोसाट्यानं वाहणारा वारा पुन्हा मंद गतीनं वाहायला लागला. निसर्गाचा हा सगळा प्रकोप भयभीत नजरेनं, उघड्या डोळ्यांनी पाहणाऱ्यांना जनीच्या हातापायांना बांधलेल्या दोऱ्या कधी आणि कशा तुटल्या ते कळलंदेखील नाही; पण घडलेला प्रकार बघून नामदेवादी मंडळींना मात्र आनंदही अनावर झाला आणि अश्रूही अनावर झाले. बंधनातून रिकाम्या झालेल्या आणि सुळावरून वाचलेल्या जनीला मध्ये घेऊन त्या सगळ्या मंडळींनी विठ्ठलनामाचा गजर करत तिच्याभोवती रिंगण धरलं. त्या गजराचा आवाज एवढा मोठा होता की, तिथून तो चंद्रभागेपर्यंत पोहचला. चंद्रभागेच्या लाटांवर स्वार होऊन, मंदिराच्या भिंतींना छेदत तो विठ्ठल मंदिराच्या गाभाऱ्यापर्यंत गेला. विठ्ठलानेही तो ऐकला आणि आपली लाडकी जना वाचली या समाधानात त्याच्या मुखावर प्रसन्न हास्य उमटलं.

पण जमलेल्या लोकांत मात्र एकच गोंधळ माजला. काही जणांना आनंद झाला. त्यांनी सुटकेचा नि:श्वास टाकला; पण जनीला सुळावर चढवलं जातंय, या प्रसंगाची मजा बघायला आलेली मंडळी निराश झाली आणि ब्रह्मवृंद संतप्त झाला. त्यांच्या सगळ्या बेतावर पाणी फिरलं. जनीला सुळावर देऊन, तिचं शव तसंच लटकत ठेवून लोकांमध्ये दहशत पसरविण्याचा त्यांचा उद्देश सफल झाला नव्हता, या गोष्टीचा त्यांना भयंकर संताप आला होता; पण हे असं कसं झालं होतं, हेही त्यांना समजेना. पंचप्रमुखांची तर जणू वाचाच बसली होती. आतापर्यंत असं कधीही घडलं नव्हतं. 'आपण जनीला दिलेली मृत्युदंडाची शिक्षा त्या विठूरायाला मान्य नसावी, म्हणूनच कदाचित तो सूळ वितळला.' असं पंचप्रमुखांच्या मनात येऊ लागलं. 'या उप्पर जनीला पुन्हा काही इजा करण्याचा आपण प्रयत्न केला, तर कदाचित त्या विठ्ठलाचा आपल्यावर कोप होईल.' अशीही भीती त्यांना वाटायला लागली. तोच काशीनाथभट ओरडले, "ही जनी वाचलीच कशी? तिला मृत्युदंडाची सजा फर्मावलेली आहे. सुळी देऊन तिला मृत्यू येत नसेल, तर तिला दगडाने ठेचून मारू; पण जनी मेली पाहिजे. ही जिवंत राहिली, तर पुन:पुन्हा धर्मसभेचा अपमान करत राहील आणि धर्मसभेला काही अर्थच राहणार नाही. समाजकारणासाठी धर्मसभेचा दरारा समाजमनावर राहणं आवश्यक आहे. त्यामुळे जनी मेलीच पाहिजे!'' काशीनाथभट बोलत होते खरं, पण आता ते कुणालाच पटत नव्हतं. त्यामुळं काशीनाथभटांच्या या म्हणण्याला कुणीही दुजोरा दिला नाही. उलट काशीनाथभटांचं बोलणं ऐकून प्रमुख पंच चंद्रराव राणे म्हणाले, "काशीनाथपंत,

तुमच्या या म्हणण्याला माझा विरोध आहे. मृत्युदंडाची शिक्षा फर्मावल्यानंतर त्याची अंमलबजावणी झालेली होती. जनीला सुळावर चढवलेलं होतं आणि एकदा एका व्यक्तीला सुळावर चढवल्यानंतर त्या व्यक्तीला पुन्हा दुसऱ्यांदा सुळावर तर चढवता येत नाही, पण एकदा एखाद्या व्यक्तीला मृत्युदंडाची शिक्षा फर्मावली आणि त्या शिक्षेची अंमलबजावणी करण्यात आली, तर त्याच व्यक्तीला पुन्हा दुसऱ्यांदा मृत्युदंडाची शिक्षा फर्मावता येत नाही. तेव्हा जनीला आता कोणतीच शिक्षा देता येणार नाही. समाजकारण नीट होण्यासाठी ज्याप्रमाणे चातुर्वर्ण्य व्यवस्था केली आहे, त्याचप्रमाणं काही कायदेही केलेले आहेत. या कायद्यानुसार जनीला आता कोणतीच शिक्षा देता येणार नाही.'' पंचप्रमुख चंद्रराव यांनी आपलं मत सांगितलं आणि जमलेल्या बहुतांश लोकांनी त्यांच्या या मताला पाठिंबा दिला. मग मात्र ब्रह्मवृंदाचं काही चालले नाही. रागानं, संतापानं फणफणत स्वत:ला धर्ममार्तंड म्हणवणारे हे सगळे जण तिथून तरातरा निघून गेले. त्यानंतर मात्र जे घडलं ते अभूतपूर्व होतंच, पण परमार्थाच्या मार्गावरून चालताना भक्तिप्रामाण्याचे अनेक चमत्कार अनुभवलेल्या नामदेवाच्या दृष्टीने ते अप्रूपाचंच होतं. धर्ममार्तंडांची पाठ वळताच विठ्ठलाची भक्ती करणारा आणि जनी निर्दोष आहे हे मानणारा सगळा जमाव डोळे मिटून उभ्या असलेल्या जनीकडे धावला आणि त्या सगळ्यांनी जनीच्या पायावर लोळण घेतली. जनीची मात्र जणू समाधी लागली होती. तिच्या मिटलेल्या डोळ्यांतून अविरत अश्रूंच्या धारा वाहत होत्या आणि मिटल्या डोळ्यांसमोर विठ्ठलाची सावळी मूर्ती विटेवर उभी राहून, कर कटेवर ठेवून प्रसन्न मुद्रेनं हसत होती. नजरेसमोर दिसणाऱ्या त्या विठ्ठलाला बघून जनी अभंग गात होती.

देव भक्ताचा अंकित । कामे त्याची सदा करित ॥
त्याचे पडो नेदि उणे । होय रक्षिता आपण ॥
जनी भक्त भाव । देव दास ऐक्य जीव ॥
देव तारक तारक । देव दुष्टासि मारक ॥
गीतेमध्ये आदि अंत । ऐसे बोलतो भगवंत ॥
शत्रूलागि आधि मारी । भक्त संकटी रक्षी हरी ॥
जनी म्हणे कृपा करी । भाव पाहोन अंतरी ॥

जनीची लागलेली भावसमाधी, तिला नमस्कार करण्यासाठी लोकांची चाललेली धडपड अश्रूभरल्या डोळ्यांनी बघणाऱ्या नामदेवाला मात्र 'जनीचा अधिकार मोठा की विठ्ठलाची कृपा मोठी' असा प्रश्न पडला होता!

# २३

मृत्युदंडाच्या शिक्षेतून जनीची सुटका झाली. ती प्रत्यक्ष पांडुरंगानेच केली याबद्दल लोकांचं एकमत झालं होतं. साहजिकच जनीबद्दल लोकांच्या मनातला आदरभाव वाढला. ज्यांच्या मनात नव्हता त्यांच्या मनात तो निर्माण झाला; पण मृत्युदंडाच्या झालेल्या शिक्षेतून जनी वाचली असली तरी त्या परिणामातून आणि दहशतीच्या भीतीतून बाहेर यायला जनीला बरेच दिवस लागले. विठ्ठलाने आपल्याला वाचवलं, यावर तिचा विश्वास दृढ झाला तरीही पुन्हा असली विचित्र वेळ विठ्ठलावर आणायची नाही असा जनीने निश्चय केला. आपल्याला वाचवण्यासाठी त्या विठूरायाला किती त्रास सोसावा लागला हे ओळखून जनी अस्वस्थ झाली. जनीच्या मृत्युदंडाच्या शिक्षेमुळे उठलेलं वादळ आणि त्याची उडालेली धूळ खाली बसली; पण तो क्षण आठवला तरी जनीचा अजून थरकाप होत असे. एवढ्या मोठ्या प्रसंगानंतर विठ्ठलावरचा जनीचा अधिकार आणि जनीवरचं विठ्ठलाचं प्रेम आणि या दोन्हींच्या भक्तिभावाचा संगम लोकांच्या लक्षात आला. मग तो नामदेवाच्या लक्षात आल्यावाचून कसा राहिला असता? जनीकडं बघण्याची त्यांची दृष्टीच यामुळे बदलली. ही आपली बालसखी स्वतःला 'नामयाची दासी' असं कितीही अभिमानानं म्हणत मिरवत असली, तरीही ही विठ्ठलाची बालसखी आहे याचा जणू नव्याने साक्षात्कार नामदेवाला झाला आणि ही बालमैत्रीण जनी त्याला एकाएकी खूप मोठी 'ज्ञानी' वाटायला लागली. नामदेवाच्या घरच्या मंडळींनाही ही घटना समजली आणि आपल्या घरात मोलकरीण म्हणून वावरणारी, पडेल ती काम करणारी, त्यातच धन्यता मानणारी जना किती मोठी आहे, याची जाणीव त्यांना झाली. गोणाईला जनीचं पहिल्यापासूनच प्रेम होतं. शिक्षेतून जनी जिवंत परतल्यावर गोणाईनं तिची दृष्टच काढली. जनी मात्र 'आपण काही केलं नाही. जे केलं ते विठूरायानं केलं.' या मतावर ठाम होती. लोकांच्या प्रेमानं भारावलेल्या जनीला हाताला धरून गर्दीतून वाट काढत नामदेवानं घरी आणलं. गोणाईनं दृष्ट काढल्यावर

काही वेळ तिच्या मिठीत हुंदके देऊन जनानं मन मोकळं केलं. मात्र जनी लगेच कामाला लागली. तिची ती स्थितप्रज्ञता बघून नामदेवही थक्क झाला.

या गोष्टीला बरेच महिने उलटून गेले होते, पण शिक्षेच्या दिवशी रात्री जनीला जेव्हा विठ्ठल भेटायला आला तेव्हाची जनीची व्याकूळ अवस्था ना विठ्ठल विसरला होता ना जनी! विठ्ठलाच्या खांद्यावर डोकं ठेवून जनीनं केलेला तो आक्रोश विठ्ठलाच्याही काळजाचं पाणी-पाणी करून गेला. तिचं हे हमसून, हुंदके देऊन रडणं विठ्ठल आजही विसरला नव्हता. म्हणूनच यापुढे तिच्यावरच्या प्रेमापोटी, तिला त्रास होईल असं आपल्या हातून काही घडणार नाही अशी खबरदारी आपण घेतली पाहिजे असे विठ्ठलाने ठामपणे ठरवलं आणि मगच त्याच्या मनाचं समाधान झालं. आता तो खूप सावधगिरीने वागणार होता. नामदेवाजवळ त्यानं तसं कबूलही केलं, तेव्हा त्याला बरं वाटलं. आपल्याला मृत्यू स्पर्श करून गेला ही गोष्ट नंतर कित्येक महिने ना जनी विसरली आणि आपल्या प्रिय सखीला आपण मृत्यूच्या दाढेतून वाचवलं ही गोष्ट ना विठ्ठल विसरला. पण यानंतर एक गोष्ट अशी घडली की, साऱ्या दुष्ट स्वप्नांचा आणि सत्याचाही जणू अंत झाला. नामदेवाच्या घरात त्याच्या दोन मुलांची शुभकार्यं ठरली आणि जनीच्या हुळहुळणाऱ्या त्या जखमेवर शीतल चंदन लावल्याप्रमाणे झालं. नामदेवाच्या मोठ्या दोन मुलांची म्हणजे नारायण आणि गोविंदा या दोघांचे विवाह ठरले आणि त्या गडबडीत जनी गुंतून गेली.

विठ्ठलाची सखी असणाऱ्या जनीमध्ये खरंतर एक निष्पाप बालिका लपलेली होती. विठ्ठल भेटला की, त्याच आविर्भावात जनी त्याच्यावर रुसायची, रागवायची, भांडायची, त्याच्याकडून लाड करून घ्यायची, कौतुक करून घ्यायची; पण मृत्यू स्पर्शून गेला त्या प्रसंगापासून जनी जणू प्रौढ झाली. अधिक समंजस झाली. गंभीर झाली. तरीही नामदेवाच्या घरावरचं तिचं प्रेम जराही कमी झालं नाही. त्याचं प्रतिबिंब तिच्या अभंगातही उमटलं.

धरा सतराचा हो मेळा । कारखाना जाला गोळा ॥
वाजविती आपुल्या कळा । प्रेमबळा आनंदे ॥
झडतो नामाचा चौघडा । ब्रह्मी ब्रह्मरूपाचा हुडा ॥
संत ऐकताती कोडा । प्रेमबळा आनंदे ॥
नामा दामा दोनी काळू । नारा विठा दमामे पैलू ॥
चौघी सुना चारी हेलू । कडकडा बोलू उमटती ॥
गोदा म्हादा करणी करी । नादे दुमदुमली पंढरी ॥
आऊबाई तुतारी । मंजुळ उमटती स्वरी ॥
गोणाबाई नौबतपल्ला । नाद अंबरी कोंदला ॥
राजाई झांज मंजुळ बोला । मंजुळ स्वर उमटला ॥

जनाबाई घड्याळ मोगरी । घटका भरता टोला मारी ।।
काळ व्यर्थचि गेला तरी । गजर आनंदे करी ।।

नामदेवाच्या दोन्ही मुलांची लग्नं जसजशी जवळ येऊ लागली, तसतसे पंचक्रोशीमध्ये राहत असलेले संत-परिवारातले सारे जण एक-एक करून पंढरपुरात गोळा होऊ लागले. सगळ्यांच्या कानावर जनीच्या भक्ती-साफल्याची कथा गेलेली होती. सगळे जण जनीचं कौतुक करत होते. नामदेवाने ज्ञानेश्वरादी भावंडांना दोन्ही मुलांच्या लग्नाचं अगत्यपूर्वक आमंत्रण दिलं होतं. पैठणहून शुद्धिपत्र घेऊन ज्ञानेश्वरादी भावंडं पंढरपुरात येणारच होती. म्हणजे नामदेवांच्या दोन्ही मुलांच्या विवाहास ते निश्चित हजर राहणार होते आणि झालंही तसंच! विवाहाच्या तिथीच्या तीन-चार दिवस आधीच ज्ञानेश्वर आपल्या भावंडांसह पंढरपुरास पोहोचले. पंचक्रोशीतल्या त्या संतपरिवाराचा तो मेळा पंढरपुरात जमा झाला आणि विठ्ठलाला आनंद झाला. त्याहीपेक्षा जनीला जास्त आनंद झाला. लग्नाच्या तयारीला बायाबापड्या जमल्या होत्याच. जनी झपाट्याने काम करायची आणि कामाच्या जोडीला उत्स्फूर्तपणे अभंग गायची. मग कधी त्या अभंगातून पंढरपुरात जमलेल्या संतमेळ्याचं वर्णन असे, तर कधी कीर्तनात आणि नामघोषात दुमदुमणाऱ्या पंढरीचं –

आले वैष्णवांचे भारे । दिले हरीनाम नगारे ।।
अवघी दुमदुमली पंढरी । कडकडाट गरुडपारी ।।
टाळ, मृदुंग धुमाळी । रंगणी नाचे वनमाळी ।।
ऐसा आनंद सोहळा । दासी जनी पाहे डोळा ।।
संत भार पंढरीत । कीर्तनाचा गजर होत ।।
तेथे असे देव उभा । जैसी समचरणांची शोभा ।।
रंग भरे कीर्तनात । प्रेमे हरिदास नाचत ।।
सखा विरळा ज्ञानेश्वर । नामयाचा जो ची भार ।।
ऐशा संता शरण जावे । जनी म्हणे त्याला घ्यावे ।।

पंढरपूरचं, तेथे जमलेल्या संत मेळ्याचं, सतत चालणाऱ्या कीर्तन सोहळ्याचं, विठूनामाच्या गजराचं असं वर्णन जनीच्या गोड गळ्यातून ऐकताना मदतीला जमलेल्या बायाबापड्यांचा थकवा कुठल्या कुठे जात असे. कधी जनी असं वर्णन करी, तर कधी विठ्ठलालाच श्रीकृष्ण समजून बायाबापड्यांना श्रीकृष्णाच्या बाळलीला वर्णन करून सांगे. कधी ती म्हणे –

ब्रह्मा वंदी ज्याचे पाय । त्याची यशोदा ती माय ।।
सामराज्याचा तो दानी । मागे यशोदेसी लोणी ।।
क्षीरसागर ज्याचे चरणी । त्याला पायावरते न्हाणी ।।
देव ब्रह्मांड पालखी । त्याचे टाळू हाते माखी ।।

कृष्णाच्या बाळलीला जनीच्या तोंडून ऐकताना त्या बायकांचं भान हरपत असे. कधी जनी त्याचा खट्याळपणा सांगता सांगता श्रीकृष्णाला कशी शिक्षा केली याचंही सुंदर वर्णन आपल्या अभंगातून करत असे. लाडू वळणारे जनीचे हात जितक्या तन्मयतेने चालत तितक्याच तन्मयतेने ते विठ्ठलाचं कौतिक सांगत. कधी ती म्हणे –

धरिला पंढरीचा चोर । गळा बांधुनिया दोर ॥
हृदयबंदी रवाना केला । आत विठ्ठल कोंडिला ॥
शब्दे केली जवाजुडी । विठ्ठलपायी घातली बेडी ॥
सोहं शब्दाचा मारा केला । विठ्ठल काकुळतीला आला ॥
जनी म्हणे बा विठ्ठला । जीवे न सोडी मी तुला ॥

जनीच्या तोंडून असं सगळं वर्णन ऐकलं की, आपोआपच बायाबापड्यांच्या हातून कामं भराभरा होत असे. नामदेवाच्या मुलांच्या लग्नाची अशी जोरदार तयारी सुरू होती. कधी त्या बायाबापड्या म्हणत, "जने, ते पंढरपूर राहू दे, तो विठ्ठल राहू दे, आपुल्यातुपल्याबद्दल बोल की काहीतरी!" एव्हाना दिवसभराचं काम संपत आलेलं असे. मग त्यांना निरोप देताना जनी म्हणे,

दळू कांडू खेळू । सर्व पापताप जाळू ॥
सर्व जीवामध्ये पाहू । एक आम्ही होऊनी राहू ॥
जनी म्हणे ब्रह्म होऊ । ऐसे सर्वांघटी पाहू ॥

दिवसभराच्या कामानं थकलेल्या त्या बायाबापड्यांना जनीनं असा निरोप दिला की, मग त्या घरी जाताना दुसऱ्या दिवशी लवकर मदतीला येण्याचं ठरवूनच घरी जात. नामदेवाच्या घरचं लग्न अगदी जवळ आल्यावर मात्र जनीला एका क्षणाची फुरसत मिळेना. सगळं काम आवरून रात्री खोलीत निजायला जायलासुद्धा तिला मध्यरात्र व्हायला लागली. रत्नहार चोरीच्या त्या प्रकरणानंतर जनीनं सारखं मंदिरात जाणंही बंद केलं. अलीकडं ती कधीमधीच मंदिरात जायची आणि सध्या तर घरातच एक नव्हे, दोन दोन कार्यं असल्यामुळे जनीला क्षणाचीही फुरसत नव्हती, मग मंदिरात जाणं दूरच! त्यामुळे रात्री कितीही उशीर झाला, तरीही कधीकधी अगदी पहाटेपर्यंत विठ्ठल तिची वाट बघत तिच्या खोलीत बसून रहायचा, पण तिची भेट घेतल्याशिवाय मंदिरात परतायचा नाही. त्याच्या या हट्टापायी कधीमधी जनी त्याला रागवायची, पण तो मुळीच ऐकायचा नाही. तिला भेटून, तिची विचारपूस करून, ती दमली असेल, तर तिची वास्तपुस्त केल्याशिवाय विठ्ठल मंदिरात परत फिरायचा नाही. त्याच्या या अट्टहासापायी मात्र त्याच्यावर एक दिवस बाका प्रसंग ओढवला.

निवृत्तीनाथ, ज्ञानेश्वर, सोपानदेव, मुक्ताई आदी मंडळी पंढरपुरातच मुक्कामाला

होती. आता नामदेवांच्या घरात मंगलकार्य होईपर्यंत ती सगळी तिथंच राहणार होती. पंढरपूर मुक्कामी असताना रोजच्या रोज विठ्ठल मंदिरात काकड आरतीला जाण्याचा या सगळ्यांचा रिवाज होता; पण त्या दिवशी काही अक्रीत घडलं. त्या दिवशी मध्यान्ह रात्रीपर्यंत जागून जनी शेवया करत बसली होती. सर सर सर हात चालवत केसांसारख्या बारीक लांबच्या लांब शेवया ती करत होती. एकापाठोपाठ एक शेवयांच्या लडी काठीवर पडत होत्या. मदतीला बसलेल्या गोणाई, राजाई झोप आली म्हणून कधीच उठून गेल्या होत्या. शेवया करून झाल्या. सगळे पाट गोळा करून जनीनं परसदारी नेऊन ठेवले आणि हात धुऊन ती खोलीत आली तेव्हा रात्रीचा तिसरा प्रहर संपला होता. खोलीत विठ्ठल तिची वाट बघत ताटकळत बसला होता. जनी खोलीत गेली. तिला बघून विठ्ठलाला आनंद झाला. जनीलाही आनंद झाला, पण तिला काहीसं अपराधीही वाटलं. देवांचा हा देव आपल्यावर एवढी माया करतो आणि आपण मात्र त्याला असं ताटकळत ठेवतो. जनीला स्वतःचाच राग आला, पण विठ्ठलाने जनीची समजूत काढली. नंतर कितीतरी वेळ विठ्ठल तिच्याशी बोलत बसला होता. रात्रीचा तिसरा प्रहर संपला, चौथाही संपत आला. ना विठ्ठलाला भान होते ना जनीला! काकड आरतीची वेळ झाली. मंदिराचे दरवाजे उघडले गेले. काकड्याची तयारी झाली. निवृत्तीनाथ, ज्ञानेश्वर, सोपान, मुक्ताई सगळी जणं काकड्याला जमली. विठोबाची सावळी मूर्ती कर कटेवर ठेवून विटेवर उभी होती. समईचा मंद प्रकाश मूर्तीच्या चेहऱ्यावर पडला होता. दर्शन घेण्यासाठी ज्ञानेश्वर गाभाऱ्यात गेले. पाठोपाठ निवृत्तीनाथही होते. निवृत्तीनाथांनी मूर्तीकडे नजर टाकली आणि ते चमकले. "ज्ञानदेवा!" त्यांनी हाक मारली. ज्ञानेश्वरांनी निवृत्तीनाथांकडे पाहिलं. त्यांना कळेना निवृत्तीनाथांचा चेहरा असा का झाला. "दादा, काय झालं तुम्हाला? तुमचा चेहरा असा का दिसतोय? काही विपरीत तर घडलं नाही ना?" ज्ञानेश्वरांनी विचारलं. निवृत्तीनाथांची नजर मूर्तीवर एकवटली होती. ही नजर ढळू न देता निवृत्तीनाथ म्हणाले, "ज्ञानदेवा, म्हटलं तर विपरीत आहे, म्हटलं तर नाही." निवृत्तीनाथ असं का म्हणत होते ते ज्ञानेश्वरांना कळेना! त्यांनी विचारलं, "काय झालं आहे दादा?" ज्ञानेश्वरांच्या या प्रश्नाला उत्तर देण्याऐवजी निवृत्तीनाथांनीच त्यांना प्रश्न विचारला, "ज्ञानदेवा, तू विठ्ठलाच्या मूर्तीकडे निरखून पाहिलंस? तुला काही आढळलं?" निवृत्तीनाथांच्या या प्रश्नाचं त्यांना नवल वाटलं. ते म्हणाले, "नाही दादा. माझं लक्ष समईच्या ज्योतीकडे होतं. किती शांतपणे तेवत अंधार नष्ट करण्याचं काम ती करत होती." असं सांगत ज्ञानेश्वरांनी विठ्ठलमूर्तीकडे पाहिलं आणि तेही चमकले. "दादा, हे काय पाहत आहोत आपण? माझा तर माझ्या डोळ्यांवर विश्वासच बसत नाहीये." ज्ञानेश्वर असं म्हणताहेत तोच जनीने जागं केल्यामुळे जागा झालेला तो पंढरीनाथ मूर्तीत परतला.

तेही ज्ञानेश्वरांनी पाहिलं, पण निवृत्तीनाथांचं तिकडे लक्ष नव्हतं. त्यांनी ज्ञानेश्वरांना विचारलं, "ज्ञानदेवा, तुमच्या लक्षात आलं का? मूर्तीमध्ये विठ्ठल नाही ! कुठे गेला हा?" तोच ज्ञानेश्वर म्हणाले, "दादा, हा काय विठ्ठल!" निवृत्तीनाथांनी पुन्हा मूर्तीकडे निरखून पाहिलं. त्यांना मूर्तीत विठ्ठल दिसला. त्यांच्या लक्षात आलं की, विठ्ठल आता मूर्तीत आला आहे. त्यांनी ज्ञानेश्वरांना विचारलं, "ज्ञानराया, मघाशी विठ्ठल मूर्तीत नव्हता, हे तुझ्याही लक्षात आलंय. हा पंढरीनाथ कुठे गेला होता?" ज्ञानेश्वर काही बोलणार तोच विठ्ठलाने ज्ञानेश्वरांना खूण केली आणि आपण कुठे होतो ते निवृत्तीनाथांना न सांगण्याची विनंती केली. ज्ञानेश्वर हसले. त्यांच्या दिव्यदृष्टीला दिसलं की, भक्तवत्सल असलेला हा पंढरीनाथ रात्रभर जनीकडे होता. तिच्याबरोबर त्याने शेवयांसाठी गहू दळले आणि शेवयाही केल्या; पण विठ्ठलानं केलेली विनंती ज्ञानेश्वरांनी ऐकली. ते काहीच बोलले नाहीत. "गेला असेल एखाद्या भक्ताच्या घरी त्याला मदत करायला!" ज्ञानेश्वरांनी उत्तर दिलं; पण निवृत्तीनाथही त्यांचे गुरू होते. त्यांनीही दिव्य दृष्टी लावली आणि विठ्ठल कुठे होता हे त्यांच्याही लक्षात आलं. जनीच्या भक्तीचं त्या दोघांनाही कौतुक वाटलं आणि विठ्ठलाच्या भक्तवत्सलतेचं अप्रूप! काकड आरती सुरू झाली आणि संपलीसुद्धा! पण ज्ञानेश्वर-निवृत्तीनाथांच्या मनात मात्र जनीची अपूर्व भक्तीच रुंजी घालत होती.

दुसऱ्या दिवशी सकाळी सगळी जणं नामदेवाच्या घरी गेली. नामदेवाच्या घरी त्या दिवशी देवपूजेचा आणि जेवणाचा कार्यक्रम होता. जनी तिथं होतीच. देवपूजा झाली, जेवणं झाली. पडेल ते काम नीटसपणे करणाऱ्या, जमीन लख्खपणे शेणानं सारवून घेणाऱ्या जनीकडं बघून ज्ञानेश्वरांच्या मनात आलं, 'हीच का ती जनी, जिचा विठ्ठलावर मोठा अधिकार आहे! हीच का ती जनी, जिने विठ्ठलाला आपल्या भक्तीने बांधून ठेवलं आहे? जनाबाईला विचारायला हवं.' त्यांच्या मनाने घेतलं. नामदेवाच्या घरातली गडबड संपली. सगळा संत-परिवार गप्पागोष्टी करत बसला होता. सगळ्यांसाठी विडे घेऊन जनी तिथे आली. तिला पाहून ज्ञानदेवांच्या चेहऱ्यावर हसू उमटलं. त्यापाठीमागचं कारण जनीच्या लक्षात आलं. कारण सगळी मंडळी जेवायला बसलेली असताना आपण पंगतीतून हिंडू नये या मर्यादशील विचाराने जनी खोलीत येऊन बसली होती. तेव्हा काही क्षण विठ्ठल तिथे आला होता. आपल्याला मंदिरात परतायला काहीसा उशीर झाल्यामुळे आणि आपण मूर्तीत नाही हे ज्ञानदेवांच्या लक्षात आल्यामुळे काय घोटाळा झाला होता, ज्ञानेश्वरांनी तो कसा सावरून घेतला होता तो सगळा वृत्तान्त विठ्ठलाने जनीला सांगितला होता. जनीला बघितल्यावर ज्ञानदेवांना हीच आठवण झाली असणार म्हणूनच ते हसले होते, हे जनीला समजलं. तोच ज्ञानेश्वरांनी काहीशा मिस्कीलपणे जनीला विचारलं, "जनाबाई, काल तुम्ही रात्री खूप उशिरापर्यंत म्हणजे अगदी पहाटेपर्यंत काम करत

होतात का? पंढरीनाथही तुमच्या मदतीला होता वाटतं? आम्हाला सगळं कळलं आहे.'' ज्ञानेश्वरांनी असं विचारल्यावर सगळ्यांना उत्सुकता वाटली. गोरोबाकाका म्हणाले, ''म्हणजे काय? काय झालं? आम्हालापण कळू दे.'' सगळ्यांनाच उत्सुकता लागून राहिली. तसा नामदेव म्हणाला, ''जने, आता तूच सांग काय झालं?'' नामदेवांनी असं म्हटल्यावर सगळी जणं जनीला आग्रह करायला लागली. मग मात्र जनीनं सांगायचं ठरवलं, म्हणाली, ''माझी विठ्ठलावर भक्ती आहे आणि माझ्या भक्तीवर विठ्ठलाची भक्ती आहे. मी अति शूद्र, त्यात स्त्री आणि त्यात नामया घराची मोलकरीण! माझ्या भक्तीची पत्रास इतरांना काय असणार? म्हणून तर पंढरपूरच्या ब्रह्मवृंदांनी माझ्यावर रत्नहाराच्या चोरीचा आळ घालून मला सुळावर चढवल, पण माझ्या भक्तीची लाज विठ्ठलाने राखली. कारण भक्ती म्हणजे आध्यात्मिक वारसा असला, तरी तो सावित्रीचा वसा आहे –

भक्ती ते कठीण इंगळाची खाई । रिघणे त्या डोही कठीण असे ।।
भक्ती ते कठीण विषग्रास घेणे । उदास पै होणे जीवेभावे ।।
भक्ती ते कठीण भक्ती ते कठीण । सोसी जो तो वार घडे तया ।।
भक्ती ते कठीण विचारोनि पाहे तरी । भक्ती योगे संत समागमे
सर्वसिद्ध ।।''

जनीनं भक्तीचं असं वर्णन केलं. ज्ञानेश्वरांनी कौतुकाचा एक कटाक्ष तिच्याकडे टाकला. निवृत्तीनाथांनी ''धन्य जनाबाई!'' अशी दाद दिली. विनम्र भावनेनं आणि श्रद्धायुक्त अंत:करणानं ती दाद झेलून जनी पुढं बोलू लागली, ''मायबाप हो, ज्ञानोबामाऊली म्हणते ते खरं आहे. माझा विठोबा खरोखरच काल रात्री उशिरापर्यंत मला मदत करत होता. काकड आरतीच्या काही क्षण आधी तो मंदिरात परतला. तो मंदिरात जाण्याआधी मूर्तीत देव नाही हे सद्‌गुरूंना आणि ज्ञानोबा माऊलीला समजलं होतं आणि तो कुठे होता हेही त्यांनी जाणलं होतं –

निवृत्ती पुसत । कोठे होते पंढरीनाथ ।।
खूण कळली हृषीकेशी । सांगो नको निवृत्तीशी ।।
उत्तर दिले ज्ञानदेवे । नवल केवढे सांगावे ।।
शिव वंदी पायवणी । न ये योगियांचे ध्यानी ।।
द्वारी उभे ब्रह्मादिक । गुण गाती सकळीक ।।
जनीसवे दळी देव । तिचा देखोनिया भाव ।।
काकडआरती । करावया कमळापती ।।
भक्त मिळाले सकळ । रिते देखिले देऊळ ।।
ज्ञानेश्वर बोले । आता देव कोठे गेले?
ठावे जाहले अंतरी । देव दळी जनी घरी ।।''

काय झालं? कसं झालं? ही घटना कशी घडली? या सगळ्या प्रसंगाचं वर्णन जनीने अभंगातून केलं. निवृत्तीनाथ, ज्ञानेश्वर, सोपानदेव यांच्यासह संतांचा तो सगळा मेळा जनीच्या विठ्ठलावरच्या भक्तीने आणि विठ्ठलाच्या जनीवरच्या प्रेमाने भारावून गेला. तोच मुक्ताई म्हणाली, ''दादा, तो विठ्ठल भक्तवत्सल आहेच. भावाचा भुकेला आणि भक्तीचा तहानेला आहे. जनाबाईकडून त्याला या दोनही गोष्टी भरभरून मिळत आहेत. एखाद्या दिवशी चुकून असं व्हायचं की, जनाबाईच्या विठ्ठलभक्तीत गुरफटलेला विठ्ठल मंदिरात परतायचाच नाही आणि मग बाकीच्या सगळ्या भक्तांची पंचाईत होऊन बसेल.'' मुक्ताईच्या या बोलण्यावर सगळी हसली खरं, पण जनीची विठ्ठलावरची भक्ती किती पराकोटीची होती, याचंच प्रत्यंतर सगळ्यांना आलं आणि त्यांच्या मनात आलेल्या या विचाराची प्रचिती जनीने लगेचच अभंगात सांगितली –

जनी बोलणे वाचीचे नित्य कोणी । तयाचे आंगणी तिष्ठतसे ॥
जनीचिया पदा अखंडित गाये । तयाचे मी पाय वंदी माथा ॥
जनीचे आवडे जयासी वचन । तयासी नारायण कृपा करी ॥
पांडुरंग म्हणे ऐक ज्ञानदेवा । ऐसा वर द्यावा जनीसाठी ॥

जनीचा हा अभंग ऐकून मात्र सगळ्यांनी टाळ्या वाजवल्या. आज ज्ञानेश्वरांच्या मनात काय होतं कुणास ठाऊक! त्यांना जनीच्या भक्तीची कसोटी घ्यायची होती किंवा तिच्या शब्दसामर्थ्याची प्रचिती! त्यांनी पुन्हा जनीला विचारलं, ''जनाबाई, तुम्ही भक्ती म्हणजे काय ते सांगितलंत. भक्त म्हणजे काय ते सांगितलंत. तुम्ही पंढरीचंही वर्णन केलं आहे आणि पंढरीनाथाचंही! आज नामदेवांच्या घरी सगळा संत परिवार जमला आहे. आपण सगळे संत त्या विठूरायाचे लाडके आहोत. आपण सगळी जणं त्याच्यासोबत राहूनच हा भवसागर पार करणार आहोत. मग या संतमेळ्यात हा विठ्ठल तुम्हाला कसा दिसतो ते आम्हाला सांगा.'' ज्ञानेश्वरांचं बोलणं जनी लक्ष देऊन ऐकत होती. अचानक तिचे डोळे विस्फारले गेले. सगळ्या संतांच्या मध्यभागी तिचा विठूराया खरोखरच उभा होता. सगळ्या संतांच्या गोतावळ्यात असलेलं विठ्ठलाचं ते वात्सल्य रूप जनीनं डोळे भरून बघितलं आणि अभंग गायला सुरुवात केली –

विठो माझा लेकुरवाळा । संगे लेकुरांचा मेळा ॥
निवृत्ती हा खांद्यावरी । सोपानाचा हात धरी ॥
पुढे चाले ज्ञानेश्वर । मागे मुक्ताई सुंदर ॥
गोरा कुंभार मांडियेवरी । चोखा जिवा बरोबरी ॥
बंका कडियेवरी । नामा करांगुळी धरी ॥
जनी म्हणे गोपाळा । करी भक्तांचा सोहळा ॥

जनीचा अभंग ऐकून, तिच्या शब्दसामर्थ्याचं कौतुक वाटून सगळ्या संतांच्या डोळ्यांत पाणी उभे राहिलं. ते पाणी गालावरून तसंच ओघळू देत चोखामेळ्याने विचारलं, ''जनाबाई, विठ्ठलाच्या सोबत कोण कुठे आहे, कोण कुठे आहे हे तुम्ही छान सांगितलं, पण या संतांच्या मांदियाळीत तुम्हीही आहातच. मग तुम्ही कुठे आहात?'' जना काहीच बोलली नाही. बोलला तो नामदेव. म्हणाला, ''चोखोबा, अहो जनी कुठे आहे काय विचारता! आपण सगळे विठ्ठलाच्या अवतीभवती, त्याच्याबरोबर आहोत, पण ही जना त्या विठ्ठलाच्या हृदयात आहे. तिचं स्थान तिथेच आहे.'' नामदेवाने दिलेलं उत्तर ऐकून ज्ञानेश्वर अतिशय प्रसन्न झाले. बसल्या जागेवरून उठून त्यांनी नामदेवाला आलिंगन दिलं. म्हणाले, ''भले शाब्बास नामदेवा, तुम्ही जनाबाईंचा योग्य सन्मान केलात. खरोखरच त्यांची जागा विठ्ठलाच्या हृदयातच आहे.'' ज्ञानेश्वरांच्या शाबासकीने नामदेवासही आनंद झाला. त्या संत परिवारात त्याच्याइतकं जनीला ओळखणारं कुणीच नव्हतं. त्यानंतर पुष्कळ गप्पा झाल्या. विठ्ठलाची सांजारतीची वेळ झाली, तशी मंडळी तिथून उठून मंदिरात निघाली.

सगळी जणं बोलत बोलत नामदेवांच्या घरातून बाहेर पडली. तोच बंकाने चोखोबाला विचारले, ''चोखादादा, विठ्ठल जनाबाईंच्या घरी आला होता असं तुम्ही सगळे कशावरून म्हणता? त्या विठूरायाला जाता-येता कुणी पाहिलं आहे का?'' बंकाचा प्रश्न ऐकून चोखोबाला गंमत वाटली. बंका त्याचा मेव्हणा आणि शिष्यही होता. आता त्याला काय आणि कसं समजावून सांगावं ते चोखोबालाही समजेना. चोखोबाच्या डोक्यातला गोंधळ नामदेवाच्या लक्षात आला. तो म्हणाला, ''चोखोबा, याचं उत्तर मी देतो.'' असं सांगून तो बंकाला म्हणाला, ''बंका, तुमच्या मनात आलेली शंका रास्त आहे. सगळ्यांनाच ज्ञानोबामाऊलीसारखी दिव्य दृष्टी असत नाही, परंतु दिव्य दृष्टी नसतानाही आपण याचे प्रत्यंतर घेऊ शकतो. चला माझ्याबरोबर!'' असं म्हणत बंकाचा हात धरून चोखा त्याला अंगणात घेऊन गेला. अंगण छान सारवलेलं होतं. नामदेव खाली वाकला. बंकाला म्हणाला, ''बंका, नीट पाहा. विठ्ठलमूर्तीच्या दोन्हीही पायाच्या तळव्यावर स्वस्तिक आहे. त्या स्वस्तिकाचे ठसे या सारवलेल्या जमिनीवर उमटले आहेत. नीट पाहा. या पदचिन्हांचा आपण मागोवा घेऊ, चला.'' नामदेवाने दर्शवलेल्या ठिकाणी बंकाने नीट पाहिलं आणि तो थक्क झाला. खरोखरच विठ्ठलमूर्तीच्या तळव्यावर रेखाटलेल्या स्वस्तिक चिन्हाचे ठसे त्या सारवलेल्या जमिनीवर उमटलेले होते. मंदिरात सांजारतीला गेलेली ज्ञानदेवादी सगळी भावंडं वगळून हे आश्चर्य पाहण्यासाठी सगळीच तिथे जमली आणि त्या अंगणात उमटलेली पदचिन्हं बघून भारावून गेली. त्यांच्या डोळ्यांतून अश्रूधारा वाहायला लागल्या. अंगावर रोमांच उभे राहिले. त्या पदचिन्हांवर

माथा टेकवून त्यांच्या लाडक्या विठ्ठलाचा चरणस्पर्श सगळ्यांनी अनुभवला. मग नामदेवाच्या पाठोपाठ सगळी जणं त्या पदचिन्हांचा मागोवा घेत निघाली. अंगणात उमटलेली ती स्वस्तिकचिन्हं अंगणातून थेट जनीच्या खोलीपर्यंत नव्हे, खोलीच्या आतपर्यंत गेलेली होती. नामदेव सोडून इतरांना क्षणभर जनीच्या भाग्याचा हेवा वाटला. मंदिरातून सांजारतीचा घंटानाद ऐकायला येऊ लागल्यावर सगळी जणं मंदिराकडे धावली.

दुसऱ्या दिवशी नामदेवाच्या मोठ्या दोन्ही मुलांच्या विवाहाचा कार्यक्रम होता. मोठ्या आनंदात आणि उत्साहात दोन्हीही विवाह समारंभ पार पडले. जनीची दांडगी लगबग चालली होती. गत साली भागाबाई निवर्तली होती. वृद्धापकाळामुळे तिला मृत्यू आला होता. तिचं नसणं गोणाईइतकंच जनीलाही जाणवत होतं. भागाबाई नसल्यामुळं लग्नातल्या कामकाजाचा बहुतांश भार जनीवर एकटीवर पडला होता. लग्नाच्या आधी चार दिवस नागरी आणि आऊबाई दोघी जणी तयारीला म्हणून आल्या होत्या, पण कामाला त्यांचा हात कधीच लागत नव्हता. दोघी जणी लेकुरवाळ्या होत्या. त्यामुळं त्यांचं आणि त्यांच्या पोरांचं करेपर्यंत त्यांना हारोहार होत असे. त्यातच भागाबाई थकल्यापासून गोणाईची भिस्त जनीवरच असायची. राजाईनं तोच वारसा पुढं चालवला होता. दोन्ही मुलांच्या डोक्यावर अक्षता पडल्या आणि पंगतीची गडबड सुरू झाली. आग्रह करकरून वाढप चाललं होतं आणि माणसं जेवून तृप्त होऊन आशीर्वाद देत होती. गावातली मानाची पानं उठली. शेजारपाजार गल्ली झाली आणि मग एक पंगत संत परिवाराची बसली. त्या पंगतीला जनी आणि चोखोबा दोघं जणं वाढू लागली. ज्ञानेश्वरादी भावंडं आणि इतर संत परिवार सावकाश जेवत होता. चोखोबा लाडू वाढत होता. वाढता वाढता तो ज्ञानेश्वरांच्या पानापर्यंत आला. त्यांच्या शेजारी एक पान रिकामं होतं. ते बघून चोखोबा म्हणाला, "देवा! इथे कोणी बसलं नाही का?" ज्ञानेश्वर हसून म्हणाले, "बसला आहे ना! ऋषिकेश बसला आहे. नामदेवाच्या घरचं लग्न आणि पंढरीनाथ जेवायला येणार नाही, असं कसं होईल!" ज्ञानदेवांचं बोलणं ऐकून जनीने त्या रिकाम्या पानाकडे पाहिलं. खरोखरच तिथे विठोबा येऊन जेवत बसला होता. सगळ्यांना गंमत वाटली आणि नामदेवाच्या भाग्याचा हेवा वाटला. तोच निवृत्तीनाथ म्हणाले,"नामदेवा, अरे आज मंदिरात नैवेद्य गेला नाही वाटतं? तो विठूराया इकडं जेवायला आला?" पलीकडच्या पानावर नामदेव बसला होता. तो निवृत्तीनाथांना म्हणाला, "गुरुदेव, मंदिरात तर नैवेद्य कधीचा गेला आहे. तो माझ्यासाठी आला असावा!" नामदेवाचं बोलणं ऐकून विठूरायाला संकोच वाटला असावा. हे सगळं दृश्य बघून जनी म्हणाली –

ज्ञानेश्वर म्हणे नाम्यासवे जेवीशी । नाही ऋषिकेशी म्हणतसे ॥
सांगितले एक भलतेची बोलसी । आहे याची भ्रांती ज्ञानेश्वरा ॥
वाहियले त्वरे ऐसे काही काम । उठे मेघ:श्याम तातडी ॥
निरोप येवोनि सांगावा एकाएकी । म्हणे जनीप्रती पांडुरंग ॥
देव म्हणे नाम्या ऐकावे वचन । येईल साधून वेळ तुझी ॥
जनी म्हणे आता समजले मज । धरीन उमज येथोनिया ॥''

जनीनं अभंग गायला. ज्ञानेश्वर प्रसन्नपणे हसले. म्हणाले, ''जनाबाई, तुमच्या अभंगातल्या शब्दमाधुर्यामुळे हा लाडू अधिकच गोड लागला.'' ज्ञानेश्वरांचं बोलणं ऐकून जना संकोचली, पण निवृत्तीनाथांनी तो धागा पकडला आणि म्हणाले, ''नामदेवा, घरात मंगलकार्य घडलेलं आहे. संध्याकाळी भजन-कीर्तनाचा काही कार्यक्रम योजला आहे की नाही?'' निवृत्तीनाथांच्या या प्रश्नाला उत्तर देताना नामदेव म्हणाला, ''गुरुदेव, असा कार्यक्रम ठेवणं खरोखर सयुक्तिक आहे. कीर्तनही मीच केलं असतं, पण संध्याकाळी जागर आहे आणि जेवणावळ आहे. त्यामुळे मनात असूनही तुम्हा सर्वश्रेष्ठांसमोर कीर्तन करण्याचं भाग्य माझ्या वाट्याला येणार नाही!''

''तुम्हाला वेळ नाही, याबद्दल कुणाचंच दुमत नाही. परंतु जनाबाई अतिशय सुंदर कीर्तन करतात, असं आमच्या कानावर आलं आहे. तेव्हा नामदेवा, आज त्यांचं कीर्तन ऐकण्याचा लाभ आम्हाला मिळवून द्या.'' नामदेवाचं बोलणं मध्येच थांबवत ज्ञानेश्वर म्हणाले. वाढण्यासाठी ताक घेऊन आलेली जना हे बोलणं ऐकून संकोचली. हातातलं ताकाचं भांडं खाली ठेवून, हात जोडून ज्ञानदेवांना म्हणाली, ''माऊली, खरंतर आपली आज्ञा मला मानली पाहिजे, पण माझ्यात ते धाडस नाही. मी नामदेवाघरची दासी. पडेल ते काम करणारी मोलकरीण. मी नामदेवाच्या सहवासात राहून मोडकेतोडके अभंग करायला शिकले. आपल्या सर्वांसमोर मी कीर्तन करायचं म्हणजे प्रत्यक्ष सूर्यचंद्रासमोर उदबत्तीने नाचावं असं होईल.'' जनी व्याकूळतेने म्हणाली. ''पण जनाबाई, उदबत्तीलाही गंध असतोच की! आणि चंद्रसूर्याच्या तेजासमोर तोही दरवळत राहतोच की! आम्ही ऐकलंय तुम्ही खूप छान कीर्तन करता. आम्हालाही ते ऐकायचं आहे. मग कराल ना?'' ज्ञानेश्वरांचं हे बोलणं सगळ्यांनी उचलून धरलं. तोच नामदेव म्हणाला, ''देवा, तुम्ही अगदी योग्य बोलला. खरंतर जनीच्या कीर्तनाला मीही मुकलो आहे. माझ्या अनुपस्थितीत तिनं कीर्तन केलं होतं आणि ते खूप छान केलं होतं असं मला समजलं.'' नामदेवाचं बोलणं ऐकून गोरोबाकाका उठून उभे राहिले आणि म्हणाले, ''मग ठरलं तर! आज संध्याकाळी जागर आणि प्रसाद झाल्यावर जनाबाई कीर्तन करतील.''

हे सगळं ऐकताना जनी संकोचून उभी होती. 'या सगळ्या तेजस्वी ज्ञानचंद्रांसमोर

आपण कीर्तन करायचं?' तिच्या हृदयाची धडधड एवढी वाढली की, ती तिलाच ऐकायला यायला लागली. या प्रसंगाला संकट समजावं की आपलं सद्भाग्य याचा उलगडा तिला होत नव्हता. 'ज्ञानेश्वरमाऊलीसमोर एक शूद्र स्त्री कीर्तन करणार? ही अभूतपूर्व घटना स्वप्न होती की सत्य?' त्या प्रसंगाच्या नुसत्या विचारानंच जनी अंतर्बाह्य थरारली. आज खरंच जनीची कसोटी होती. परीक्षा होती तिच्या आत्मविश्वासाची! आव्हान होतं तिच्या प्रतिभाशक्तीला! आज आविष्कार होणार होता तिच्या विठ्ठलावरच्या अधिकाराचा! सत्त्वपरीक्षा होती नामदेवाच्या सहवासातल्या संस्काराची! जनीच्या कीर्तनाचा कार्यक्रम ठरवून सगळी मंडळी उठली. हात धुऊन पुन्हा गप्पा मारत बसली. जनीचं मात्र त्यानंतर कशातच लक्ष लागेना. कामाला एवढी वाघीण असलेली जनी साधं उष्टं-खरकटं आवरताना सतरा वेळा चुकायला लागली. हे तिच्या मनात उडालेल्या गोंधळाचं लक्षण होतं की उत्तेजित झालेल्या मन:स्थितीचं? एवढं मात्र खरं की, आज जनीचा कस लागणार होता. जागर झाला. जेवणं झाली आणि मंडळी विठ्ठल मंदिराच्या प्रांगणात जमू लागली. कर्णोपकर्णी, षट्कर्णी होऊन एका तोंडातून दहा जणांना, दहा तोंडातून शंभर जणांना जना कीर्तन करणार असल्याचं समजलं होतं. मागे पुंडलिक उत्सवाच्या वेळी तिने केलेलं कीर्तन अजूनही लोकांच्या स्मरणात होतं. त्या वेळी तिने सांगितलेलं थालीपाक आख्यान आजही लोक विसरले नव्हते. त्यामुळे जनी कीर्तन करणार, हे कळल्यावर लोकांनी मोठी गर्दी केली; पण खरी उत्सुकता निवृत्तीनाथ, ज्ञानेश्वर, सोपानदेव, मुक्ताबाई, नामदेव या सगळ्यांना होती.

राजाई, गोणाईनं जनीला आज मागच्या कामाला हातच लावू दिला नव्हता. खरंतर जेवायच्या वेळीसुद्धा त्या दोघी जणी तिला आग्रह करत होत्या. जनीला आज जेवणच गेलं नव्हतं. तिचं पोट भरल्यासारखं झालं होतं. भीतीनं की आनंदानं कुणास ठाऊक! कीर्तनाची वेळ जवळ आली तशा गोणाई, राजाईसुद्धा बाहेर आल्या. वृद्ध झालेले, थकलेले दामाशेटीसुद्धा दारातच वाकळ अंथरून जनीचं कीर्तन ऐकायला तिथंच आडवे झाले. आज ज्ञानेश्वर होते म्हणून की काय, पण मंदिरासमोरचं प्रांगण गच्च भरलं होतं. मंदिरात सगळ्यात वरच्या पायरीवर ज्ञानेश्वरादी भावंडं बसली होती. त्या पायऱ्यांच्या कडेलाच एक कठडा होता. ज्ञानेश्वरांनी जनीला त्या कठड्यावर उभं राहायला सांगितलं. तिथे जाऊन उभं राहिल्याबरोबर डोईवरचा पदर सावरून, जमिनीवर मस्तक टेकवून जनीनं सगळ्यांना वंदन केले. हात जोडले. डोळे मिटले आणि विठूरायाचा गजर सुरू केला. तिच्या गोड, पण खड्या आवाजात सगळ्यांनी आपला आवाज मिसळला आणि पंढरपूरच्या आसमंतात तो विठूनामाचा गजर दुमदुमला. तो मंदिराच्या भिंतीवर आदळून, तेथून प्रतिध्वनित होऊन चंद्रभागेच्या वाळवंटात नाचला. तिथून चंद्रभागेच्या पाण्यावर तरंगला आणि

लाटांबरोबर डोलत जाऊन त्यानं अवघं पात्र व्यापलं. विठूनामाचा गजर झाला आणि जनाबाईनं कीर्तनाला सुरुवात केली.

"अपूर्व कोणे एकेकाळी । देवसभेच्या मंडळी ।।
करी त्रैलोक्यभ्रमणा । करी वाहे ब्रह्मवीणा ।।
देती सर्वही सन्मान । सिद्ध साधू योगीजन ।।
सांगे अपूर्व कहाणी । म्हणे नामयाची जनी ।।
नारद सांगे मृत्युलोकी । हरिश्चंद्र पुण्यश्लोकी ।।
कैसा सत्वाचा समुद्र । ऐसा नाही नृपवर ।।"

जनी क्षणभर थांबली. "वा जनाबाई, हरिश्चंद्राची कथा? भले शाबास!" असं म्हणत ज्ञानेश्वरांनी प्रसन्नता दर्शविली. त्यांच्या तेवढ्या वाक्यानं जनीला हुरूप आला.

"कोप विश्वामित्रा आला । कैसा वाढविता शिष्याला ।।
तप तेजे सूर्यराशि । छळिन म्हणे हरिश्चंद्रासी ।।"

हरिश्चंद्राचा चांगुलपणा सांगून झाल्यावर जनीनं विश्वामित्राला आलेला कोपही नेमका सांगितला. पुढे काय होणार? याची लोकांना उत्सुकता लागून राहिली.

"केला संकल्प आम्हांसी । नाही दिले दक्षणेसी ।।
दान न देता आम्हांसी । तू का गेला सदनासी ।।
मज दिले राज्य दान । ते ची घेसी तू परतोन ।।"

हरिश्चंद्राचं सत्त्वहरण करण्यासाठी आलेल्या विश्वामित्राचा दुराग्रह जनीनं असा काही वर्णन केला की, लोकांना विश्वामित्राचा राग यायला लागला. जनीनं कथा पुढं नेली.

"रोहिदास म्हणे त्यासी । गहाण राहीन तुम्हांपाशि ।।
पितृवचनाचे ऋण । त्यांचा उतराई होईन ।।
ऋण, हत्या आणि वैर । नाही चुकत मेल्यावर ।।"

हरिश्चंद्रपुत्र रोहिदासाचं हे समर्पण ऐकून लोक हेलावले.

"ऋषी बोलला नृपासि । नको राहू आमुचे देशी"

विश्वामित्रांनी हरिश्चंद्राचं सगळं राज्य, सगळी संपत्ती काढून घेतली आणि त्याला हाकलून दिलं. त्यानंतर रोहिदासाला वाघाने खाल्ल्याचा आभास विश्वामित्राने निर्माण केला आणि ते खरं मानून तारामतीने जो शोक केला, त्याचं वर्णन जनी करत असताना जिथे ज्ञानेश्वर, नामदेवाच्या डोळ्यांत पाणी उभं राहिलं, तिथे इतरांची काय कथा! हरिश्चंद्राचं हे आख्यान उत्तरोत्तर रंगतच गेलं. चंद्र माथ्यावर आला तरी लोकांना त्याचं भान नव्हते. हरिश्चंद्राची सगळी कथा अतिशय सुंदर आणि नेमक्या अभंगातून गुंफत जनीनं सांगितली आणि शेवटी ऋषी प्रसन्न झाल्यावर –

"रोहिदास ऐसा पुत्र । हरिश्चंद्र राजा भ्रतार ।।
याचक विश्वामित्र ऐसा । जन्मोजन्मी दे जगदीशा ।।"
असं तारामतीनं मागणं केलं. तिची महानता ऐकून लोक गहिवरले.
"ऋषी अभिषेकीती रायाला । थोर मनी आनंदला ।।
येथोनि हरिश्चंद्र आख्यान । नामयाची जनी सांगे गान ।।"

असं म्हणून जनीनं आख्यानाचा आणि आपल्या कीर्तनाचा शेवट केला. सगळी इतकी भारावून गेली की, कीर्तन संपल्यानंतर पुन्हा विठूनामाचा गजर करण्याचंही भान कुणाला राहिलं नाही. ज्ञानेश्वर-निवृत्तीनाथांना काय बोलावं सुचत नव्हतं, तर नामदेवाच्या डोळ्यांना अश्रूंची संततधार लागलेली होती. त्याची बालसखी असलेली, त्याचं दासीपण मिरवणारी जनी अभंगरचना करते, हे त्याला माहीत होतं, पण तिची प्रतिभा इतकी उत्स्फूर्त जाणिवेची असेल आणि ती इतक्या अस्खलितपणे उत्तम कीर्तन करू शकेल, भारतातली कथा इतकी संगतवार आणि परिणामकारकरीत्या सादर करेल असं त्याला वाटलं नव्हतं. अतीव आनंदानं नामदेवाला हुंदका फुटला. त्या हुंदक्याच्या आवाजानं ज्ञानेश्वर भानावर आले. कौतुकाने भरलेली आणि भारावलेली नजर त्यांनी जनीकडे टाकली. जनी नि:शब्द उभी होती. पंचप्राण कुणीतरी काढून घ्यावेत तशी निर्जीव झाली होती. कीर्तन संपलं होतं, तरी लोकांनी टाळ्या वाजवल्या नव्हत्या. विठूनामाचा गजर केला नाही, म्हणजे आपलं काहीतरी चुकलं, या भीतीने तिची अवघी गात्रं बधिर झाली होती. तिची ही अवस्था पहिल्यांदा ओळखली ती ज्ञानदेवांनी! त्यांनी नामदेवांकडे पाहिलं.

नामदेवाचं भान तर केव्हाच हरपलं होतं. ज्ञानेश्वरांनी नामदेवाचा हात धरला तसा नामदेवही सावध झाला. दोघंही उठून जनीजवळ आले. जनीच्या चेहऱ्यावरचे बधिर भाव बघून नामदेवाला भडभडून आलं, तर ज्ञानेश्वर अस्वस्थ झाले. त्या दोघांना समोर बघून जनी लहानाहूनही लहान झाली. लटपटत्या पायानं उभी असलेली जनी खाली कोसळणार, तोच ज्ञानेश्वर-नामदेवांनी तिला सावरलं आणि पोटाशी धरलं. जनीच्या कीर्तनाने भान हरपलेले सगळे जण भारावून हे दृश्य पाहत होते. नामदेव-ज्ञानेश्वरांच्या कुशीत जनी एखाद्या लहान बाळासारखी स्फुंदत होती. ज्ञानेश्वरांनी तिच्या केसातून मायेनं हात फिरवला. प्रेमभरानं तिच्या पाठीवर थोपटून तिला सामोरी केली आणि म्हणाले, "धन्यऽऽ! धन्य हो जनाबाई तुम्ही! आणि धन्य आहोत आम्हीसुद्धा! त्या ईश्वरानं याची देही याची डोळा आम्हाला त्याच्या भक्तिसामर्थ्याची प्रचिती दिली; साक्ष दिली. जनाबाई तुम्ही एक स्त्री, त्यातही शूद्र; पण इतकी अर्थपूर्ण आणि भावगर्भ रचना तुम्ही करू शकता हा या युगातला चमत्कार मानावा लागेल. अध्यात्म-अध्यात्म म्हणजे तरी दुसरं काय? आत्म्याचं अध्ययन म्हणजे अध्यात्म. जनाबाई, तुमच्या अंतरात्म्यात तर सर्वसाक्षी परमेश्वर प्रत्यक्ष वसला

आहे. म्हणून तुमचा प्रत्येक हुंकार म्हणजे ओंकार आहे. कारण परमेश्वर ओंकारस्वरूप आहे –

अ कार चरणायुगुल । ऊ कार उदर विशाल ॥
म कार महामंडळ । मस्तकाकार ॥
हे तिन्ही एकवटले । येथ शब्दब्रह्म कवळले ॥
ते मिया श्री गुरुकृपा नमिले । आदिबीज ॥

"असा हा ओंकार जो चराचरात भरून राहिला आहे, तो सृष्टीचा अधिदाता आहे. तो स्पर्शातीत आहे. कालातीत आहे. ओंकार ही त्या ईश्वराची मोहोर आहे. देवाची स्वाक्षरी आहे आणि जनाबाई तुम्ही त्या "ओंकाराची रेख" आहात, ओंकाराची रेख!" ज्ञानेश्वर बोलत होते. त्यांचा शब्दन् शब्द अवघं पंढरपूर ऐकत होतं. 'ओंकाराची रेख – जना!' प्रत्येकाच्या मनात याचा प्रतिध्वनी निनादत होता. ज्ञानेश्वरांचे डोळे पाण्यानं भरले होते. हात कुशीत हुंदके देणाऱ्या जनाला थोपटत होते. ते दृश्य डोळे भरून पाहणाऱ्या निवृत्तीनाथांच्या मनात आलं, 'उच्च-नीच, गरीब-श्रीमंत हा भेद भागवतधर्माने संपवला होताच, पण विठ्ठलभक्तीचं गारूड एवढं खोल होतं की, त्यानं स्त्री-पुरुष हाही भेद मिटवला.' या विचारानं भानावर आलेल्या निवृत्तीनाथांनी विठ्ठलनामाचा गजर सुरू केला आणि हे दृश्य पाहण्यासाठी शांत झालेला वारा 'ओंकाराची रेख' या नावाची स्पंदनं घेऊन पुन्हा वाहायला लागला. त्या वाऱ्यानं ती स्पंदनं चंद्रभागेच्या वाळवंटात विखरून टाकली. वाळवंटाचा कणन् कण थरारला. तिथून ती स्पंदनं चंद्रभागेच्या पाण्यावर पसरली. चंद्रभागेचे पाणी रोमांचलं. त्यावर मोठाले तरंग उठले. त्या तरंगांवर चंद्रकिरणं नाचत होती. त्यांनी ते ओंकार-तरंग अवकाशात आणले. त्यांना लक्ष धुमारे फुटले. त्यांनी अवघं गगनमंडळ व्यापलं आणि मंदिराच्या कळसाला वेढा दिला. तिथून ते तरंग गर्भागारात उतरले. गर्भागाराच्या काळ्या फत्तराच्या भिंती आनंदाने उजळल्या. सगळं गर्भागार उजळून निघालं. त्याचा प्रकाश विठूच्या सावळ्या मुखावर पडला. त्याच्या आनंदाला तर पारावार राहिला नाही. डोळ्यांतून पाण्याच्या धारा लागल्या. रात्रीनं या सगळ्या दृश्याला मानवंदना देत आपला अंधार आवरता घेतला. काकड आरती करायला आलेल्या सदा गुरवाला मात्र दोन गोष्टींचा अर्थ लागला नाही. एक म्हणजे विठ्ठलाच्या दगडी मूर्तीच्या डोळ्यांतून पाणी का वाहत होतं आणि दुसरी म्हणजे गर्भागारात नेहमीच्या 'विठ्ठल विठ्ठल' या ध्वनिगुंजनाऐवजी 'ओंकाराची रेख' 'ओंकाराची रेख' असा काहीतरी ध्वनी कसा काय घुमत होता!

# २४

जनीचं ते कीर्तन लोकांना नंतर कित्येक दिवस पुरलं. जनीच्या कीर्तनामुळं, तिच्या निस्सीम विठ्ठलभक्तीमुळं, उत्कट अभंगरचनेमुळं जनीचं नाव नामदेवादी संतांच्या बरोबरीनं घेतलं जाऊ लागलं. 'संत जनाबाई' म्हणून पंढरपूर परिसरात आणि पंचक्रोशीतही ती ओळखली जाऊ लागली. वारीला आलेले वारकरी नामदेवाबरोबरच तिचंही दर्शन घेण्यात धन्यता मानायला लागले. जनीच्या भक्तीचा असा बोलबाला जरी पंचक्रोशीत झाला होता, तरी अजूनही जनी नामदेवाच्या घरी काम करत होती. खरंतर ती आता काहीशी थकली होती. तिच्यानं पूर्वीइतकं झपाट्यानं काम होत नसे; पण तिची बुद्धी आता जास्त तल्लख झाली होती. शब्दसामर्थ्यही वाढलं होतं आणि शब्दाचं वजनही वाढलं होतं. म्हणूनच ज्ञानेश्वरांनी सांगितलेला हटयोग ऐकून जनीनं जेव्हा –

रक्त वर्ण त्रिकूटस्थान । श्री हाट पाहे श्वेतवर्ण ॥
शामवर्ण ते गोलाट । नीळ बिंदू औट पिट ॥
वरी भ्रमर गुंफा पाहे । दशमद्वारी गुरू आहे ॥
नवद्वाराते भेदूनि । दशमद्वारे गेली जनी ॥
शून्यावरी शून्य पाहे । तयावरी शून्य आहे ॥
प्रथम शून्य रक्तवर्ण । त्याचे नाव अधःशून्य ॥
उर्ध्व शून्य श्वेतवर्ण । मध्य शून्य शामवर्ण ॥
महाशून्य वर्णनीळ । त्यात स्वरूप केवळ ॥
अनुहात घंटा श्रवणी । ऐकुनी विस्मित जाहली जनी ॥

असा हटयोगाचं तत्त्व सांगणारा अभंग लिहिला. तो वाचून नामदेवसुद्धा स्तिमित झाले. हे जनीच्या अफाट बुद्धिमत्तेचं द्योतक होतं. नामदेवांनी तिला तसं सांगताच जनी काहीशी हसली आणि तिनं पुढचा अभंग गायला.

ज्योत परब्रम्ही होय । खेचरी दर्पणीने पाहे ॥
इडा पिंगळा सुषुम्ना । तिन्ही पाहे हृदयभुवना ॥
हळू हळू रीघ करी । सुक्ष्म हृदय अंतरी ॥
हृदयकमलावरी जासी । जनी म्हणे मुक्त होसी ॥

जनीने हा अभंग ऐकवला आणि नामदेवाच्या आश्चर्याला पारावार राहिला नाही. इडा, पीडा, सुषुम्ना, कुंडलिनी जागृत करण्याच्या मार्गावरच्या या ब्रह्मनाड्या! आणि जनी हे सगळं कुठून शिकली होती! ही जनीच आहे की साक्षात रुक्मिणीमाता तिच्या तोंडून बोलते आहे, असा प्रश्न नामदेवाला पडायचा. चकित झालेल्या मुद्रेनं नामदेव जनीकडं पाहत राहायचा, तिला विचारायचा, ''जने, कुठं गं शिकलीस हे सगळं? कुणी शिकवलं तुला हे? ज्या जातीमध्ये 'अक्षर' हा शब्द उच्चारलाही जात नव्हता अशा शूद्र जातीत जन्मलेली जनी, ज्या जीव-प्रकारामध्ये 'ज्ञान' हा शब्द उच्चारणं महापाप होतं अशा स्त्री जातीत जन्मलेली तू परमार्थाचं, हटयोगाचं, अध्यात्माचं हे एवढं सखोल ज्ञान कुठून शिकलीस? मलासुद्धा अजून ज्या ज्ञानाविषयी विचार करावा लागतो, अशा कुंडलिनी जागृतीचे टप्पे कुठून शिकलीस गं जने?'' नामदेवाच्या या प्रश्नाचंही उत्तर मग जनी अभंगातच द्यायची.

अविद्येच्या रात्री । अडकले हो अंधारी ॥
तेथोनि काढावे गोविंदा । यशोदेच्या परमानंदा ॥
तुझे सान्निधेचेपाशी । ठाव नाही अविद्येशी ॥
तुझे संगती पावन । उद्धरिले ब्रह्मी पूर्ण ॥
किती सांगू तू ते । बुद्धी शिकवणे हे माते ॥
सोमवंशाच्या भूषणा । प्रतिपाळी हर्षे तिना ॥
शिकवावे तू ते । हाचि अपराध आमुते ॥
स्वामीलागी धीट ऐसी । म्हणती शिकवी जनी दासी ॥

जनीनं दिलेलं हे उत्तर ऐकून नामदेवाला नवल वाटायचं. वृद्धत्वाकडं झुकलेली, पण भक्तीला आणखी धार चढलेली अशी जनी अधिकाधिक प्रगल्भतेनं आणि नीटसपणे आपले नेमके विचार मांडायला लागली होती. तिच्या तोंडून उमटणारा शब्दब्रह्मचा तो साक्षात्कार, त्यातली उत्कट भक्ती, प्रांजल प्रीती आणि भावनेनं ओथंबलेले शब्द हे सगळं कधीकधी नामदेवालाही मात देत असे.

असेच दिवस चालले होते. अचानक नामदेवाला सांगावा आला. सांगावा आळंदीहून आला होता. आपलं जीवितकार्य पूर्ण झालं या भावनेतून संत ज्ञानेश्वर संजीवन समाधी घेणार होते. त्यांनी नामदेवाला बोलावणं धाडलं होतं. तो निरोप ऐकला आणि नामदेवाच्या डोळ्यांतलं पाणी खळेना. जनाच्या काळजाचा तर थरकाप उडाला. जनीच्या डोळ्यांसमोर ज्ञानेश्वरांचं ते साजरं रूप उभं राहिलं. त्यांचा

लोभस, शांत चेहरा, स्नेहार्द्र डोळे, स्निग्ध हसू आणि लाघवी बोलणं सगळं सगळं जनीला आठवलं. एकवीस वर्षांचं कोवळं वय, साक्षात ज्ञानसूर्य अशी उत्तुंग कीर्ती मिळाली! असं असताना या चालत्याबोलत्या सजीव देहाचा त्याग करायचा आणि सगळ्या जाणिवा आणि संवेदना जाग्या असताना संजीवन समाधी घेऊन का होईना, पण मृत्यूला कवटाळायचं या विचारानंच जनीचं काळीज चरकलं. सांगावा आल्यासरशी नामदेव गेले. जनीचं मात्र त्यानंतर कशातच लक्ष लागेना. 'आपण काय करतोय? काय काम करतोय?' याबद्दलची कोणतीच संवेदना तिला कळत नव्हती. ती शरीरानं इथं नामदेवाच्या घरी पंढरपुरात होती, पण मनानं ती कधीच आळंदीला पोहचली होती. अर्थात तिचीच नव्हे, तर पंचक्रोशीतल्या आणि ज्ञानेश्वरांना ओळखणाऱ्या सगळ्यांचीच अशी अवस्था झाली होती. नामदेव परत येईपर्यंत जनी कशी जगत होती याचा उलगडा तिलाही झाला नव्हता. एवढं मात्र खरं की, जनी अस्वस्थ झाली होती. याच अस्वस्थतेनं तिला एका प्रसंगाची आठवण झाली.

जनीला नीटसं लिहायला-वाचायला येत नव्हतं, हे सगळ्यांना माहीत होतं. ती अभंग रचू शकत होती, पण शुद्ध स्वरूपात लिहून ठेवू शकत नव्हती. वेळ मिळेल तेव्हा नामदेवच ते शुद्ध करून लिहीत असत, हेही सर्वांना माहीत होतं. त्यावरून गोरोबाकाका तिला सारखं चिडवत असत. त्यांच्या त्या चिडवण्याचा धागा पकडून एक दिवस सावता माळीने तिला विचारलं, ''जनाबाई, तुम्ही आता संत परिवारात वावरता. सगळा संत परिवार अभंगरचना करतो हे जरी खरं असलं, तरी संत परिवारातले काही जण निरक्षरच आहेत. नामदेवांच्या सहवासात राहिल्यानं मोडकंतोडकं का होईना, तुम्ही लिहायला शिकलात! ते खरं का?'' तेव्हा जनीनं उत्तर दिलं होतं –

बाई मी लिहिणे शिकले सद्गुरूरायापाशी ॥
नामदेवाचे प्रतापे शिरी विठोबाचा हात ॥
जनी म्हणे ज्ञात पुसा ज्ञानेश्वरासी ॥
वेदशास्त्र आणि पुराण । त्याचा अर्थ आणिता मना ॥
कनकी नगा भूषणा । अनुभव वाटे जीवासी ॥
बाई मी लिहिणे शिकले सद्गुरूरायापाशी ॥

जनीचा हा अभंग ऐकला आणि चोखोबा सरसावून पुढे झाला. जनी शूद्र असून, स्त्री असूनही मोडकंतोडकं लिहीत होती. चोखोबाला 'विठ्ठल' या तीन अक्षरांशिवाय काहीही लिहिता येत नव्हतं. त्याचे अभंग नामदेवाच्या सांगण्यावरून अनंतभट लिहून घेत असे. आपल्याला अजिबात लिहायला येत नाही याचा चोखोबाला खेद वाटत असे. जनीचा अभंग ऐकून चोखोबा तिला म्हणाला, ''जनाबाई, तुम्ही मोडकंतोडकं लिहिलं, तरी नामदेव ते शुद्ध करतात. आपल्यातल्या

बऱ्याच जणांना अभंग रचता येतात, पण लिहिता येत नाहीत. तर ज्ञानेश्वर माऊलीला, निवृत्तीनाथांना खूपकाही लिहायचं असतं म्हणून त्यांचं ते स्वत: लिहीत नाहीत. मग जनाबाई, कोण कुणाचा अभंग लिहून घेतं, हे तुम्हाला माहीत आहे का?'' चोखोबाच्या स्वरात थोडासा मिस्कीलपणा होता. जनीनं तो बरोबर ओळखला आणि लगेचच त्याला उत्तर दिलं.

ज्ञानेश्वर अभंग बोलिले ज्या शब्दा । चिदानंदबाबा लिही त्यास ।।
निवृत्तीचे बोल लिहिले सोपाने । मुक्ताईची वचने ज्ञानदेव ।।
चांगयाचा लिहिणार शामा तो कासार । परमानंद खेचर लिहीत होता ।।
सांगे पूर्णानंद लिही परमानंद । भगवंत भेटी आनंद रामानंद ।।
सावत्या माळ्याचा काशिबा गुरव । कुर्म्याचा वसुदेव काइत होता ।।
चोखामेळ्याचा अनंतभट्ट अभ्यंग । म्हणोनि नामयाचे जनीचा पांडुरंग ।।

जनीनं अभंग संपवला, तोच ज्ञानेश्वर आत आले. जनीचा अभंग त्यांनी दाराशी उभा राहून ऐकला होता. ''वा जनाबाई वा!'' आत येता येता ज्ञानेश्वर म्हणाले. ''जनाबाई, एक स्त्री असून भगवद्भक्त असण्याचा, अभंग रचण्याचा, कीर्तन करण्याचा इतिहास तुम्ही जिवंतपणी साक्षेपाने घडवलात. आत्ताचा हा अभंग रचून तुम्ही भविष्यकाळाला वर्तमानकाळाशी बांधून ठेवलंत. उद्या तुम्ही-आम्ही जेव्हा इतिहास ठरू, भूतकाळाच्या पडद्यामागे जाऊ तेव्हा तुमचा हा अभंग इतिहासाला छेदणारा आणि भूतकाळाचा मागोवा घेणारा ठरेल, यात शंका नाही. जोपर्यंत ही चंद्रभागा आहे, हे वैकुंठपूर आहे आणि या वैकुंठपुरात हा पंढरीनाथ आहे तोपर्यंत सूक्ष्म निरीक्षणातून तुम्ही रचलेला हा अभंग आणि त्यातल्या नामावळींचं कर्तृत्व संताच्या अभिव्यक्तीवर प्रकाश टाकत राहील. छान जनाबाई! धन्य आहे तुमची!'' ज्ञानेश्वरांची शाबासकी ऐकून जनीचा जीव पिसासारखा हलका झाला होता.

ज्ञानेश्वरांच्या समाधीबद्दलचा सांगावा येताच सैरभैर झालेल्या जनीला हा प्रसंग आठवला आणि अशा युगप्रवर्तक पुरुषाचं दर्शन आपल्यासारख्या करंट्या स्त्रीला मिळावं, या भावनेनं जनीला आपल्याच सद्भाग्याचा हेवा वाटला. पुन:पुन्हा ती विठ्ठलाचे आभार मानायला लागली.

संत राउळा चालले । ज्ञानेश्वर तव बोले ।।
केवढे नवल सांगावे । दासी जनीने पद ल्याहावे ।।
पाय जोडुनी विटेवरी । कटी हात उभा हरी ।।
रूप सावळे सुंदर । कानी कुंडल मनोहर ।।
सोनसळा वैजयंती । पुढे गोपाळ नाचती ।।
गरुडपारी सन्मुख उभा । जनी म्हणे धन्य शोभा ।।

ज्ञानेश्वरांच्या आठवणींनी जनी व्याकुळ झाली. त्यांचं रूप, त्यांचा चेहरा, त्यांचे

बोल हे सगळं सगळं जनीला आठवत होतं. मनाच्या या बधिर अवस्थेत दहा दिवस कसे गेले, ते दहा युगासारखे कसे वाटले हे सांगायला जनीला शब्द सुचत नव्हते.

नामदेव परत आले आणि त्यांनी स्वत:ला खोलीत कोंडून घेतलं. त्यांचा चेहरा विदीर्ण झाला होता. चेहऱ्यावरची रया पार लोपली होती. नामदेव परतले; पण आपलं अवघं चैतन्य, आपला अर्धा श्वास, आपलं सगळं प्राणतत्त्व तिथे आळंदीला ठेवून आले होते असं त्यांच्याकडं बघून जनीला वाटत होतं. कसं कोण जाणे, नामदेवांनी स्वत:ला सावरलं. ज्ञानेश्वरांच्या समाधीचा प्रसंग जनीला सांगताना मात्र पुन:पुन्हा त्यांचे डोळे भरून येत होते. संत परिवाराच्या मंदिराच्या आधाराचा खांब हरपला, अशी सगळ्या संत परिवाराची भावना झाली; पण संत परिवाराचं निराधार होणं इथंच थांबणार नव्हतं. ज्ञानेश्वरांच्या पाठोपाठ काही काळानंतर सोपानदेव, त्यानंतर मुक्ताबाई आणि त्यानंतर निवृत्तीनाथ अशा तिघांनीही संजीवन समाधी घेतली आणि संत परिवाराचं मंदिर आधारहीन, कळाहीन झालं. ज्ञानेश्वरांमुळे एकत्र येणारा संत परिवार विस्कळीत झाला. विठ्ठल हे आराध्य दैवत, पंढरपूर हे आराध्य स्थळ, विठ्ठलाची भक्ती हे साधन, विठ्ठलाचं दर्शन हे ध्येय आणि विठ्ठलाचं नामस्मरण हे निधान, प्रत्येक संताच्या जगण्याचं हे तत्त्व असलं, तरी प्रत्येकानं आपापल्या ठिकाणी, आपापल्या संसारात हे तत्त्व राखायचं नक्की केलं होतं. आता आषाढी, कार्तिकी आणि माघी वारी हेच या सगळ्यांचं एकत्र येण्याचं निमित्त ठरू लागलं. प्रत्येक वारीत कुणी ना कुणीतरी विठ्ठलाच्या चरणाजवळ समर्पित झालेला असे.

निवृत्तीनाथ, ज्ञानेश्वर, सोपानदेव आणि मुक्ताई या चारही भावंडांचं समाधिस्थ होणं जेवढं संत परिवाराला जाणवलं, त्यापेक्षा कितीतरी पटीनं अधिक ते नामदेव आणि जनाबाईला जाणवलं. निवृत्ती, ज्ञानेश्वर, सोपान आणि मुक्ता ही चारही भावंडं समाधिस्त झाली. आणि भागवत धर्माचा सूर्य जणू मावळल्यासारखा झाला. सैरभैर झालेल्या जनीनं स्वत:ला अश्रूंच्या पुरात झोकून दिलं. नामदेवांचीही अवस्था याहून वेगळी नव्हती. गहिवरल्या आवाजात ते म्हणाले "जने आठवतंय? या चौघांचे जन्मशक सांगणारा अभंग तू लिहीला होतास. कोणता गं तो ?"

शालिवाहन शके । अकराशे नव्वद ।
निवृत्ती आनंदे । प्रगटले ।।
त्र्याण्णवाच्या साली । ज्ञानेश्वर प्रगटले ।
सोपान देखिले । शहाण्णवात ।।
नव्व्याण्णव साली । मुक्ताई देखिली ।
जनी म्हणे केली । मात त्यांनी ।।

ज्ञानेश्वरादी भावंडानी घेतलेल्या संजीवन समाधीमुळे घायाळ झालेल्या अंत:करणानं

जनीनं हा अभंग उच्चारला. तिला कुठं माहित होतं की, तिचा हा अभंग इतिहासाचा एक दस्तऐवज ठरणार होता ते! अर्थात काळाचं मन्वंतर हा जसा सगळ्या दुःखावर इलाज ठरतो तसा तो याही दुःखावर होताच. नामदेव-जनी बरेचसे सावरले. त्यातच नामदेवाच्या धाकट्या दोन मुलांची लग्नं ठरली आणि या लग्नाने या दुःखावर फुंकर घातली. नामदेवाचा ओढाही आता तीर्थाटनाकडे लागला होता. त्यालाही संसारातून मोकळीक हवीच होती. मोठ्या दोन मुलांची आणि लेक निंबाईचं लगीन कधीच झालं होतं. आता धाकट्या दोघांची लग्नं ठरली होती. या लग्नानं नामदेवाच्या घरातलं वातावरण आनंदी बनलं. या लग्नाच्या वेळी मात्र जनीची भूमिका बदललेली होती. एकतर आता ती थकली होती. पूर्वीइतकं तिच्यानं काम रेटत नव्हतं. त्यातच आता राजाईच्या हाताखाली थोरल्या दोघी सुना होत्या. त्यामुळे एकंदरीत सगळ्या कामकाजावर फक्त देखरेख करण्याचं काम जनी करत होती. आजही कामकाजावर जनी देखरेख करत होती म्हटल्यावर गोणाई आणि राजाई पूर्वीइतक्याच निश्चिन्त होत्या. अर्थात केरवारा, सडा-सारवणं इ. कामं अजून जनीकडंच होती. काम करणं हा तिचा स्थायी भाव असल्यामुळं जनीला ती करण्यात तितकाच आनंद वाटत असे. त्यातच त्या दोन लग्नांच्या निमित्तानं पाहुणे जमले होते. नागरी, आऊबाई, निंबाई आपल्या मुलालेकरांना घेऊन आल्या होत्या. त्या सगळ्या कामकाजात लागल्या की, त्यांच्या चिल्ल्यापिल्ल्यांना जनीवर सोपवून देत असत. त्या सगळ्यांनासुद्धा छान छान गाणी, अभंग म्हणणारी, विठ्ठलाच्या गोष्टी सांगणारी ही आजी फार पसंत पडत असे. त्या लहान मुलांच्या मेळाव्यात जनी आपलं म्हातारपण विसरत असे. त्यातल्या प्रत्येकात तिला सावळा विठू दिसत असे. विठ्ठलावरच्या तिच्या भक्तीला त्या वेळी अगदी बहर येई आणि विठ्ठलाचं वर्णन करणारे, विठ्ठलाच्या कृपेचं वर्णन करणारे कितीतरी अभंग जनी बोलत असे. मग कधी ती -

विवेकाची पेठ । उघडी पंढरीची वाट ॥
तेथे नाही काही धोका । उठाउठी भेटे सखा ॥

असे ती गात असे, तर कधी -

अंगी ल्याला शांती । दया क्षमा सर्वाभूती ॥
तेथे जाऊन पाहे देवा । ब्रम्हादिक करिती सेवा ॥

कधी -

मांडियेला खेळ । रंगे बुद्धिबळ ॥
कैचा शह आला । प्याद्याखाली फर्जी मेला ॥
शहबाजू जाली । जनी म्हणे मात केली ॥

असे कूट प्रश्न घालत असे. तर कधी -

नवल वर्तले, नवल वर्तले, नवल गुरूंचे पायी ॥
कापूर जळुनी गेला तेथे काजळी उरली नाही ॥
साखर पेरुनी ऊस काढिला ।
कान झाला डोळा ॥
निब्बर बायको भ्रतार तो तान्हा ।
साजरा तो भोळा ॥

असे काही नवलाईचे अभंग ती मुलांना म्हणून दाखवत असे. त्यातलंच एखादं तान्हं रडायला लागलं की,

माझे अचडे बचडे । छकुडे गे राधे रूपडे ।
पांघरू घालिती कुंचडे ॥
हरी माझा गे सावळा । पायी पैंजण वाजे खुळखुळा ।
याने भुलविल्या गोपी बाळा ॥
हरी माझा गे नेणता । करी त्रिभुवनाचा घोंगता ।
जो का नांदे त्रिभुवनी ॥
ऐसे देवाजीचे गडी । पेंद्या सुदाम्याची जोडी ।
बळीभद्र त्याचा गडी ॥
जनी म्हणे तू चक्रपाणी । खेळ खेळतो वृंदावनी ।
लुब्ध झाल्या त्या गौळणी ॥

असं कृष्णाचं वर्णन करून त्या मुलांना खेळवत असे. त्यामुळे पैपाहुण्यांबरोबर आलेली बालगोपाळ मंडळी जनीच्या अवतीभवती असत.

लग्नाची छान तयारी झाली. दोन्ही लग्नही छान लागली. लग्नानंतर जागर, जेवणावळ झाली. जुन्याजाणत्या माणसांनी नामदेवाच्या दोन्ही मोठ्या मुलांच्या लग्नाच्या वेळी जागर झाल्यानंतर जनीनं केलेल्या कीर्तनाच्या आठवणी पुन्हा ताज्या केल्या. ज्ञानेश्वरांच्या आठवणीने सगळ्यांच्या डोळ्यांत पाणी उभं राहिलं. जनीच्या त्या कीर्तनाच्या वेळी ज्ञानेश्वर भावंडांसह हजर होते. त्याचीही लोकांना आठवण झाली. तोच कुणीतरी म्हणालं, "जनाबाई, आजही काहीतरी म्हणून दाखवा ना! तुम्ही त्या वेळी केलेल्या कीर्तनाची याद अजूनही मनातून गेलेली नाही. प्रसंगही तसाच आहे. तर तुम्ही आजही कीर्तन करावं." तिथं जमलेल्या सगळ्यांनी हे बोलणं उचलून धरलं, पण आज जनीच तयार नव्हती. ती आता थकली होती. जन्मभर केलेले काबाडकष्ट शरीराच्या वेदनेमधून बोलायला लागले होते. जनी म्हणाली, "नाही, नाही, आता ते शक्य नाही. माझं मन जरी उल्हसित असलं, तरी माझं शरीर, माझा आवाज तेवढीच साथ देईल असं मला वाटत नाही. मला माफ करा." तिथं जमलेल्या लोकांनाही पटलं; पण तरीही जनीनं काहीतरी सांगावं हा

त्यांचा आग्रह कायम होताच. एवढ्यात कपडे बदलून नामदेवही बाहेर आले. जनीला होणारा आग्रह त्यांनीही ऐकला होता. त्यानं सगळ्या लोकांवर नजर टाकली. सगळ्यांच्या चेहऱ्यावर उत्सुकता दाटून आली होती. या लोकांची जनीवर श्रद्धा होती. त्यांच्यासाठी जनीने काहीतरी सांगितले पाहिजे असं नामदेवाला वाटलं. तो म्हणाला, ''जने, फार विस्तारानं कीर्तन करू नकोस बाई, पण भागवतातलं काहीतरी सांग. असं काही सांग, जे सांगायला थोडकं असेल, पण ज्यामधून खूप माहिती मिळेल. जने, यापुढचं तुझं किंवा माझं कीर्तन कधी होईल? कुठे होईल? होणार की नाही, ते आपण सांगू शकत नाही. आज घरात मंगलकार्य झालं आहे. त्या निमित्तानं आपला स्नेह-परिवार इथं जमला आहे. त्यांचं मन तू मोडू नकोस. काहीतरी लहानसं तरी सांगच.'' नामदेवाचा हा आग्रह जनीला मोडता आला नाही. ती काय सांगते ते ऐकण्यासाठी लोकही उत्सुक दिसत होते. डोईवरचा पदर सारखा करत जनी जोत्यावर उभी राहिली. सगळ्यांना उद्देशून म्हणाली, ''मायबाप हो, तुमच्या या मायेच्या जोरावर ही जनी आतापर्यंत उभी आहे. तुमचं मन मोडण्याचं पाप माझ्याच्याने करवणार नाही, पण तुम्ही माझे आईबाप होऊन मला माफ करा. विस्तृत असं काही आज मला सांगता येणार नाही, पण मी थोडंसं सांगण्याचं धाडस करते. भागवत पुराणामध्ये विष्णूचे दहा अवतार सांगितले आहेत. त्या सगळ्या दहा अवतारांची कथा खूप विस्तृत आहे. तेच दहा अवतार आज मी तुम्हाला साक्षेपाने सांगण्याचा प्रयत्न करते. बोला, ''विठ्ठल, विठ्ठल, विठ्ठल, विठ्ठल, विठ्ठल, विठ्ठल.'' जनीनं विठ्ठलनामाचा गजर केला. जमलेल्या सगळ्या लोकांनी तिच्या स्वरात आपलाही स्वर मिसळला आणि विठ्ठलाच्या त्या गजरानं अवघं वातावरण दुमदुमलं. जनीनं दशावतार वर्णन करायला सुरुवात केली.

''ऐसा हा देवाने थोर पवाडा केला । पूर्व अवतारी झाला हयग्रीव ॥
मग अंबरूषीसाठी पडियेला संकटी । मत्स्य जाला पोटी समुद्राचे ॥
होऊनि कच्छप पर्वत धरिला । वराहे मारिला दैत्यभार ॥
तयाचा सहोदर मृत्यू नाही ऐसा वर । तेव्हा अवतार नारसिंह जाला ॥
अर्धनारी नटेश्वर दुसरा तो वामन । भार्गव तो निधान दशरथी ॥
होऊनिया कृष्ण कंस वधियेला । आता बद्ध जाला सखा माजा ॥
लीला अवतारी हरी करी खेळ नाना । म्हणे जनी जाणा त्ये मी होत्ये ॥

अशा रीतीनं भक्तांच्या उद्धारासाठी, पृथ्वीच्या उद्धारासाठी विष्णूनं दहा अवतार घेतले. त्याचा दहावा अवतार म्हणजे आपला पांडुरंग. विष्णूच्या दहाव्या अवताराबरोबर आपण सगळे राहतो आहोत. त्याला प्रत्यक्ष पाहतो आहोत. त्याची भक्ती करतो आहोत, हे आपल्या सर्वांचं फार मोठं सद्‌भाग्य आहे. हे भाग्य आपल्याला कायम मिळत राहावं म्हणून आपण पिढ्यान्‌पिढ्या या पंढरीनाथाची पूजा करतो आहोत.

बोला, रामकृष्ण हरी, विठ्ठल, विठ्ठल, विठ्ठल, विठ्ठल, विठ्ठल, विठ्ठल.'' जनी बोलायची थांबली खरं, पण जमलेल्या लोकांचं समाधान झालं नव्हतं. गजर झाल्यावर ही लोकं तशीच बसून राहिली. नामदेवाच्या ते लक्षात आलं. तो जनीला म्हणाला, ''जने, माऊलीनं आपल्या सगळ्यांनाच अद्वैत शिकवलं. पण हटयोग मात्र माऊलीच्या कृपेनं तुला आणि मलाच कळला. तू तुझ्या सोप्या शब्दांत हटयोग सांग म्हणजे इथे जमलेल्या सगळ्यांना कळेल.'' नामयाची सूचना म्हणजे जनीच्या दृष्टीने ती आज्ञाच होती. जनीनं मान डोलावली. म्हणाली ''नामया, अरे तो हटयोग मला कुठं नीटसा कळलाय? पण जेवढा कळलाय तेवढा सांगतेय!'' अशी कबुली देत जनीनं अभंग गायला.

> ज्योत पहा चमकली । काय सांगू त्याची बोली ।
> प्रवृत्ती निवृत्ती दोघीजणी । लीन होत्या त्याचे चरणी ॥
> परा पश्यंति मध्यमा । वैखरीची झाली सीता ।
> चारी वाचा कुंठित झाली । सोऽहं ज्योत प्रकाशली ॥
> ज्योत परब्रह्मी जाणा । जनी म्हणे नीरांजना ।
> इडा, पिंगळा, सुषुम्ना । तिन्ही पाहे हृदय भुवना ॥

आता मात्र जनी दमली. समाधानानं लोकांचे चेहरे आनंदले. जनीनं आपलं हे छोटसं कीर्तन संपवलं. त्या कीर्तनातून प्रगट झालेल्या तिच्या बुद्धिवैभवाने सगळ्या लोकांनाच काय, पण नामदेवालाही स्तिमित केलं. कीर्तन झालं. प्रसाद वाटून झाला. लोक आपापल्या घरी गेली. दामाशेटी-गोणाई काय, नामदेव-राजाई काय सगळ्यांना जनीची महानता माहीत होती. तिचं कीर्तन ऐकून कौतुकानं गोणाई तिला काही म्हणणार, तोच जनी तिला म्हणाली, ''थोरली आई, तुझं घर आता गोकूळ झालंय बघ. लेकीसुनांनी भरून गेलंय बघ.

> गोणाई राजाई दोघी सासू, सुना । दामा-नामा जाणा बापलेक ॥
> नारा विठा गोंदा म्हादा चौघे पुत्र । जन्मले पवित्र त्याचे वंशी ॥
> लाडाई गोडाई येसाई साखराई । चौघी सुना पाही नामयाच्या ॥
> निंबाई ती लेकी आऊबाई ती बहिणी । वेडी पिसी दासी त्याची जनी ॥

असा सगळा तुझा संसार चहूअंगांनी फुलला आहे, डवरला आहे, सजला आहे. असा की, जणू पंचपक्वान्नाचं ताटच.'' जनीनं नामदेवाचा सगळा संसार अभंगात बांधलेला बघून नवीन आलेल्या सुनांनासुद्धा जनीचं कौतुक वाटलं. तोच गोणाई म्हणाली, ''माझ्या या संसाराला पाच पक्वान्नाचं भरलेलं ताट असं तू म्हणतेस, यात तुझी जागा कुठली गं पोरी?'' गोणाईच्या या प्रश्नावर जनी काहीच बोलली नाही; पण याचं उत्तर दिलं नामदेवानं. तो म्हणाला, ''जनी म्हणजे आमच्या घरातलं सैंधव आहे. ते नसेल, तर पदार्थाला चव नाही आणि बेचव खाण्याला अर्थ

नाही. तसंच जनी नसेल, तर कशालाच अर्थ नाही आणि कशालाही चव नाही.'' नामदेवाच्या संसाराचं वर्णन करणारा जनीचा तो अभंग आणि नामदेवाचं जनीला सैंधव म्हणणं, अशा सगळ्या गमतीशीर गोष्टींनी त्या दिवसाची सांगता झाली. सगळी जणं आपापल्या खोलीत झोपायला गेली. जनीही आपल्या खोलीत निजायला गेली. विठ्ठलाला तिथे बसलेलं बघून तिला थोडंसं नवल वाटलं. विठ्ठलाचं येणं आजकाल कमी झालं होतं. अर्थात जनी जोपर्यंत लहान होती, बालिश होती, निरागस होती, अजाण होती आणि जोपर्यंत तिच्या दृष्टीनं विठ्ठल हा दुसरा कुणीतरी होता तोपर्यंत विठ्ठल रोज जनीला भेटायला येत होता; पण आता जनी प्रौढ, समंजस, जाणती झालेली होती आणि सगळ्यात महत्त्वाचं म्हणजे विठ्ठलाशी ती जणू एकरूप झाली होती. आता तिचा श्वास विठ्ठल होता, तिचा निःश्वास विठ्ठल होता, तिचा विचार विठ्ठल, तिचा आचार विठ्ठल, तिचा उच्चार विठ्ठल होता. तिचं बोलणं विठ्ठल होता, तिचं ऐकणं विठ्ठल, लिहिणं विठ्ठल होता. तिचा धर्महो विठ्ठल होता, तिचं कर्महो विठ्ठल होता. तिच्या जगण्याचं मर्मही विठ्ठल होता. जनीचा अवघा देह, तिचं अस्तित्व, तिचे पंचप्राण सारंकाही विठ्ठलमयच झालेलं होतं. म्हणूनच मुद्दामहून जनीच्या भेटीला येण्याचं आता विठ्ठलाला कारण उरलं नव्हतं. जनीलाही विठ्ठल आला म्हणजे वेगळं काही झालं असं वाटत नव्हतं. कारण तिच्या प्राणतत्त्वाच्या रूपाने तो सतत तिच्याबरोबर असायचाच. त्यामुळंच विठ्ठलाला आज समोर बघून जनीला थोडं नवल वाटलं. जनी खोलीत आलेली बघून विठ्ठलाला आनंद झाला. नामदेवाच्या घरातल्या मंगलकार्याच्या कामाने की काय कोण जाणे, पण आज त्याची जनी त्याला थकलेली दिसली. ''किती थकलीस गं जने!'' विठ्ठलानं मायेनं विचारलं. ''होय बाबा! आता थकले खरी! मन तर थकलंच, पण गात्रंही थकली बघ!'' जनीनं जणू कबुली दिली. विठ्ठल म्हणाला, ''जने, आज तू दशावताराचं वर्णन केलंस, मला फार आवडलं. तू त्याचं विश्लेषणही छान केलंस.'' विठ्ठलाच्या शाबासकीनं जनी काहीशी उत्साहित झाली. त्याला म्हणाली, ''विठ्ठला, विष्णूनं दहा अवतार घेतले, असं स्कंद पुराणात लिहिलंय. तू त्याचा दहावा अवतार आहेस. पंढरीनाथा, माझा एक हट्ट पुरवशील? मला तुझं विष्णुरूपातलं रूप दाखवशील?'' विठ्ठल हसला. उत्सुकतेनं प्रश्न विचारणारी, हट्ट करणारी जनी आज त्याला पुन्हा सापडली होती. तो काहीच बोलला नाही. उभा राहिला. डोळे मिटले आणि दुसऱ्याच क्षणी शंख, चक्र, गदा, पद्म धारण केलेला विष्णू जनीसमोर उभा ठाकला. जनीनं क्षणभर ते रूप पाहिलं आणि म्हणाली, ''नको बाबा, तुझं आहे ते सावळं रूपच मला आवडतं. तू आहेस तसाच सावळा, सुंदर विठोबा, माझ्यासमोर ये –

श्रीमूर्ती असे बिंबली । त्वरी हे देहस्थिती पालटली ।।
धन्य माझा इह जन्म । हृदयी विठोबाचे नाम ।।
तृष्णा आणि आशा । पळून गेल्या दाही दिशा ।।
नामा म्हणे जनी पाहे । द्वारी विठ्ठल उभा आहे ।।''

जनीनं हा अभंग गायला आणि विठ्ठलाला समाधान वाटलं. जनीनं 'मला विष्णूचं रूप दाखव.' असं सांगितल्यावर क्षणभर विठ्ठलाच्या काळजाचा ठोका चुकला होता. 'त्या विष्णुरूपाला भुलून ही आपल्याला विसरते की काय!' असं त्याला क्षणभर वाटलं होतं. मागे एकदा जनी विष्णुरूपालाच भुलली होती. ते त्याला आठवलं; पण त्या वेळी तसं काही झालं नव्हतं. विठ्ठलाचं सावळं रूपच जनीच्या मनात इतकं कोरलं गेलं होतं की, ते चतुर्भुज रूप तिला आवडलं नाही. एका परीने ते बरंच झालं होतं. नाहीतर पुन्हा जनीला मूळ मार्गावर आणणं अवघड झालं असतं; पण तसं काही झालं नाही. जनीचं मन, तिचे विचार आता समंजस, प्रौढ झाले होते; परिपक्व झाले होते. हे बघून विठ्ठलाला आनंद झाला. त्यानं आपल्या चेहऱ्यावर तेच गारूड करणारं, मधाळ हास्य आणलं. त्या गारुडात जनी बुडून गेली. तिला शांत झोप लागल्यानंतर विठ्ठल परत गेला.

नामदेवाच्या घरातली मंगलकार्याची गडबड संपली. सगळ्यांचे दैनंदिन व्यवहार सुरू झाले. प्रापंचिक जबाबदारीतून मुक्त झालेल्या नामदेवाच्या मनात आता काही वेगळेच विचार फेर धरू लागले होते. आता त्याला तीर्थाटनाची ओढ लागली होती. भागवत धर्माचा प्रसार सर्वदूर करावा, असं त्याच्या मनाने घेतलं होतं. समाधी घेण्यापूर्वी ज्ञानेश्वरांनी त्याला हेच सुचवलं होतं. 'आपण आपला प्रपंच पार पाडला, तेव्हा आता पारमार्थिक प्रपंचाचं व्रत पूर्ण करावं.' असं त्याला सतत वाटू लागलं होतं. तोही आता थकत आला होता; परंतु भागवत धर्माची, त्याच्या प्रसाराची आणि संवर्धनाची जबाबदारी त्याच्या एकट्याच्या खांद्यावर असल्यासारखी होती. 'शरीर जोपर्यंत साथ देतं आहे तोपर्यंत भागवत धर्माचा प्रसार करायचा आणि शतकोटी अभंगांचा आपला संकल्प पूर्णत्वास न्यायचा.' असा त्याचा विचार होता. लग्नाच्या दुसऱ्या दिवशी तो आणि जनी बोलत बसले असताना जनीने त्याला विठ्ठल येऊन गेल्याचं सांगितलं. तिच्या आग्रहाखातर चतुर्भुज विष्णूचं रूप त्याने दाखविल्याचंही सांगितलं. त्या वेळी जनीचं निरवानिरवीचे बोलणं त्याला अस्वस्थ करून गेलं. जनी खरंच थकली होती. त्या थकल्या स्वरात जनी म्हणाली, ''नामया, आता शरीरही थकलं आणि मनही थकलं. पूर्वीची उमेद आता राहिली नव्हती. आता एकच इच्छा आहे, या विठूरायाचं दर्शन घेता घेता हे डोळे मिटावेत. माझ्यासारख्या शूद्र जिवाला या पंढरीरायाने खूप दिलं. योग्यतेपेक्षा जास्त दिलं. म्हणून नामया, मी त्या विठोबाला विनवते आहे –

वाट पाहते मी डोळा । का गा न येसी विठ्ठला ॥
तू वो माजी निज जननी । मज का टाकियले वनी ॥
धीर किती धरू आता । कव घाली पंढरीनाथा ॥
मला आवड भेटीची । धणी घेईन पायाची ॥
सर्व जीवांची स्वामिनी । म्हणे जनी मायबहिणी ॥

''असं मी त्या विठ्ठलाला विनवलं आहे. नामया, ही आजची जी काही जनी आहे ती फक्त तुझ्यामुळेच! तुझी दासी म्हणून मी कितीही अभिमानाने मिरवत असले तरी मी तुझ्याठायी कृतज्ञ आहे. कारण –

देहाचा पालट विठोबाचे भेटी । जळ लवणा गाठी पडो न ठेली ॥
धन्य मायबाप नामदेव माझा । तेणे पंढरीराजा दाखविले ॥
रात्रंदिवस भाव विठ्ठलाचे पायी । चित्त ठायीचे ठायी मावळले ॥
नामयाचे जनी आनंद पै जाला । भेटावया आला पांडुरंग ॥

''नामया, माझी हीच भावना कायम राहिली आहे, राहणार आहे. घाणीत आणि केरकचऱ्यात जिचं आयुष्य गेलेलं असतं त्या जनीला तू सखी बनवलंस. तुझी आणि विठ्ठलाचीसुद्धा! हाडत-हुडुत करून घेण्यात तिचा जन्म गेला असता, ती केवळ तुझ्यामुळे संतपदापर्यंत पोहोचली. लोकांची थुंकी जिला झेलावी लागली असती, तिच्यावर ज्ञानेश्वरांसारख्या ज्ञानसूर्याच्या आशीर्वादाचं सिंचन झालं, ते तुझ्यामुळे! विठ्ठलाची कृपा, संतपरिवाराचं प्रेम, आईवडलांचं वात्सल्य, समाजाकडून आदर हे सगळं नामदेवा तुझ्यामुळे मला मिळालं. मी सावलीसारखी तुझ्याबरोबर राहिले खरी, पण तुझ्याबरोबर राहण्यापेक्षा तुझ्या पायाशी राहणंच मला जास्त पसंत होतं. म्हणूनच तुझी सावली बनून तुझ्याबरोबर वावरले. नामया, तू भक्तशिरोमणी तर आहेसच, पण तुझे नि माझे जन्मोजन्मीचे ऋणानुबंध आहेत ते जाणल्यामुळेच मी धन्य आहे. कृतार्थ आहे. कृतज्ञ आहे.'' जनीचं हे बोलणं ऐकल्यावर नामदेव फारच अस्वस्थ झाला. प्रापंचिक कर्तव्याची झालेली पूर्तता, समाधी घेण्यापूर्वी माऊलींनी दिलेला आदेश, भागवत धर्माचा प्रचार करण्याचा आणि शतकोटी अभंगरचना करण्याचा केलेला संकल्प हे अस्वस्थ करणारे विचार कमी होते म्हणून की काय जनीनं निरवानिरवीची भाषा केली. त्यामुळे नामदेव प्रचंड अस्वस्थ झाला. आतापर्यंत सगळ्या कामकाजात, कार्यात, भक्तिछंदात, अभंगरचनेत, कीर्तनक्रियेत तो जनीला गृहीत धरतच आला होता आणि ते बरोबरच होतं. जनी सतत होतीच त्याच्याबरोबर; पण आजचं जनीचं बोलणं त्याला बेचैन करून गेलं. आपण कुठेतरी एकटे पडलो आहोत किंवा पडणार आहोत अशी दुष्ट शंका त्याच्या मनाला छळायला लागली. अस्वस्थ होऊन काही न बोलता नामदेव तिथून उठून गेला. खरंतर त्याचे शब्द मूक झाले होते आणि जाणिवा बधिर झाल्या होत्या.

नामदेवाने संकल्पलेलं कार्य कदाचित पूर्णत्वाला जावं अशीच त्या परमेश्वराची इच्छा असावी. आयुष्यभर संसाराची जबाबदारी यशस्वीपणे पेललेले, चहू बाजूंनी आपला संसार फुललेला बघून आयुष्याचे शेवटचे दिवस आनंदात आणि कृतार्थ भावनेने जगणारे नामदेवाचे आई-वडील आणि जनीचे जनक माता-पिता गोणाई आणि दामाशेटी एकापाठोपाठ एक पंचतत्त्वात विलीन झाले. नामदेवाला अतीव दु:ख झालं, पण त्याचा तीर्थाटनाचा मार्गही मोकळा झाला. जनी मात्र हे दु:ख सहज पचवू शकली नाही. जन्मदात्या आईवडलांपेक्षा या दोघांनी तिच्यावर अधिक माया केली होती. गोणाई, दामाशेटी निवर्तले. नामदेव तीर्थाटनाला गेला आणि जनीचंही मन आता त्या घरात रमेना. तिलाही विठ्ठलचरणी समर्पित होण्याची ओढ लागली.

# २५

दामाशेटी आणि गोणाई विठ्ठलचरणी विलीन झाले. आपल्या तीर्थाटनामध्ये असलेला आई-वडलांचा प्रेमळ अडसर दूर झाल्यावर नामदेवही तीर्थाटनाला गेला आणि जना एकटी पडली. तिची ह्रदयस्थ माणसं एक-एक करून सगळी पांगली आणि सभोवती राजाई, चार मुलं, चार सुना असतानाही जनी एकटी पडली. एका विठूरायाशिवाय तिच्या जिवाचा जिवलग कुणीही राहिला नाही. विठूरायाचं अखंड नाम:स्मरण, त्याची भक्ती आणि अभंगरचना याशिवाय तिला वेगळं व्यवधान राहिलं नाही. तिच्या अभंगातही आता विठ्ठलाबद्दल उत्कट कृतज्ञता, जीवन सार्थक झाल्याची भावना, आयुष्य पूर्णत्वाला गेल्याची भावना असायची.

गगन सर्वत्र तत्वता । त्यासी चिखल लाऊ आता ॥<br>
तैसा जाण पांडुरंग । भोग भोगुनी नि:संग ॥<br>
सिद्ध सनकादिक । गण गंधर्व अधिक ॥<br>
जैसी वांझेचि संतति । तैसी संसार उत्पत्ती ॥<br>
तेथे कैचे धरिसी ध्यान । दासी जनी ब्रम्ह पूर्ण ॥

असा एखादा अभंग लिहिला म्हणजे जनीला भरून यायचं. तिला असं वाटायचं, 'आपण कितीही अभंग लिहिले किंवा त्याची कितीही भक्ती केली तरी ती कमीच आहे. विठ्ठलानं आपल्याला इतकंकाही दिलंय की, आपण कशानेही त्याची परतफेड करू शकणार नाही. आपल्या जन्मजातीचा विचार केला, तर आपल्या आईवडलांचा, घराचा, संस्काराचा विचार केला, तर आपल्याला आपल्या योग्यतेपेक्षा कितीतरी जास्त सुख मिळालंय. आपल्या शूद्र जातीत कोणालाही मिळाला नसेल एवढा मोठा अधिकार, स्त्री म्हणून जन्म घेऊनसुद्धा कोणत्याही स्त्रीला मिळाला नसेल एवढा आदर आणि कुठल्याही अनाथ, पोरक्या मुलीला मिळालं नसेल एवढं प्रेम आणि वात्सल्य आपल्याला मिळालं. खरोखरच आपल्या आयुष्याला विठ्ठलभक्तीची जोड मिळाली. आपल्या श्वासाला त्याच्या नामजपाची

लय मिळाली. म्हणूनच हे सगळं शक्य झालं आणि म्हणूनच उकिरड्यात पडण्याचं जिचं नशीब होतं ती विठ्ठलाच्या गळ्यातला ताईत होऊन बसली. लिहिण्या- वाचण्याशी ज्या जातीचा दुरान्वयेही संबंध येत नव्हता त्या जातीत जन्मलेलो आपण अभंगरचना करू लागलो. ज्ञान, संस्कार, शहाणपण, परमार्थ, अध्यात्म, योग-हटयोग या सगळ्या गोष्टी ज्या घरापासून कोसभर दूर होत्या, अशा घरात आपण जन्मलो आणि हे सगळं आपल्या परिचयाचं झालं.' जनी एकटी बसली की, पुन:पुन्हा असेच विचार तिच्या मनात येत. तिला वाटणारी कृतार्थता इतकी पराकोटीची होती की, ती व्यक्त करायला जनीला उत्कट अभंगांचा आधार घ्यावा लागत असे. मग जनी लिहायची –

माझे मनी जे जे होते । ते ते दिधले अनंते ॥

देह नेऊनी विदेही केले । शांती देऊनी मीपण नेले ॥

मूळ नेले हे क्रोधाचे । ठाणे केले विवेकाचे ॥

निज पदी दिधला ठाव । जनी म्हणे दाता देव ॥

धन्य माझा देव धन्य माझा वंश । धन्य विष्णूदास स्वामी माझा ॥

काम धाम माझे केशवाचे पायी । दिन निशी पाहे हारपरी ॥

शुक सनकादिका जेणे सुखी केले । ते सुख राहिले माझ्या मनी ॥

जनी म्हणे जगी अलभ्य लाभ झाला । हरी सापडला विटेवरी ॥

जनी अशी सगळी कृतार्थ होती. एक दिवस सहज तिच्या मनात आलं, 'या विठूरायानं हे एवढं सगळं आपल्याला दिलं, का दिलं? कशासाठी दिलं? आपली अशी कोणती योग्यता त्याला दिसली म्हणून त्यानं एवढी मोठी कृपा आपल्यावर केली? आपण कोण लागतो त्याच्या म्हणून त्यानं आपल्यावर एवढी माया करावी? जनीच्या मनात हे असेच असंख्य प्रश्न उभे राहिले. आता या प्रश्नांची उत्तरं विठूरायाला विचारल्याशिवाय तिला चैन पडणार नव्हतं. तिच्या बाबतीत कधीतरी नामदेव म्हणाला होता, ते खरंच होतं. नामदेव म्हणायचा, ''या जनीच्या डोक्यात एकदा प्रश्न उठले की, त्याची उत्तरं मिळाल्याशिवाय तिच्या जिवाला शांतता वाटायची नाही. तिला जेवणही जायचं नाही!'' खरंच होतं ते. मनात उठलेल्या प्रश्नांच्या वादळात सापडलेल्या जनीला नामदेवाचे हे बोल आठवले. आपल्या मनात उद्भवलेले ते प्रश्न विठ्ठलाला विचारून त्याचं निराकरण करून घेतल्याशिवाय जनीला चैन पडणार नव्हतं हे खरंच, पण हे प्रश्नही तितकेच मूलभूत होते. खरोखरच विचार केला असता, तर जनीच्या आयुष्याचा हा मोठा विलक्षण भाग होता. कोण कुठली जनी, एका अति शूद्राची मुलगी एका साधूच्या सांगण्यावरून तिचा बाप तिला दामाशेटींच्या घरात आणून सोडतो काय, तिथं ती मोलकरीण म्हणून राहते काय, दामाशेटी आणि त्यांच्या बायकोकडून तिला आईवडलांसारखी

माया मिळते काय आणि नामदेवाचा सहवास मिळाल्यामुळे एका निष्कांचन अति शूद्राची ही मुलगी भक्तिवैभवाने, बुद्धिवैभवाने आणि शब्दवैभवाने श्रीमंत होते काय! जनीच्या या विलक्षण जीवनप्रवासाचं कुणालाही आश्चर्य वाटलं असतं, मग ते खुद्द जनीला वाटलं, तर त्यात नवल ते काय! हेच आश्चर्य तिला विठ्ठलाकडून उलगडून घ्यायचं होतं.

त्या दिवशी रात्री विठ्ठल जनीकडे आला. जनी त्याची वाटच बघत होती. विठ्ठल खोलीत आला. त्यानं जनीकडं पाहिलं. जनीच्या डोळ्यांत त्याला असंख्य प्रश्न दिसले. त्याच्या चेहऱ्यावर हसू होतं. जनी कितीही मोठी झाली, तरी लहान मुलीसारखा निरागस स्वभाव, लहान बाळासारखा शुद्ध प्रांजळपणा आणि कुठल्याही गोष्टीबद्दलची अनावर उत्सुकता अजूनही तिच्या मनात तशीच होती. तिने काही म्हणायच्या आतच विठ्ठलाने विचारलं, "काय जने, काही विचारायचं आहे?" विठ्ठलाचा तो प्रश्न ऐकून जनीलासुद्धा हसू आलं. खरंच तिचा विठ्ठल तिच्या मनातल्या सगळ्या गोष्टी ओळखत होता. जनी म्हणाली, "बरोबर ओळखलंस तू विठ्ठला. खरंच माझ्या मनात खूप, खूप प्रश्न आहेत. मला त्याची उत्तरं देशील?" जनीनं हे विचारलं आणि विठ्ठल पुन्हा हसला. म्हणाला, "जने, अजून तुझी प्रश्नं विचारण्याची खोड गेली नाही बघ! बोल, काय विचारायचं आहे तुला?" विठ्ठलानं परवानगी दिली आणि जनी क्षणभर गप्प झाली. शब्दांची जुळवाजुळव करत असावी; पण तिनं लगेचच विचारलं, "विठूराया, खरं सांग मी तुझी कोण लागते? तू सगळ्या भक्तांचा कैवारी आहेस, मला माहिती आहे. तू सगळ्यांचा आहेस, पण मी तुझी कोण आहे? काय म्हणून तू माझ्यावर एवढं प्रेम करतोस? माझे एवढे लाड करतोस? अशी कोण आहे मी तुझी?" जनीचा हा प्रश्न ऐकून विठ्ठलाला गंमत वाटली. 'काय म्हणावं या जनीला? एवढी मोठी जनी, तरी अजुनी हिला हा प्रश्न पडावा?' पण प्रश्न जनीनं विचारला होता आणि विठ्ठलाला उत्तर देणं भाग होतं. त्या प्रश्नानं जनीला किती अस्वस्थ केलं होतं, हे तिच्या चेहऱ्यावरून प्रतीत होत होतं. खरंतर विठ्ठलाला तिची गंमत करायची लहर आली होती, पण तिचा या प्रश्नामुळं चिंतित झालेला चेहरा बघितला आणि विठ्ठलानं आपला मोह आवरता घेतला. जनीला म्हणाला, "का गं जने, आजच हा प्रश्न तुला का पडला?" या प्रश्नाला जनीनं जे उत्तर दिलं ते ऐकल्यावर विठ्ठलाच्या डोळ्यांतसुद्धा पाणी उभं राहिलं. जनी म्हणाली, "विठूराया, इतके दिवस या जनीनं फक्त नामदेवाचा, तुझा आणि तुझ्या भक्तीचा विचार केला. मी कोण? कुठली? इथंच का आले? तुम्हा सगळ्यांची माझ्यावर एवढी माया का जडली? हे लिहिण्या-वाचण्याचं दान माझ्याच पदरात का पडलं? हे प्रतिभेचं देणं मलाच का मिळालं? असले प्रश्न आतापर्यंत माझ्या मनात कधीच आले नव्हते. पण विठूराया, मोठे आई-बाबा गेले.

नामया तीर्थाटनासाठी निघून गेला. मी एकटी पडले आणि या एकाकी अवस्थेत माझं आत्मभान जागं झालं. माझी जन्मजात, माझे मूळ संस्कार आणि माझी मूळची योग्यता या सगळ्यांची जाणीव मला प्रकर्षाने झाली. या पार्श्वभूमीवर मला लाभलेलं आयुष्य मी जगलेलं असूनसुद्धा एखाद्या स्वप्नासारखं भासायला लागलं आणि मग विठूराया हे सगळे प्रश्न मला पडले. तुझी भक्ती, नामदेवाचं प्रेम, ज्ञानेश्वर माऊलींचा आशीर्वाद, अभंगरचनेची प्रतिभा! विठूराया, भल्याभल्यांना यातलं काहीच मिळत नाही, हे सगळं मिळण्याचं भाग्य कोणत्या पूर्वपुण्याईनं माझ्या वाट्याला आलं? सांग विठूराया, माझ्या प्रश्नाचं उत्तर दे.'' जनीचं बोलणं ऐकून विठ्ठलसुद्धा गहिवरला. या प्रश्नांनी जनीला किती व्याकूळ केलं होतं, हे तिच्या शब्दांतून दिसत होतंच, पण तिची घायाळ मुद्रा, पाण्यानं भरलेले डोळे, थरथरणाऱ्या नाकपुड्या, कापणारे ओठ आणि आकसलेलं शरीर या प्रत्येक देहबोलीतून ते स्पष्ट होत होतं. विठ्ठलानं जनीची ही घायाळ अवस्था लगेचच दूर करायची ठरवली. तिला म्हणाला, ''जने, तुला आलेलं हे आत्मभान म्हणजे तुझ्या जाणिवेच्या पूर्णत्वाचं लक्षण आहे. ऐक तुझ्या प्रश्नाचं उत्तर!'' विठ्ठलाने असं म्हणताच जनी सरसावून बसली. तिच्या चेहऱ्यावर आनंद पसरला. डोळ्यांत उत्सुकता दाटून आली. जनीच्या चेहऱ्याच्या प्रत्येक सुरकुतीवरून विठ्ठलाला तिची उत्तराची आस दिसत होती. ''जने, अति शूद्र जातीत जन्मून तू माझी लाडकी का? तू माझी कोण लागतेस असा प्रश्न तुला पडला, तर मग ऐक. कृष्णजन्मात राधा माझी प्रिय सखी होती. पुनर्जन्मात ती तुळस बनली. तिची आठवण सतत माझ्या हृदयात आहे. मी गळ्यात तुळशीची माळ घालतो. जने, या जन्मातली तू माझी प्रिय सखी आहेस. तूही वृंदेइतकीच मला प्रिय आहेस आणि तूही तुळशीइतकी पवित्र आहेस. तुझ्यातही वृंदेचा अंश आहेच. म्हणूनच तुझी माझ्यावर अशी निरामय भक्ती आहे. जने, वृंदा संसारी स्त्री होती, जालंधरची पत्नी होती तरीही ती प्रिय होती. तसंच अति शूद्र असूनही, संस्कारमूल्यांना पारखी असूनही तू मला प्रिय आहेस. कारण तूही तुळशीइतकीच पवित्र आहेस. माझ्या गळ्यातली तुळशीची माळ मला ज्या राधेची आठवण करून देते, त्या वृंदेच्या भक्तीचं, प्रीतीचं, समर्पणाचं तू रूप आहेस, प्रतीक आहेस. त्यामुळे माझ्या गळ्यातली तुळशीची माळ मला तुझीसुद्धा आठवण करून देत राहील. तुळशीची माळ माझ्या गळ्यात असते, माझ्या हृदयावर विराजत असते तशी तूही माझ्या हृदयात विराजमान आहेस. म्हणूनच या ज्ञानाची, या प्रतिभेची, या शहाणपणाची, या भक्तीची तू अधिकारी आहेस. तुझ्या माझ्यावरच्या उत्कट प्रेमामुळं, असीम भक्तीमुळं तुला हा अधिकार आणि हे भाग्यवैभव प्राप्त झालं आहे. तुला आत्मभान आलं, ही कितीही चांगली गोष्ट असली, तरी जने, माझ्या या सांगण्यामुळे तुला आत्मज्ञान होईल. परमार्थाच्या मार्गावर चालणाऱ्या सगळ्यांनाच सगळंच आध्यात्म

कळतं असं नाही; पण ज्याला आत्मज्ञान झालं त्याला अध्यात्म कळलं असं मी म्हणेन. तेव्हा जने, तू माझी तुळस आहेस एवढी एकच जाणीव लक्षात ठेव आणि बाकी सगळं विसरून जा. आत्मज्ञान हे आध्यात्म आहे. ओंकार हा त्या आध्यात्माचा म्हणजे आत्मज्ञानाचा पाया आहे. ओंकार हे माझंच रूप आहे. माझ्या रूपाची, भक्तीची, अभंगातून केलेली अभिव्यक्ती म्हणजे ओंकाराचंच रेखाटन आहे. माझ्या रूपाची आणि भक्तीची अशी अभिव्यक्तीच तुझ्या अभंगातून आविष्कृत होते आहे. म्हणूनच जने, तू ओंकाराची रेख आहेस. ज्ञानेश्वरांनी सांगितलेलं अगदी सयुक्तिक आहे. जने, तू खरंच ओंकाराची रेख आहेस. आता मनाच्या पाटीवरचे सगळे प्रश्न पुसून टाक आणि त्यावर फक्त ओंकार उमटू दे.'' विठ्ठल सांगत होता, बोलत होता आणि अवघ्या देहाचे कान करून जनी त्याचा शब्दन् शब्द ऐकत होती. विठ्ठलाने बोलणं थांबवलं. जनीच्या माथ्यावर अत्यंत मायेने हात फिरवला आणि तो दिसेनासा झाला. भारलेली आणि भारावलेली जनी नंतर कितीतरी वेळ ''ओंकाराची रेख, ओंकाराची रेख'' असं पुटपुटत होती. त्या दिवशी रात्री जनीला शांत शांत झोप लागली. मनात उठलेलं प्रश्नांचं वादळ शांत झालं होतं. ज्ञानेश्वर आपल्याला असं का म्हणाले होते, याही प्रश्नाचं उत्तर तिला मिळालं होतं. आत्मज्ञानाची असोशी निमाली होती. जनीचं पूर्ण समाधान झालं होतं.

दुसऱ्या दिवशीपासून जनीने आपला एक नित्य नेम ठरवला. पहाटे उठायचं, सडासंमार्जन करायचं, दारात रांगोळी रेखायची, परसदारी जाऊन आडाचं पाणी शेंदायचं, भांडी घासायची, मग अंघोळ करून शुचिर्भूत व्हायचं. परिसरात हिंडून तुळशीची दळं खुडून आणायची. एवढं झालं की, ती दळं एका हाऱ्यात घेऊन, सुईदोरा घेऊन जनी मंदिराकडे जायची. आजकाल तिनं मंदिराच्या पायऱ्या चढून वरच्या पायरीवर जाऊन बसायचं सोडून दिलं होतं. वेळ मिळाला की, मंदिराकडे धाव घेणारी पूर्वीची जनी आता राहिली नव्हती. आजकाल तर ती कधीमधी मंदिरात जायची, पण परवाच्या घटनेनं विठ्ठलानं तिची तिच्याशीच ओळख करून दिल्यानं जनीनं आपला नित्यनेम ठरवला. मंदिराच्या प्रांगणात पायऱ्यांसमोर एक मोठं तुळशीवृंदावन होतं. त्या वृंदावनाला भलामोठा चबुतरा होता. वृंदावनामध्ये तुळससुद्धा चांगली दोन हात वाढलेली आणि डेरेदार होती. तुळशीची दळं हाऱ्यात घेऊन जनी त्या चबुतऱ्याजवळ बसायची आणि त्या तुळशीदळाचे लहानमोठे हार बनवायची. मंदिरात जाणाऱ्या भक्ताबरोबर ते हार मंदिरात विठ्ठलाकडे पाठवायची. दिवसभर जनीचा हाच उद्योग चाललेला असायचा. स्वच्छ, निवडलेल्या हिरव्यागार तुळशीदळांच्या फुलून आलेल्या हिरव्या-काळ्या मंजिऱ्या नेटकेपणानं दोऱ्यात बांधून जनी त्याचे अत्यंत सुंदर हार बनवायची. एखादा भक्त आत जाताना तो हार त्याच्याकडं द्यायची, म्हणायची, ''हा हार विठ्ठलाला द्या. त्याला सांगा, जनीनं केला आहे.

म्हणावं, गळ्यात घालून घे. तुझ्या छातीवर, तुझ्या हृदयाजवळ रूळू देत या माळा. म्हणजे मी तुझ्या हृदयाजवळ आहे असा तुला भास होईल आणि मला विश्वास वाटेल, दिलासा वाटेल की, मी तुझ्या हृदयाजवळ आहे.'' एखादा भक्त कौतुकानं ती माळ घेऊन जायचा. आत जाऊन गुरवाजवळ द्यायचा. त्याला सांगायचा, ''ही माळ जनीनं दिली आहे. विठ्ठलाच्या गळ्यात घाल बाबा.'' जनीचं मोठेपण परिसराला जसं माहीत झालं होतं, तसंच गुरवालासुद्धा माहीत झालं होतं! तोही अत्यंत भक्तिभावानं ती माळ घ्यायचा. विठ्ठलमूर्तीच्या गळ्यात घालायचा आणि सांगायचा, ''विठोबा, ही माळ जनीने केली आहे रे बाबा! तिने धाडलीये आणि तुझ्या गळ्यात घातली आहे.'' गुरवानं असं सांगितल्यावर विठ्ठलाच्या त्या काळ्यासावळ्या चेहऱ्यावर प्रसन्नता उमटल्यासारखी दिसायची. गुरवाला तसा भासही व्हायचा. खरंतर विठ्ठलाच्या गळ्यात फुलांच्या माळा असायच्याच. तुळशीमाळा आणि वैजयंतीहारही असायचे, पण तरीही जनीनं पाठवलेली तुळशीची माळ गळ्यात घातली की, विठ्ठलाची मुद्रा प्रसन्न दिसायची.

काही काही वेळा मात्र त्याच्या उलट घडायचं. जनीच्या हातातून तुळशीची माळ घ्यायला बरेच भक्त नकार द्यायचे. पंढरपूर परिसरातले सगळे जण जरी जनीला ओळखत असले, तरी परमुलखातून आलेल्या भक्तांना ती अपरिचितच होती. त्यामुळं या तुळशीवृंदावनाजवळ बसलेली ही म्हातारी म्हणजे कोणीतरी वेडी आहे, असं समजून ते तसेच पुढं जात. मग गावातलाच कोणीतरी एखादा भक्त मंदिरात जायला निघाला की, जनी त्याच्याकडून माळ मंदिरात धाडत असे. कधीकधी जनीला त्यासाठी अखखा दिवस तिथंच, तुळशीवृंदावनाजवळच बसून राहावं लागे. उन्हातान्हाची, थंडीवाऱ्याची, कशाचीही पर्वा न करता जनी दिवसदिवसभर तिथे बसून राहायची. तिच्या तिथं बसण्याची लोकांना इतकी सवय झाली होती की, एखादे दिवशी जनी तिथं दिसली नाही, तर लोकांना चुकल्याचुकल्यासारखं वाटत असे. एखादा दिवस तसा भाकड जायचाही. त्या दिवशी हिंडून-हिंडून पायाचे तुकडे पडले, तरी जनीला मनासारखी तुळशीदळं मिळायची नाहीत. मग जनीला माळच करता यायची नाही आणि मग जनी नुसतीच त्या तुळशीवृंदावनाजवळ जाऊन बसायची. त्या दिवशी विठ्ठलाला जनीकडची तुळशीची माळ मिळायचीच नाही. त्या दिवशी विठ्ठलाला मग चैन पडायचं नाही. तुळशीवृंदावनाजवळ बसलेली जनी तर त्याला दिसायची, पण जनीची माळ मात्र त्याच्यापर्यंत पोहचायची नाही. मग विठ्ठल हिरमुसला व्हायचा. रात्र व्हायची वाट बघत बसायचा. रात्र झाली की, जनीला भेटायला तिच्या खोलीत जायचा. अंधार पडल्यावर जनी घरी गेलेली असायची. संध्याकाळची तेलवात, संध्याकाळच्या जेवणाची कच्ची तयारी अशी थोडीफार मदत करून, दोन घास पोटात ढकलून जनी खोलीत निजायला यायची. विठ्ठल

आधीच खोलीत येऊन बसलेला असायचा. त्याच्या चेहऱ्यावर रुसवा असायचा. जनीला त्याचं कारण माहीत असायचं. त्याच्याकडं त्या दिवशी तुळशीची माळ पोहचली नसायची म्हणून तो रुसलेला असायचा, हे जनीला उमगलेलं असायचं; पण त्याचं कारण विठ्ठलाला माहीत नसायचं. मग जनी विठ्ठलाला ते कारण सांगायची. हिंडून-हिंडूनसुद्धा तुळशीची दळं मिळाली नाहीत हे सांगायची. उन्हातान्हातून फिरल्यामुळे पोळलेले, काटे घुसल्यामुळे रक्ताळलेले तळपाय ती विठ्ठलाला दाखवायची. मग विठ्ठलाला वाईट वाटायचं. आपण उगीचच रुसलो असं वाटून तो जनीच्या तळव्यांवरून हात फिरवायचा. त्याच्या मायेच्या स्पर्शानं जनीला बरं वाटायचं. जनी आपल्यासाठी किती कष्ट घेते हे बघून विठ्ठल गहिवरायचा, तर विठ्ठलाची आपल्यावरची माया बघून जनीचे डोळे भरून यायचे. मग एकमेकांचं सांत्वन करण्यात, सुखदुःखाच्या गोष्टी बोलण्यात रात्र कधी सरायची ते दोघांनाही कळायचं नाही. रात्रीच्या तिसऱ्या प्रहरानंतर विठ्ठल मंदिरात परतायचा. जनी मात्र दुसऱ्या दिवशी सकाळी नव्या उमेदीनं तुळशीदळं गोळा करायला जायची. पुन्हा तिचा नित्यनेम सुरू व्हायचा. तुळशीची दळं गोळा करून, त्याची माळ करत जनी तुळशीवृंदावनाजवळ बसलेली लोकांना दिसायची. तुळशीला नित्यनेमानं पाणी घालायची, तिची मुळं साफ करायची. तिथं बसलेली असली, तरी जनी सतत विठ्ठलाचं नामःस्मरण करत बसलेली असायची. त्याचे अभंग गात बसलेली असायची. कधी –

माझी आंधळ्याची काठी । अडकली कवणे बेटी ॥
आता सांगू मी कवणासी । धावे पावे हृषीकेशी ॥
तुजवाचूनी विठ्ठला । कोणी नाही रे मजला ॥
माथा ठेवी तुझे चरणी । म्हणे नामयाची जनी ॥

अशा आर्त हाका त्याला घालत असे. तर कधी –

पोट भरूनी व्यालासी । मज सांडुनी कोठे जासी ॥
धीर धरा पांडुरंगा । मज का टाकिले निःसंगा ॥
ज्याचा जार त्यासी भार । मजला नाही आणिक पार ॥
विठाबाई मायबहिणी । तुझे कृपे तरली जनी ॥

असं म्हणत ती विठ्ठलाला जाब विचारत असे. आत्मभान आलेली, आत्मज्ञान झालेली जनी कधीकधी आपण काय होतो आणि विठ्ठलाने आपल्यासाठी काय केलं याचंही वर्णन अभंगातून करीत असे. म्हणत असे –

अहो ब्रह्मांडपाळका । ऐके रुक्मिणीच्या कुंका ॥
देवा घेतले पदरी । ते तू टाकू नको दुरी ॥
होते लोकांमध्ये निंद्य । ते त्वां जगात केले वंद्य ॥
विनवीतसे दासी जनी । परिसा माझी विनवणी ॥

दामाशेटी-गोणाई यांच्या माघारी नामदेवाच्या अनुपस्थितीत जनीनं आपला दिनक्रम असा निश्चित केला आणि त्याप्रमाणं ती दिनक्रमणा करत राहिली. दिवस गेले, महिने लोटले. उन्हाळा आला-गेला. धरेला चटके देऊन गेला. पावसाळा आला-गेला. धरेला शांतवून गेला. चंद्रभागेला पूर आला, ओसरला. थंडी पडली. तिचा कडाका जाणवायला लागला. तीनही ऋतू आले. आपल्या संपूर्ण ताकदीनिशी आपले सगळे आविष्कार दाखवून गेले, पण जनीच्या तिथं बसण्यात खंड पडला नाही. कडक उन्हाचा तडाखा सोसत, उडणाऱ्या फुफाट्याला अंगावर झेलत जनी तिथं बसलेली असायची. पाऊस रिमझिम असो की धो धो, पावसाचा मारा अंगावर झेलत जनी तिथंच बसलेली असायची. थंडीचा कडाका पडला, थंडी हाडात शिरून हाडं मोडायला लागली, तरीही जनी तिथंच बसलेली असायची. कधी विठ्ठलाकडं मागणं मागायची –

ऐसा वर देई हरी । गाई नाम निरंतरी ॥
पुरवी आस माझी देवा । जेणे घडे तुझी सेवा ॥
हेचि आहे माझे मनी । कृपा करी चक्रपाणि ॥
रूप न्याहाळूनिया डोळा । मुखी नाम लागो चाळा ॥
उदाराच्या राया । दासी जनी लागे पाया ॥

हे मागणं त्यानं पूर्ण करावं म्हणून हट्ट करायची, तर कधी –

आता वाट पाहू किती । देवा रुक्माईच्या पती ॥
येई, येई पांडुरंगे । भेटी देई मजसंगे ॥
मी बा बुडते भवजळी । सांग बरवी बिद्रावळी ॥
राग न धरावा मनी । म्हणे नामयाची जनी ॥

असं म्हणत जनी विठ्ठलाजवळ निरवानिरवीची भाषा करी आणि आता या भवसागरातून आपल्याला सोडव अशी विठ्ठलाला विनवणी करी. जनीचं तिथं दिवसभर येऊन बसणं, तुळशीदळाच्या माळा करणं, अभंग गाणं हे सगळं इतकं नित्य परिचयाचं झालं होतं की, एखाद्या दिवशी जनीला तिथं यायला उशीर झाला किंवा काही दुखतंय खुपतंय म्हणून ती आली नाही, तर लोकांना चुकल्यासारखं वाटायचं. जनीला तिथं बघितलं नाही म्हणजे आपणच काहीतरी विसरलो असं लोकांना वाटायचं. विठ्ठल-मंदिराच्या प्रांगणातलं ते तुळशीवृंदावन हे जसं मंदिर-परिसरातल्या दृश्यातलं चिरंतन सत्य होतं, तशीच तुळशीवृंदावनाजवळ बसलेली जनी हेसुद्धा चिरंतन सत्य ठरलं होतं. जनीशिवाय तुळशीवृंदावन म्हणजे तुळशीशिवाय वृंदावन अशीच लोकांची धारणा झाली होती. आपल्या विठ्ठलभक्तीनं आणि उत्स्फूर्त अभंगरचनेमुळे जसं जनीनं लोकांच्या हृदयात स्थान मिळवलं होतं, तसंच तुळशीवृंदावनाजवळ नित्यनेमानं बसून त्या वृंदावनाजवळ आपलं चिरंतन अस्तित्व

ठेवूनही जनीनं लोकांच्या हृदयात स्थान मिळवलं होतं. त्या तुळशीवृंदावनाजवळ बसून अभंग गाणारी जनी म्हणजे विठ्ठलभक्तीचं एक गोमटं रूप होतं.

आता मात्र जनी थकली होती. रोज ती विठ्ठलाजवळ मागणं मागत होती. पायाजवळ घे अशी विनवणी करत होती. त्याला हाका मारत होती, साद घालत होती. शरीराचं हे ओझं मी किती दिवस सांभाळू असं विचारत होती. त्याला आळवत होती.

ये रे ये रे माझ्या रामा । मनमोहन मेघःशामा ॥
संतमिसे भेटी । देई, देई कृपा दृष्टी ॥
आमची चुकवी जन्मव्याधी । आम्हा देई हो समाधी ॥
जनी म्हणे चक्रपाणि । करी ऐसी हो करणी ॥

असाही त्याचा धावा करत होती, पण त्या सावळ्या विठ्ठलाच्या मनात काय होतं ते त्यालाच ठाऊक! आपला प्राण गेलाच, तर विठ्ठलाच्या सान्निध्यात जावा, आपल्याला मृत्यू आलाच, तर तो विठ्ठलाच्या समोर यावा या इच्छेनं जनी जास्तीत जास्त वेळ विठ्ठल मंदिरासमोर घालवायला लागली. बाकी काही नाही, पण यामुळं एक झालं; जनी जास्तीत जास्त वेळ तिथं असल्यामुळे विठ्ठल-मंदिराच्या भासमान दृश्याला अधिकच गहिरेपणा येऊ लागला. अशी किती वर्षं गेली कुणास ठाऊक? जनी, विठ्ठल मंदिर आणि तुळशीवृंदावन यांचं नातं अधिकाधिक घट्ट, अधिकाधिक गहिरं बनत गेलं.

नामदेव पंजाबात रमले होते. आपल्या थकलेल्या शरीराची यत्किंचितही पर्वा न करता भागवत धर्माचा प्रचार आणि प्रसार त्यांनी नेटानं चालू ठेवला होता. आता त्यांनी तिथली स्थानिक भाषाही शिकून घेतली होती आणि त्या भाषेतही ते अभंगरचना करू लागले होते. पंढरपूरचा विठ्ठल आणि वारकऱ्यांचा भागवत धर्म नामदेवांनी तिथेही पोहचवला, रुजवला होता. विठ्ठलाचा लाडका भक्त असलेल्या नामदेवांना विठ्ठलाशिवाय चैन पडायचं नाही आणि विठ्ठलाला त्यांना भेटल्याशिवाय करमायचं नाही. मग भेटीची खूपच ओढ लागली की, विठ्ठल सूक्ष्म रूपाने पंजाबात जाऊन नामदेवांची भेट घ्यायचा. दोघं जण पोटभर बोलत बसायचे. मग त्यात सगळ्या गोष्टी निघायच्या. पंढरपुरातली हालहवाल सांगता सांगता विठ्ठल जनीचीही ख्यालीखुशाली सांगायचा. ती रोज मंदिरासमोर तुळशीवृंदावनाजवळ कशी येऊन बसते तेही सांगायचा. जनीच्या आठवणीनं नामदेवाच्या डोळ्यांत पाणी भरायचं. अशा सगळ्या गुजगोष्टी सांगून झाल्या की, विठ्ठल पुन्हा सूक्ष्म रूपानं पंढरपुरात परतायचा. त्या दिवशी नामदेव जरा निवांत होते. विठ्ठल नुकताच येऊन गेला होता. सगळी ख्यालीखुशाली कळली होती. सकाळच्या प्रसन्न वेळी प्रसन्न मनानं नामदेव राहत्या खोलीतून बाहेर पडले. सूर्य अजूनही पूर्वक्षितिजावर रेंगाळत होता. नामदेव

सहजपणे रस्त्यावरून चालले होते. सूर्य त्यांच्या पाठीवर होता. त्यांच्या तिरप्या किरणांचा रस्ता नामदेवाने अडवला होता. त्यामुळे नामदेवांची भलीमोठी सावली नामदेवांच्या समोर पडली होती. कधीकधी त्या सावलीवरच नामदेवांचा पाय पडत होता. या गोष्टीची नामदेवांना गंमत वाटत होती. नामदेव बऱ्यापैकी उंच होते, पण आता तिरप्या सूर्यकिरणांमुळे त्यांची सावली त्यांच्यापेक्षाही उंच, लांब पडली होती. ते थांबले की सावली थांबत होती. ते चालायला लागले की, सावली चालत होती. छायाप्रकाशाचा तो खेळ निरखित नामदेव निघाले होते. अचानक त्यांच्यासमोर पडणारी त्यांची सावली नाहीशी झाली. दिसेनाशी झाली. नामदेव थबकले. गोंधळले. 'अरे, सावली कुठे गेली? सूर्य ढगाआड गेला की काय?' असा विचार मनात येऊन त्यांनी मागे वळून आकाशाकडे नजर टाकली. सूर्य तिथंच होता आणि आकाशही निरभ्र होतं. 'मग माझी सावली कुठं गेली?' नामदेवांच्या काळजात लकाकलं. 'ही कशाची नांदी होती? चांगल्याची की वाइटाची? हे कसलं चिन्ह? शुभसूचक की अशुभसूचक?' नामदेवांना काही कळेना, काही सुचेना. सावली शोधण्यासाठी ते आणखी काही पावलं चालत राहिले. पण छे! सावली दिसलीच नाही. नामदेव चरकले. त्यांना काही सुचेना. पुढंही जाववेना. अस्वस्थ मन:स्थितीत ते परत मागे फिरले आणि खोलीत परतले. तिथंही त्यांच्या मनाला स्वस्थता लागेना. काय झालं असावं याचाही त्यांना अंदाज येईना. अस्वस्थ मन:स्थितीत विचारांच्या आवर्तात सापडलेले नामदेव मग कितीतरी वेळ तसेच बसून राहिले.

विठ्ठल-मंदिरात भक्तांची वर्दळ सुरू झाली. जातायेता लोकांची नजर तुळशीवृंदावनाजवळ पडत होती. जनी अजून तिथं आली नव्हती. विठ्ठलही विटेवर उभा राहिलेल्या जागेवरून जनीची वाट बघत होता आणि जनी आली. तुळशीवृंदावनाजवळ उभं राहूनच तिनं विठ्ठलाला नमस्कार केला. नेहमीप्रमाणं मातीच्या घड्यातून आणलेलं पाणी तुळशीला घातलं. तुळशीला एकदा नमस्कार करून ती तिथंच खाली बसली. तिचे हात भराभर चालू लागले. तुळशीदळांची माळ गुंफली जाऊ लागली. भराभर त्या सुट्या-सुट्या तुळशीदळांना माळेत एक विशिष्ट स्थान मिळू लागलं. काळसर हिरव्या पानांची आणि त्याच रंगांच्या मंजिरींची टवटवीत दिसणारी ती तुळशीदळं माळेत शिरण्यासाठी धडपडू लागली. विठ्ठलाच्या हृदयावर विसावण्याची त्यांना घाई झाली होती. तुळशीदळांच्या माळा करून झाल्या. नेहमी जाणाऱ्या-येणाऱ्या भक्तांच्या हातून जनीनं त्या माळा मंदिरात पाठवल्या. 'जनीनं दिल्यात असं गुरवाला सांग हं' असं सांगायला ती विसरली नव्हती. तिला माहीत होतं, 'विठ्ठल आपण केलेल्या माळेची वाट बघत असेल.' रोज दर्शनाला येणारे भक्त माळा आत घेऊन गेले. त्या माळा त्यांनी गुरवांकडे दिल्या. जनीचा निरोप सांगितला आणि दर्शन घेऊन ते परत बाहेर आले. नेहमीच्या

शिरस्त्याप्रमाणे 'तुमचा निरोप सांगितला हं जनाबाई' असं सांगण्यासाठी त्यांनी तुळशीवृंदावनाकडे नजर टाकली, तर जनी तिथं नव्हतीच. लोकांना नवल वाटलं. 'कुठं गेली असेल जनाबाई? कधीही तिथून न उठणारी जनाबाई अशी कुठं गेली एकदम?' लोकांना प्रश्न पडला. काहींनी गेली असेल कुठंतरी म्हणतम्हणत घरचा रस्ता धरला. काहींनी थोडीशी शोधाशोध केली आणि तेही निमूटपणे आपल्या उद्योगाला गेले.

बराच वेळ झाला तरी जनी परतलीच नव्हती. मग मात्र लोकांत हळूहळू कुतूहल जागं झालं. 'कुठं गेली असेल जनाबाई? तुळशी संपल्या म्हणून पुन्हा गोळा करायला गेली की काय! की बरं वाटत नाही म्हणून घरी गेली?' पण तो हारा, सुईदोरा, तिचं बसकूर, अंगावर घ्यायची तिची वाकळ हे सगळं काही जिथल्या तिथंच पडलेलं होतं. 'मग हे सगळं टाकून जनाबाई कुठं गेली असेल?' लोकांत उलटसुलट चर्चा सुरू झाली. नित्यनेमानं तिथं असणारी जनाबाई आज तिथं दिसत नव्हतीच, पण इकडंतिकडं कुठं गेली म्हणावं, तर बराच वेळ उलटून गेला, तरी ती परतली नव्हती. 'मग जनाबाई गेली कुठं?' हळूहळू लोकांचा घोळका त्या तुळशीवृंदावनाभोवती जमला. त्यांच्यात अनेक तर्कवितर्क सुरू झाले. तेवढ्यात कुणीतरी पळत जाऊन जनाबाई घरी आहे का ते बघून आलं, पण जनाबाई तिथंही नव्हती. मंदिरासमोर लोकांचा घोळका का जमला होता हे पाहण्यासाठी म्हातारा सदा गुरव आपला मुलगा हरिदासला घेऊन बाहेर आला. जमावातल्या एकाला त्यानं विचारलं, ''काय रं, हितं का गोळा झालाय सगळी जणं?''

तशी कुणीतरी उत्तर दिलं, ''आरं सदुकाका, जनाबाई कुठं दिसत नाही?''

''हात्त तिच्या, एवढंच हाय व्हय! आरं गेली आसलं इकडंतिकडं कुठंतरी! त्यापायी इक्ता घोळ कशासाठी करतायसा?'' सदा गुरवानं सहजपणे विचारलं.

पण ''न्हाई सदाकाका, तशी जनाबाई हिकडंतिकडं कुठं जायची न्हाई. गेलीच, तर लगोलग परत येईल. पर आता लई येळ झाला. ती परतल्याली न्हाई. तिची वाकळ, बसकूर सगळं इथंच हाये. पर जनाबाईचाच कुटं पत्त्या न्हाई.'' हे ऐकल्यावर सदा गुरवालाही थोडंसं नवल वाटलं. लोक म्हणतात ते खरंच होतं. 'एकदा इथं येऊन बसली की, जनी कुठंच जात नाही. पर सकाळी तर ती हितं यिवून बसली होती. एवढंच नव्हे, तर विठ्ठलासाठी तिनं तुळशीच्या माळा करून मंदिरात पाठवल्या होत्या.' तुळशीमाळा म्हटल्यावर सदा गुरवाचं लक्ष वृंदावनातल्या तुळशीकडं गेलं. त्याचा स्वत:च्या डोळ्यांवर विश्वास बसेना. ''अरे बापरे, हे काय अक्रीत झालं?'' कपाळावर हात मारत सदा म्हणाला. ''काय झालं सदादादा? काय झालं सदामामा?'' जो-तो विचारायला लागला. तशी सदानं काही न बोलता तुळशीवृंदावनाकडे बोट केलं. सगळ्यांच्या नजरा तिकडे वळल्या आणि सगळ्यांचे

डोळे विस्फारले गेले. सदा गुरवाचा चेहरा तर काहीतरी भयंकर बघितल्यासारखा झाला होता. घडलंही तसंच होतं! सकाळपर्यंत, अगदी दोन तासापूर्वीपर्यंत हिरवीगार, टवटवीत असलेली, अंगभर मंजिऱ्यांचे मणी लेवून मिरवणारी, चांगला कवळ्यात बसणार नाही एवढा घेर झालेली वृंदावनातली तुळस कोमेजून गेली होती. पानांनी माना टाकल्या होत्या. दळं सुकली होती आणि मंजिऱ्यांचे मोती गळून गेले होते. सदा गुरवानं पुढं होऊन थरथरत तुळशीच्या मुळाशी हात घातला. मुळाशी असलेली माती चांगली गच्च ओली होती. पाण्यावर उठणाऱ्या धुवट पांढऱ्या बुडबुड्यांच्या परिघाच्या खुणा अजुनी मातीवर तशाच होत्या. कोपऱ्यात खोचलेली उदबत्ती अजूनही मंद सुवास दरवळत जळत होती. तुळशीच्या कोमेजलेल्या पानावर अजूनही पाण्याचा एखादा चुकार थेंब रेंगाळत राहिलेला दिसत होता. 'असं असताना तुळस अशी अचानक, एकाएकी का बरं सुकली असेल? तिच्या पानांनी का माना टाकल्या असतील? मंजिऱ्यांचे मणी कशामुळं गळाले असतील? आणि नित्यनेमानं तुळशीला पाणी घालणारी जनाबाई कुठं गेली असेल?' सगळ्यांच्या मनात प्रश्न आणि प्रश्न होते. उत्तर एकाकडंही नव्हतं. सदा गुरवाला काही सुचेना. भक्तिसंप्रदायातलं आणि लोकांच्या मनातलं जनाबाईचं स्थान सदाला माहीत होतं. मंदिरातून बाहेर येताना मुलाचा हात धरून लटपटत आलेला सदा या घडलेल्या अक्रीतानं इतका भांबावला की, मंदिरात परत जाताना मुलाचा हात धरायचं भानही त्याला राहिलं नाही. थरथरणारे पाय ओढत तो तरातरा मंदिरात गेला. तडक जाऊन विठ्ठलमूर्तीसमोर उभा राहिला. 'हे काय अक्रीत घडलंय देवा' असं विठ्ठलाला विचारणार, तोच त्याची नजर विठ्ठलमूर्तीच्या गळ्यात रुळणाऱ्या हारांकडे गेली आणि त्याच्या काळजाचा ठोका चुकला. 'आपल्याला दिसतंय? ते सत्य आहे की आभास?' हे त्याला कळेना. खातरजमा करण्यासाठी तो विठ्ठलमूर्तीच्या अगदी जवळ गेला आणि मग मात्र त्याच्या काळजात अगदी चर्र झालं. विठ्ठलमूर्तीच्या गळ्यात घातलेल्या सगळ्या माळांपैकी जनीनं केलेल्या तुळशीच्या माळा कोमेजल्या होत्या. जनीनं केलेल्या माळा लगेच ओळखू येत. इतरांपेक्षा वेगळ्या, अधिक नेटक्या, सगळ्या मंजिऱ्यांचे मणी बाहेरच्या बाजूला झुकवून दलं ओवलेली आणि मध्यभागी पांढऱ्या जास्वंदीचं टपोरं फूल घातलेलं अशा अत्यंत देखण्या माळा करत असे जनी! तिच्या माळा गळ्यात घातल्या की, विठ्ठलाची सावळी मूर्तीसुद्धा खुलून दिसायची. माळा करण्याच्या वेगळ्या पद्धतीमुळे जनीच्या माळा उठून दिसायच्या. वेगळेपणामुळं ओळखता यायच्या. आज विठ्ठलाच्या गळ्यात मिरवणाऱ्या, त्याच्या छातीवर रुळणाऱ्या, त्याच्या हृदयावर विसावणाऱ्या, जनीनं दोन तासापूर्वी केलेल्या त्याच तुळशीच्या माळा गुरवानं तासाभरापूर्वी मूर्तीच्या गळ्यात घातल्या होत्या. त्याच आता पूर्ण कोमेजल्या होत्या. तुळशीची दळं वाळून सुकून गेली

होती. मंजिऱ्यांचे मणी गळून निव्वळ तुरकाड्या राहिल्या होत्या. धडधडत्या काळजानं, विस्फारल्या डोळ्यानं, अशुभाच्या शंकेनं धास्तावलेल्या मनानं गुरव मूर्तीकडं पाहत होता. खरंतर जनीनं केलेल्या तुळशीच्या माळा अगदी दुसऱ्या दिवशीही कोमेजत नसत. सुकत तर नसतच नसत. एकदा सदा गुरवानं त्याबद्दल जनीला विचारलं होतं, ''जने, तू बनवलेल्या तुळशीच्या माळा दुसऱ्या दिवशीही सुकत कशा नाहीत? अगदी ताज्या-टवटवीत कशा राहतात?'' त्यावर जनीनं उत्तर दिलं होतं, ''सदाभाऊ, मी माळ ओवताना फक्त तुळशीची दळं ओवत नाही, तर त्याबरोबर माझ्या भक्तीचा एकएक मणी आणि अभंगाचा एक-एक शब्द ओवते. माझी भक्ती जशी चिरंतन ठरणार आहे, माझ्या अभंगातला गोडवा जसा ताजा राहणार आहे, तशाच मी केलेल्या या माळा ताज्या राहणार आहेत.'' जनीच्या या उत्तराचं त्या वेळी सदा गुरवाला कौतुक वाटलं होतं. तो ते व्यक्त करणार, तोच जनी पुढं म्हणाली होती, ''सदाभाऊ, विठ्ठलाच्या गळ्यात रुळणारी ही तुळशीची माळ म्हणजे आई- वडलांनी टाकलेली पोरकी जना, म्हणजे मीच आहे. पंढरपुरात आले आणि विठ्ठलाच्या गळ्यातच पडले. त्यानं आईच्या मायेनं मला गोंजारलं, बापाच्या मायेनं वाढवलं, भावाच्या मायेनं राखलं आणि मित्राच्या मायेनं सावरलं. ज्या दिवशी विठ्ठलाच्या गळ्यात घातलेली ही माझी तुळशीची माळ तुम्हाला कोमेजलेली दिसेल त्या वेळी खुशाल समजा की, जनी विठ्ठलचरणी विलीन झाली. विठ्ठलाशी तादात्म्य पावली. एकरूप झाली.''

सदा गुरवाला काही दिवसांपूर्वी घडलेला हा प्रसंग आठवला आणि त्याच्या डोळ्यांतून पाण्याच्या धारा लागल्या. जनीनं सांगितलं होतं त्यावर विश्वास ठेवायचा, तर जनी विठ्ठलचरणी विलीन झाली होती, हे खरं मानायला हवं होतं. पण ते मानायला त्याचं मन तयार नव्हतं. खोटं मानावं, तर जनीचा कुठेच पत्ता नव्हता. कुणाला सांगायला, विचारायला जावं, तर कुणाला काहीच माहिती नव्हतं. शोध घेऊनही जनी सापडत नव्हती. दुसरीकडे कुठे गेली म्हणावं, तर एकतर ती जात नव्हती, दुसरं म्हणजे तिला जायला तशी जागाही नव्हती आणि तिसरं म्हणजे तिला कुठे जाताना किंवा कुठं गेलेली कुणीच पाहिली नव्हती. कुणी काहीच सांगायला तयार नव्हतं. माहीत असण्याची शक्यता होती, ती फक्त विठ्ठलालाच! पण त्याला विचारण्याची, त्याच्याशी बोलण्याची योग्यता असणारं गावात कुणीच नव्हतं. नामदेव तीर्थाटनाला गेलेले होते. इतर संत-परिवारापैकी काही जणांनी देह ठेवले होते. तर सेना, परिसा आपापल्या मुलखात निघून गेले होते. 'मग आता जनीबद्दल कोण माहिती सांगणार?' विठ्ठलाची भक्ती ही तिची ओळख होती. अभंगरचना हे तिचं अस्तित्व होतं आणि संत जनाबाई हे तिचं व्यक्तिमत्त्व होतं. 'अशी जनी कुठं गेली असेल?' 'नामयाची दासी' हे तिचं बिरुद होतं, पण

नामदेवाची सखी हे जिचं सत्त्व होतं, अशी जनी कुठं गेली होती? पंढरपूर हे तिचं कार्यक्षेत्र होतं. विठ्ठल ही तिची कार्यसीमा होती. अशी जनी कुठं लुप्त झाली होती? सरस्वतीची शक्ती आणि राधेची भक्ती जिच्यात एकवटली होती, अशी जनी कुठं नाहीशी झाली होती? गुरवाला काय करावं सुचेना. जनी आता अस्तित्वात नाही, हे सत्य त्याला उमगलं होतं, पण त्याची बुद्धी त्यावर विश्वास ठेवायला तयार नव्हती. त्याचं मन हे सत्य स्वीकारायला तयार नव्हतं. त्याची नजर अजूनही जनीला शोधत होती. मंदिराभोवती, मंदिरासमोर जमलेल्या गर्दीत त्याची नजर भिरभिरत होती. क्षणभर त्याला असं वाटलं, कोठूनतरी जनी येईल आणि म्हणेल, "सदाभाऊ, ही तुळशीची माळ विठ्ठलाच्या गळ्यात घाला बरं का! आणि त्याला सांगा ही जनीनं दिली आहे." पण तसं होत नव्हतं. जनी आली नाही आणि तिचा कोणालाच काहीही पत्ता लागला नाही. एव्हाना दुपार उलटून गेली होती. जनीचा कुठंच पत्ता नव्हता. संध्याकाळ झाली. रात्रही झाली. लोक अस्वस्थ होते. सदा गुरवाच्या एकदा मनात आलं की, झालेली घटना ब्रह्मवृंदाच्या कानावर घालावी. त्यांना या गोष्टीची कल्पना द्यावी; पण त्यानं तो विचार बदलला. जनी असताना ब्राह्मणवर्गाला तिची फारशी दखल घ्यावीशी वाटली नव्हती, मग आता ती नाहीशी झाल्याचं सांगून काय होणार होतं! त्यांना ना सोयर ना सुतक! सदा गुरवानं आपला विचार बदलला. नामदेवांच्या घरी निरोप देण्यासाठी मुलाला पाठवलं आणि जनीविषयी माया वाटणारी, आदर वाटणारी चार मंडळी घेऊन तो जनीच्या आठवणी काढत बसला. त्याच्या मनातल्या आठवणींना त्याच्या डोळ्यांतल्या अश्रूंची सोबत होती.

रात्र झाली. नेम चुकवायचा नाही म्हणून सदा गुरवानं शेजारती केली आणि मंदिराचे दरवाजे बंद करून खिन्न मनानं तो घरी गेला. समईच्या वातीच्या मंद प्रकाशात विठ्ठलाची सावळी मूर्ती प्रसन्न चेहऱ्यानं उभी होती. भक्तांवर गारूड करणारा त्याचा चेहरा आज अतिशय आनंदात असल्यासारखा, प्रसन्न दिसत होता. तुळशीवृंदावनाजवळून जनी नाहीशी झाली होती तेव्हा क्षणभर विठ्ठलाच्या काळजात कालवाकालव झाली. आकाशात प्रसन्नपणे प्रकाशमान होणारा सूर्यही क्षणभर झाकोळल्यासारखा झाला. संथ वाहणारी चंद्रभागा क्षणभर नि:स्तब्ध झाली. वाराही वाहायचा थांबला. विठ्ठलाच्या पायाखालची वीटही क्षणभर थरारली आणि तो कंप गाभाऱ्यात भरून राहिला. गाभाऱ्याच्या भिंतींना छेदत तो कंप मंदिराच्या कळसापर्यंत जाऊन पोहचला. कळसालाही जोरदार धक्का बसला. त्या धक्क्याची स्पंदनं पुन्हा मंदिराच्या भिंतींत उतरली. मंदिराच्या भिंतींतून ती स्पंदनं गर्भागारात उतरली. विठ्ठलमूर्तीला विळखा घालून ती स्पंदनं सभामंडपात आली. सभामंडपातून सरकत ती कंपनं पायऱ्यांवर आली आणि पायऱ्यांवरून घरंगळत थेट वृंदावनाच्या तळाशी

लुप्त झाली. क्षणभर, क्षणभरच विठ्ठलाचं हृदय हेलावलं आणि वस्तुस्थितीची जाणीव होताच त्याचा चेहरा पुन्हा अति प्रसन्न झाला. रात्रीचा पहिला प्रहर संपला होता, तरी विठ्ठलाला आज घाई नव्हती. त्याला आज जनीकडं जायचं नव्हतं. आज उलट झालं होतं. तो जनीच्या घरी जाण्याऐवजी आज जनीच त्याच्याकडे आली होती. आयुष्यभर आपली मर्यादा ओळखून पायरीवर बसणारी, आयुष्याच्या सरत्या दिवसांत तुळशीवृंदावनाजवळ बसणारी जनी आज त्याच्याजवळ, अगदी गर्भागारात येऊन निजली होती. तिचं डोकं विठ्ठलाच्या मांडीवर होतं. विठ्ठल तिला आत्यंतिक मायेनं थोपटत होता आणि शांत, क्लांत झालेली जनी निश्चिन्तपणे निजलेली होती. आज तिला तिथे कुणी हटकणार नव्हतं. ऊठ म्हणणार नव्हतं. बाजूला सरक म्हणणार नव्हतं. विटाळ झाला, शिवाशिव झाली असं म्हणणार नव्हतं. आज ती देवाच्या मांडीवर निजली होती, पण जनीनं देव बाटवला असंही आज कुणी म्हणणार नव्हतं. जनीचा गर्द सावळा चेहरा विठ्ठलाच्या उबदार मायेत समाधान पावला होता. चेहऱ्यावर एक अनामिक आनंद पसरला होता. मिटलेल्या डोळ्यांत सुख मावत नव्हतं. ओठावरच्या हास्यात कृतार्थता भरली होती. एकंदरीतच जनीच्या चेहऱ्यावर सुख आणि समाधान ओसंडून वाहत होतं. ते समाधान बघून विठ्ठलाला गहिवरून आलं. नकळत त्याच्या तोंडून शब्द उमटले, ''जने, तुझी योग्यता कळायला समोरचाही त्याच योग्यतेचा हवा गं! तुझी विठ्ठलभक्ती कालातीत ठरणार आहे. तुझी अभंगरचना युगप्रवर्तक ठरणार आहे. स्त्री आणि शूद्र असूनही तू परमार्थाच्या मार्गावरून चालण्याचं केलेलं साहस, देवाची भक्ती करण्याचं दाखवलेलं धाडस, अभंगरचनेचा नीडर आविष्कार, प्रासादिक कीर्तनाची अभिव्यक्ती, दासीपण मिरवण्यातला अभिमान; जने, तुझं हे कर्तृत्व म्हणजे या प्रत्येक क्षेत्राची आधारशिला आहे. तुला आलेलं आत्मभान, तू मिळवलेलं आत्मज्ञान आणि तू अभिव्यक्त केलेलं आत्मगान हे स्त्री, शूद्रांच्या परंपरेच्या दृष्टीनं पायाभूत आध्यात्म ठरणार आहे. ओंकार हा आध्यात्मशक्तीचा आणि आत्मज्ञानाचा पाया आहे. त्या ओंकाराची तू रेख आहेस. ओंकाराची रेख! ओंकाराची रेख! माझी जना! ओंकाराची रेख जना!''